ഗ്രീൻ ബുക്സ്

തെരഞ്ഞെടുത്ത പ്രബന്ധങ്ങൾ
സുകുമാർ അഴീക്കോട്

അധ്യാപകൻ, പ്രഭാഷകൻ, ലേഖകൻ, വിവർത്തകൻ.
1926 മെയ് 12ന് കണ്ണൂർ ജില്ലയിലെ അഴീക്കോടിൽ ജനനം.
സെന്റ് ആഗ്നസ് കോളേജിൽ മലയാളം പ്രൊഫസറായിരുന്ന
വിദ്വാൻ പനങ്കാവിൽ ദാമോദരൻ പിതാവ്.
കോളോരത്ത് തട്ടാരത്ത് മാധവിയമ്മ മാതാവ്.
ചിറയ്ക്കൽ രാജാസ് ഹൈസ്കൂളിൽനിന്ന് എസ്.എസ്.എൽ.സി.
കോട്ടയ്ക്കൽ ആയുർവേദ കോളേജിൽ ഒരു വർഷത്തോളം
വൈദ്യപഠനം. മദ്രാസ് യൂണിവേഴ്സിറ്റിയിൽനിന്ന് ബി.കോം.,
ബി.ടി., സംസ്കൃതത്തിലും മലയാളത്തിലും എം.എ.,
കേരള യൂണിവേഴ്സിറ്റിയിൽനിന്ന് പി.എച്ച്ഡി.
ചിറയ്ക്കൽ രാജാസ് ഹൈസ്കൂളിൽ അധ്യാപകൻ,
മംഗലാപുരം സെന്റ് അലോഷ്യസിലും
കോഴിക്കോട് സെന്റ് ജോസഫ്സ് കോളേജിലും ലക്ചറർ.
മൂത്തകുന്നം എസ്.എൻ.എം. ട്രെയിനിംഗ് കോളേജിൽ പ്രിൻസിപ്പൽ.
കാലിക്കറ്റ് യൂണിവേഴ്സിറ്റി മലയാള വിഭാഗം മേധാവി.
പ്രോ വൈസ് ചാൻസലർ, ആക്ടിംഗ് വൈസ് ചാൻസലർ
എന്നീ നിലകളിൽ സേവനമനുഷ്ഠിച്ചു.
ഹക്കിൾബറി ഫിന്നിന്റെ വിക്രമങ്ങൾ എന്ന മാർക് ട്വൈൻ
കൃതിയുടെ തർജ്ജമ ഗ്രീൻ ബുക്സ് പ്രസിദ്ധീകരിച്ചിട്ടുണ്ട്.
2012ൽ അന്തരിച്ചു.

ലേഖനങ്ങൾ

തെരഞ്ഞെടുത്ത പ്രബന്ധങ്ങൾ
സുകുമാർ അഴീക്കോട്

സമാഹരണം

ബാലചന്ദ്രൻ വടക്കേടത്ത്

സുകുമാർ അഴീക്കോട് ട്രസ്റ്റ്

ഗ്രീൻ ബുക്സ്

green books private limited
gb building, civil lane road, ayyanthole,
thrissur- 680 003, kerala, ph: +91 487-2381066, 2381039
website: www.greenbooksindia.com
e-mail: info@greenbooksindia.com

malayalam
therenjedutha prabandhangal - sukumar azheekode
essays

study & compiled
by
balachandran vadakkedath

first published 1999
first green books edition may 2012
reprinted april 2019

cover design : rajesh chalode

branches:
thrissur 0487-2422515
palakkad 0491-2546162
thiruvananthapuram 0471-2335301
calicut 0495 4854662
kannur 0497-2763038

isbn : 978-93-80884-75-2

GBPL/425/2012

മുഖക്കുറി

സുകുമാർ അഴീക്കോടിന്റെ സാഹിത്യജീവിതത്തിലെ കനപ്പെട്ട പ്രബന്ധങ്ങളാണ് ഈ പുസ്തകം. നിരൂപണ ത്തിന്റെ ദർശനവും കാഴ്ചപ്പാടുകളുമാണ് ഈ പുസ്തകത്തിന്റെ പ്രധാന ഉള്ളടക്കം. അധ്യാപ കനായും വാഗ്മിയായും എഴുത്തുകാരനുമായും ജീവിതം മുഴുവൻ നിറഞ്ഞുനിന്ന അഴീക്കോടിനുള്ള ശ്രേഷ്ഠമായ ഒരു ഓർമ്മകൂടിയാണ് ഈ ഗ്രന്ഥം. നിരൂപകനായ ബാലചന്ദ്രൻ വടക്കേടത്ത് തയ്യാറാ ക്കിയ ഈ സമാഹാരത്തിൽ അഴീക്കോടുമായുള്ള അഭിമുഖവും അദ്ദേഹത്തെ സംബന്ധിച്ച അനുബന്ധ ലേഖനങ്ങളും പ്രത്യേകമായി എടുത്തു ചേർത്തിട്ടുണ്ട്.

കൃഷ്ണദാസ്

മാനേജിങ് എഡിറ്റർ

ഉള്ളടക്കം

അഭിമുഖം

വിമർശനം വിശ്രമത്തിന്റെ സൃഷ്ടിയല്ല

ബാലചന്ദ്രൻ വടക്കേടത്ത്/സുകുമാർ അഴീക്കോട്

പഴയൊരുകാര്യത്തിൽനിന്ന് തുടങ്ങാമെന്ന് തോന്നുന്നു. താങ്കൾ എഴുതിത്തുടങ്ങിയ കാലഘട്ടത്തിൽ സജീവമായിക്കേട്ടിരുന്ന ഒരു ചോദ്യമുണ്ടല്ലോ- സാഹിത്യകാരൻ ഏതു ചേരിയിൽ? കുട്ടിക്കൃഷ്ണമാരാർ ഈ ചോദ്യവുമായി ഏറ്റുമുട്ടിയിട്ടുണ്ട്. അതിന്റെ അർത്ഥമില്ലായ്മയെ എതിർക്കുകയും ചെയ്തു. വർഗ്ഗീയത, അധികാരമത്സരം, രാഷ്ട്രീയാനിശ്ചിതത്വം എന്നീ പ്രശ്നങ്ങൾ തീവ്രമായിത്തുടങ്ങിയ ഈ അവസരത്തിൽ ഈ ചോദ്യം ആരെങ്കിലും വീണ്ടുമുയർത്തിയാൽ അതിനോട് എങ്ങനെയായിരിക്കും പ്രതികരിക്കുക?

എന്റെ വിദ്യാർത്ഥിജീവിതകാലത്താണ് മാരാർ ഈ പറഞ്ഞ വസ്തുതയുമായി ഏറ്റുമുട്ടിയത്. ശാശ്വതമൂല്യത്തിന്റെ കാവൽക്കാരൻ എന്ന നിലയിൽ അത് അദ്ദേഹത്തിന്റെ ഒഴിച്ചുകൂടാനാവാത്ത കടമയായിരുന്നു. ജീവൽസാഹിത്യപ്രസ്ഥാനം പുരോഗമനസാഹിത്യപ്രസ്ഥാനമായി വന്ന കാലത്താണ് സാഹിത്യത്തിൽ 'ചേരി' വരുന്നത്. 'ചേരി' എന്നതിന് ഒരുപാട് അർത്ഥമുണ്ട്. പട്ടണത്തിലെ ഏറ്റവും പാവപ്പെട്ടവരുടെ വൃത്തികെട്ട ജീവിതത്തിനും 'ചേരി' എന്നു പറയും. ഇവിടെ ഇത് മാർക്സിസത്തിന്റെ അടിസ്ഥാനത്തിലുള്ള ചോദ്യമാണ്. അതിന് കലയിൽ മാർക്സിസത്തിൽക്കവിഞ്ഞ പ്രസക്തിയുമുണ്ട്. സാഹിത്യകൃതി രസാത്മകമാണെന്ന് പറഞ്ഞാലും ഒടുവിലത് സാംസ്കാരികമായ ഹൃദയപരിവർത്തനത്തിലാണെത്തുക. അത് മനുഷ്യന്റെ താഴ്ന്ന മനസ്സിൽനിന്ന് ഉയർന്നതിലേക്കുള്ള പരിവർത്തനത്തിന്റെ രൂപത്തിലായിരിക്കും. ഇപ്പോൾ ഉന്നതമായ സംസ്കാരത്തിന്റെ ചേരി, പ്രാകൃതവും തിയ്യവുമായ

സംസ്കാരത്തിന്റെ ചേരി എന്നിങ്ങനെ രണ്ടു ചേരി വരുന്നു. വളരെ വ്യതിരിക്തമായ രണ്ടു ചേരിയായി നാം നില്ക്കുന്നില്ല. മനുഷ്യമനസ്സിൽ ത്തന്നെ അത് ഇടകലർന്ന് കിടക്കുകയാണ്. അതാണ് ഈ ചേരിതിരിവിന്റെ ബുദ്ധിമുട്ട്.

ഗസറ്റഡ് എന്നും നോൺഗസറ്റഡ് എന്നും ഉദ്യോഗസ്ഥന്മാരെ രണ്ടായി വിഭജിക്കാറുണ്ട്. മനുഷ്യമനസ്സിലേക്ക് കടക്കുമ്പോൾ ചേരി അത്യന്തം നിഗൂഢവും അത്യന്തം സങ്കീർണ്ണവുമാണ്. ഉത്തമമായ ചേരിയിലാണ് നാം നിൽക്കുന്നതെന്നു പറയാറുണ്ടെങ്കിലും സൂക്ഷിച്ചുനോക്കിയാൽ അധമമായ ചേരിയായിരിക്കുമത്. അതിലേക്കുള്ള വെളിച്ചംകാണിക്കലാണ് സാഹിത്യം. ആ അർത്ഥത്തിലത് ധർമ്മാധർമ്മ വിവേചനം വരുന്ന ഒന്നാണ്. അതിനോടു ഞാൻ യോജിക്കുന്നു. പുരോഗമനസാഹിത്യകാരന്മാർ അത് കുറെക്കൂടി സ്ഥൂലമായി കൊണ്ടുവന്നതുകൊണ്ട്, പിശകു പറ്റി. അവർ സാംസ്കാരിക രാഷ്ട്രീയ സിദ്ധാന്തങ്ങളുടെ ബാഹ്യവും സ്ഥൂലവുമായ വശത്തുനിന്നാണ് അന്ന് സംസാരിച്ചുതുടങ്ങിയത്. അതിനോട് എനിക്ക് യോജിക്കാനാവില്ല. സ്ഥൂലത്തിന്റെയും സൂക്ഷ്മത്തിന്റെയും വ്യത്യാസമാണ്. അതല്ലാതെ വസ്തുതയുടെയോ ഗുണത്തിന്റെയോ വ്യത്യാസമല്ല. സൂക്ഷ്മതയിലേക്ക് പോവുമ്പോഴാണ് 'ക്രിട്ടി' ക്കാവുന്നത്.

വിമർശനവും കലയും തമ്മിലുള്ള ഒരു സാദൃശ്യാത്മക കാഴ്ചപ്പാടിലേക്ക് വരികയാണ് എന്ന് തോന്നുന്നു. വിമർശനത്തെയും സർഗാത്മക സാഹിത്യത്തെയും താരതമ്യം ചെയ്യുന്നതുപോലും തെറ്റാണെന്ന് വാദിക്കുന്നവരുണ്ട്. ഇക്കാര്യത്തിൽ എന്താണഭിപ്രായം?

നേരത്തെപറഞ്ഞ സൂക്ഷ്മതയുണ്ടല്ലോ, അത് കലാകാരന് ഇൻസൈറ്റ് ആയിക്കിട്ടും. എന്നാൽ യുക്തിയുടെയും ബുദ്ധിയുടെയും ഭാഷയിലാണ് സൂക്ഷ്മത വിമർശകനിൽ വരുന്നത്. കലാകാരൻ അറിയാതെ പറഞ്ഞുപോവുന്നതാണ്. മറ്റയാൾ അറിഞ്ഞുപറയുന്നതാണ്. കലാകാരന്റെ ഈ നിലപാട് സാധാരണരീതിയിൽ ഉപലഭ്യമല്ല. അയാൾക്ക് ഇൻസൈറ്റ് കിട്ടുന്നത് ലോട്ടറികിട്ടുന്നതുപോലെയാണ്. കാളിദാസൻ കാളിദാസന്റെ കാളിദാസത്വത്തിന് പൂർണ്ണമായും ഉത്തരവാദിയല്ല, ചെറിയ ഒരംശത്തിൽ മാത്രമേ ഉത്തരവാദിയാകുന്നുള്ളൂ. കാളിയുടെ ദാസൻ എന്ന ഈ പേരുതന്നെ അന്തർദർശന സ്രോതസ്സിനെ സൂചിപ്പിക്കുന്നു. എന്നാൽ മല്ലിനാഥൻ തൊണ്ണൂറ്റിയൊമ്പതു ശതമാനം തന്റെ വിമർശനത്തിന് ഉത്തരവാദിയാണ്. സംസ്കാരത്തിലും വിമർശനത്തിലും മാരാർ മറ്റുള്ളവരിൽനിന്നകലുന്നതും ഈ സൂക്ഷ്മതയിലാണ്. മനുഷ്യസ്വഭാവത്തിലുള്ള സൂക്ഷ്മമായ ഉത്തമാധമ വ്യതിരേകമുണ്ടല്ലോ, അതിന്റെ ഉത്തമവശത്തിലേക്കാണ് കലാകാരൻ വരുന്നത്. മമ്മടൻ പറയും: 'കാവ്യം യശസ്സേർഥകൃതേ

വ്യവഹാരവിദേശിവേത രക്ഷയേ..' എന്ന്. വിമർശനം ലോകനീതിക്കും വ്യവഹാരത്തിനും സഹായിക്കുന്നു. ഈ വശം പാടെ നിഷേധിക്കാൻ സാധ്യമല്ല. ഇതിന് പൂർണ്ണമായി കീഴടങ്ങാനും പാടില്ല. ആ അതിർത്തിയിലാണ് കലാകാരന്റെ ആപൽക്കരമായ നില്പ്.

വിമർശനവും സംസ്കാരവും എന്ന ഒരു പുതിയ വിഷയം ഇവിടെ ഉരുത്തിരിഞ്ഞുവരുന്നു. വിമർശനം സാംസ്കാരികമാവണോ സൈദ്ധാന്തികമാവണോ എന്ന ഒരാശയംകൂടി ഇതിലന്തർഭവിച്ചിട്ടുണ്ട്. മുണ്ടശ്ശേരി കുറച്ചൊക്കെ സൈദ്ധാന്തിക പക്ഷത്തായിരുന്നു. മാരാരാകട്ടെ 'ശാശ്വതമൂല്യ'ത്തിലാണ് ഊന്നിയത്. താങ്കളുടെ വിമർശനത്തിൽ ശാശ്വതമൂല്യവും സൈദ്ധാന്തികമൂല്യവും ഒരു പ്രത്യേക അളവിൽ സമന്വയിച്ചുകിടക്കുന്നതായി വായനയിൽ അനുഭവപ്പെട്ടിട്ടുണ്ട്. ഈ സമന്വയത്തിൽ എത്താൻ പ്രേരിപ്പിച്ച പ്രധാനഘടകങ്ങൾ ഏതൊക്കെയാണെന്ന് വിശദീകരിക്കാമോ?

മാരാരാണ് എനിക്കിതിനു പ്രേരണയും പ്രചോദനവുമായത്. ഏതു സാഹിത്യമീമാംസയും സമന്വയമാണ്. എല്ലാറ്റിനേയും ഉൾക്കൊള്ളുന്ന ഒരു ജനറൽ തിയറി കണ്ടുപിടിക്കലാണ് ശാസ്ത്രത്തിന്റെ ലക്ഷ്യമായിട്ട് ഐൻസ്റ്റീനും മറ്റും കണ്ടത്. അവർ എല്ലാ തിയറിയും-തെർമോഡയനാമിക്സ്, ഇലക്ട്രിസിറ്റി എന്നിങ്ങനെ-ഉൾക്കൊണ്ടു. അതുപോലെ എനിക്ക് ആരംഭത്തിലേ ഒരു അദ്വൈതവീക്ഷണം അടിയിലുണ്ടായിരുന്നു. അത് എല്ലാറ്റിനേയും ഒരു സ്രോതസ്സിലേക്ക് കൊണ്ടുപോവാൻ കഴിയുമെന്നുള്ള ഒരു ഭാവനയാണ്. ചെറുപ്പംമുതൽക്കേ അദ്വൈതവുമായി ബന്ധപ്പെട്ടതുകൊണ്ട് സാഹിത്യമീമാംസയിലെ ഉപദേശാത്മകവും രസാത്മകവുമായി തിരിയുന്ന സാഹിത്യപ്രയോജനചിന്തയിൽ ഒരേകത വരുത്തുക എന്നതായി എന്റെ ലക്ഷ്യം. അതുകൊണ്ട് എല്ലാതലത്തിലും ഹൃദയസംസ്കാരവും ധൈഷണിക സംസ്കാരവും കൂടിച്ചേരുന്ന ഒരു മേഖലയെ വിഭാവനം ചെയ്തു. ആ മേഖല കണ്ടെത്താനാണ്, ശാസ്ത്രത്തിലൂടെയും സാഹിത്യത്തിലൂടെയും മനുഷ്യൻ ശ്രമിക്കുന്നത്. റസ്സലും ഐൻസ്റ്റീനുമൊക്കെപ്പറയും ഭൗതികപ്രപഞ്ചം ഒരു രീതിയിൽ നോക്കുമ്പോൾ അതിമനോഹരമായ ശില്പമായിക്കാണാമെന്ന്. അവർ ആ നിലയിലെത്തിയവരാണ്. അണുക്കളുടെ സംഘാതമായ പ്രപഞ്ചത്തിന്റെ ഘടനയുടെ ആത്യന്തികമായ ഒരു സൗന്ദര്യമാണത്. ശാസ്ത്രജ്ഞൻ സൗന്ദര്യാരാധകനാവുന്നു എന്നതുപോലെ സൗന്ദര്യാനുഭൂതിയിൽ ചിന്തയെ ലയിപ്പിക്കേണ്ട കടമ ആത്യന്തികഘട്ടത്തിൽ വിമർശനത്തിനുമുണ്ട്. ഒരു ഫിലോസഫർ എന്ന നിലയിലെത്തുമ്പോൾ സൈദ്ധാന്തികവും മാറിപ്പോയി അനുഭവാത്മകമായിത്തീരും. എന്റെ ചിന്തയിൽ സൂക്ഷ്മത്തിലുള്ള അദ്വൈതപ്രതിപത്തിയും ശാസ്ത്രാദികൾ എവിടെയോ കൈനീട്ടുന്നതുപോലെയുള്ള തോന്നലും ഭൗതികസത്തയെ സ്പർശിച്ച് പിന്നെ വേറെ എന്തോ കിട്ടാൻ

വേണ്ടി കൈനീട്ടുന്നതുപോലെ-ഇതെല്ലാംകൂടെ മനസ്സിൽ കടന്നുവന്ന് നമ്മുടെ തൊഴിലിൽ ഇങ്ങനെയുള്ള സൂക്ഷ്മസിദ്ധികളെയെല്ലാം സ്പർശിക്കുന്നതോടൊപ്പം ഒരു കൈ പൊക്കി അപ്പുറത്തൊന്നു സ്പർശിക്കാൻ കഴിയുമോ എന്ന അന്വേഷണത്തിൽനിന്നാണ് സമന്വയം വരുന്നത്.

'ശങ്കരക്കുറുപ്പ് വിമർശിക്കപ്പെടുന്നു' എന്ന കൃതി വളരെ വിവാദമുണ്ടാക്കിയല്ലോ. അതിന്റെ പേരിൽ ഇപ്പോഴും പലരും താങ്കളെ വിമർശിക്കാറുണ്ട്. അതിലെ വിമർശനരീതി ഹിംസാത്മകമായില്ലേ എന്ന് എനിക്കും തോന്നിയിട്ടുണ്ട്. എന്നെ 'അഴീക്കോടി'ലേക്കടുപ്പിച്ച വിമർശനകലയുടെ മുഖവും അതാണ്. ഗാന്ധിയനായ താങ്കൾ എന്തുകൊണ്ടാണ് ഹിംസാത്മകത വിമർശനത്തിൽ പ്രയോഗിച്ചത്? ഇതു ലാവണ്യസിദ്ധാന്തവുമായി ചേർത്തുവെച്ച് പഠിക്കേണ്ടതാണെന്നും ഞാൻ കരുതുന്നു. പിൻതിരിഞ്ഞുനോക്കുമ്പോൾ ആ സമീപനം ശരിയായിരുന്നില്ലെന്ന് തോന്നാറുണ്ടോ?

ഇല്ല. അഹിംസയുടെ അടിയിൽ ബാലചന്ദ്രൻ സൂചിപ്പിച്ച ആ ഒരു ഹിംസാത്മകതയുണ്ട്. ഗാന്ധിജിയുടെ സംഭാവനതന്നെ അതു കണ്ടുപിടിച്ചതാണ്. അഹിംസ എന്നുള്ളത് ഒരു നിർദോഷമായ പ്രവർത്തനമാണ്. കേവലം സാത്വികമായ മനോഭാവം മാത്രമല്ല. തിരുത്തേണ്ടത് തിരുത്താനും നശിപ്പിക്കേണ്ടത് നശിപ്പിക്കാനും കഴിവുണ്ട് എന്നു തെളിയിച്ചതാണ് ഗാന്ധിജിയുടെ സമരാത്മകത. അതുകൊണ്ടാണ്, ഒരു ഗാന്ധിയനിൽ ചിന്താപരമായ ഹിംസാത്മകത കടന്നുവരുന്നത്. അതിൽ പൊരുത്തക്കേടൊന്നുമില്ല. ഗീതയാണ് ഗാന്ധിയുടെപോലും ആദർശം. ഭഗവാന്റെ അവതാരശാഠ്യം തന്നെ നല്ല മനുഷ്യനെ പരിത്രാണം ചെയ്യാനും ചീത്ത മനുഷ്യനെ നശിപ്പിക്കാനും ആണല്ലോ. സാത്വികജീവിതത്തിൽ നല്ലവരെ രക്ഷിക്കുന്നതിനാണ് ഊന്നൽ. ചീത്തയുള്ളവരെ നശിപ്പിക്കുകയെന്നത് നമ്മൾ മൂടിവെച്ചതാണ്. ഇതാണ് അഹിംസാവാദത്തിന്റെ, സൈദ്ധാന്തികമായി പറഞ്ഞാൽ, ഹിംസാത്മകത. വിമർശനത്തിലും അതുണ്ട്. സ്നേഹാത്മകമായ സഹാനുഭൂതി കൂടിയുള്ളൊരു തലോടലായി മലയാളത്തിൽ വിമർശനം പക്ഷേ, അധഃപതിച്ചുപോയി. കേരളവർമ്മ വലിയകോയിത്തമ്പുരാനാണ് അതു തുടങ്ങിവെച്ചത്. ചരിത്രപരമായ ചില പ്രേരണകൾ അദ്ദേഹത്തിനുണ്ടായിരുന്നു. അക്കാലത്ത് കൃതികൾ നന്നേ കുറവ്. ഈയവസ്ഥയിൽ ഹിംസിച്ചുകളഞ്ഞാൽ പിന്നെ കൃതികൾ ഉണ്ടാവില്ലെന്ന് അദ്ദേഹംതന്നെ പറഞ്ഞു. കുറേക്കഴിഞ്ഞപ്പോൾ തമ്പുരാൻ ഹിംസാത്മകവിമർശനം നടത്തി. മുണ്ടശ്ശേരി അദ്ദേഹത്തിന്റെ തലോടൽ വിമർശനത്തെ ഊന്നിപ്പറഞ്ഞതുകൊണ്ട് കേരളവർമ ചീത്തകൃതികൾക്കെതിരെ ഉറക്കെപ്പറഞ്ഞത് ആളുകൾ മറന്നുപോയി. മുണ്ടശ്ശേരിയുടെ ശബ്ദത്തിൽ തമ്പുരാന്റെ ഹിംസാത്മകഭാവം മുങ്ങിപ്പോയി. 'വിഷവൃക്ഷ'ത്തിന് ഇംഗ്ലീഷിൽ എഴുതിയ അവതാരികയിലാണ് പൊട്ടകൃതികൾ തീയിലിട്ട് ചുടണമെന്ന്' കേരളവർമ എഴുതിയത്.

ഈ അഭിപ്രായം ജോസഫ് മുണ്ടശ്ശേരി ഉന്നയിച്ചു കണ്ടിട്ടില്ല മാരാരും പറഞ്ഞതായി കാണുന്നില്ല.

ശരിയാണ്. പക്ഷേ, മാരാരുടെ വിമർശനത്തിന്റെ അടിയിൽ ഹിംസാത്മ കതയുണ്ട്. മുണ്ടശ്ശേരി വിമർശിച്ചത് ഉള്ളൂരിനെയാണ്. മുണ്ടശ്ശേരിയുടെ വിമർശനത്തിൽ മൗലികമായ ഒരു ദൗർബല്യമുണ്ട്. മഹാകവിത്രയം എന്ന സംജ്ഞയ്ക്കിടയൽ ഉള്ളൂരിന്റെ കവിതയെ ഉൾക്കൊണ്ടിരുന്നുവെങ്കിലും മലയാളത്തിലെ വായനക്കാർക്ക് ആ കവിതയെപ്പറ്റി അക്കാലത്തുംപോലും തെറ്റിദ്ധാരണയൊന്നും ഉണ്ടായിരുന്നില്ല. വള്ളത്തോളിനും ആശാനും സമ ശീർഷനായി ഉള്ളൂരിനെ ആരും കണ്ടിരുന്നില്ല. മുണ്ടശ്ശേരിയുടെ വിമർശനം വന്നപ്പോഴാണ് ഉള്ളൂരിനെക്കുറിച്ചുള്ള തെറ്റിദ്ധാരണ വന്നത്. മഹാകവി എന്നത് ഒരുപചാരനാമം മാത്രമാണ്. ഉള്ളൂർ ഉജ്ജ്വലശബ്ദാഢ്യൻ എന്നല്ലേ? ശബ്ദാഢ്യത മഹത്തായ കവിതയല്ലല്ലോ. മുണ്ടശ്ശേരിയും പഴ യവർ പറഞ്ഞ ഈ ശബ്ദാഢ്യതയെയാണ് കണ്ടെത്തിയതും എതിർ ത്തതും. അതിൽ പുതുമയൊന്നുമില്ല. ശങ്കരക്കുറുപ്പിന്റെ കവിതയുടെ നില അതല്ല. ഉള്ളൂരിന് സാധിച്ചതിൽക്കൂടുതൽ ജി.ക്ക് സാധിച്ചത് അനുകരണ ത്തിന്റെ നൈപുണ്യം കുറുപ്പിനുള്ളതുകൊണ്ടാണ്.

'ഒറിജിനലാ'ണെന്നു കാണിക്കാൻ ശങ്കരക്കുറുപ്പിനെപ്പോലെ ഉള്ളൂരിനു കഴിഞ്ഞില്ല. മിസ്റ്റിസിസം എന്തെന്നനുഭവിക്കാതെ മിസ്റ്റിക് കവിത എന്ന അദ്ഭുതം സാധിച്ചത് ലോകസാഹിത്യചരിത്ര ത്തിൽ വേറെയുണ്ടോ?

വലിയ ഗവൺമെന്റ് ഉദ്യോഗസ്ഥനായിരുന്നു മഹാകവി ഉള്ളൂർ. കവിത യേക്കാളേറെ മുണ്ടശ്ശേരിയെ ക്ഷോഭിപ്പിച്ചത് കവിയുടെ ഉദ്യോഗപ്രൗഢിയും സമുദായത്തിലുള്ള ഉയർന്ന സ്ഥാനവുമാണ്. ഗ്രന്ഥജ്ഞാനത്തിന്റെ കണ്ണടയിലൂടെയാണ് ഉള്ളൂർ ജീവിതം കണ്ടത് എന്ന മുണ്ടശ്ശേരിയുടെ വാദം ഈ നിലപാടിൽനിന്ന് ഉടലെടുത്തതാണ്. ഉള്ളൂർ ജീവിതം നേരിട്ട് കണ്ടില്ല എന്നത് മുണ്ടശ്ശേരിയുടെ ഒരു പ്രിയപ്പെട്ട വാദമായിരുന്നു. എന്നാൽ സത്യത്തിൽ വള്ളത്തോളിനെക്കാളും ജീവിതം കണ്ടത് ഉള്ളൂരാണ്. ആനി ബസന്റിന്റെ 'തിയോസഫിക്കൽ' പ്രസ്ഥാനത്തിൽ ചേർന്ന് അദ്ദേഹം പ്രവർത്തിച്ചിരുന്നു. ചെറുമന്റെ ചാളയിൽ പോയി അവരോടൊപ്പം ഭക്ഷണം കഴിക്കാൻ മടിയില്ലാത്ത ആളായിരുന്നു ആ ബ്രാഹ്മണൻ. അദ്ദേഹത്തിനു ശിഷ്യന്മാരില്ലാത്തതിനാൽ കൊണ്ടുനടക്കാൻ ആളുണ്ടായിരുന്നില്ല. ശങ്കര ക്കുറുപ്പ് അധ്യാപകനായിരുന്നു. ശിഷ്യന്മാർ അനവധിയുണ്ടായിരുന്നു. അവരാണ് ജീയെ ഉയർത്തിപ്പിടിച്ചുനടന്നത്. ഇങ്ങനെയുള്ള ഉയർത്തി പ്പിടിക്കൽ അദ്ദേഹത്തെ ഒരു തലമുറക്കാലം നിലനിർത്തിയേക്കാം. അതിനിടയിൽത്തന്നെ ഭിന്നസ്വരങ്ങൾ ഉണ്ടാവാം. എന്റെ വിമർശനം അതിന്റെ തെളിവാണ്.

'ആശാന്റെ സീതാകാവ്യം' പ്രത്യക്ഷത്തിൽ ഹിംസാത്മകമാണ് എന്നു തോന്നുകയില്ല. എന്നാൽ അതിന്റെ അടിയിൽ ഹിംസയുണ്ട്. രാമന്റെമേൽ സീത നേടിയ വിജയം സ്ഥാപിച്ചെടുക്കാനല്ലേ ആ കൃതിയിൽ ശ്രമിച്ചത്?

എന്തിന്? "രാമന്മാർ അനേകമുണ്ട്. സീത ഒന്നേയുള്ളൂ" എന്ന സ്വാമി വിവേകാനന്ദന്റെ ആശയമാണ് പ്രചോദനം. പാതിവ്രത്യം എന്നത് സ്ത്രീയുടെ ജീവിതത്തിലെ ഏറ്റവും ശക്തിയുള്ള തേജസ്സാണ്. അതാണ് അവളുടെ ഡയനാമിസം. സീത തനിക്കുവേണ്ടി മാത്രമല്ല, സ്വന്തം വർഗ്ഗത്തിനുവേണ്ടിയും പോരാടുകയാണ്. ഇത്തരത്തിലുള്ള ശബ്ദം ആദ്യമായി മലയാളികൾ കേൾക്കുന്നത് ഉണ്ണായിയുടെ ദമയന്തിയിലാണ്. പിന്നീടത് ആശാന്റെ സീതയിലൂടെ കേട്ടു. സ്ത്രീ മഹത്ത്വത്തിന്റെ സ്ഥാപനമായിരുന്നു 'നളചരിതം-പുരുഷന്റെ ആധിപത്യം സൃഷ്ടിച്ച നാമഭ്രംശമാണ് 'നളചരിതം' എന്നു പേരിടാൻ ഉണ്ണായിവാരിയരെ പ്രേരിപ്പിച്ചത്. ദമയന്തീചരിതം എന്ന് എന്തുകൊണ്ട് പേരിട്ടില്ല? ഇത് സാധാരണ വായനയ്ക്കപ്പുറമുള്ള ഒരാത്മീയ പാരായണത്തിൽനിന്നേ മനസ്സിലാവുകയുള്ളൂ. ആനുഷംഗികമായി പറയട്ടെ, ഇതുപോലെ ഒരു നാമഭ്രംശദോഷം സംഭവിച്ച ഒരു പേരായിട്ട് എനിക്ക് "നളിനി അഥവാ ഒരു സ്നേഹം" എന്ന കൃതിനാമവും തോന്നിയിട്ടുണ്ട്. ആശാന്റെ കാവ്യം ഏറ്റവും പുതുമയുള്ളതും പേര് ഏറ്റവും പഴഞ്ചനുമാണ്-ആ 'അഥവാ' അടക്കം ഉണ്ണായിയെപ്പോലെതന്നെ നവീനത നിറഞ്ഞ കവികൾക്ക് വരുന്ന ഒരു കാലിടറലാണിത്.

അഴീക്കോട് മാസ്റ്ററുടെ ആദ്യകാലകൃതികളിൽ 'റൊമാന്റിസിസത്തിന്റെ അപചയ'മാണല്ലോ പൊതുവേ ചർച്ച ചെയ്യപ്പെട്ടിരിക്കുന്നത്. രാഷ്ട്രത്തിന്റെ സാംസ്കാരികമായ പതനം 'തത്ത്വമസി' പോലുള്ള കൃതികൾക്ക് കാരണമായി. സാഹിത്യത്തിലും സംസ്കാരത്തിലും കാലാകാലങ്ങളിലുണ്ടാവുന്ന ഈ 'പതന'ങ്ങളിൽ ഊന്നുന്ന വിമർശനരീതിയെ 'പ്രതിവിമർശനം' എന്നു വിശേഷിപ്പിച്ചാൽ അതിനോട് യോജിക്കുമോ?

അർത്ഥം മനസ്സിലുള്ളതുകൊണ്ട് അതിനോട് വിയോജിക്കേണ്ട കാര്യമില്ല. പ്രതിവിമർശനം എന്നു പറയുമ്പോൾ വിമർശനമല്ലാത്തത് എന്ന് ധരിക്കാനിടയുണ്ട്. 'അകവിത' എന്നൊക്കെപ്പറയുന്നതുപോലെ. ഇത് ശരിയായ വിമർശനമാണ്. ആശാന്റെ ഭാഷയിലൂടെ പറഞ്ഞാൽ അക്ഷുണ്ണപഥങ്ങളിലൂടെയുള്ള വിമർശനം. ക്ഷുണ്ണപഥമാകുമ്പോഴേ ആളുകൾ പൊടുന്നനേ അംഗീകരിക്കുകയുള്ളൂ. ചവിട്ടിമെതിക്കാത്ത പാതയിലൂടെയുള്ള പോക്കാണ് ഇത്. വമർശനത്തിൽ അതുവരെ ആരും കാണാത്ത വഴി. ഞാൻ പറഞ്ഞുവെച്ച 'ഖണ്ഡനവിമർശന'ത്തിനും 'പ്രതിവിമർശന'ത്തിനും തമ്മിലുള്ള ആശയപരമായ ബന്ധം നമുക്ക് പര്യാലോചിക്കാവുന്നതാണ്.

രൂപത്തിൽപ്പോലും ഈ വ്യത്യാസം കാണാം. ബൃഹദ്രൂപത്തിൽ വരുന്ന ആദ്യത്തെ വിമർശനകൃതിയാണ് 'ആശാന്റെ സീതാകാവ്യം'. മുണ്ടശ്ശേരിയുടെ 'മാറ്റൊലി' ഉപന്യാസസമാഹാരമാണ്; ബൃഹദ്ഗ്രന്ഥമല്ല. യൂറോപ്പിലുള്ളതുപോലെ ബൃഹദ്ഗ്രന്ഥങ്ങൾ വിമർശനത്തിലുമാവാമെന്ന് ആ കൃതി തെളിയിച്ചു. ഏതോ ഒരവ്യക്തമായ കാഴ്ചയുടെ ആകർഷണംകൊണ്ട് ഞാനെഴുതിയ വിമർശനങ്ങളെല്ലാം ഗ്രന്ഥത്തിന്റെ സമഗ്രരൂപത്തിലായിരുന്നു. സീതാകാവ്യവും രമണപഠനവും എല്ലാം. അന്നത്തെ സാധാരണ രീതി ഇങ്ങനെയായിരുന്നില്ലല്ലോ.

മാരാർ, മുണ്ടശ്ശേരി എന്നിവരോടൊപ്പമാണ് പലപ്പോഴും താങ്കളുടെ പേർ ചേർത്തു കാണാറുള്ളത്. ഇക്കാര്യത്തിൽ തലമുറയുടെ വ്യത്യാസംപോലും മറന്നുപോവുന്നു. ഇതിനോട് എപ്പോഴെങ്കിലും എതിർപ്പ് തോന്നിയിട്ടുണ്ടോ?

ആദ്യമൊക്കെ വളരെ സന്തോഷമാണ് തോന്നിയത്. വലിയ ആളുകളുടെ പേരിനോട് ചേർത്തു പറയുമ്പോൾ ആഹ്ലാദം തോന്നാതിരിക്കുമോ? എന്നാൽ പിന്നീട് വ്യക്തിത്വം മാറിപ്പോവുന്നതുപോലെ തോന്നി. അതുമൂലം എന്റേതായ വ്യക്തിത്വം അതുകൊണ്ട് മാറുന്നതുപോലെ അനുഭവപ്പെട്ടു.

ഏതാണ്ട് സമഗ്രമായിത്തന്നെ പൂർവ്വകാലവിമർശനത്തെപ്പറ്റി ഇപ്പോൾ സംസാരിച്ചുകഴിഞ്ഞു. പൂർവ്വകാലവിമർശനത്തെ 'യാഥാസ്ഥിതിക' വിമർശനം എന്നാണ് നവീന നിരൂപകർ വിളിച്ചു പോരുന്നത്. നവവിമർശനത്തിലാവട്ടെ, 'അഹന്ത'യും 'ഈഗോ'യും നിറഞ്ഞുനിൽക്കുന്നു. സ്ത്രൈണമായ ഒരു ഭാഷയിലാണ് അവർ എഴുതുന്നത്. 'ഭാഷയാണ് ധിഷണ' എന്നുവരെ ഒരഭിപ്രായം കേട്ടിട്ടുണ്ട്. ഇതിനെ എങ്ങനെ വിലയിരുത്തും?

വിമർശനത്തിന്റെ വിമർശനം (Meta Criticism) എന്ന രീതിയിൽ വിമർശനം നിലനിൽക്കുകയില്ല. വിമർശനത്തിൽ വ്യത്യാസം കാണിക്കേണ്ടതാണ്. വായനക്കാരനാണത് പിന്നീട് വിലയിരുത്തേണ്ടത്. അല്ലാതെ വിളിച്ചുപറയുന്നതല്ല വിമർശനത്തിന്റെ രീതി. പുതിയ വിമർശനമുണ്ടാവുമ്പോൾ വ്യതിയാനം ഉണ്ടാവും. അതിൽ അസ്വാഭാവികമോ ചരിത്രവിപരീതമായോ യാതൊന്നുമില്ല.

ഭാഷ മീഡിയമാണ്. ഭാഷയിത് അപൂർണ്ണം എന്ന് ആശാൻ പാടിയത് ഈ സത്യം കണ്ടുകൊണ്ടാണ്. നവീനകവികളിൽ അഗ്രേസരനായ എലിയറ്റ് ഈ അഭിപ്രായം പറഞ്ഞിട്ടുണ്ട്. ഭാഷയെപ്പറ്റി പഠിച്ചിട്ടുള്ളവർ പറയുന്നത് ഏറ്റവും മഹത്തായ ചിന്ത ഭാഷയുടെ സഹായമില്ലാതെ വരുന്നതാണ് എന്നാണ്. ഭാഷ പരിമിതി സൃഷ്ടിക്കുന്നു. ഭാഷാമാധ്യമത്തെ മറികടക്കാൻ

കഴിയണം. ഭാഷ സൃഷ്ടിച്ച ധിഷണാസീമയ്ക്കപ്പുറത്ത് പോകണം. അങ്ങനെ വന്നാലേ എഴുത്തുകാരനാവൂ. നമ്മുടെ ധ്വനിവാദത്തെ സാരമിതാണ്. ഭാഷയാണ് ധിഷണ എന്നത് അതിസ്ഥൂലവും അതിപ്രത്യക്ഷവുമായ ഒരു ചിന്തയാണ്.

നമ്മുടെ വിമർശനസാഹിത്യം വലിയൊരു പ്രതിസന്ധിയിലാണെന്ന് തോന്നുന്നുണ്ടോ? താങ്കളാണെങ്കിൽ വിമർശനത്തിൽനിന്ന് അകന്നുനിൽക്കുകയാണ്. ചില ആളുകൾ സ്വകാര്യ സംഭാഷണങ്ങളിൽപ്പോലും ഇതെടുത്തുപറയാറുണ്ട്. നാളെ ഈ പരിണാമത്തെ മുൻനിർത്തി താങ്കളുടെ സാഹിത്യജീവിതത്തിനുനേരെ ഉണ്ടായേക്കാവുന്ന എതിർപ്പുകൾ ഞാൻ ഇപ്പോൾത്തന്നെ വിഭാവനം ചെയ്യുന്നു. അതേപ്പറ്റി ആലോചിച്ചു നോക്കിയിട്ടുണ്ടോ?

അടുത്തിരിക്കുന്ന അന്യന്റെ ദുഃഖം പരിഹരിക്കുക എന്നത് അദ്വൈതത്തിന്റെ വീക്ഷണമാണ്. വാഗ്ഭടാനന്ദന്റെ ആത്മവിദ്യ, ലേഖമാല തുടങ്ങിയവയാണ് ചെറുപ്പത്തിലേ വായിച്ചുശീലിച്ചത്. ഈ അദ്വൈതവീക്ഷണം അന്നേയുണ്ട്, എന്നിൽ. വിമർശനവുമായി ബന്ധപ്പെടുത്തി രാഷ്ട്രീയ സാമൂഹ്യവിമർശനത്തിലേർപ്പെടാൻ ആ അദ്വൈതവീക്ഷണം പ്രേരിപ്പിച്ചു എന്നാണ് ഞാൻ കരുതുന്നത്. അതുകൊണ്ട് ഇതിൽ ഒരു വൈരുധ്യം കാണേണ്ട കാര്യമില്ല.

'തത്ത്വമസി' എഴുതിയതോടെയാണ് ഞാൻ ഈ വഴിത്തിരിവിലെത്തിയത്. എഴുത്തുകാരന്റെ ഒരു ദ്വിതീയ ഘട്ടമാണിത്. അന്തിമമായ ഈ പരിവർത്തനത്തിന് വിധേയരായവരാണ് മാത്യു ആർനോൾഡ്, എഡ്മണ്ട് വിൽസൻ, കുട്ടിക്കൃഷ്ണമാരാർ, ഐ.എ. റിച്ചാർഡ്സ് തുടങ്ങിയവർ. പക്ഷേ, എനിക്ക് തിരിച്ചുപോവാൻ കഴിയും. ഇപ്പോൾത്തന്നെ എന്റെ മനസ്സിൽ രണ്ടു കൃതികളുണ്ട്. ആശാന്റെയും വള്ളത്തോളിന്റെയും കവിതകൾ പ്രയോജനപ്പെടുത്തി കാവ്യമാർഗ്ഗങ്ങളുടെ ഒരു സമഗ്രപരിശോധനയാണ് ആദ്യത്തേത്. കാവ്യമീമാംസയെപ്പറ്റിയും എഴുതണമെന്നുണ്ട്. ഈ വിഷയത്തിൽ ഇതുവരെ പ്രസിദ്ധീകരിക്കപ്പെട്ട കൃതികളുടെ സാമ്പ്രദായികതയിൽനിന്ന് വ്യത്യാസപ്പെട്ട ഒരു കൃതിയാണ് മനസ്സിലുള്ളത്. ആനന്ദവർദ്ധനന്റെയും അഭിനവഗുപ്തന്റെയും ദർശനത്തിലാണ് എത്തേണ്ടത്.

വിമർശനത്തിന്റെ ഭാവിയെപ്പറ്റി?

സിദ്ധാന്തങ്ങളും സംജ്ഞകളുംകൊണ്ട് ഒരു പുതിയ വിമർശനകല സൃഷ്ടിക്കാൻ കഴിയുകയില്ല. വിമർശനത്തിന്റെ പുതിയ രീതിയാണ് നടപ്പാവേണ്ടത്. യൂറോപ്പിന് അതിവിപുലമായ ഒരു വിമർശനപാരമ്പര്യമുണ്ട്. നമുക്കോ? ഉണ്ട്. ഉള്ളതുതന്നെ അന്യമാണ്. ആ പാരമ്പര്യമുൾക്കൊള്ളാൻ നമ്മുടെ പുതു വിമർശനത്തിന് കഴിഞ്ഞതുമല്ല. അധികവും ഇംഗ്ലീഷ്

തർജ്ജമകളാണ്. പുതിയവരിൽ ചരമം നടന്നിരിക്കുന്നുവെന്ന് അക്കൂട്ടത്തിൽപെടുന്ന പലരും പറഞ്ഞുകഴിഞ്ഞു.

സജീവ വിമർശനത്തിൽ വ്യാപരിക്കുമ്പഴേ വിമർശനം പൂർണ്ണമാവൂ. നമ്മുടെ സർവ്വകലാശാലകളുടെ ഗതി ഒന്നു വേറെയാണ്. പഠിച്ചതിനും അപ്പുറത്തേക്ക് പോകാൻ കഴിയണം. പാഠ്യവിഷയത്തിൽ ചിരന്തനമൂല്യമില്ല എന്നു കരുതി അത് ഒഴിവാക്കാൻ പാടില്ല. ആത്മാവില്ലാത്ത ശരീരത്തിന്റെ ചേഷ്ടകൾപോലെയാണ് ഇന്നത്തെ വിമർശനം വരുന്നത്. കവിയെപ്പോലെതന്നെ വിമർശകനും അവന്റേതായ ഒരു പ്രതിഭയുണ്ട്. കാളിദാസന്റേതുപോലെ ഒരു പ്രതിഭ മല്ലീനാഥനുമുണ്ട്. മല്ലീനാഥനും പൂർണ്ണസരസ്വതിയുമല്ലാതെ സംസ്കൃതത്തിലെ എത്ര വിമർശകരെ നാം ഇന്ന് ഓർക്കുന്നു. പിന്നെ വായനയുടെ കാര്യം. പുസ്തകം വായിക്കുന്നത് ഉപലബ്ധതയുടെ സൗകര്യംമൂലമാണ്. ഇംഗ്ലീഷ് പുസ്തകങ്ങൾ കിട്ടാനുള്ളതുകൊണ്ട് അവ ധാരാളം വായിക്കുന്നു. പബ്ലിക് ലൈബ്രറിയിൽ വരുന്ന പാഴ്സലുകളുടെ ഉള്ളടക്കമനുസരിച്ചാണ് പലരുടെയും വായന ഇന്ന് മുന്നോട്ടു പോവുന്നത്. നേരെമറിച്ച് അഭിനവഗുപ്തന്റെയും മറ്റും പഴയ കൃതികൾ പൊടിതട്ടിയെടുത്ത് വായിക്കാൻ ആരും ഒരുങ്ങുന്നില്ല. അത് വായിക്കാൻ തുടങ്ങിയാൽ എഴുത്ത് പുറകിലായിരിക്കും. ദിവസംതോറും എഴുതാനാവില്ല. ഇംഗ്ലീഷ് പുസ്തകങ്ങൾ വായിക്കുമ്പോൾ എഴുത്ത് മണിക്കൂർതോറുമാകാം. എഴുത്തപ്പോൾ ഇംഗ്ലീഷ് പുസ്തകങ്ങളെപ്പറ്റിയാവും.

മുമ്പൊരിക്കൽ താങ്കൾ പറഞ്ഞു, ഒന്നും ചെയ്യാനില്ലാത്തവൻ കഥയെപ്പറ്റി നിരൂപണം എഴുതുന്നു എന്ന്. അന്നാസ്വദിച്ചത് അതിലെ ഫലിതമാണ്. പിന്നീട് അതിനെപ്പറ്റി ആലോചിച്ചപ്പോൾ തോന്നി, അതിൽ വലിയൊരർത്ഥം അടങ്ങിയിരിക്കുന്നുവെന്ന്.

ഒരു സത്യമുണ്ട്. വിമർശനം വിശ്രമത്തിന്റെ സൃഷ്ടിയല്ല. വ്യായാമത്തിന്റെ സൃഷ്ടിയാണ്. വിനോദമാവില്ല. നമ്മുടെയൊരു ആത്മസമർപ്പണമാണ്. വിമർശനത്തെ വിനോദമാക്കുന്നവരാണ് ഈ കലയെ നശിപ്പിക്കുന്നത്. ഉപകരണങ്ങളുടെ പ്രഗല്ഭതപോലും അവർക്കില്ല. ഉപകരണന്യൂനതയാണ് കഥാവിമർശനത്തെ പൊതുവേ നയിക്കുന്നത്. അതാണ് മികച്ച വിമർശനം കവിതയിൽ വന്നതിന് കാരണം.

സാഹിത്യത്തിൽ പൊതുവേ മോശമായ ഒരവസ്ഥ ഉണ്ടെന്നാണല്ലോ വന്നുകൂടുന്നത്. അതിനെ മറികടക്കാൻ കഴിയുമോ?

സാഹിത്യത്തെപ്പറ്റിയുള്ള സമബുദ്ധി ലഭിക്കാൻ സാഹിത്യം പഠിക്കുന്നതോടൊപ്പം സാഹിത്യചരിത്രവും പഠിക്കേണ്ടതുണ്ട്. സാഹിത്യചരിത്രത്തിൽ ക്രമാനുസാരമായ ഒരു ചലനമുണ്ട്. ചില കാലഘട്ടങ്ങളിൽ മനുഷ്യൻ ആശങ്കാകുലമായി മുന്നോട്ടുപോകാതെ വ്യർത്ഥമായിക്കാണുന്നു.

ബുദ്ധിയുടെ സൂക്ഷ്മതയുടെ പ്രശ്നം പ്രതിഭയുടെ അംശമാണ്. ചില കാലഘട്ടങ്ങളിൽ മനുഷ്യമനസ്സ് തുറന്നുവയ്ക്കും. പെരിക്കിൾസിന്റെ യുഗത്തെപ്പറ്റി കേട്ടിട്ടില്ലേ? തത്ത്വചിന്ത, കല, നാടകം എന്നിവയിൽ ആയിരം കൊല്ലം കൊണ്ടുണ്ടാവേണ്ട പ്രതിഭകൾ ഇരുനൂറുകൊല്ലത്തിനിടയ്ക്ക് ഉണ്ടാവുകയാണ്. ഇതേപ്പറ്റി ഇപ്പോഴും ചിലർ അന്വേഷണത്തിലാണ്. അതുപോലെ ചില കാലം തനി വന്ധ്യമാവും. അതിനുള്ള സാമൂഹിക ഭൗതികഘടകങ്ങൾ ഇന്നതാണെന്ന് വ്യക്തമായി ചൂണ്ടിക്കാണിക്കാൻ സാധിച്ചിട്ടില്ല. അവിടെ നമുക്ക് പുതിയ ഒരു സമുദായത്തെ സൃഷ്ടിച്ചിട്ട് ഇത് നന്നാക്കാൻ കഴിയില്ല.

അടുത്ത വഴിത്തിരിവിൽ ഇതിന്റെ പതിന്മടങ്ങ് ശോഭായമാനമായ ഒരു കാലം വിമർശനത്തിൽ ഉണ്ടാവാം. നാമിപ്പോൾ യുക്തിയോടെയും ധൈഷണികമായും ചിന്തിച്ച് പറഞ്ഞത് അങ്ങനെയൊരു കാലം വരുമ്പോൾ നമ്മുടെ ചെറുപ്പക്കാർ പൊടുന്നനേ മനസ്സിലാക്കും. ഒരു മാനസികാഘാതം പോലെ വേദനയുണ്ടാവും, പെട്ടെന്ന്-അത് വരുമ്പോൾ പുതിയ സാഹിത്യമുണ്ടാവും.

■

■

തെരഞ്ഞെടുത്ത പ്രബന്ധങ്ങൾ

ഭാഗം ഒന്ന്

ആത്മദർശനം

എന്റെ വഴി കണ്ടെത്തുന്നു

ജീവിതത്തിൽ ഏറ്റവും ലാഭമുള്ള വഴിയിലൂടെയാണ് ഞാൻ സഞ്ചരിക്കുന്നത്. പക്ഷേ, ആളുകൾ ഈ വഴി നഷ്ടത്തിന്റെ വഴിയായിക്കണ്ട് പിന്മാറുന്നു. ഇന്ത്യ ഇന്ന് അത്തരമൊരു പിന്മാറ്റത്തിന്റെ പിടിയിൽ അമർന്നിരിക്കുന്നു. എന്റെ വഴിയിൽ ആദ്യമാദ്യം പലതും വലിച്ചെറിയേണ്ടിവരും. ഒടുവിൽ മനുഷ്യന്റെയും ദൈവത്തിന്റെയും മുമ്പിൽ നിങ്ങൾ എത്തിതായി അനുഭവപ്പെടും. അവരുടെ സ്നേഹമാണ് ഏറ്റവും വലിയധനം.

ഏതു മനുഷ്യനും ജീവിതത്തിൽ ഏതെങ്കിലും ഒരു കൊല്ലം-മാസങ്ങൾ ചേർന്ന കലണ്ടർ വർഷമല്ല, ഒരു ചെറിയ കാലയളവ്-വഴിത്തിരിവായി നിന്നേക്കാം. എന്റെ ജീവിതത്തിൽ അങ്ങനെ ഒരു കൊല്ലമുണ്ട്-1946. ഇന്ത്യയ്ക്ക് സ്വാതന്ത്ര്യം നേടിക്കൊടുത്ത ചരിത്രസംഭവങ്ങൾ അണിയറയിൽനിന്ന് മുഖത്ത് തേപ്പ് നടത്തിക്കൊണ്ടിരുന്ന കൊല്ലം. പിറന്നിട്ട് എനിക്ക് 20 വർഷം തികയുന്ന കാലം. ഇന്നാണെങ്കിൽ ആ പ്രായത്തിൽ വോട്ടറായി പാർലമെന്റ് മെമ്പർവരെ ആകാം.

ഞാൻ ആ പ്രായത്തിൽ ചെയ്തത്, രണ്ട് നല്ല ജോലി വേണ്ടെന്ന് വയ്ക്കുകയായിരുന്നു. അതാണ് 1946-ന്റെ പ്രാധാന്യം. ആ ജോലികളിൽ ഒരെണ്ണം സ്വീകരിച്ചുപോയിരുന്നെങ്കിൽ, ഇന്ന് ഈ ജീവചരിത്രക്കുറിപ്പ് എഴുതാൻ വേണ്ട മനസ്സ് എന്നിൽ ഉദയംകൊള്ളുമായിരുന്നോ? വളരെ സംശയം തോന്നുന്നു. വഴിത്തിരിവിൽ ജീവിതത്തിന്റെ പാത മാറി.

ഞാൻ ചിറയ്ക്കൽ രാജാവിന്റെ ഹൈസ്കൂളിൽനിന്ന് എസ്.എസ്. എൽ.സി. പരീക്ഷ പാസ്സായത് 1941-ലാണ് അഴീക്കോട് പഠിക്കാതിരുന്നത്, അക്കാലത്ത് അവിടെ ഹൈസ്കൂൾ ഇല്ലാതിരുന്നതുകൊണ്ടാണ്. അഴീക്കോടും ചിറയ്ക്കലും ചിറയ്ക്കൽ താലൂക്കിൽ പടിഞ്ഞാറും കിഴക്കുമായിക്കിടക്കുന്ന രണ്ട് അംശങ്ങൾ (ഇന്ന് പഞ്ചായത്ത് എന്നു പറയാം) ആണ്. വീടിനും സ്കൂളിനും ഇടയിലുള്ള കിലോമീറ്ററുകൾ (അന്ന്

മൈലുകൾ) നാലുതവണ ദിവസേന നടന്നുതീർക്കണം. രാവിലെയും വൈകുന്നേരവും മാത്രമല്ല, ഉച്ചയ്ക്ക് ഭക്ഷണത്തിനുവേണ്ടിയും നടക്കണം. ഒരു മണിക്കൂർ വിടുതലിന്നകം അങ്ങോട്ടുമിങ്ങോട്ടും നടക്കുകയും ഭക്ഷണം കഴിക്കുകയും എല്ലാം വേണം. വിശ്രമം എന്നൊന്നില്ല. അത് എന്തെന്ന് അറിയാത്തതുകൊണ്ട് വിദ്യാലയജീവിതം ശ്രമം മാത്രമായിക്കഴിഞ്ഞു. എസ്.എസ്.എൽ.സി. പരീക്ഷ(പത്താംക്ലാസ് പരീക്ഷ എന്നു പറയും)യിൽ നന്നായി പാസ്സായി. റാങ്കുണ്ടായിരുന്നോ? അറിയില്ല. അന്ന് പരീക്ഷയിൽ ജയവും തോൽവിയുമല്ലാതെ റാങ്കെന്ന അതിജയം ആരും നോക്കിയിരുന്നില്ല.

കോളേജിൽ ചേർന്നത് വലിയൊരു പരീക്ഷണത്തിനു ശേഷമായിരുന്നു. അച്ഛൻ മംഗലാപുരത്ത് പെൺകുട്ടികളുടെ കോളേജായ സെന്റ് ആഗ്നസ്സിൽ മലയാളം പഠിപ്പിച്ചിരുന്നു. അങ്ങനെ ഞാൻ അവിടത്തെ പ്രശസ്തമായ സെന്റ് അലൂഷ്യസ് കോളേജിൽ ഇന്റർമീഡിയറ്റിന് ചേർന്നു. അതു കഴിഞ്ഞപ്പോൾ ഏതു വഴിക്കു പോകണം എന്നായി ചോദ്യം. അച്ഛൻ നിശ്ചയിച്ചത് കോമേഴ്സിന് ചേരണം എന്നായിരുന്നു. മദിരാശി സർവ്വകലാശാലയിൽ ബി.കോം വന്ന കാലം. എനിക്ക് എന്തോ ഒരു ഇഷ്ടക്കുറവ് തോന്നിയിരുന്നു. എന്താണെന്ന് അത്ര എനിക്കുതന്നെ വ്യക്തമായിരുന്നില്ല. പുതിയ ഒരു ബിരുദത്തിന്റെ വശ്യതമൂലം അതിൽ ചേർന്നു.

പാസ്സായപ്പോൾ ജോലിയുടെ പ്രശ്നമായി. കണ്ണൂരിൽ ഇന്ത്യൻ ഓവർസീസ് ബാങ്കിൽ ജോലി കിട്ടാൻ വഴിയുണ്ടായിരുന്നു. പക്ഷേ, ഞാൻ അത് ഇഷ്ടപ്പെട്ടില്ല. കോമേഴ്സ് ഡിഗ്രിക്ക് ചേരണമെന്ന് വന്നപ്പോൾ മനസ്സിൽ അങ്കുരിച്ച പ്രതിഷേധത്തിന് ഇപ്പോഴാണ് വ്യക്തമായ രൂപംപൂണ്ടത്. ഈ ബിരുദം ഒരു വേലിക്കെട്ടാണെന്ന് എനിക്കു തോന്നി; അത് പൊളിക്കണമെന്നും.

1946-ൽ ആണ് ബി.കോം. ഡിഗ്രി കിട്ടിയത്. ബാങ്ക് ജോലി വേണ്ടെന്നു വെച്ചു. പൊൻമുട്ടയിടുന്ന ഒരു താറാവിനെയാണ് ഞാൻ തട്ടിക്കളഞ്ഞതെന്ന് പിന്നീട് മനസ്സിലായി. അപ്പോൾ സന്തോഷം തോന്നി. പക്ഷേ, അന്ന് വേലി പൊളിക്കാൻ എന്തുവഴി എന്ന് തെളിഞ്ഞിരുന്നില്ല. അച്ഛൻ അപ്പോൾ നിശ്ചയിച്ചു. ദൽഹിയിൽ സെക്രട്ടേറിയറ്റിൽ ജോലിക്ക് അയയ്ക്കുന്നത് നന്നായിരിക്കുമെന്ന്. ദൽഹി അന്ന് എന്റെ മനസ്സിലെ ഐതിഹാസിക നക്ഷത്രമായിരുന്നു. അതിനാൽ സെക്രട്ടേറിയറ്റ് എന്തെന്ന് ചിന്തിച്ചില്ല. നേരെ പോയി. ദൽഹിയിൽ ആദ്യമായി ഒറ്റയ്ക്ക്. വി.പി. മേനോന് അദ്ദേഹത്തിന്റെ കണ്ണൂർ പരിചയക്കാരിൽ (മേനോന്റെ ഭാര്യാഗൃഹം കണ്ണൂരാണ് എന്ന് പ്രസിദ്ധമാണല്ലോ) മുമ്പനായ ‘ഒണ്ടേൽ’ ശങ്കരൻ മുൻസിഫിന്റെ കത്തോടുകൂടെയാണ് യാത്ര.

ദൽഹിയിലെത്തി. ശങ്കരൻ മുൻസിഫിന്റെ സ്വാധീനത്തിൽ, ഉയർന്ന ഒരു സെക്രട്ടേറിയറ്റ് ഉദ്യോഗസ്ഥന്റെ വീട്ടിൽ പാർത്തു. വി.പി. മേനോനെ

ആപ്പീസ് മുറിയിൽ ചെന്നു കണ്ടു. രണ്ടു ദിവസം കഴിഞ്ഞ് ചെല്ലാൻ പറഞ്ഞു.

എന്നാൽ ഞാൻ രണ്ടു ദിവസം കാത്തിരുന്നില്ല. ദൽഹിയിൽ എത്തിയിരുന്നതുമുതൽ എനിക്ക് അനിഷ്ടം കൂടിവരികയായിരുന്നു. നല്ല ഉഷ്ണകാലം. കാലാവസ്ഥയും മാനസികാവസ്ഥയും ഗൂഢാലോചന ചെയ്തതിന്റെ ഫലമായി ഞാൻ തിരിച്ചുപോരാൻ വണ്ടികയറി. എന്റെ വഴി ഗവണ്മെന്റ് ഉദ്യോഗസ്ഥന്റേതല്ലെന്ന് എനിക്കും ഉറപ്പായിക്കഴിഞ്ഞു. എന്റെ വഴി ചെന്നവസാനിക്കുക മഹാത്മാഗാന്ധിയുടെ പാദാന്തികത്തിൽ ആയിരിക്കുമെന്നും ഞാൻ മനസ്സാ ഉറപ്പിച്ചു.

1946 എന്റെ ജീവിതത്തിലെ ഏറ്റവും പ്രധാനപ്പെട്ട കൊല്ലമായത് അങ്ങനെയാണ്-വഴിത്തിരിവിന്റെ വർഷം. എന്റെ പുതിയ പിറവിയെ അത് കുറിച്ചതുപോലെ തോന്നി. മനുഷ്യനു മരണം ഒന്നേ പാടുള്ളൂ. പക്ഷേ, ഷെയ്ക്സ്പിയർ പാടിയതുപോലെ, മനുഷ്യർ പേടിച്ച് പല തവണ മരിക്കുന്നു. എന്നാൽ മാതൃഗർഭത്തിൽനിന്നുള്ള ആദ്യത്തെ പിറവി പോരാ മനുഷ്യന്. അവൻ വീണ്ടും സ്വന്തം സ്വപ്നത്തിന്റെ ഗർഭത്തിൽനിന്ന് ഈ ഭൂമിയിൽ പെറ്റുവീഴണം. അപ്പോഴാണ് മനുഷ്യൻ ദ്വിജൻ ആകുന്നത്.

ആ വർഷം ദൽഹിയിൽനിന്ന് മദിരാശിക്ക് ഗ്രാന്റ് ട്രങ്ക് എക്സ്പ്രസ് ഇന്റർ ക്ലാസിൽ മടങ്ങുമ്പോൾ വർദ്ധാ ജംഗ്ഷനിലെത്തിയപ്പോൾ ഞാൻ പൊടുന്നനെ അവിടെയിറങ്ങി. നേരത്തെ ആലോചിച്ചിരുന്നോ? വർദ്ധ (അന്ന് മലയാളത്തിൽ 'വർദ്ധ' എന്നായിരുന്നു ഉച്ചാരണം) മനസ്സിലെ ഒരു തീർത്ഥസ്ഥാനമായിരുന്നു. ദൽഹിയിൽ അധികാരകൈമാറ്റത്തിന്റെ തിരക്കുപിടിച്ച ചർച്ചകൾ നടക്കുമ്പോൾ ഉദ്യോഗം അന്വേഷിച്ചുപോയ എന്റെ മനസ്സിന് ദൽഹി ഒരു ശൂന്യഭൂമിയായിരുന്നു. കാരണം രാഷ്ട്രത്തിന്റെ മുക്തിയുടെ ശില്പി അവിടെയില്ലായിരുന്നു. ഉപഭോക്താക്കളായിരുന്നു അവിടെ. ഇന്നും അങ്ങനെ-അഥവാ, അതിലേറെ. ഞാൻ കാണുമ്പോൾ ഗാന്ധിജി സേവാഗ്രാമം ആശ്രമത്തിൽ മൗനംപൂണ്ട് ചർക്ക തിരിക്കുന്നു. ഇടയ്ക്ക് തലയുയർത്തി ചുറ്റും നോക്കി ചിരിക്കും. പല്ലില്ലാത്ത ചിരി കാണുമ്പോൾ എനിക്കും ചെറിയ ചിരിപൊട്ടി. പിന്നെ അവിടെയുണ്ടായിരുന്നത് രണ്ടുപേരായിരുന്നു. വിജനമായ ആശ്രമവും ജനസാന്ദ്രമായ ദൽഹിയും തമ്മിലുള്ള അകലം അന്നുതൊട്ട് വർദ്ധിക്കുകയായിരുന്നു. അവിടെ ഉണ്ടായിരുന്നവർ രണ്ടുപേരും ഇന്നില്ല. ഗാന്ധിജിയുടെ അടുത്ത അന്തേവാസികളും അടിസ്ഥാനവിദ്യാഭ്യാസത്തിന്റെ ആധികാരികവക്താക്കളുമായിരുന്ന ആര്യനായകവും ഭാര്യ ആശാദേവിയും.

ഗാന്ധിജിയുടെ അടുത്ത് നിലകൊള്ളാൻ സേവാഗ്രാമിൽ പാർക്കേണ്ട കാര്യമില്ലെന്നും നാട്ടിൽപ്പോയാലും അടുപ്പം നിലനിർത്താമെന്നും അതിസൗമ്യമായി എന്നെ ഉപദേശിച്ചത് ആ നെടിയ മനുഷ്യൻ, ആര്യനായകം ആയിരുന്നു. ജീവിതത്തിലെ രാജവീഥി അന്ന് ഞാൻ കണ്ടെത്തി.

അതിലൂടെ നടന്നുപോകുന്നു. വഴിതെറ്റിയാൽപോലും ദുഃഖമില്ല, വഴി വീണ്ടും കണ്ടെത്താൻ ശ്രമിക്കാമല്ലോ. ബാങ്ക്, ഉദ്യോഗം, പണം, സ്ഥാനം ഇവയെക്കാൾ വലുതും വിലപിടിച്ചതുമായ വസ്തുക്കൾ ജീവിതത്തിലുണ്ടെന്ന്, ചർക്ക തിരിക്കുന്നതിനിടയിൽ രണ്ടോ മൂന്നോ തവണ മാത്രം എന്റെ മുഖത്തേക്ക്, വണ്ട് മൂളിപ്പായുംപോലെ നോക്കിപ്പോയ ആ സന്നിധിയിൽനിന്ന് തിരിച്ചുവരുമ്പോൾ എനിക്ക് അറിവായി. അതിലും അനർഘമായ അറിവ് ഒരു സർവകലാശാലയിൽനിന്നും ഗ്രന്ഥാലയത്തിൽനിന്നും മഹദ്ദർശനങ്ങളിൽനിന്നും എനിക്ക് ലഭിച്ചിട്ടില്ല. അങ്ങനെ മഹാത്മാവ് എന്നു ലോകം വിളിച്ച ആ ചെറിയ മനുഷ്യൻ, 'എന്റെ ഗുരുനാഥൻ' ആയിത്തീർന്നു. പിന്നീട് ഞാൻ ആ 'ഗുരുവിൻനികട'ത്തിൽ പോയില്ല. 'അവിടത്തെ ചരിത്രം' ധാരാളം വായിച്ചു. എനിക്ക് ഒരു നവജീവിതത്തിന്റെ വാതിൽ തുറന്നുതന്നത് പൂച്ച രാജാവിനെക്കണ്ട ആ ഏകപക്ഷീയമായ സന്ദർഭം മാത്രം. അതിന്റെ സ്മൃതി ക്ഷീണിക്കുന്ന ഞരമ്പുകൾക്ക് ഇന്നും ജീവന്റെ അമൃതപ്രാശമായി വർത്തിക്കുന്നു.

1946-ലെ ഈ വഴിത്തിരിവിന് മുമ്പ് മറ്റൊരു വഴിത്തിരിവും ഞാൻ നേരിടുകയുണ്ടായി. അന്ന് ആ തിരിവ് കടക്കുമ്പോൾ കുറച്ച് ബഹളം കൂട്ടുകയും കരയുകയും മറ്റും ഉണ്ടായെങ്കിലും ജീവിതത്തിലെ നിർണ്ണായകമായ ഒരു തീരുമാനത്തിന്റെ അവസരമാണ് അതെന്ന് ഇന്നത്തെ സ്പഷ്ടതയോടെ, അന്ന് അറിയാൻ വയ്യായിരുന്നു. വീട്ടിനടുത്തുള്ള അഴീക്കോട് സൗത്ത് ഹയർ എലിമെന്ററി സ്കൂളിലായിരുന്നു അന്നത്തെ എട്ടാംതരം വരെ ഞാൻ പഠിച്ചത്.

ആ സ്കൂളിൽ എന്റെ മിടുക്ക് മുഴുവൻ മലയാളത്തിലായിരുന്നു. ഞാൻ അല്പം വ്യത്യസ്തനാണെന്ന് ആ മലയാളോൽകർഷം എന്നിൽ ഒരു മങ്ങിയ ധാരണ ഉയർത്തുകയുണ്ടായി. അവിടെ പഠിച്ചുകഴിഞ്ഞപ്പോൾ പിന്നെ ചെന്നെത്തിയ വിദ്യാലയം ചിറയ്ക്കലെ രാജാസ് ഹൈസ്കൂൾ ആയിരുന്നു. അവിടെ ഫോർത്ത് ഫോറത്തിൽ ചേരാം. പക്ഷേ, ഒരു തടസ്സം-സ്കൂളിലേതല്ല, വീട്ടിലേത്. അച്ഛൻ നിർബന്ധിച്ചു സംസ്കൃതം എടുത്ത് പഠിക്കണമെന്ന്. ഞാൻ മലയാളത്തിന്റെ വിജയപാതകൾ മനസ്സിൽ പറപ്പിച്ചുകൊണ്ടിരുന്നപ്പോഴാണ് ഈ വെടിക്കെട്ട്. കുട്ടികളിൽ സഹജമായ മട്ടിൽ പ്രാകൃതമായ എല്ലാ സമരപരിപാടികളും പ്രയോഗിച്ചു നോക്കി-ഭക്ഷണം കഴിക്കാതെ, ഉറക്കെക്കരഞ്ഞും മൂലയ്ക്കിരുന്നും ചോദിച്ചാൽ മിണ്ടാതെ, കുളിക്കാതെ, അമ്മയെ ദേഹോപദ്രവമേൽപ്പിച്ചും കൊണ്ടുള്ള എതിർപ്പ്. അമ്മയുടെ സഹായമുണ്ടായിട്ടും തോറ്റു. സംസ്കൃതം എടുത്തു പഠിച്ചു. ഒരു കുഴപ്പവുമുണ്ടായില്ല. മലയാളത്തിൽ കിട്ടിയിരുന്നതിലേറെ മാർക്കും കിട്ടി.

കുട്ടികളെ നിർബന്ധിച്ച് അനുസരിപ്പിക്കരുതെന്നും അങ്ങനെ ചെയ്താൽ അവരുടെ സ്വതന്ത്രമായ ബുദ്ധിപ്രവർത്തനം തകരാറിലാകുമെന്നും പിന്നീട് ഞാൻ വിദ്യാഭ്യാസമനശ്ശാസ്ത്രം ബി.എഡ്ഡിന്

പഠിക്കുമ്പോൾ മനസ്സിലാക്കിയിരുന്നു. പക്ഷേ, എന്റെ ആ കൗമാരാനുഭവം ഈ മഹാസിദ്ധാന്തത്തെ അനുകൂലിച്ചില്ല. അച്ഛനെതിരായി ഒരു വികാരവും മനസ്സിലുദിച്ചില്ല. ഇങ്ങനെയൊക്കെ ചെയ്യിക്കുന്ന കടമ അച്ഛനുണ്ടെന്നുകൂടി എങ്ങനെയോ ഞാൻ ധരിച്ചുവെച്ചിരുന്നു. എനിക്ക് പറ്റിയതെന്തെന്ന്, അടിയായാൽക്കൂടി, ഏറ്റവും നന്നായറിയാവുന്ന ആൾ ഞാനാണെന്ന സിദ്ധാന്തം അത്ര ശരിയോ? മലയാളപഠനത്തിന് എതിരല്ല സംസ്കൃതപഠനം എന്ന് അന്ന് എനിക്ക് അറിഞ്ഞുകൂടായിരുന്നു. അച്ഛന് അറിയാമായിരുന്നു. വിശദീകരിച്ചുതന്നാൽപോലും അന്ന് എനിക്ക് ഈ വസ്തുത മനസ്സിലാകുമോ എന്ന് സംശയിക്കണം.

ഇതുകാരണം എനിക്ക് പിന്നീട് സംസ്കൃതം എം.എ. ബിരുദം നേടാൻ കഴിഞ്ഞു എന്നതിലല്ല എന്റെ കൃതാർത്ഥത, എനിക്ക് ഇന്ത്യയുടെ മഹത്തായ പൈതൃകത്തിലേക്കുള്ള വാതിൽ തുറക്കുവാനുള്ള പൊൻതാക്കോൽ അങ്ങനെ ലഭിച്ചു എന്നതാണ് എന്റെ ചാരിതാർത്ഥ്യം. സായ്പിന്റെ ഭാഷയിൽ വായിച്ച്, സംസ്കൃതം മനസ്സിലാക്കിയതായി അഭിനയിക്കുന്ന ആത്മവഞ്ചനയും പരവഞ്ചനയും ഇല്ലാതെ കഴിയാൻ ഇതുമൂലം എനിക്ക് സാധിച്ചു. ഇതിന് ഞാൻ ഒന്നാമതായി കടപ്പെട്ടിട്ടുള്ളത് അച്ഛനോടും രണ്ടാമതായി രാജാസ് ഹൈസ്കൂളിലെ സംസ്കൃതം അധ്യാപകനായ വിദ്വാൻ സി. കൃഷ്ണമാരാരോടുമാണ്.

പോരായ്മയും വല്ലായമയും ഇല്ലായ്മയുംകൊണ്ട് നിറഞ്ഞതായിരുന്നു അക്കാലത്ത് ഞങ്ങളുടെ ജീവിതം. ചുരുക്കം ചില പ്രഭുക്കന്മാരൊഴിച്ചാൽ നാടാകെ അങ്ങനെ വരണ്ടു ജീവിച്ചുപോന്നു. പക്ഷേ, പോരായ്മയെ പ്രതീകംകൊണ്ടും വല്ലായ്മയെ സ്വപ്നംകൊണ്ടും ഇല്ലായ്മയെ പരിശ്രമംകൊണ്ടും ദൂരീകരിക്കാൻ ആ കാലം ബദ്ധപ്രതിജ്ഞരായിരുന്നു. വീട്ടിൽ ആറുമക്കളിൽ ഇളയവരായ ഞങ്ങൾ രണ്ടുമൂന്നു പേരെങ്കിലും ഒരു മണ്ണെണ്ണ വിളക്കിനു ചുറ്റും ഇരുന്ന് അവനവന്റെ പാഠങ്ങൾ വീഴ്ചയില്ലാതെ പഠിച്ചുപോന്നു. ഇന്നലെ 'പവർകട്ട്' കാരണം 'പ്രിപ്പറേഷൻ' സാധിക്കാത്തതുകൊണ്ട് ഇന്ന് കുട്ടികളെ പഠിപ്പിക്കാതെ വിടുന്ന അധ്യാപകരും അന്നില്ലായിരുന്നു. കർമ്മലോപത്തിന് സാഹചര്യത്തെ കുറ്റപ്പെടുത്തി സ്വയം മാന്യനായി നടക്കാൻ അന്നു പറ്റില്ലായിരുന്നു. ഏതോ ഒരു രഥചക്രസ്പന്ദനം നാടാകെ പതുക്കെ ഇളകിമറിക്കുകയായിരുന്നു. ഞങ്ങളുടെ വിളക്കിലെ മണ്ണെണ്ണയും മനസ്സിലെ പ്രകാശനാളവും ഈ ദേശീയ സ്പന്ദനമായിരുന്നു.

ഈ സ്പന്ദനം മുഴുവൻ ഉൾക്കൊണ്ട് അതിനെ ഭാരതീയന്റെ ജീവിതലക്ഷ്യം നേടുന്നതിനുള്ള ഓജസ്സാക്കി മാറ്റിയ ഒരാധ്യാത്മികാചാര്യൻ അന്ന് മലബാറിൽ - വിശേഷിച്ച് വടക്കേ മലബാറിലെ തലശ്ശേരി, കണ്ണൂർ, വടകര എന്നീ പ്രദേശങ്ങളെ കേന്ദ്രമാക്കി-സന്ദേശപ്രചാരണം നടത്തുന്നുണ്ടായിരുന്നു. ഇന്ത്യയുടെ രാഷ്ട്രീയവും സാമൂഹികവും സാംസ്കാരികവും

ആധ്യാത്മികവുമായ ഏറ്റവും മഹനീയമായ അഭിലാഷങ്ങളെ, അദ്വൈത വേദാന്തത്തിന്റെ വെളിച്ചത്തിൽ നവീകരിച്ചുകൊണ്ട് മധുരമായ മലയാളത്തിൽ പ്രഭാഷണങ്ങൾ നടത്തിയും എഴുതിയും ജനങ്ങളെ ഉദ്ബുദ്ധരാക്കുന്ന കർമ്മമായിരുന്നു അന്ന് വാഗ്ഭടാനന്ദൻ ഏറ്റെടുത്തത്. ഗാന്ധിജിയും സംസ്കൃതവും സാഹിത്യവും അദ്ദേഹത്തിന്റെ വാക്കുകളിലൂടെ വരുമ്പോൾ മനുഷ്യസംസ്കാരത്തിന്റെ ശൃംഗകാന്തികളായി പ്രത്യക്ഷപ്പെട്ടു. അദ്ദേഹം അവതരിപ്പിച്ച അദ്വൈതം ഇന്ത്യയുടെ ആചാരമലിനമായ മതാഭാസങ്ങളുടെ കറയോ കളങ്കമോ കലരാത്തതായിരുന്നു. "കരുണതൻ കയത്തിലെ പരിണതമായ മുക്താഫലം" എന്ന് കവിഭാഷയിൽ ഗുരുദേവൻ ഗാന്ധിജിയെ ജനങ്ങൾക്കുമുമ്പിൽ അവതരിപ്പിച്ചു. അദ്ദേഹത്തിന്റെ കാവ്യദർശനം ആഹ്ലാദത്തിന്റെയും ധർമ്മത്തിന്റെയും നടുവിൽനിന്ന് മാറാതെ നിൽക്കുന്നു. എന്റെ കർമ്മമണ്ഡലത്തെ പ്രചോദിപ്പിച്ച മഹാത്മാവും വികാരമണ്ഡലത്തെ പ്രചോദിപ്പിച്ച സാഹിത്യവും ആത്മീയാഭിലാഷത്തെ പ്രചോദിപ്പിച്ച മതബോധവും വാഗ്ഭടാനന്ദന്റെ വാക്കുകൾ എന്റെ ഇളം പ്രായത്തിൽ പരത്തിയ നറുവെയിലിൽ കൂടുതൽ പ്രഭ ചൊരിയുന്നവയായിത്തീർന്നു.

ആത്മധൈര്യത്തിന്റെ അല്ലെങ്കിൽ സത്യവ്രതത്തിന്റെ ഉപകരണമായിരുന്നു വാഗ്ഭടാനന്ദന് പ്രഭാഷണം. അദ്ദേഹത്തിന്റെ ശിഷ്യന്മാരെല്ലാവരും നല്ല പ്രഭാഷകരായിരുന്നു. സ്വാമി ബ്രഹ്മവ്രതന്റെയും എം.ടി. കുമാരന്റെയും പേരുകൾ പ്രത്യേകം എടുത്തുപറയണം. അതിഥികൾ വന്നാൽ അട്ടത്ത് പോയൊളിക്കുന്നത്ര നാണംകുണുങ്ങിയായിരുന്ന എന്നെ പ്രഭാഷകനാക്കിയത് ഇവർ നിറഞ്ഞുനിന്ന അന്നത്തെ അന്തരീക്ഷമായിരുന്നു. കോഴിവെട്ട് നടത്തുന്ന ക്ഷേത്രങ്ങൾക്കുമുമ്പിൽ ചെന്ന്, ഭക്തസഹസ്രങ്ങളുടെ മുമ്പിൽ നിന്ന്, ഹിംസ നിറഞ്ഞ പ്രാകൃതാരാധനം മതമല്ലെന്ന് സമർത്ഥിച്ച് സംസാരിക്കാൻ ഇന്ന് നമുക്ക് നൂറുകണക്കിന് ആയുധധാരികളായ പോലീസിന്റെ ഒരു വൻപടതന്നെ ചുറ്റും രക്ഷാനിര ഉണ്ടാക്കുന്നു. ഗുരുദേവന് ഒന്നും വേണ്ട. തന്റെ സത്യസുന്ദരമായ വാക്കും കൂടെയുള്ള കുറച്ചു ശിഷ്യന്മാരും മതി. അദ്ദേഹം ചെയ്ത ഉദ്ബോധനത്തിന്റെ ദൃഷ്ടാന്തം അദ്ദേഹംതന്നെയായിരുന്നു. അക്കാലത്ത് വാഗ്ഭടാനന്ദന്റെ പ്രബോധനത്തിന്റെ മുമ്പിൽ പറയക്കുടിലുകൾ തൊട്ട് പ്രഭുമന്ദിരങ്ങൾവരെ തുറക്കപ്പെട്ടു.

എന്റെ ഹൃദയവും ബുദ്ധിയും പഠിപ്പിനും വായനയ്ക്കും അപ്പുറത്ത് തലനീട്ടി, പതിതർ വീണുകിടക്കുന്ന തടവറകളുടെ ഇരുമ്പുവാതിലുകൾ പൊളിച്ച് അവരെ ഉയർത്തി നിർത്തുന്നതിനെക്കാൾ വലിയ ഈശ്വരസേവ വേറെയില്ലെന്ന് ഞാൻ മനസ്സിലാക്കിയത് ഇങ്ങനെയൊക്കെ ആയിരുന്നു. ഞാൻ ഒരിക്കലും പ്രസംഗിക്കാൻ പരിശീലനം നടത്തിയിട്ടില്ല. തന്നോട് സത്യസന്ധമായി മനുഷ്യൻ പെരുമാറുമ്പോൾ, അയാൾ പറയുന്നത് മികച്ച പ്രഭാഷണവും എഴുതുന്നത് മേത്തരം എഴുത്തും ആയിത്തീരും. ജനസേവകർ എന്ന് വിളിക്കപ്പെടുന്നവർ ആത്മാർത്ഥതയോടെ കള്ളം പറയുന്ന ഈ

യുഗത്തിൽ നല്ല പ്രഭാഷണം എന്നതിന്റെ കുലത്തിന് അറുതിവന്നതിൽ ആശ്ചര്യപ്പെടാനൊന്നുമില്ല.

നിറഞ്ഞ നാണത്തിന്റെ നടുവിൽനിന്ന് ഞാനൊരു പ്രഭാഷകനായത് എന്നെത്തന്നെ കണ്ടെത്താനുള്ള എന്റെ ആഗ്രഹത്തിന്റെ സാഫല്യമായി ഞാൻ കാണുന്നു. എന്റെ പ്രഭാഷണത്തിൽ നാവു മാത്രമല്ല നടൻ. മനസ്സും ബുദ്ധിയും ഹൃദയവും എന്റെ രോമങ്ങളടക്കം സർവാവയവങ്ങളും ഉണർന്നു പ്രവർത്തിക്കുന്ന സമഗ്രതയാർന്ന ഒരു ആത്മസമർപ്പണമാണ് അത് എനിക്ക്. വളരെ ചുരുക്കം സന്ദർഭങ്ങളിൽ മാത്രമേ എന്റെ എഴുത്ത് ആ വചനേന്ദ്രജാലത്തിന്റെ അടുത്തെത്തിയിട്ടുള്ളൂ-ഒരുപക്ഷേ, 'തത്ത്വമസി'യിലും 'ആശാന്റെ സീതാകാവ്യ'ത്തിന്റെ ചില പുറങ്ങളിലും.

പ്രസംഗംകൊണ്ട് എളുപ്പം ചെയ്യാവുന്ന കാര്യം ബോറടിപ്പിക്കലാണ്. ചിന്തിപ്പിക്കാൻ പ്രയാസം; അതിലേറെ ചിന്തിപ്പിച്ച് ചിരിപ്പിക്കാൻ. കണ്ണ് നിറയ്ക്കുന്നേടത്ത് എത്തിക്കാനും നല്ല പ്രയാസമുണ്ട്. പക്ഷേ, എല്ലാ ഇന്ദ്രിയങ്ങളും ചിത്തവൃത്തികളും ഏതോ ഉണർവിൽ സ്വയം മറന്ന് സ്തബ്ധമായിത്തീരുന്ന ഉത്കടാസ്ഥയിൽ ശ്രോതാക്കളെ എത്തിക്കലാണ് പ്രഭാഷണകലയുടെ പരമവിജയമെന്ന് ചിലർ കരുതുന്നു. ഏറെക്കൊല്ലം മുമ്പ് ശിവഗിരി തീർത്ഥാടന സമ്മേളനത്തിൽ ഞാനൊരു പ്രസംഗം ചെയ്തിരുന്നു. ഇന്നും അതോർക്കുമ്പോൾ ഞാൻ പേടിക്കാറുണ്ട്-വളരെ ഉയരത്തിൽ കയറിയതിനുശേഷം താഴോട്ടുനോക്കുമ്പോൾ ഉണ്ടാകുന്ന തലകറക്കുന്ന ഭയപ്പാടിന്റെ അവസ്ഥ. പ്രസംഗം കഴിഞ്ഞ് ഞാൻ കാറിൽ കയറി പുറപ്പെടാൻ തുടങ്ങുമ്പോൾ, പ്രായമേറിയ ഒരു സന്ന്യാസി അടുത്തുവന്ന് പ്രസംഗം വളരെ നന്നായെന്ന് പറഞ്ഞ് ഒരു സംസ്കൃതശ്ലോകം ചൊല്ലി. അപ്പോൾ അതോർത്തിരുന്നു. പിന്നെ ഇന്നോളം ഓർക്കാനായില്ല. ആ സന്ന്യാസിയെയും പിന്നെ കണ്ടില്ല.

ശ്ലോകത്തിന്റെ സാരമിതാണ്: "കലയ്ക്ക് പതിനെട്ട് മാനസികാവസ്ഥകളിൽ മനുഷ്യമനസ്സിനെ എത്തിക്കാൻ കഴിയും. പതിനെട്ടാമത്തേത് 'സ്തംഭനം' എന്ന ഗുണമാണ്." എന്റെ അന്നത്തെ പ്രസംഗം അവിടം വരെ ചെന്നിരുന്നുവെന്നാണ് ആ സന്ന്യാസി അഭിപ്രായപ്പെട്ടത്.

ആ പദ്യം മറന്നുപോയത് ഇന്നും എന്റെ ഉള്ളിലെ വലിയൊരു വേദനയായി നില്ക്കുന്നു. ആ അവസ്ഥയെക്കുറിച്ചും അവിടെ എത്തിക്കഴിഞ്ഞാലുണ്ടാകുന്ന ശ്വാസനിരോധതുല്യമായ അന്തഃക്ഷോഭത്തെക്കുറിച്ചും ചിന്തിക്കുമ്പോൾ ഞാൻ പരവശനായിപ്പോകാറുണ്ട്. ശ്രോതാവിന്റെ നിലയെപ്പറ്റിയാണ് 'സ്തംഭനം' എന്നു പറഞ്ഞതെന്ന് പെട്ടെന്നു തോന്നാം. അതിൽ തെറ്റില്ല. പക്ഷേ, വക്താവിന്റെ സ്തബ്ധതയും കൂടെ അതിൽ സൂചനയുണ്ടെന്ന് എനിക്ക് തോന്നുന്നു.

എന്റെ പ്രസംഗത്തിന്റെ അനുഭവങ്ങൾ എഴുതിയാൽ തീരില്ല. അത്ര വിചിത്രങ്ങളും രസകരങ്ങളും അപൂർവങ്ങളുമായ അനുഭവങ്ങൾ

ഉണ്ടായിട്ടുണ്ട്. കോഴിക്കോട്ടുവച്ച് കുറെ മുമ്പ് ഗ്രന്ഥശാലാ സംഘം വാർഷികത്തിൽ ഞാൻ പ്രസംഗിച്ച് താഴെയിറങ്ങി വന്നപ്പോൾ, ഒരു കൂട്ടം യുവവിദ്യാർത്ഥീ-വിദ്യാർത്ഥിനികൾ എന്റെ അടുത്തേക്കു വന്നു. പെട്ടെന്ന് ഞാൻ സംഭ്രമിച്ചുപോയി. പ്രസംഗം പിടിക്കാതെ വന്നാൽ സദസ്യർ ഏതു മട്ടിലാണ് പ്രതികരിക്കുക എന്നു പറയാൻ വയ്യല്ലോ. ഇവരുടെ പ്രതികരണം ആദ്യം എന്നെ ആശ്ചര്യപ്പെടുത്തുകയും പിന്നെ ഞാൻ നിവൃത്തിയില്ലാതെ ചിരിച്ചുപോവുകയും ചെയ്തു. ആ കുട്ടികൾ വന്നപാടെ ചെയ്തത്, എന്റെ കാൽക്കൽ വീഴുകയായിരുന്നു. ഞാൻ എന്തോ കളി പറഞ്ഞ് തടിതപ്പി. എങ്കിലും എനിക്ക് വശപ്പെട്ട ഈ കല എത്ര കടുത്ത സാധ്യതകളുള്ളതാണെന്ന് നേരിട്ട് മനസ്സിലാക്കാൻ അന്ന് അവസരം കിട്ടി.

പിന്നീടൊരിക്കൽ കോഴിക്കോട് ടൗൺഹാളിൽ കേശവമേനോന്റെ തൊണ്ണൂറ്റൊന്നാം ജന്മദിനം കൊണ്ടാടിയ സന്ദർഭം. എന്റെ ഉദ്ഘാടന പ്രസംഗം തീർത്ത് ഞാൻ തിരിച്ച് കസാലയിൽ ഇരിക്കാൻ പോകുമ്പോൾ, സഭയുടെ നടുവിൽനിന്ന് ഒരാൾ എഴുന്നേറ്റുനിന്ന് എന്തോ ഉച്ചത്തിൽ വിളിച്ചുപറഞ്ഞു. ആദ്യം തോന്നി, മൂപ്പർ എന്തിനോ പ്രതിഷേധിച്ചതാണെന്ന്. പക്ഷേ, അയാൾ പറഞ്ഞ വാക്കുകൾക്ക് ഒരു ഉപപത്തിയും ഇല്ലായിരുന്നു. “ഹരേരാം, ഹരേ കൃഷ്ണാ” എന്നാണ് അയാൾ പറഞ്ഞത്. ഉടനെ അദ്ദേഹം തലതാഴ്ത്തി ഇരുന്നുകളഞ്ഞു. “പ്രസംഗം കേട്ട ലഹരിയാണ്” എന്ന് എന്റെ അടുത്തിരുന്ന ജസ്റ്റിസ് ഏറാടി പറഞ്ഞപ്പോഴാണ് ആശ്വാസം കിട്ടിയത്. അപ്പോഴും ആ ലഹരിയും ആ ലഹരിപദാർത്ഥവും എന്നെ ഭയപ്പെടുത്തി.

ഒന്നാം ലോകമലയാള സമ്മേളനത്തിൽ ഞാൻ ചെയ്ത പ്രസംഗം കൂടുതൽ ആളുകൾ ഓർക്കുന്നുണ്ടാവും. പത്രങ്ങളിൽ ധാരാളം റിപ്പോർട്ടും ചെയ്യപ്പെട്ടതാണ്. വേദിയിലെ മറ്റു പ്രഭാഷകർ തകഴിയും കേശവദേവും മാത്രം. രാഷ്ട്രീയതാൽപര്യങ്ങൾ മൂത്ത് സാഹിത്യത്തിന്റെയും സാഹിത്യകാരന്റെയും വിലയിടിഞ്ഞുവരുന്നതിനെക്കുറിച്ചുള്ള അതിശക്തമായ ഒരു പരിദേവനവും പ്രതിഷേധവുമായിരുന്നു ആ പ്രസംഗം. അത് കേൾക്കുന്നവർക്കിടയിൽ റഷ്യയിൽനിന്നും ആസ്ത്രേലിയയിൽനിന്നും ജപ്പാനിൽനിന്നും മറ്റും വന്ന ധാരാളം പ്രൊഫസർമാരുണ്ടായിരുന്നു. ഞാൻ ഇറങ്ങിവരുമ്പോൾ അവർ ഓരോരുത്തരായി വന്ന് കൈതന്ന് സന്തോഷം പ്രകടിപ്പിച്ചു. അക്കൂട്ടത്തിൽ പ്രശസ്ത ഇൻഡോളജിസ്റ്റായ എ.എൻ. ബഷാം ഉണ്ടായിരുന്നു. അദ്ദേഹത്തിന്റെ 'The Wonder that was India' വായിക്കാത്ത ഇന്ത്യക്കാർ അനുകമ്പ അർഹിക്കുന്നു. അദ്ദേഹം പറഞ്ഞ വാക്കുകൾ ഒരിക്കലും മറക്കാനാവില്ല. എന്റെ പ്രഭാഷണജീവിതത്തിലെ അനർഘവിജയത്തിന്റെ മുഹൂർത്തമായിരുന്നു അത്. 'You are a natural orator' എന്നു പറഞ്ഞത് ഇൻഡോളജിസ്റ്റാണെങ്കിലും മലയാളം അറിയാത്ത ഒരു പ്രൊഫസറാണ് എന്നോർക്കണം.

ഇങ്ങനെ എത്രയെത്ര കഥകൾ! അതിശയോക്തിയോ ആത്മപ്രശംസയോ ഒട്ടും മനസ്സിൽ തട്ടാതെ ഇവ പറയാൻ എനിക്കു കഴിയുന്നു. കാരണം ഇത് എന്റെ സ്വന്തം കഴിവല്ലെന്നും ആരോ, എപ്പോഴോ, എന്തിനോ എന്നെ ഏല്പിച്ചതാണെന്നും ഞാൻ കരുതുന്നു. ഉള്ളിൽ ഉള്ളതെല്ലാം ചോരക്കുരുതിയായി ആവശ്യപ്പെടുന്ന ഒരു ഏകാന്തകലയാണ് പ്രഭാഷണം. അതിന്റെ വെള്ളച്ചാട്ടത്തിൽ പഠിച്ചതും പഠിക്കാത്തതും മറന്നതും ഓർക്കുന്നതും എല്ലാം ഒഴുകിപ്പോകുന്നു. പക്ഷേ, ആ വെള്ളച്ചാട്ടത്തിനും ഒരു ആത്മനിയന്ത്രണമുണ്ട്. അതാണ് ആ ചാട്ടത്തിനെ കലയാക്കുന്നത്.

നാട്ടിലെ അന്തരീക്ഷമാണ് എന്നെ പ്രാസംഗികനാക്കിത്തീർത്തതെങ്കിൽ വീട്ടിലെ അന്തരീക്ഷമാണ് എന്നെ നല്ല വിദ്യാർത്ഥിയും വായനക്കാരനും ആക്കിത്തീർത്തത്. അമരകോശത്തിലെ പദ്യങ്ങൾ ദിവസേന പതിനഞ്ചെണ്ണം വീതം പഠിച്ച്, സ്വർഗവർഗ്ഗം മുതൽ വാരിവർഗ്ഗംവരെ പ്രഥമകാണ്ഡം മുഴുവൻ ഒന്നാംക്ലാസിൽ വച്ചുതന്നെ കാണാപ്പാഠമാക്കിയ ഭീകരനാണ് ഞാൻ. ഇപ്പോഴും പല പദ്യങ്ങളും മുഖസ്ഥമായിരിക്കുന്നു. രണ്ടുമൂന്നു കുട്ടികളൊഴികെ മറ്റെല്ലാവരും പദ്യം പഠിക്കുന്നതിലും സുഖം തല്ലുവാങ്ങുന്നതാണ് എന്ന് തീരുമാനിച്ചവരായിരുന്നു. ആ തീരുമാനം തെറ്റല്ലതാനും. പക്ഷേ, ഞാൻ അതു പഠിച്ച് തെറ്റ് ചെയ്തു എന്നും എനിക്ക് പക്ഷമില്ല.

ഇത്തരം മനഃപാഠമാക്കൽ വിദ്യാഭ്യാസമല്ലെന്നും ശിശുപീഡനമാണെന്നുമാണ് ഇന്ന് നിലവിലുള്ള ഔദ്യോഗിക വിദ്യാഭ്യാസചിന്ത. പക്ഷേ, ചെറുപ്പത്തിൽ ഞാൻ മനഃപാഠം പഠിച്ച ഈ അമരകോശംപോലെ എന്റെ ഭാഷാധ്യാപന-സാഹിത്യ ജീവിതത്തിൽ എനിക്കു പിന്നീട് ഗുണംചെയ്ത ഒരു ഗ്രന്ഥം കുട്ടിക്കാലത്ത് വേറെ ഞാൻ പഠിച്ചിട്ടില്ല. എനിക്ക് ഇത് ഗുണം ചെയ്യും എന്ന് ഏതോ വിധത്തിൽ എനിക്ക് ഗ്രഹിക്കാനായതുകൊണ്ടാവാം അത് ഞാൻ കളിപോലെ സസന്തോഷം പഠിച്ചത്.

അച്ഛൻ വിദ്വാനായിരുന്നു-ബിരുദത്തിലും യഥാർത്ഥത്തിലും. അച്ഛന്റെയും പിതാമഹന്റെയും സ്വത്തായിട്ട് എനിക്ക് ചെറുപ്പത്തിലേ കൈയിൽ കിട്ടിയതും പുസ്തകങ്ങളായിരുന്നു. അക്കാലത്ത് ആയിരത്തോളം വരുന്ന ഗ്രന്ഥങ്ങൾ അടങ്ങിയ ഒരു ഗ്രന്ഥാലയം ചെറുതെന്ന് പറഞ്ഞുകൂടല്ലോ. വീട്ടിൽ ഒന്നുരണ്ടു ഷെൽഫുകളിൽ അവ അടുക്കിവെച്ചിരുന്നു. വേറെ കളിപ്പാട്ടങ്ങളില്ലാതിരുന്ന എനിക്ക് ഇവ കളിപ്പാട്ടങ്ങളായി. വേറെ കളിക്കോപ്പുണ്ടായിരുന്നെങ്കിലും ഞാൻ ഇവയെയല്ലാതെ സ്വീകരിക്കുമായിരുന്നോ എന്നും സംശയിക്കാം. കുട്ടികൾക്ക് സഹജമായിട്ടുള്ള ഒരു 'പുസ്തക അലർജി' ഉണ്ടല്ലോ-വിദ്യാലയങ്ങൾ സൃഷ്ടിക്കുന്ന ഒരു മാനസികരോഗം. ആ ബാധ എനിക്കില്ലാതിരുന്നത് ഇവ കളിപ്പാട്ടങ്ങളെപ്പോലെ ചെറുപ്പത്തിൽ സുലഭമായതുകൊണ്ടാകാം. അച്ഛന്റെ ലൈബ്രറിയിലെ മണിമുത്ത് എന്ന്

പറയാവുന്നത് 'ഭാഷാപോഷിണി'യുടെ പഴയ ലക്കങ്ങൾ പത്താറുപതെണ്ണമായിരുന്നു. ഇപ്പോഴും പത്തുമുപ്പതെണ്ണം ഞാൻ സംരക്ഷിച്ചുപോരുന്നുണ്ട്. എന്റെ വായനയുടെ ഏറ്റവും മഹത്തായ നേട്ടം ഈ മാസികാപാരായണത്തിൽനിന്നുണ്ടായ അനുഭൂതിയായിരുന്നു. പിൽക്കാലത്ത് ഞാൻ 'വായനയുടെ സ്വർഗ്ഗത്തിൽ' എന്നൊരു പ്രബന്ധം എഴുതിയല്ലോ. ആ സ്വർഗ്ഗീയാനുഭൂതി എനിക്ക് 'ഭാഷാപോഷിണി'യാണ് തന്നത്. ഭാരതവിജ്ഞാനവും വിശ്വാവബോധവും ശാസ്ത്രധാരണയും സാഹിത്യരസികത്വവും ചരിത്രബോധവും എന്നിൽ വളർത്തിയെടുക്കാൻ ഈ പഴയ മാസികയുടെ ലക്കങ്ങൾ എത്രയാണ് എന്നെ സഹായിച്ചത് എന്ന് പറയാൻ പറ്റില്ല. എന്തെല്ലാം വിഷയങ്ങൾ! എഴുതിയവരും ഒന്നാംകിടക്കാരും. ഇന്ന് അവർ ഉണ്ടായിരുന്നെങ്കിൽ ഇന്നും ഒന്നാംകിടക്കാരായി കണക്കാക്കപ്പെടാൻ യോഗ്യരുമാണ്. മലയാളത്തിൽ ഇന്നും വിഷയവൈവിധ്യം കൊണ്ടും ആധികാരികതകൊണ്ടും ഇതിനെ വെല്ലുന്ന ഒരു പത്രമുണ്ടെന്ന് എനിക്കഭിപ്രായമില്ല.

ഞാൻ പഠിച്ച എലിമെന്ററി സ്കൂളിലും ഹൈസ്കൂളിലും ലൈബ്രറി എന്നൊന്നുണ്ടായിരുന്നെങ്കിൽ വിദ്യാർത്ഥികൾക്ക് അത് പ്രയോജനപ്പെട്ടിരുന്നില്ല. ആ ന്യൂനത ഞാൻ നന്നായി പരിഹരിച്ചത് വീട്ടിലെ ഈ പുസ്തകഖനിയിൽ ഇറങ്ങിത്തപ്പിയാണ്. കോളേജിൽ എത്തിയപ്പോൾ ഗ്രന്ഥാലയം എന്ന വിജ്ഞാനഖനിയായി എന്റെ നിത്യവിഹാരഭൂമി. മംഗലാപുരത്ത് സെന്റ് അലൂഷ്യസ് കോളേജിൽ ഇന്റർമീഡിയറ്റിനും ബി.കോം ഡിഗ്രിക്കും പഠിക്കുമ്പോൾ ആഴ്ചയിൽ നാലും അഞ്ചും പുസ്തകങ്ങൾ ഞാൻ എടുത്തു വായിച്ചിരുന്നു. പഠിപ്പും കൂട്ടത്തിൽ നടന്നു. ആംഗല സാഹിത്യത്തിൽ പ്രമുഖ ക്ലാസിക് നോവലിസ്റ്റുകളായ ഡിക്കൻസ്, ഹാർഡ്‌ലി, ട്രോലോപ്പ്, എമിലി ബ്രോൺടെ, ജോർജ് എലിയട്ട് തുടങ്ങിയവരുടെ കൃതികളും ഷെല്ലി, കീറ്റ്സ്, വേർഡ്സ്‌വർത്ത്, കോൾറിഡ്ജ്, ബയറൺ തുടങ്ങിയവരുടെ കവനങ്ങളും ഭാരതീയ-യവനതത്ത്വ ചിന്താപഠനങ്ങളും മറ്റും മറ്റും ലക്കില്ലാതെ വായിച്ചുകൂട്ടിയ ആ കാലത്ത് ഞാൻ സ്ഥിരമായി ഗ്രന്ഥപാരായണത്തിന്റെ അനവദ്യസുഖം അനുഭവിച്ചു.

ഇതായിരുന്നു എന്റെ വിദ്യാഭ്യാസം. പഴയ ഒരു ശ്ലോകത്തിൽ പറഞ്ഞതുപോലെ, ഗുരുനാഥന്മാരിൽനിന്ന് കാൽഭാഗം പഠിച്ചു. എന്നാൽ 'സ്വമേധയാ' ആയിട്ടും ഞാൻ പഠിച്ചത് കാൽഭാഗമല്ല, അതിന്റെ ഇരട്ടിയായിരുന്നു. ഇന്നും 'സ്വമേധയാ' ഉള്ള പഠനം തുടരുന്നു. 'തത്ത്വമസി, എന്റെ 'സ്വമേധയാ' പഠനത്തിന്റെ ഏറ്റവും മികച്ച ദൃഷ്ടാന്തമാണെന്നും എനിക്ക് അഭിമാനിക്കാം.

'സ്വമേധയാ' പഠനത്തിന് എന്നെ വളരെ സഹായിച്ച ഒരു ലൈബ്രറി അഴീക്കോടിനടുത്ത് അലവിൽ എന്ന ദേശത്തുണ്ടായിരുന്നു - ശ്രീനാരായണ വായനശാല. ഞാൻ പിന്നീട് അതിന്റെ ജൂബിലി ആഘോഷം

നടത്തുന്ന കമ്മിറ്റിയുടെ സെക്രട്ടറിയായി പ്രവർത്തിച്ച് എന്റെ കടപ്പാട് വീട്ടുകയുണ്ടായി.

മറ്റൊരു ലൈബ്രറിയെപ്പറ്റിയും ഇവിടെത്തന്നെ പറയാം-കണ്ണൂരിലെ കോൺഗ്രസ് നേതാവായിരുന്ന പാമ്പൻ മാധവന്റെ വിസ്മയജനകമായ കൂറ്റൻ ഇംഗ്ലീഷ് ലൈബ്രറി. പാമ്പൻ എന്നാണ് നാട്ടുകാർ അദ്ദേഹത്തെ വിളിച്ചുപോന്നത്. വീടിന്റെ ചുമരുകൾ മുഴുവൻ പുസ്തകം അടുക്കിവെച്ച അലമാരകൾകൊണ്ട് മൂടിക്കിടന്നിരുന്നു. സോക്രട്ടീസിന്റെ ഡയലോഗുകൾ, പ്ലാറ്റോവിന്റെയും അരിസ്റ്റോട്ടിലിന്റെയും കൃതികൾ, ജോൺസ്റ്റുവർട്ട്മിൽ, ലോക്ക്, റസ്സൽ, വെൽസ് തുടങ്ങിയ താത്ത്വികവും രാഷ്ട്രതന്ത്രപരവുമായ ഗ്രന്ഥങ്ങൾ നരവംശശാസ്ത്രം, മനഃശാസ്ത്രം എന്നിവയിലുള്ള വിശിഷ്ടഗ്രന്ഥങ്ങൾ ഇവയെല്ലാം എനിക്ക് നന്നേ ചെറുപ്പത്തിൽ ആ വീട്ടിൽവെച്ചു തുറന്നുകിട്ടി. പാമ്പന്റെ മുമ്പിൽ തലയുയർത്തി സംസാരിക്കാൻ കഴിവുള്ള ഒരു പൊളിറ്റിക്സ് പ്രൊഫസർ ഇന്ന് നമ്മുടെ സർവകലാശാലകളിൽ എവിടെയെങ്കിലും ഉണ്ടെന്ന് തോന്നുന്നില്ല. പുസ്തകം വായിക്കാത്തവർ ഇന്ത്യൻ നാഷണൽ കോൺഗ്രസ്സിൽ മുഖ്യനേതാക്കളായി വന്നപ്പോൾ പാമ്പന് ആ കക്ഷി വിടേണ്ടിവന്നു.

വീട്ടിൽ ഹരിജനങ്ങളെ കയറ്റുകയും അവരെ പഠിപ്പിക്കുകയും ചെയ്തതുകൊണ്ട് പിതാമഹൻ 'പുലയൻ ഗോവിന്ദൻ' എന്ന് അറിയപ്പെട്ടിരുന്നുവത്രെ. ആ പൈതൃകം അച്ഛനും തുടർന്നു. വീട്ടിൽ ജോലി ചെയ്തിരുന്നതും ഞങ്ങൾക്കു കൂട്ടുകാരായിരുന്നതും ഹരിജനങ്ങളായിരുന്നു. വാഗ്ഭടാനന്ദന്റെ സ്വാധീനം അഴീക്കോട്ട് സാർവത്രികമായിരുന്നതിന്റെ ഒരു ഫലമായിരുന്നു ഇത്. ഞങ്ങൾ ആരും അമ്പലങ്ങളിൽ പോയിരുന്നില്ല. വീട്ടിൽ അച്ഛന്റെ ജന്മദിനംപോലും, അച്ഛൻ മരിച്ചതിനുശേഷവും ആഘോഷിച്ചിരുന്നില്ല. എനിക്ക് അറുപതു തികഞ്ഞപ്പോഴാണ് ഒരു ജന്മദിനം ആദ്യമായി ആഘോഷിക്കപ്പെട്ടത്.

എം.ടി. കുമാരൻ, സ്വാമി ബ്രഹ്മവ്രതൻ, ടി.വി. അനന്തൻ, പാമ്പൻ മാധവൻ മുതലായവരുടെ സഹവാസവും അവരുടെ പ്രസംഗശ്രവണവും ഗ്രന്ഥപാരായണവും സ്വാതന്ത്ര്യസമരത്തിന്റെ ഭൂകമ്പനവും എല്ലാംകൊണ്ട് എന്റെ ബാല്യവും കൗമാരവും യൗവനവും അത്യന്തം സജീവമായിരുന്നു. ഞങ്ങളെ ചൂഴ്ന്നുനിന്ന ദാരിദ്ര്യവും മറ്റ് ജീവിതക്ലേശങ്ങളും ഈ അന്തരീക്ഷം ലഘൂകരിച്ചു. ഈ പ്രതിഭാസങ്ങളെല്ലാം ചേർന്ന് എനിക്ക് ജീവിതത്തിൽ അനുസരിക്കേണ്ട വിശുദ്ധമായ വീഥി ഏതെന്ന കാര്യത്തിൽ ഒരു സംശയവുമുണ്ടായിരുന്നില്ല. എന്റെ മതവും സാഹിത്യവും രാഷ്ട്രീയവും തന്നെ മറ്റുള്ളവരുടെ (ലോകത്തിന്റെ ആവശ്യത്തിനുവേണ്ടി) പ്രയോജനപ്പെടുത്തുക എന്നതാണെന്ന് തിരിച്ചറിയാൻ എനിക്ക് വളരെ നേരത്തെ കഴിഞ്ഞു. ആ വഴി എന്നെ ഇന്നോളം വഞ്ചിച്ചിട്ടില്ല. ആ വഴിയിലൂടെ സഞ്ചരിക്കുക എന്നതുതന്നെയാണ് ജീവിതത്തിന്റെ ലക്ഷ്യമെന്നും വേറെ

എങ്ങോ അകന്നുകഴിയുന്ന ലക്ഷ്യം ജീവിതത്തിനില്ലെന്നും ആ മഹാ വ്യക്തികളും ആ മഹനീയ പരിതഃസ്ഥിതികളും എന്നെ ധരിപ്പിച്ചു.

അങ്ങനെ ഞാൻ കോൺഗ്രസ്സുകാരനായി. അന്ന് കോൺഗ്രസ്സുകാര നാകാൻ വരിസംഖ്യ കൊടുക്കുന്നതിനെക്കാൾ പ്രധാനം ചർക്കയിൽ നൂൽനൂൽക്കുക എന്നതായിരുന്നു. ഗാന്ധിജിയോട് എനിക്ക് അളവറ്റ സ്നേഹബഹുമാനങ്ങൾ തോന്നിയത്, ജവഹർലാൽ നെഹ്റു അടക്കമുള്ള ഉയർന്ന രാഷ്ട്രനേതാക്കളെക്കൊണ്ടുപോലും നൂൽ നൂൽപ്പിച്ചിരുന്നു അദ്ദേഹം എന്നതാണ് ആ കിഴവന്റെ ഏറ്റവും മുന്തിയ തമാശ! ഞാൻ തക്കിളിയിലും ചർക്കയിലും നന്നായി നൂൽനൂറ്റിരുന്നു. മനസ്സിന് ശാന്തിയും സർവജീവികളോടും സമഭാവനയും ഏകാകിയുടെ ധീരതയും ആത്മാ വിൽ കിനിയിച്ചു വളർത്തുന്നതിന് നൂൽനൂൽപുപോലെ കൈകണ്ട ഔഷധം വേറെയില്ല. കാവ്യാസ്വാദനംപോലും ഇത്രത്തോളം വരില്ല. ഇതാണ് എന്റെ അനുഭവം.

പ്രസംഗവേദിയിൽ ഒരേകാലത്ത് ഞാൻ സാഹിത്യവും രാഷ്ട്രീയവും ആധ്യാത്മികതയും വിഷയമാക്കി സംസാരിച്ചുപോന്നു. ഇന്നും എന്റെ വേദി യിലെ വേഷം ഞാൻ മാറ്റിയിട്ടില്ല. മലബാറിൽ ഉടനീളം ഞാൻ അന്ന് മുൻനിരയിലെ ഒരു യുവകോൺഗ്രസ് പ്രഭാഷകനായി അറിയപ്പെട്ടു; കൊച്ചി യിലും. തിരുവിതാംകൂറിലും ഞാൻ അത്രയേറെ രാഷ്ട്രീയ പ്രഭാഷക നായി പ്രവർത്തിച്ചിരുന്നില്ല.

പ്രാസംഗികനായി പേരെടുക്കാൻ അന്ന് രാഷ്ട്രീയ പ്രതിയോഗിയെ തെറി പറയുകയും അപവാദം ഉയർത്തുകയും ചെയ്താൽ പോരായിരുന്നു. കോൺഗ്രസ്സിന്റെ അടിസ്ഥാനമായ ആദർശസംഹിത തെളിയിക്കുന്ന പ്രസംഗമാവണം, പ്രസംഗമെന്ന നിലയിൽ നന്നായിരിക്കണം. ഞാൻ ഈ പരീക്ഷകളിൽ വിജയിച്ചെന്ന് തോന്നുന്നു. ഇന്ത്യയ്ക്ക് സ്വാതന്ത്ര്യം കിട്ടി യപ്പോൾ നാടാകെ ഞാൻ കോൺഗ്രസ് പ്രവർത്തകരുടെ അനവധി സ്റ്റഡി ക്ലാസുകളിൽ പ്രസംഗിച്ചു. മൗലികാവകാശങ്ങൾ എന്ന വിഷയമാണ് പതി വായി ഞാൻ പഠിപ്പിച്ചിരുന്നത്. ഇന്നത്തെയും ഇന്നലത്തെയും പ്രമുഖരായ പലരും -മന്ത്രിമാരും അല്ലാത്തവരും-ആ ക്ലാസുകളിൽ പങ്കെടുത്തത് ഓർക്കുന്നു. ഞാൻ ഇന്ന് കോൺഗ്രസ്സിന്റെ ധർമ്മഭ്രംശത്തെ വളരെ നിശിത മായി എതിർക്കാറുണ്ട്. എങ്കിലും കോൺഗ്രസ്സുകാർ പൊതുവെ-ചില അപ വാദങ്ങൾ കണ്ടേക്കാമെങ്കിലും-എന്റെ വിമർശനത്തെ സമചിത്തതയോടെ യാണ് സ്വീകരിക്കാറ്. പലരും സ്വകാര്യസംഭാഷണവേളകളിൽ എന്നെ അഭി നന്ദിക്കാറുണ്ട്. വിമർശിക്കാൻ അർഹതയുള്ള ഒരാൾ ഗുരുവിനെപ്പോലെ സത്യം ചൂണ്ടിക്കാണിക്കുന്നതായിട്ടാണ് അവർ എന്റെ ആത്മക്ലേശത്തെ കാണുന്നതെന്ന് തോന്നുന്നു-അതുകൊണ്ട് വലിയ ഫലമൊന്നും ഉണ്ടായ തായി അറിവില്ലെങ്കിലും. അങ്ങനെ ഞാൻ കേരള യൂത്ത് കോൺഗ്രസ്സിന്റെ ഉപദേശകസമിതിയിലും കെ.പി.സി.സിയിലും അംഗമായി നോമിനേറ്റ്

ചെയ്യപ്പെട്ടു-1961-ൽ. അടുത്ത വർഷം തലശ്ശേരി പാർലമെന്റ് നിയോജക മണ്ഡലത്തിൽ കോൺഗ്രസ് സ്ഥാനാർത്ഥിയായി മത്സരിക്കാൻ നിശ്ചയിക്കപ്പെടുകയുമുണ്ടായി.

ഇവിടെ ഞാൻ ആദ്യം എഴുതിയത് 'കോൺഗ്രസ് ടിക്കറ്റിൽ' എന്നാണ്. പിന്നെ ഓർത്തുനോക്കിയപ്പോൾ അത് വെട്ടേണ്ടിവന്നു. കാരണം കോൺഗ്രസ് സ്ഥാനാർത്ഥിത്വത്തിന് 'ടിക്കറ്റ്' എന്ന പര്യായം ഒരു മുപ്പത്-നാല്പതു കൊല്ലം മുമ്പ് പ്രചാരത്തിൽ ഉണ്ടായിരുന്നില്ല. 'ടിക്കറ്റ്' വൃത്തികെട്ട ഒരു കാലം കണ്ടുപിടിച്ച വൃത്തികെട്ട ഒരു വാക്കാണ്. തെരഞ്ഞെടുപ്പിന് അടുത്തകാലത്ത് വന്നുപിണഞ്ഞ അപകർഷത്തിന്റെ നാറ്റം മുഴുവൻ ആ വാക്കിലുണ്ട്. കാശുകൊടുത്ത് നടത്തുന്ന ഒരു കൊള്ളക്കൊടുക്കയുടെ പ്രതീതി ജനിപ്പിക്കുന്നു അത്. ടിക്കറ്റിനുവേണ്ടി ഞാൻ അന്ന് ഒരു രാഷ്ട്രീയനേതാവിന്റെ കൗണ്ടറിലും പോയി ക്യൂ നിന്നിരുന്നില്ല. കെ.പി.സി.സി. പ്രസിഡണ്ടും (ത്യാഗിയായ സി.കെ. ഗോവിന്ദൻനായർ), കണ്ണൂർ ഡി.സി.സി. പ്രസിഡണ്ടും (എന്റെ സഹപാഠിയും ആദർശധീരനുമായിരുന്ന പി. ഗോപാലൻ), ജിനചന്ദ്രഗൗണ്ടനും (സ്ഥാനമൊഴിയുന്ന എം.പി.) ഞാൻ ദേവഗിരി കോളേജിൽ പഠിപ്പിക്കുകയായിരുന്ന ക്ലാസ്സിന്റെ വാതിൽക്കൽ വന്ന്, എന്നെ പുറത്തേക്ക് വിളിപ്പിച്ച്, കാര്യം എന്തെന്ന് പറയുകയായിരുന്നു. ഓട്ടവും പരക്കംപാച്ചിലുമില്ല. നേതാക്കളുടെ മക്കളുടെയും മരുമക്കളുടെയും തിക്കും തിരക്കുമില്ല. ഡൽഹിക്ക് പറക്കലില്ല. ഒരു പൂ വിടരുന്നതുപോലെ ഒരു പ്രവർത്തകൻ മെല്ലെ മെല്ലെ സ്ഥാനാർത്ഥിയാവുന്നു. അന്ന് കോൺഗ്രസ് ഹൈക്കമാൻഡിന്റെ അംഗീകാരമൊക്കെ വെറും ചടങ്ങായിരുന്നു. തെരഞ്ഞെടുപ്പ് അടുക്കാറായപ്പോഴാണ് അന്ന് കോൺഗ്രസ്സിന്റെ ജനറൽ സെക്രട്ടറിയോ മറ്റോ ആയിരുന്ന കെ.കെ. ഷാ കണ്ണൂരിൽ വന്ന് അംഗീകാരമുണ്ടെന്ന് എന്നോട് പതുക്കെ പറഞ്ഞത്.

അന്ന് കോൺഗ്രസ്സുകാരൻ ആവുക എന്നത് പൊതുജീവിതത്തിൽ പുലർത്തുന്ന പരിശുദ്ധിയുടെ അംഗീകാരമായിരുന്നു. ഇന്നാകട്ടെ, സാമാന്യമായി പറഞ്ഞാൽ, പൊതുജീവിതത്തിൽ പുലർത്തേണ്ട പരിശുദ്ധിയുടെ തിരസ്കാരത്തിന്റെ അംഗീകാരമാണ് കോൺഗ്രസ് പ്രവർത്തകരുടെ കൂട്ടയോട്ടത്തിന് ലക്ഷ്യമായ ഈ 'ടിക്കറ്റ്!'

ഞാൻ തെരഞ്ഞെടുപ്പിൽ തോറ്റപ്പോൾ, എനിക്ക് ഒട്ടും പരിചയമോ അടുപ്പമോ ഇല്ലാതിരുന്ന പ്രവർത്തകർ എനിക്കുചുറ്റും കൂടെനിന്ന് പൊട്ടിക്കരയുന്നുണ്ടായിരുന്നു. ആ രാത്രി എന്റെ ജീവിതത്തിലെ മറക്കാനാവാത്ത ഏതോ വികാരത്തിന്റെ വേലിയേറ്റത്തിൽ ഞാൻ ആകെ മുങ്ങിപ്പോയ ഒരു മുഹൂർത്തമായിരുന്നു. നിന്നേടത്തുനിന്ന് ഞാൻ വീണുപോകുമെന്ന നില വന്നപ്പോൾ (തോറ്റതുകൊണ്ടല്ല, ആ നിഷ്കളങ്കമായ സ്നേഹവായ്പ് താങ്ങാനാകാത്തതുകൊണ്ട്) സുഹൃത്തുക്കൾ എന്നെ വീട്ടിലെത്തിച്ചു. തോറ്റ സ്ഥാനാർത്ഥിയുടെ വീട്ടുപടിക്കൽ വിജയാഹ്ലാദം പ്രകടിപ്പിക്കുന്ന ഒരു ദുസ്സഹമായ പരിപാടി തോറ്റ സ്ഥാനാർത്ഥി നേരിടാൻ ഉണ്ടായിരുന്നു.

എന്തുകൊണ്ടോ, അഴീക്കോട്ടെ കമ്മ്യൂണിസ്റ്റു പാർട്ടി പ്രവർത്തകർ ആ ചടങ്ങിൽനിന്ന് എന്നെ ഒഴിവാക്കി.

പിന്നീട് എനിക്ക് വീട്ടിൽ വന്ന് 'ടിക്കറ്റ്' തന്നത് ഇടതുമുന്നണിയായിരുന്നു-അതിലെ മുൻനിരയിലെ വൻനേതാക്കൾ. അസംബ്ലിയിൽ മത്സരിക്കാനും പാർലമെന്റിൽ മത്സരിക്കാനും പല തവണ അവർ ആവശ്യപ്പെട്ടു, നിർബന്ധിച്ചു. അപ്പോഴേക്ക് കോൺഗ്രസ് നേതാക്കന്മാരുടെ പുത്രകളത്രാദികൾക്കും പാർശ്വവർത്തി പരിചാരകന്മാർക്കും 'ടിക്കറ്റ്' കൊടുക്കുന്ന ഒരു കച്ചവടസ്ഥാപനമായി രൂപാന്തരപ്പെട്ടുകഴിഞ്ഞിരുന്നു!

രാഷ്ട്രീയത്തിൽ ഞാൻ കാലുകുത്താൻ മടിച്ചില്ല. പക്ഷേ, തലകുത്താൻ ഞാൻ നിന്നില്ല. തല അധ്യാപനത്തിലും സാഹിത്യത്തിലും ആധ്യാത്മികതയിലും[illegible]. ഒന്നാംക്ലാസുതൊട്ട് ഡോക്ടറേറ്റുവരെയുള്ള ക്ലാസുകളിൽ ഞാൻ പഠിപ്പിച്ചിട്ടുണ്ട്. ക്ലാസിൽ ആരായാലും കുട്ടിതന്നെ. ഒരു ഗുരുവിനല്ലാതെ അങ്ങനെ തന്റെ 'കക്ഷി'യായി (Customer) വരുന്ന ആളെ കുട്ടിയായി കാണാനും കുട്ടിയെന്ന് വിളിക്കാനും വേറെ ഒരു തൊഴിലിലും അധികാരമില്ല. ഇത് അപാരമായ വാത്സല്യത്തിന്റെ പദമാണ്. ഇന്ന് അത് 'പിള്ളേർ' (പിള്ളർ എന്നുപോലുമല്ല) ആയിത്തീർന്നിരിക്കുന്നു. 'ടിക്കറ്റ്' പോലെ നമ്മുടെ സംഭാഷണഭാഷയിൽ കടന്നുകൂടിയ ഒരു വൃത്തികെട്ട വാക്കാണ് ഇതും.

ഏകദേശം അമ്പതു വർഷമായി ഞാൻ പ്രസംഗിക്കാനും എഴുതാനും തുടങ്ങിയിട്ട്. ഇന്ന് ഒരു വർഷത്തിൽ ഞാൻ ചെയ്യുന്ന പ്രസംഗങ്ങളുടെ എണ്ണം ശരാശരി 250-നും 300-നും അടുത്തോ, ചിലപ്പോൾ കൂടുതലോ കണ്ടേക്കും. ആദ്യവർഷങ്ങളിൽ ഇത്ര വരില്ല. എങ്കിലും നൂറിനടുത്തുണ്ടാകും. അങ്ങനെയാണെങ്കിൽ പതിനായിരത്തോളമോ കൂടുതലോ പ്രസംഗം ചെയ്തിരിക്കണം ഈ പാവം! ഇത്ര ഭയങ്കരനെ ഏത് കോടതിക്കും ശിക്ഷിക്കാം. പക്ഷേ, ഇന്നും പ്രസംഗിക്കാൻ വിളിക്കപ്പെടുകയും പ്രസംഗം കേൾക്കപ്പെടുകയും ചെയ്യുമ്പോൾ ഈ കർമ്മത്തിൽ ഏതോ സുകൃതത്തിന്റെ മധുകണിക എവിടെയോ കലർന്നിട്ടില്ലേ എന്ന് ഞാൻ ചിന്തിച്ചുപോകുന്നു.

അതുപോലെ എഴുത്തും. പ്രസംഗത്തോളം വരില്ലെങ്കിലും ലേഖനങ്ങളുമുണ്ട് ധാരാളം. 1945 തൊട്ട് 1970 വരെയുള്ള കൊല്ലങ്ങളിലെ ലേഖനങ്ങളുടെയും പ്രഭാഷണങ്ങളുടെയും വിവരങ്ങൾ ഞാൻ സശ്രദ്ധം കുറിച്ചുവെച്ചിട്ടുണ്ട്. പിന്നെ, മേലത്തെ പടിയിൽനിന്ന് ഉരുണ്ടുവീണ ആൾ പറഞ്ഞതുപോലെ. എണ്ണം വയ്ക്കാൻ ഒത്തില്ല. തിരക്കോടുതിരക്കിന്റെ കാലമാണ് പിന്നെ വന്നത്. ലേഖനങ്ങൾ 1500-ന് അടുത്ത് കണ്ടേക്കും. ഡി.സി.യുടെ കണക്ക് വിശ്വസിക്കാമെങ്കിൽ, പത്തു പതിനഞ്ചു ലക്ഷം രൂപ മുടക്കേണ്ടിവരും ഇവയൊക്കെ ഗ്രന്ഥങ്ങളായി പ്രകാശിപ്പിക്കാൻ. ഭാഗ്യവശാൽ ഇവയിൽ പാതിയിലേറെ പുനഃപ്രകാശനം അർഹിക്കാത്തവയായിരിക്കും. എന്നാലും ബാക്കിവരുന്നത് കുറച്ചല്ല.

ഇന്ത്യയിൽ വീണ്ടും മതസ്പർദ്ധയും സാമുദായിക കലഹങ്ങളും വർദ്ധിച്ചുവന്ന കാലത്ത്, തൃശൂരിലെ പതിനെട്ടോളം ഉദ്ബുദ്ധ സംഘടനകളുടെ നിർബന്ധംമൂലം ഞാൻ ഭാരതീയതയുടെ വിവിധ വശങ്ങളെപ്പറ്റി ഒരു പ്രഭാഷണ സപ്താഹം നടത്തിയിരുന്നു. എന്റെ പ്രഭാഷണജീവിതത്തിലെ ഇത്തരം ഒരു ശിഖിരത്തിൽ എന്റെ 'സരസ്വതി' എത്തിച്ചേർന്ന ദുർലഭമായ ഒരു ശ്രേഷ്ഠവാരമായിരുന്നു അതെനിക്ക്. തൃശൂർ പബ്ലിക് ലൈബ്രറിയുടെ വിശാലമായ അങ്കണപരിസരങ്ങളിൽ ഏഴുനാൾ, രണ്ടു മണിക്കൂർ വീതം നടന്ന ആ പ്രഭാഷണത്തിൽ ഓരോ നാൾ കഴിയുന്തോറും കേൾവിക്കാരുടെ എണ്ണം ഏറിയേറി വരികയായിരുന്നു. ഒരു പത്രം, പതിവില്ലാത്തവിധം, ആ പ്രസംഗത്തിന്റെ വലിയൊരു ഭാഗം ഏഴുദിവസം പത്രത്തിന്റെ നടുപ്പേജിൽതന്നെ പ്രകാശിപ്പിക്കാൻ തയ്യാറായി. അതും പുസ്തകമാക്കണമെന്ന് എന്റെയും എല്ലാ ശ്രോതാക്കളുടെയും കേൾക്കാൻ കഴിയാത്തവരുടെയും ഏകകണ്ഠമായ അഭിപ്രായമായിരുന്നു. നടന്നില്ല. കഴിഞ്ഞവർഷം ഡി.സി. പുസ്തകം പ്രസിദ്ധീകരിക്കുന്നുണ്ടെന്ന് പരസ്യപ്പെടുത്തി. 'മാറ്റർ' കിട്ടില്ലെന്ന് തീർച്ചയായപ്പോൾ പതുക്കെ തലയൂരി. ഈ വർഷവും കൊടുക്കാനായില്ല. അടുത്ത വർഷം തുടങ്ങുമ്പോഴെങ്കിലും കൊടുക്കണം എന്നുണ്ട്.

ഇത്തരം കഥകൾ ആവർത്തിക്കുന്നില്ല. അവ ഓർക്കാൻതന്നെ പ്രയാസം. ഞാൻ ഇന്ന് എത്തിച്ചേർന്ന ജീവിതസന്ധിയിൽ, പ്രസംഗം എന്റെ ഏറ്റവും ശക്തിയുള്ള ആഗ്നേയാസ്ത്രമാണ്. "അനീതിയോടെതിർപ്പിൻ" എന്ന ഗുരുദേവവചനം എന്റെ ബാലസ്മൃതികളിൽനിന്ന് ഉണർന്നുവന്ന് എന്റെ വാർദ്ധക്യത്തെ (ഞാൻ വൃദ്ധനല്ല, കേട്ടോ!) യൗവനപ്രഭയിൽ മുക്കുന്ന കാലമാണ് ഇത്. ഗാന്ധിജിയുടെയും ഗുരുദേവന്റെയും നിമന്ത്രണം, അനീതിയിലും അധർമ്മത്തിലും ഉഴലുന്ന സാധാരണ ജനങ്ങൾക്കുവേണ്ടി തന്നാലാവത് പ്രവർത്തിക്കണമെന്നതാണ്. അത് മനസ്സിനെ എന്നും അസ്വസ്ഥമാക്കുന്നു. എന്റെ സാഹിത്യവും സമസ്ത വൈഭവങ്ങളും നഷ്ടപ്പെട്ടാൽപോലും ഈ വിളികേട്ട് പ്രവർത്തിക്കുമ്പോഴാണ് എന്റെ ഏറ്റവും വലിയ വിജയം നടക്കുക. ഇതുവരെ നടന്നുവന്ന വഴി ഈ ലക്ഷ്യമായി തുടർന്നുപോകുന്നു.

എങ്കിലും എഴുതിയേ തീരൂ എന്നുവരുമ്പോൾ എഴുതാൻ എനിക്ക് ഒട്ടും പ്രയാസമില്ല. അങ്ങനെ എഴുതിയുണ്ടാക്കിയ പുസ്തകമാണല്ലോ 'തത്ത്വമസി'. അത് എന്റെ കൃതികൾക്കിടയിൽ നിസ്തുലമാണ്. കാരണം അതെഴുതിയത്, ബഷീറിന്റെ ഭാഷയിൽ, 'അന്തിമകാഹളം' കേട്ടിട്ടാണ്. എന്റെ പ്രസംഗം നന്നാവുന്നത്, പ്രസംഗിക്കാതെ നിവൃത്തിയില്ലെന്നുള്ള അനിവാര്യതയുടെ മുമ്പിൽ നിസ്സഹായനായി നിൽക്കുമ്പോഴാണ്. അങ്ങനെ എഴുതാം. ഈ ജീവചരിത്രക്കുറിപ്പ് അത്തരമൊരു സൃഷ്ടിയാണ്. 'ഇന്ത്യാ ടുഡേ' തന്ന സമയത്തിന്റെ അവസാന ദിവസത്തിലാണ് ഇതെഴുതുന്നത്. രണ്ടു ദിവസം മൂന്നുമണിക്കൂർ വീതം ചെലവാക്കി ഇത്രയധികം വരികൾ

ഞാനെഴുതിത്തീർത്തു. ഇനിമേലിൽ എഴുതണമെന്നുണ്ടെങ്കിൽ അങ്ങനെയേ കഴിയൂ എന്നെനിക്കു തോന്നുന്നു. ഒരു നിലയിൽ, ഞാൻ അങ്ങനെയേ ഇന്നോളം എഴുതിയിട്ടുള്ളൂ. എന്റെ ഗവേഷണപ്രബന്ധംപോലും (മലയാള സാഹിത്യവിമർശനം) അങ്ങനെ എഴുതപ്പെട്ടതാണ്. ഓരോ അധ്യായത്തിന്റെയും വിഷയം നിശ്ചയിച്ചുകഴിഞ്ഞാൽ അതിൽ ഉദ്ധരിക്കേണ്ടതും ഉപയോഗപ്പെടുത്തേണ്ടതുമായ പുസ്തകങ്ങൾ മുഴുവൻ എഴുത്തുകസാലയുടെ മുമ്പിൽ വെച്ചുകൊണ്ട് ആവശ്യമനുസരിച്ച് പുസ്തകം മറിച്ച് ഉദ്ധരണം നടത്തുകയായിരുന്നു എന്റെ പതിവ്. പഠിച്ചത് വളരെയൊന്നും ഞാൻ മറന്നിട്ടില്ല. ഒരു സദ്ഗുണമാണ് ഇതെന്ന് ഞാൻ പറയുന്നില്ല. എങ്കിലും അതുകൊണ്ട് ചില സൗകര്യങ്ങളുണ്ട്. ഒന്നുമില്ലെങ്കിൽ, നമ്മുടെ പുതിയ ഗവേഷണ വിദ്യാർത്ഥികൾ അനുഷ്ഠിക്കുന്ന 'കാർഡ്-ഇൻഡക്സ്' തയ്യാറാക്കുന്ന മെനക്കേട് ഒഴിവാക്കാമല്ലോ.

ചെയ്യേണ്ടതാണന്ന് മേലെ സൂചിപ്പിച്ച ഒരു പ്രവൃത്തിയിലും ഇന്നിപ്പോൾ എനിക്ക് ഭ്രാന്തമായ ആവേശമോ ആർത്തിയോ ഒന്നുമില്ല. നടന്നാൽ നന്ന്, നടന്നില്ലെങ്കിൽ മോശവുമില്ല-ഇതാണ് മനഃസ്ഥിതി. ഇതിനെ നിസ്സംഗത എന്നും മറ്റും വിളിക്കാം. പക്ഷേ, അപ്പോൾ അവ ജീവിതത്തിനു വെളിയിൽ ആണോ എന്ന് ശങ്ക വന്നുകൂടും. ജീവിതത്തിന്റെ തന്നെ ഏറ്റവും വലിയ ജീവിതപരത ജീവിതഭ്രമത്തെ ഒഴിവാക്കി, ജീവിതത്തിന്റെ സാരത്തെ അറിയുക എന്നതാണ്. അവിടെ ജീവിതമല്ല നിഷേധിക്കപ്പെടുന്നത്, ജീവിതത്തെ പരാജയപ്പെടുത്തുന്ന ജീവിതഭ്രമമാണ് നിരാകരിക്കപ്പെടുന്നത്.

ഈ മനോഭാവം ഇത്രയൊന്നും ആലോചിക്കാതെതന്നെ, വളരെ മുമ്പേ എന്നിൽ ഉദയം ചെയ്തിരുന്നു. അങ്ങനെയാണ് ഞാൻ ബ്രഹ്മചാരിയായിത്തന്നെ കഴിഞ്ഞുകൂടുന്നത്. ശ്രീനാരായണൻ ഒരു ബ്രഹ്മചാരിയോട് പറഞ്ഞല്ലോ, "ബ്രഹ്മം ഇങ്ങോട്ടു തരൂ, ചാരി താൻ കൊണ്ടുപോകൂ" എന്ന്. അത്തരം ബ്രഹ്മചാരിയല്ല ഞാനെന്നാണ് എന്റെ ചെറിയൊരഭിമാനം. ഇതിന് അർത്ഥം, ഞാൻ ആരെയും സ്നേഹിച്ചിട്ടില്ലെന്നോ ആരും എന്നെ സ്നേഹിച്ചിട്ടില്ലെന്നോ അല്ല. സ്നേഹിച്ചിട്ടുണ്ട്. സ്നേഹിക്കപ്പെട്ടിട്ടുണ്ട്. അതിനെപ്പറ്റിയൊക്കെ എഴുതാത്തത് അതെഴുതാനുള്ള ഭാഷ എനിക്ക് കൈവന്നിട്ടില്ല എന്നതാണ്. അത്തരമൊരു ഭാഷ കൈവരാതിരിക്കട്ടെ എന്നും എനിക്ക് പ്രാർത്ഥനയുണ്ട്. കാരണം എത്ര നല്ല ഭാഷയ്ക്കും വഴങ്ങാത്ത ദിവ്യ മാർദ്ദവം കലർന്ന ഹൃദയാനുഭൂതികൾ മനുഷ്യനുണ്ട്. അവ അവയുടെ മങ്ങിയ വിദൂരനിഗൂഢതയിൽ കഴിയട്ടെ.

വിവാഹം കഴിക്കാത്തവന് സുഖങ്ങളില്ല എന്നു പറയും. അതിനു പറയാവുന്ന മറുപടി, വിവാഹം കഴിച്ചവനു ദുഃഖങ്ങളുണ്ട് എന്നായിരിക്കും. രണ്ടും തെറ്റാണ്. പക്ഷേ, അവിവാഹിതന് സ്വാതന്ത്ര്യം കൂടും, ധീരത കൂടും, സത്യപ്രതിപത്തി ഏറും. വിവാഹവും അനുബന്ധമായ കുടുംബവും വരുമ്പോൾ അവിടവിടെ ഒത്തുതീർപ്പും രാജിയാവലും വന്നുഭവിക്കും. അതു

നിയതിയാണ്. മൂത്തകുന്നം ട്രെയിനിങ് കോളേജ് മാനേജ്മെന്റ് എന്നോടിടഞ്ഞ് അധ്യാപകർക്ക് ശമ്പളം കൊടുക്കാതിരുന്നപ്പോൾ ഞാൻ കോളേജ് അടച്ച് നാട്ടിൽ പോയി. അങ്ങനെ ചെയ്യാൻ അവിവാഹിതനായ ഒരു ഭ്രാന്തനേ കഴിയൂ! ആ ഭ്രാന്ത് ഫലഭീതിയില്ലാത്ത ധീരതയും സ്വാതന്ത്ര്യ വിശ്വാസവുമാണ്. കോഴിക്കോട് സർവകലാശാലയിൽ പ്രോ. വൈസ് ചാൻസലറായി ഇരുന്നതിനുശേഷം വീണ്ടും പ്രൊഫസറായി തുടരുമ്പോൾ, 'നവഭാരത വേദി'യുടെ അധ്യക്ഷൻ എന്ന നിലയിൽ, കേരളത്തിലെ പ്രതികരണവീരന്മാരായ നൂറിലേറെ ആളുകളെ കൂട്ടിച്ചേർത്ത് നിയമസഭയുടെ മുമ്പിൽനിന്ന് 'നിയമസഭാ മലിനീകരണം' എന്ന ജനപ്രതിനിധി ദുഷ്കർമ്മത്തിനെതിരെ ഒരു പ്രതിഷേധ ധർണ നടത്തിയതും ഈ പ്രേരണ കൊണ്ടാണ്. എന്നെ അതിന്റെ പേരിൽ ജോലിയിൽനിന്ന് പിരിച്ചുവിടാമായിരുന്നു.

പക്ഷേ, ഞാനിന്നും കണ്ണുംപൂട്ടി ഈ ധീരസുന്ദരമായ വഴിയിലൂടെ ഏകാകിയുടെ ഏകാന്തതയോടെ പോകുന്നു. കാലം എന്റെ ചൂട് ഇന്നും അല്പമെങ്കിലും ആറ്റിയിട്ടില്ല. ഞാനിന്ന് നാഷണൽ ബുക്ക് ട്രസ്റ്റ് ചെയർമാനാണ്. പക്ഷേ, ഞാനിപ്പോഴും ഭരണവർഗത്തിന്റെ അഴിമതിയും കൊള്ളരുതായ്മകളും വിട്ടുവീഴ്ചയില്ലാതെ എതിർക്കുന്നു. 'സൂക്ഷിക്കണേ' എന്ന് ചങ്ങാതിമാർ പറയാറുണ്ട്. കഴിഞ്ഞ കൊല്ലം നവംബർ മാസം ഡൽഹിയിൽ സോണിയാഗാന്ധി വിളിച്ചുകൂട്ടിയ ഇന്ദിരാഗാന്ധി സ്മാരകസമ്മേളനത്തിൽ എന്നെയും വിളിച്ചിരുന്നു. പങ്കെടുക്കുന്നവരുടെ പേർ കണ്ടപ്പോൾ സത്യത്തിൽ ഞാൻ അല്പം ചഞ്ചലചിത്തനായി. കെന്നത്ത് കൗണ്ട, മക്നമാറ, അമർത്യസെൻ തുടങ്ങിയവരുടെ ഇടയിലാണ് ഞാൻ ചെന്നിരുന്നത്. തലേന്ന് പ്രധാനമന്ത്രി നരസിംഹറാവു സമ്മേളനം ഉദ്ഘാടനം ചെയ്തിരുന്നു. പിറ്റേന്ന് എന്റെ പ്രസംഗത്തിൽ ഞാൻ പ്രധാനമന്ത്രിയുടെ ചില ചിന്തകളെ മൂടിവയ്ക്കാതെ തന്നെ എതിർത്തു. എന്തു ചെയ്യാനാണ്, കേട്ടിരിക്കയല്ലാതെ! അങ്ങേയറ്റം എന്തുചെയ്യും എന്ന് മുൻകൂട്ടി കാണുകയും അതു സാരമില്ലെന്ന് ചിന്തിക്കുകയും ചെയ്താൽ തന്റെ ആത്മാവിനെ ദ്രോഹിക്കുമാറുള്ള കീഴടങ്ങലിൽനിന്ന് നമുക്ക് രക്ഷപ്പെടാൻ കഴിയും.

ഞാൻ എന്തെല്ലാം വിട്ടുകളഞ്ഞു? അതുകൊണ്ടൊന്നും ഒരു പോരായ്മയും സംഭവിച്ചില്ല. മാർക്ക് ധാരാളം കിട്ടുന്ന മലയാളം വിട്ട് സംസ്കൃതം എടുത്തതുകൊണ്ട് മാർക്ക് കുറഞ്ഞില്ലെന്നു മാത്രമല്ല, എന്റെ സാഹിത്യ ജീവിതത്തിൽപോലും അതിന്റെ ഗുണഫലങ്ങൾ ഞാൻ ഇപ്പോഴും അനുഭവിച്ചുകൊണ്ടിരിക്കുന്നു. തുടുത്തുനിൽക്കുന്ന ജോലിക്ക് സാധ്യതയുള്ള കൊമേഴ്സ് ബിരുദം വിട്ടുകളഞ്ഞ് മലയാളത്തെ വരിച്ചു. ഒന്നും നഷ്ടപ്പെട്ടില്ല. നഷ്ടപരിഹാരങ്ങൾ ധാരാളമുണ്ടായി. ദേവഗിരി കോളേജിൽ പഠിപ്പിക്കുമ്പോൾ കണ്ണൂരിലെയും കോഴിക്കോട്ടെയും വമ്പൻ പണക്കാർ തുടങ്ങിയ 'ദിനപ്രഭ' എന്ന പത്രത്തിന്റെ ചീഫ് എഡിറ്ററായ ഞാൻ മാനേജിങ് ഡയറക്ടറും എന്റെ ബന്ധുവുമായ ശ്രീ കായ്യത്ത് ദാമോദരനോടുള്ള

അഭിപ്രായവ്യത്യാസം കാരണം ആ സ്ഥാനം കളഞ്ഞു. തുടർന്ന് കൊല്ലം ശ്രീനാരായണ കോളേജിൽ മലയാളം പ്രൊഫസറായി ശ്രീ ശങ്കർ എന്നെ നിയമിച്ചിട്ടും അതേ കാര്യത്തോടുള്ള ഏറ്റുമുട്ടൽ കാരണം പ്രൊഫസർസ്ഥാനവും ഞാൻ വലിച്ചെറിഞ്ഞു.

മൂത്തകുന്നം ട്രെയിനിങ് കോളേജിൽ എന്നെ പ്രിൻസിപ്പലായി ക്ഷണിച്ചുകൊണ്ടുപോയത് പിന്നീട് കേരള ഹൈക്കോടതി ജഡ്ജിയായിരുന്ന ശ്രീ നരേന്ദ്രൻ ആയിരുന്നു. പക്ഷേ, അവിടെ എത്തി അല്പം കഴിഞ്ഞപ്പോഴേക്ക് മാനേജ്മെന്റ് പ്രിൻസിപ്പലിന്റെ അധികാരപരിധിയിൽ കൈയേറ്റം നടത്തുന്നതായി എനിക്ക് അനുഭവപ്പെട്ടതിനാൽ എന്നെ പുറത്താക്കും എന്നനിലവരെ എത്തിച്ചേർന്നു. ഓരോ മാനേജ്മെന്റ് കമ്മിറ്റിയോഗവും ഓരോ യുദ്ധരംഗമായിരുന്നു അന്ന്. ഞാൻ ഒറ്റയ്ക്കും മറ്റുള്ളവരിൽ ഭൂരിപക്ഷവും എതിരും ആയിട്ട്. എന്നെ പുറത്താക്കാനായിട്ട്, എനിക്ക് അധ്യാപനബിരുദത്തിൽ മൂന്നാംക്ലാസ്സേ ഉള്ളൂ എന്നുവരെ അപവാദം ഉയർന്നു. ഞാൻ തരിമ്പും വിട്ടില്ല. കോളേജ് അടയ്ക്കേണ്ടിവന്നത് ഈ കഥയിലെ ഒരേടാണ്. ഒടുവിൽ ഞാൻ യുദ്ധം കേരളാ യൂണിവേഴ്സിറ്റിയുടെ മുമ്പിൽ എത്തിച്ചു. എന്നിട്ടാണ് ഞാൻ ജോലിസ്ഥിരത നേടിയത്. മുണ്ടശ്ശേരിയുടെ അധ്യാപക സംരക്ഷണ നിയമം വരുന്നതിനുമുമ്പാണ് ഈ സമരം നടത്തിയത് എന്ന് ഓർക്കണം. പ്രോ. വൈസ് ചാൻസലർ സ്ഥാനം തീരുന്നതിന് അല്പം മുമ്പ് ഒന്നാംലോക മലയാള സമ്മേളനത്തിൽവെച്ച് ഞാൻ അന്നത്തെ ഭരണാധികാരികളെയും വിശേഷിച്ച് വിദ്യാഭ്യാസമന്ത്രിയെയും പരിഹസിക്കുകയും എതിർക്കുകയും ചെയ്തു. പദവി ഒഴിയുന്ന കാലത്താണ് അടുത്ത പദവിയിലേക്കുള്ള കയറ്റത്തിനുവേണ്ടി സ്ഥാനമോഹി അധികാരികളുടെ പാദസേവയും പാദുകപൂജയും ഒക്കെ നടത്തുന്നത്. ഞാൻ ചെയ്ത പൂജ ഇതായിരുന്നു. ഫലമോ? ഞാൻ കരുതിയതുതന്നെ. അതുകൊണ്ട് ഒരു പോറൽപോലും എന്റെ മേൽ ഉണ്ടായതായി എനിക്ക് തോന്നിയിട്ടില്ല. എം.എൽ.എ. ടിക്കറ്റും എം.പി. ടിക്കറ്റും വേണ്ടെന്നുവെച്ചു. എന്നിട്ടും ജനങ്ങൾ എന്നെ വേണ്ടെന്നു വെച്ചില്ല.

ഇതാണെന്റെ വഴി. ഇനിയും ഇതുതന്നെ. എന്റെ നാടിന്റെ വഴി ഇതായിരുന്നു കുറച്ചുകാലം മുമ്പേ. നാളെയുടെ വഴി ഈ വഴിയാകുമോ? അല്ല, ഇപ്പോഴത്തെ വിസർജനമലിനമായ വഴിതന്നെയോ?

ഭാഗം രണ്ട്

പ്രതിവിമർശന നിലപാടുകൾ

റൊമാന്റിസിസത്തിന്റെ രോഗങ്ങൾ

കവനദേവതയുടേതായാലും ശരി, പരമോത്സവങ്ങൾ ഒരിക്കലും നീണ്ടു പോയിക്കൂടെന്നതുകൊണ്ടാവാം, റൊമാന്റിസിസം എങ്ങും വളരെ വേഗത്തിൽ ദുഷിച്ചും ക്ഷയിച്ചും കാണുന്നു. റൊമാന്റിക് കവിത സുരമ്യമായിരിക്കണമെങ്കിൽ രണ്ട് സംഗതികൾ ഒത്തുചേർന്നിരിക്കണം-ആത്മാർത്ഥമായ വികാരവും സ്വതന്ത്രമായ ഭാവനയും. സാഹിത്യസൃഷ്ടിക്കു പൊതുവിൽ വേണ്ട ശാശ്വതമായ ഉഭയമിശ്രമാണ് ഇതെന്നും പറഞ്ഞുകൂടായ്കയില്ല. എങ്കിലും ക്ലാസ്സിസിസത്തിൽ വികാരത്തിനും റിയലിസത്തിൽ ഭാവനയ്ക്കും ഇത്ര സ്വച്ഛന്ദമായ പദവിയില്ല. ഒരിടത്ത് വികാരത്തിന്റെ സ്ഥാനം സങ്കേതവും മറ്റൊരിടത്ത് ഭാവനയുടെ സ്ഥാനം വസ്തുതയും കൈയേറിയിരിക്കുന്നു. സങ്കേതവും വസ്തുതയും കവി ഉണ്ടാക്കേണ്ടതല്ല. നേരത്തെ ഉള്ളതാണ്. അവ സാധ്യങ്ങളല്ല. സിദ്ധങ്ങളാണെന്ന് സാരം. നിയമബോധവും നിരീക്ഷണസാമർത്ഥ്യവും ഉള്ളവർക്ക് അവ വഴങ്ങിക്കൊള്ളും. വികാരത്തിന്റെയും ഭാവനയുടെയും സ്ഥിതി ഭിന്നമാണ്. അവ മറ്റെവിടെനിന്നുമല്ല, കവിയിൽനിന്നുതന്നെ ജന്മമെടുക്കേണ്ട പ്രതിഭാസങ്ങളത്രെ. വലിയ പ്രതിഭാശാലികൾക്കു മാത്രമേ അവ ഉത്തമരൂപത്തിൽ ഉന്നയിക്കാൻ കഴിയുകയുള്ളൂ. ക്ലാസിക്കു സാഹിത്യകാരന്റെ നിയമജ്ഞതയും റിയലിസ്റ്റു സാഹിത്യകാരന്റെ നിരീക്ഷണപാടവവുംകൊണ്ട് അവ ഉയിർകൊള്ളുന്നില്ല. ഹൃദയസമ്പന്നരല്ലാത്ത അല്പവിഭവന്മാർ വികാരത്തിനും ഭാവനയ്ക്കുംവേണ്ടി പിച്ചപ്പാളയുമായി അങ്ങുമിങ്ങും തെണ്ടിക്കഴിയേണ്ടിവരും. അവരുടെ ദയനീയമായ കവനവിക്രിയകൾ കണ്ടിട്ടാണ് സ്വയം നല്ലൊരു കാല്പനികനായ ഗെഥെ തന്നെ മറന്നുകൊണ്ട്, പറഞ്ഞു പോയത്, “റൊമാന്റിസിസം രോഗമാണ്” എന്ന്.

ഗെഥെ ഉദ്ദേശിച്ചത്, റൊമാന്റിസിസത്തിന് ചില രോഗങ്ങൾ പിടിപെടാം എന്നു മാത്രമാവണം. റൊമാന്റിസിസംതന്നെ രോഗമാണെന്ന് ഗെഥെ

പറഞ്ഞാൽപോലും, സാഹിത്യചരിത്രം സമ്മതിക്കാൻ പോകുന്നില്ല. ഗെഥെ, ഷെല്ലി, പുഷ്കിൻ, ഹൈനെ മുതലായവരെല്ലാം രോഗബാധിതമായ കവിതയാണ് രചിച്ചതെന്നോ? ഇവരുടെ കവിത രോഗപൂർണ്ണമാണെങ്കിൽ രോഗശൂന്യമായ കവിത വേറെയെങ്ങുണ്ട്? റൊമാന്റിസിസം രോഗമല്ല. എങ്കിലും റൊമാന്റിസിസത്തിനു രോഗങ്ങളുണ്ടാകും. റൊമാന്റിസിസത്തിന്റെ ഘടകങ്ങൾ സമസ്ഥിതിവിട്ട് ഏറിയാലും കുറഞ്ഞാലും അതു നശിച്ചുപോയേക്കും.

അവ ഏറിയാലത്തെ ദോഷങ്ങൾ ഇവയാണ്:

1. സ്വകീയമായ ലോകം സൃഷ്ടിച്ച് അതിൽ രമിക്കുന്ന കാല്പനിക കവി ബാഹ്യലോകമുണ്ടെന്നുള്ള വസ്തുതപോലും വിസ്മരിച്ചേക്കുമെന്ന ദോഷം ആദ്യമേ എടുത്തുപറയാം. വിശേഷിച്ച് അലൗകികവും അസാധാരണവുമായ അനുഭൂതികളുടെ പിറകെ കവി അന്യചിന്താവിവർജ്ജിതനായി പോകുമ്പോൾ ലൗകികവും സാധാരണവുമായ അനുഭൂതികൾ അയാളുടെ കവിതയിൽനിന്ന് തികച്ചും പുറന്തള്ളപ്പെട്ടുവെന്ന് വരാം. റൊമാന്റിസിസത്തിന്റെ സ്വപ്നാത്മകത്വം ഈ ഐഹിക ലോകനിഷേധത്തെ വളർത്തുന്നു. ജീവിതത്തോട് നേരിയൊരു നാഭീനാളബന്ധംപോലുമില്ലാതെ വരുമ്പോൾ കവിതയുടെ വൈകാരികതയിൽത്തന്നെ അയവുവന്നുചേരും. അപ്പോഴാണ് കാല്പനിക കവിത ശരിയായ പലായനകവിതയോ ദന്തഗോപുരകവിതയോ ഒക്കെയായി തരംകെട്ടുപോകുന്നത്. എത്ര കവിഞ്ഞ റൊമാന്റിക്കായാലും ശരി, ഭൂമിയിലെ മണ്ണിലൂടെ പലായനം ചെയ്യുകയല്ലാതെ ഭൂമി വിട്ടു പലായനം ചെയ്യുവാൻ പാടില്ല. വിണ്ണിലേക്കു പറക്കുന്നത് മണ്ണിൽ ഇറങ്ങിവരാതിരിക്കാനുള്ള ഉദ്ദേശ്യത്തോടുകൂടിയാവരുത്. അത്തരം ശ്രമം കവിതയെ കെടുത്തേക്കും. എഡ്ഗാർ അല്ലൻപോവിന്റെ കവിതകൾ പലായനരോഗം കലശലായി ബാധിച്ച് പാഴായിപ്പോയ ദുരന്തത്തിന്റെ ഒരു ദൃഷ്ടാന്തമായി വിമർശകന്മാർ എടുത്തുകാണിക്കാറുണ്ട്.

2. റൊമാന്റിസിസത്തിന്റെ ആധിക്യഫലമായ മറ്റൊരു വൈകല്യമാണ് ഏകതാനത – ഒരേ വിഷയം എപ്പോഴും പ്രതിപാദിക്കുന്ന പ്രവണത. തനിക്ക് അപ്രാപ്യമായവയുടെ സ്വഭാവമനുസരിച്ചാണല്ലോ റൊമാന്റിക്ക് കവി തന്റെ പ്രപഞ്ചം സൃഷ്ടിക്കുന്നത്. ചിലർ നാട്ടുമ്പുറത്തിന്റെ ശാലീനഭംഗികൾക്കു വേണ്ടിയോ വേറെ ചിലർ കാരുണ്യാനുഭൂതികൾക്കുവേണ്ടിയോ മറ്റു ചിലർ സ്വർഗ്ഗീയസുഖത്തിനുവേണ്ടിയോ മാത്രം ഉൽക്കടമായി അഭിലഷിച്ചുവെന്നുവരാം. അവരുടെ കവിതകൾ സദാ സാർവത്രികമായി ആ ഏകാന്തമായ ഭാവത്തെ വിസ്തരിച്ചാലപിച്ചുകൊണ്ടേയിരിക്കും. മറ്റൊന്നും അവർ കാണുകയില്ല. മറ്റൊന്നിനെക്കുറിച്ചും അവർ പാടുകയില്ല. മടുപ്പിക്കുന്നതും അത്യന്തം പരിമിതവുമായ ഒരവൈചിത്ര്യമായിരിക്കും, ഇത് അങ്ങേയറ്റത്തെത്തിയാലത്തെ ഫലം.

3. റൊമാന്റിക്കു കവിയുടെ സ്വപ്നസഞ്ചാരശീലം മൂലമുണ്ടാവുന്ന വൈഷമ്യം, കവിത ചിലപ്പോൾ അർത്ഥരഹിതങ്ങളായ അസംബന്ധ പ്രലാപങ്ങളുടെ സമാഹാരമായിപ്പോകുന്നുവെന്നാണ്. അസംബന്ധ ച്ഛായ്‌വില്ലാത്ത കവികൾപോലും, ശബ്ദത്തിന് കവിഞ്ഞ പ്രാധാന്യം കൊടുത്ത് അർത്ഥം തീരെ ഹോമിച്ചൊഴിച്ചുകളയുന്നു. ഗാനാത്മകത യിൽക്കവിഞ്ഞു കവിതാമൂല്യമില്ലെന്ന വിഭ്രാന്തിയാണ് അവരുടെ ശാപം.

4. വേറെ ചിലർ അർത്ഥത്തിന്റെ തികഞ്ഞ അസ്പഷ്ടതയിൽ സന്തോഷിക്കുന്നു. അസ്പഷ്ടത കൊഴുത്ത് ദുർഗ്രഹതയുമാകാം. ഈ സ്വഭാവത്തിലുള്ള നിഷ്ക്കർഷ മൂത്തുവന്നാൽ കവിതയിൽ പല മുരടിപ്പു കളും ഉണ്ടായേക്കും. കവിയുടെ വ്യക്തിപരത്വാഭിമാനം കൂടിവരുന്തോറും ഈ ന്യൂനതയും കൂടിവരും.

5. യാഥാസ്ഥിതികത്വത്തെ എതിരിടുന്ന റൊമാന്റിക്കിന്റെ സ്വഭാവം മേലും കീഴും നോക്കാത്ത പാരമ്പര്യനിഷേധംവരെ ചിലപ്പോൾ ചെന്നെത്തിയേക്കും. ആഴമേറിയൊരു ആപദ്ഗർത്തമാണ് ഇത്. നവം നവങ്ങളായ പരീക്ഷണങ്ങളിൽമാത്രം ശ്രദ്ധിക്കുകയും പാരമ്പര്യത്തിന്റെ സദ്ഭാഗങ്ങളെപ്പോലും ത്യജിക്കുകയും ചെയ്യുന്ന കവി, പാരമ്പര്യനിഷ്ഠ മായ ഒരു സമുദായത്തിന്റെ ഹൃദയത്തിനു വെളിയിൽ നിൽക്കുകയേ യുള്ളൂ.

6. മറ്റൊരു വൈകല്യം, റൊമാന്റിക്കിനു വിപ്ലവകാരിയോടുള്ള പ്രണയം എപ്പോഴും വിപ്ലവകാരിയെത്തന്നെ കാവ്യകേന്ദ്രത്തിൽ പ്രതിഷ്ഠിക്കാൻ അയാളെ പ്രേരിപ്പിക്കുന്നുവെന്നതാണ്. വിപ്ലവകാരി വിധ്വംസകനും വിധ്വം സകത്വം ചെകുത്താനുകൂടി പ്രിയമുള്ള ധർമ്മവും ആകയാൽ, ദേവദൂതനെ ക്കാൾ ചെകുത്താനെ ഇഷ്ടപ്പെടുന്ന ഒരു ദുശ്ശീലം കാല്പനികകവിയെ പിടികൂടിയെന്നുവരാം. ഇത് കവിഞ്ഞാൽ, ആശാസ്യമല്ല. മിൽട്ടന്റെയും ബൈറന്റെയും കവിതകളിൽ ഈ കളങ്കം കലർന്നിട്ടുണ്ടെന്ന് പറയ പ്പെടുന്നു.

കാല്പനികത്വത്തിന്റെ ഘടകങ്ങൾ കൂടിപ്പോയതുകൊണ്ടുള്ള വൈക ല്യങ്ങൾ മേല്പറഞ്ഞവയാണെങ്കിൽ, അവ കുറഞ്ഞാലത്തെ വൈകല്യ ങ്ങൾ ഇനി നോക്കുക:

1. അവയിൽ ഏറ്റവും കൊടിയതാണ് അനുകരണശീലം. തങ്ങളുടെ വികാരവിധുരതയും ഭാവനാദാരിദ്ര്യവും മൂടിവെക്കുവാൻ പരകീയഭാവ നകൾ ഉരുപ്പടിയായി ഉപയോഗപ്പെടുത്തുന്ന റൊമാന്റിക്കുകൾ റൊമാന്റി സിസത്തിന്റെ അധഃപതനഘട്ടത്തിൽ സുലഭരായിരിക്കും. നിയമങ്ങളെയും മാതൃകകളെയും അനുസരിക്കാൻ സ്വഭാവേന കടപ്പെട്ട സങ്കേതാത്മക കവിതയിൽപോലും, അനുകരണാത്മകത ദോഷമേ ചെയ്തിട്ടുള്ളൂ. പിന്നെ യാണോ സ്വച്ഛന്ദമായ കാല്പനിക കവിതയിൽ അത് ഗുണംചെയ്യാൻ പോകുന്നത്?

2. കവിതാവസ്തുവിനോട് വൈകാരികബന്ധം കുറവാകയാൽ കൃത്രിമ മാർഗ്ഗങ്ങൾ അവലംബിച്ച് വികാരം ഉണ്ടാക്കുന്ന റൊമാന്റിക് കവികളും അധഃപതനദശയിലെ സത്വവിശേഷങ്ങളാണ്. കവിതയിൽ വികാരലോപ ത്തേക്കാൾ ദുസ്സഹമാണ് വികാരലോപം മൂടിവെക്കാനുള്ള വികാരാഭി നയം. വാർദ്ധക്യത്തെക്കാൾ മോശം വാർദ്ധക്യം മറച്ചുവച്ചുകൊണ്ടുള്ള താരുണ്യനാട്യമാണല്ലോ. ഇവരുടെ കവിതകളിൽ ഭാവങ്ങളുടെ സ്ഥാനം പദങ്ങൾ കൈയേറുകയും പ്രാസംഗികരുടെ കുനുഷ്ഠുകൾ വർദ്ധിച്ചു കാണുകയും ചെയ്യും.

റൊമാന്റിസിസം കൂടിപ്പോകുന്നതുംകൊണ്ടുണ്ടാകുന്ന മിക്ക ദോഷ ങ്ങളുടെയും പരിഹാരം സ്വല്പം ക്ലാസ്സിസിസമോ റിയലിസമോ ആയി രിക്കും. സങ്കേതംകൊണ്ടും യാഥാർത്ഥ്യംകൊണ്ടും ബന്ധിതമായ വികാര ഭാവനകളെ കവിതയ്ക്ക് വിശ്വസിക്കാം. കാല്പനികത്വം അനിയന്ത്രിത മായാലേ കുഴപ്പമുള്ളൂ. പാൽ അധികം കഴിച്ച് രോഗം പിടിപെടാറില്ലേ? കവിതയിൽ, നിയന്ത്രണത്തിനുവേണ്ടി, കാല്പനികത്വത്തോടൊപ്പം മറ്റു ചില ഘടകങ്ങളും ചേരുന്നതു നന്ന്. അപ്പോൾ, സാഹിത്യം ഒരു മുക്കോൺ ആണെന്ന ലൂക്കോസിന്റെ അഭിപ്രായം വെറും പതിരല്ലെന്ന് സിദ്ധിക്കുന്നു. പക്ഷേ, ക്ലാസ്സിസിസവും റിയലിസവും റൊമാന്റിസിസംപോലെ കവി തയ്ക്ക് അനുപേക്ഷണീയമല്ലായ്കയാൽ ഈ ത്രിത്വവാദം അപ്പടി കൈക്കൊള്ളുന്നതും സൂക്ഷിച്ചു മതി. റൊമാന്റിസിസത്തിന്റെ അതി പ്രസരത്തിനു വിധിക്കപ്പെട്ട ചെറുതിരുത്തലുകൾ മാത്രമാണ് ക്ലാസ്സിസി സവും റിയലിസവും. കവിതയുടെ ഭക്ഷണം റൊമാന്റിസിസമാണെന്നും അത് ധാരാളം കഴിച്ചുണ്ടാകുന്ന രോഗങ്ങൾക്ക് ശമനമുണ്ടാക്കുന്ന ഔഷധങ്ങളാണ് മറ്റേ രണ്ടിസങ്ങളെന്നും പറഞ്ഞാൽ, അവയുടെ സ്വഭാ വവും അവ തമ്മിലുള്ള ബന്ധവും മനസ്സിലാക്കാൻ എളുപ്പമായിരിക്കും.

എന്നാൽ റൊമാന്റിസിസം കുറഞ്ഞുപോയാലുണ്ടാകുന്ന ദോഷം അത്ര വേഗം തീരുകയില്ല. ക്ലാസ്സിസിസവും ഇതിനു പരിഹാരമല്ലെന്നു മാത്രമല്ല, ഇത് വർദ്ധിപ്പിക്കുകയേ ഉള്ളൂ. റൊമാന്റിസിസം കുറയുമ്പോൾ കവിത കുറയുന്നുവെന്നാണ് അർത്ഥം. എന്തുകൊണ്ടെന്നാൽ അപ്പോൾ വികാരവും ഭാവനയും കുറയുന്നു. രക്തക്കുറവുള്ള കുഞ്ഞിനെപ്പോലി രിക്കും കാല്പനികത്വം കുറഞ്ഞ കവി. ക്ലാസ്സിക്ക്-റിയലിസ്റ്റുകൃതി കൾക്കുള്ള ഒരേയൊരു കുറവ് റൊമാന്റിസിസത്തിന്റെ ജീവദായകമായ ചുടുചോരയുടെ കുറവാണ്. കവിതയിൽ റൊമാന്റിസിസം ഏറിപ്പോകു ന്നതുകൊണ്ടുള്ള രോഗങ്ങൾ സഹിക്കാം. അവയ്ക്ക് ചികിത്സയുണ്ട്. റൊമാന്റിസിസം കുറഞ്ഞുപോകുന്നതുകൊണ്ടുള്ള രോഗങ്ങൾക്ക് ചികി ത്സയില്ല. കവിപ്രതിഭയെത്തന്നെ ബാധിക്കുന്ന മൗലികമായ തരക്കേടാണ് അത്.

(ശങ്കരക്കുറുപ്പ് വിമർശിക്കപ്പെടുന്നു)

രാമൻമാരും സീതയും

യഥാർത്ഥ നരനെ അവതരിപ്പിച്ച വാല്മീകിക്ക് യഥാർത്ഥ നാരിയെ അവതരിപ്പിക്കാതെ നിവൃത്തിയില്ലെന്നു വന്നു. അനിവാര്യവും സ്വാഭാവികവുമായ ഈ നിർബന്ധത്തിന്റെ ഫലമാണ് സീത. മനുഷ്യന്റെ യാഥാർത്ഥ്യം സ്ത്രീയെ ആശ്രയിച്ചുനില്ക്കുന്നു. അത് അറിയാമായിരുന്നു ആ ക്രാന്തദർശിക്ക്. അങ്ങനെ രാമന്റെ ജീവിതത്തിനു പൂർണിമയും സാഫല്യവുമേകിയ സീത രാമായണത്തിന്റെ പ്രാമുഖ്യം നേടി. ശ്രീരാമന്റെ ജീവിതസൂനത്തിന്റെ സുഗന്ധവും ആ ജീവിതസാഗരത്തിന്റെ തരംഗമാലയും സീതാദേവിയായിരുന്നു. പുഷ്പത്തിന്റെ സൗകുമാര്യത്താൽ ആകൃഷ്ടനായി അടുത്തുചെല്ലുന്ന ആൾ അതിന്റെ സൗരഭ്യത്താൽ വശീകരിക്കപ്പെടുന്നതുപോലെയും കടൽ കണ്ടവന്റെ മനസ്സിൽ തിരയടിയുടെ ഭയങ്കരഭംഗി അവശേഷിക്കുന്നതുപോലെയും രാമാപദാനങ്ങൾ പാടാൻ മുതിർന്ന വാല്മീകിയുടെ പ്രതിഭയിൽ സീത മുഖ്യസ്ഥാനത്തു വിളങ്ങി. രാമായണം രാമന്റെ അയനം (‘രാമസ്യ അയനം’) ആയിരിക്കാം. എന്നാൽ അത് സീതയുടെ അയനം (‘രാമയാ അയനം’) ആണെന്നു പ്രസിദ്ധിയില്ലായ്കയില്ല. സീതയുടെ മഹത്തായ ചരിതമാണ് രാമായണമെന്ന് ആദികവിതന്നെ പറയുന്നുണ്ട്.

“കാവ്യം രാമായണം കൃൽസ്നം
സീതായാശ്ചരിതം മഹത്”

-ബാ. കാ. 4, 7

ഇത് ‘ചക്കിനുവെച്ചത് കൊക്കിനു കൊണ്ട’തുപോലെയാണെന്നു ചിലർക്കു പ്രതിഷേധമുണ്ട്. ശ്രീരാമന്റെ പ്രാമുഖ്യത്തെ വിവരിക്കുവാൻ തുനിഞ്ഞ വാല്മീകി സീതയുടെ പ്രാമുഖ്യത്തെ വിവരിച്ചടങ്ങിയെന്ന വാദം അദ്ദേഹത്തിന്റെ മഹാകവിത്വത്തെ ചോദ്യംചെയ്യാനേ ഉപകരിക്കുകയുള്ളൂ എന്നാണ് അവരുടെ വാദം. അങ്ങനെ ആശങ്കിക്കേണ്ട. കാരണം, ഇവിടെ ചക്കിനുവെച്ചതു യാദൃച്ഛികമായി കൊക്കിനുകൊണ്ടതല്ല; കരുതിക്കൂട്ടി കൊക്കിനെക്കൊണ്ട് ചക്കിനെ പിടിപ്പിച്ചതുതന്നെയാണ്. അതായത്, സീതയുടെ മാഹാത്മ്യത്തിലൂടെ രാമന്റെ മനുഷ്യത്വം മുഴുപ്പിക്കുകയാണ് വാല്മീകി ചെയ്തത്. അതിനാൽ രാമന്റെ അപൂർണതയ്ക്കും പൂർണതയ്ക്കും സീത ഹേതുവാണെന്ന് പറയാം. സീതാചരിതംമൂലം രാമന്റെ ദൈവികമായ മാഹാത്മ്യം അല്പമൊന്നിടിഞ്ഞാലും മാനുഷികത്വം കൂടുകയേ ചെയ്തിട്ടുള്ളൂ. ആദികവിയുടെ കണ്ണിൽ രാമചരിതം സീതാചരിതം ആയത് ഇതുകൊണ്ടാകുന്നു.

നിപുണമായ ഭാവുകത്വമുള്ള എല്ലാവരും രാമായണനായകന് നായികയെക്കൊണ്ടു വന്നുചേർന്ന ഈ യുഗവത്തായ വളർച്ചയും തളർച്ചയും

മനസ്സിലാക്കിയിട്ടുണ്ട്. രാമന്റെ ജീവിതത്തിനു പൂർണത കൊടുക്കുവാൻ മണ്ണിനടിയിൽനിന്ന് കൊണ്ടുവരപ്പെട്ട ജാനകി, ദാശരഥിയെ പ്രത്യക്ഷത്തിൽ പൂർണനാക്കുന്നതോടൊപ്പം പരോക്ഷമായി അപൂർണനാക്കിത്തീർക്കുകയും ചെയ്യുന്ന വിരോധാഭാസശ്രീ കലർന്ന ഒരു സ്ഥിതിവിശേഷം രാമായണത്തിൽ കാണാത്ത വായനക്കാരനെ, രാമായണം മുഴുവൻ വായിച്ചിട്ടും 'രാമൻ സീതയ്ക്കെന്താവും' എന്നു ചോദിച്ച അന്ധപ്പരിഷയുടെ കൂട്ടത്തിൽത്തന്നെ തള്ളണം. ഇവർക്കു വെളിച്ചം കൊടുക്കാൻ ഹൃദയാലുവായ വിവേകാനന്ദൻ എഴുതി: "സീതയെപ്പറ്റി എന്തു പറയട്ടെ! കഴിഞ്ഞകാലത്തെ ലോകസാഹിത്യം മുഴുവൻ നിങ്ങൾക്കു വായിച്ചുതീർക്കേണ്ടിവരും, മറ്റൊരു സീതയെ കണ്ടുകിട്ടാൻ; എഴുതപ്പെടാനിരിക്കുന്ന സാഹിത്യവും നിങ്ങൾക്കു വായിച്ചു തീർക്കേണ്ടിവരുമെന്നു ഞാൻ നിങ്ങളെ ധരിപ്പിക്കട്ടെ! സീത അനാദൃശയാണ്. എല്ലാകാലത്തേക്കുമായി ആ കഥാപാത്രത്തെ അന്ന് ചിത്രീകരിച്ചിരിക്കുന്നു. രാമൻമാർ അനേകമുണ്ടായെന്നു വരാം; എന്നാൽ ഒരിക്കലുമുണ്ടാവില്ല സീത ഒന്നിലേറെ! യഥാർത്ഥ ഭാരതീയ സ്ത്രീത്വത്തിന്റെ മാതൃകയാണ് അവൾ. ഒരു പരിപൂർണസ്ത്രീയിൽ ഉണ്ടാവണമെന്ന് ഇന്ത്യ കരുതുന്ന എല്ലാ ആദർശങ്ങളും ആ ഒരു സീതാചരിതത്തിൽനിന്നാണ് വളർന്നുവന്നത്. ആയിരമായിരം കൊല്ലമായി അവൾ അവിടെ നില്ക്കുന്നു. ആര്യാവർത്തത്തിലങ്ങോളമിങ്ങോളമുള്ള ഓരോ ആണിന്റെയും പെണ്ണിന്റെയും കുഞ്ഞിന്റെയും പൂജാപാത്രമായിട്ട് അവിടെ അവൾ ഉണ്ടായിരിക്കും, ഈ പുണ്യശ്ലോകമായ സീത. ശുദ്ധിയെക്കാളും ശുദ്ധ. ക്ഷമ മാത്രം, ദുഃഖം മാത്രം!"*

രണ്ട് അയനങ്ങൾ

സീതായനവും രാവണായനവും ശ്രീരാമനെ കേന്ദ്രീകരിച്ചു കൂടിച്ചേർന്നതാണ് രാമായണം - ഉത്തരായനവും ദക്ഷിണായനവും ഭൂമിയുടെ വാർഷികായനത്തെ ഉണ്ടാക്കുന്നതുപോലെ. അയനം എന്നുവെച്ചാൽ മാർഗ്ഗം, അതായത് ജീവിതമാർഗ്ഗം. സീതയുടെയും രാവണന്റെയും ജീവിതമാർഗ്ഗങ്ങളിലൂടെ ശ്രീരാമൻ നടത്തിയ സഞ്ചാരമാണ് രാമായണകഥ (മറിച്ച്, ശ്രീരാമന്റെ ജീവിതമാർഗ്ഗത്തിലൂടെ സീതയും രാവണനും നടത്തിയ സഞ്ചാരത്തിന്റെ കഥയായിട്ടും രാമായണത്തെ കണക്കാക്കാം. രണ്ടുതരത്തിൽ നോക്കിയാലും ഫലം ഒന്നുതന്നെ): രണ്ടു വഴികൾ കൂടിച്ചേരുന്ന ഒരു കവലയിൽ ഒരാൾ നില്ക്കുന്നുവെന്നു കരുതുക. ഒരു വഴിയിലൂടെ അയാൾ വണ്ടി അറ്റംവരെ ഓടിച്ചുപോയി. മറ്റേ വഴിക്ക് അയാൾക്ക് അപായം പിണഞ്ഞു. ഇതാണു രാമായണത്തിന്റെ

* Selections from Swami Vivekananda pp 287-288

ചിത്രം. രാവണായനത്തിലൂടെയുള്ള പ്രസ്ഥാനത്തിൽ ശ്രീരാമനും പൊതുവേ വിജയം സിദ്ധിച്ചു; സീതായനത്തിൽ പൊതുവെ പരാജയവും. കവിഹൃദയം തികഞ്ഞ വാല്മീകി ശ്രീരാമന്റെ വിജയത്തിലെ ജയാ പജയങ്ങളെ, പ്രകാശതമസ്സുകളെ കോർത്തിണക്കിക്കൊണ്ടു രാമായണം നിർമ്മിച്ചു. ഈ വൈവിധ്യസമന്വയമാണ് രാമായണത്തിന്റെ കലാമൂല്യം. സ്വർഗ്ഗസുഖം അനുഭവിക്കുന്ന ഒരു വിജയിയെയോ നരകയാതന തിന്നുന്ന എനിക്ക് ഒരു പരാജിതനെയോ നായകനാക്കി കാണിച്ചിരുന്നുവെങ്കിൽ രാമായണത്തിന് ഇപ്പോഴുള്ള സൗകുമാര്യം ചോർന്നുപോകുന്നതായി രിക്കും. "പോകാസക്തി തമഃപ്രകാശശബളശ്രീയൊത്ത മദ്ധ്യോർവിയിൽ" എന്നതാണല്ലോ മഹാകവിയുടെ മുദ്രാവാക്യം.

നിണമണിഞ്ഞ കഥകളിവേഷം അലറിവരുമ്പോൾ കണ്ണുതിരുമ്മി ചുറ്റും അന്തംവിട്ടുനോക്കുന്ന പാവങ്ങളെപ്പോലുള്ള വായനക്കാർ, "അതി ഭുജവിക്രമധിക്കൃതശക്ര പരാക്രമ"നായ രാവണനോടുള്ള രാമന്റെ ഏറ്റുമുട്ടലും ജയവും മാത്രമേ ശ്രദ്ധിക്കുവാൻ കൂട്ടാക്കിയുള്ളൂ. താരത മ്യേന ഒച്ചയും അനക്കവും കുറഞ്ഞ രാമസീതാസംഘട്ടനം അരങ്ങത്തു വന്നപ്പോൾ അവർ സുഖമായി കണ്ണടച്ചു കിടന്നുറങ്ങി. ആ നിശ്ശബ്ദമായ സംഘട്ടനത്തിൽ രാവണജേതാവായ രാഘവൻ അദിദൂതനായെന്നു സമ്മതിക്കുവാൻ അവരൊട്ടും ഒരുക്കമായിരുന്നില്ല. കേരളീയരുടെയിടയി ലെങ്കിലും, അപ്പോഴാണ് 'ചിന്താവിഷ്ടയായ സീത'യുടെ രൂപത്തിൽ ആശാന്റെ സീതായനം അവതരിച്ചത്. പലരും മനസ്സിലാക്കിയിട്ടില്ലാത്ത ഈ സീതായനത്തിലാണ്, ഏവർക്കും പ്രത്യക്ഷമായ രാവണായനത്തി ലെന്നതിനെക്കാൾ രാമായണത്തിന്റെ പ്രാണവായു വീശുന്നത്. രാമായണം മുഴുവൻ വായിച്ചിട്ടും രാമസീതാബന്ധം അറിയാത്തവർ രാവണായനം മാത്രം ശ്രദ്ധിച്ച് സീതായനം വിട്ടുകളഞ്ഞവരാണ്. എല്ലാവർക്കുമറിയാ വുന്ന രാമായണഭാഗമായ രാമരാവണയുദ്ധത്തെ തൊടാതെ, രാമായണ ത്തിന്റെ ആത്മരഹസ്യവും അന്തർമർമ്മവും ഒളിഞ്ഞുകിടക്കുന്ന മറ്റേ ഭാഗം വലുതാക്കി ആശാൻ അവരുടെ മുമ്പിൽ വെച്ചുകൊടുത്തു. എന്നാൽ ഒരു കലാസൃഷ്ടിയെന്ന നിലയിൽ പരഭാഗം ഉണ്ടാക്കുവാൻ വേണ്ടത്ര വീര്യാദിമഹത്ത്വങ്ങൾ കവി സീതാകാവ്യത്തിൽ സൂചിപ്പിച്ചിട്ടുമുണ്ട്. പക്ഷേ, രാക്ഷസകുലാന്തകനെന്ന നിലയിൽ ബാല്യം മുതൽ തങ്ങൾ പറി ച്ചറിഞ്ഞ ശ്രീരാമന്റെ നിരതിശായിത്വം മനസ്സിന്റെ ആഴങ്ങളിലെമ്പാടും പുത ഞ്ഞുനിൽക്കുന്ന ആളുകൾക്ക്, തങ്ങളുടെ പൂജാവിഗ്രഹത്തിനു സീതാ ഹേതുകമായിട്ട് അവലേപം തട്ടുന്ന ഒരവസ്ഥ സങ്കല്പിക്കുവാൻ സാധി ക്കുന്നില്ല. അതുകൊണ്ടാണ്, 'ചിന്താവിഷ്ടയായ സീത' കേരളീയരുടെ സഹൃദയത്വത്തിന്റെ മുമ്പാകെ ഒരു കനത്ത വെല്ലുവിളിയായി നിലകൊള്ളു ന്നത്.

(ആശാന്റെ സീതാകാവ്യം)

പുതുമയുടെ പേരിൽ

കഥാബീജത്തെ കാവ്യതരുവാക്കി വികസിപ്പിക്കുന്ന സർവ്വപ്രധാനമായ കവികർമ്മത്തിലാണ് ചങ്ങമ്പുഴ 'രമണനി'ൽ പരാജയമടഞ്ഞത്. ഇതൊരു മൗലികമായ പരാജയമാണ്. ഈ പരാജയത്തിന്റെ ഗൗരവം ചുരുക്കുമാറ് കവിയുടെ ഭാഗത്തുനിന്ന് പല കാരണങ്ങളും ഉന്നയിക്കാനുണ്ടെങ്കിലും - അവയെപ്പറ്റി മറ്റൊരധ്യായത്തിൽ ചർച്ച ചെയ്യുന്നുണ്ട് - കാവ്യപഠനത്തിനു മുതിരുന്ന സഹൃദയൻ ആ പരാജയത്തിന്റെ വലുപ്പം എത്രമാത്രമുണ്ടെന്ന് മനസ്സിലാക്കാതിരിക്കുന്നത് ശരിയല്ലല്ലോ.

കവിയുടെ ഉദ്ദേശ്യം, രമണന്റെ ജീവിതത്തിൽ നടന്ന പ്രേമഭംഗം മുൻനിർത്തി വാചയിതാക്കളുടെ ഹൃദയസരസ്സിൽ ശോകത്തിന്റെ ആറാത്ത ഉറവുകളെ ഉണ്ടാക്കുക എന്നതാണ്. ഈ രസമാർഗ്ഗശോധനമാണ് നായകന്റെ ആത്മഹത്യയുടെപോലും ഉന്നം. പക്ഷേ, വെറുമൊരു പ്രേമഭംഗവും ആ കാരണത്താൽ നടക്കുന്ന ഒരു ആത്മഹത്യയും വായനക്കാരുടെ ബഹുഭാവഭരിതമായ ഹൃദയങ്ങളെ പരവികാരപരിവർജ്ജിതമാക്കിത്തീർക്കാൻ കരുത്തുള്ളവയല്ല. എങ്കിൽ, സ്വന്തം ലേഖകന്മാരുടെ എത്ര പ്രേമഹത്യാറിപ്പോർട്ടുകൾ കാവ്യങ്ങളല്ല! പ്രേമഭംഗവും ആത്മഹത്യയും സാഹിത്യത്തിൽ വെറും സംഭവ കങ്കാളങ്ങളാണ്. അവ തനിയെ ആരുടെ കണ്ണുകളെയും ആർദ്രങ്ങളാക്കുകയില്ല. ശുഷ്കങ്ങളായ അവ കരുണരസത്തെ ചുരത്തണമെങ്കിൽ, അവയുടെ പിന്നിൽ ആലംബനവിഭാവമായുള്ള മനുഷ്യന്റെ മാനസികചലനങ്ങളുടെയും കർമ്മങ്ങളുടെയും മഹത്തായൊരു പ്രപഞ്ചത്തെ വെളിവായിക്കാണിക്കുകതന്നെ വേണം. അല്ലാതെ 'ഒരാൾ മരിച്ചു' എന്നു തൊണ്ടപൊട്ടുമാറ് ആർത്തുവിളിച്ചാൽ കണ്ണീരുറയുകയില്ല. അത്തരം ആർപ്പുവിളിക്കാരല്ല മഹാകവികൾ. പറയേണ്ടതെല്ലാം പറയേണ്ടപോലെ പറഞ്ഞാൽ മരിച്ച വിവരം പറയാതെ കഴിച്ചുകൂട്ടുകപോലുമാവാം; മരിച്ച കഥ ആളുകൾ മനസ്സിലാക്കി കരഞ്ഞുകൊള്ളുകയും ചെയ്യും. 'രമണ'ന്റെ ഉപസംഹാരഖണ്ഡത്തിൽ ചെയ്തതുപോലെ, 'കരയൂ, കരയൂ' എന്നു നിർബന്ധിച്ച കവിക്ക് സഹൃദയനെ കരയിക്കേണ്ടിവരുന്നതുമില്ല.

> "മാനസം കല്ലുകൊണ്ടല്ലാത്തതായുള്ള
> മാനവരാരാനുമുണ്ടെന്നിരിക്കുകിൽ,
> ഇക്കല്ലറതൻ ചവിട്ടുപടിയിലൊ-
> രല്പമിരുന്നു കരഞ്ഞേച്ചുപോകണേ!"

എന്നീ വരികൾ ശോകത്തിന്റെ ഉൽക്കടതയേയല്ല, കാവ്യത്തിന്റെ രസോത്ഥാപകശക്തിയിൽ കവിക്കുള്ള അവിശ്വാസത്തെയാണ് വിളംബരം ചെയ്യുന്നത്. ഈ അവിശ്വാസം എപ്പോൾ ഒരു കവിയിലുണ്ടാകുന്നുവോ അപ്പോൾ അയാൾ ആത്മഹത്യ ചെയ്യുന്നു.

ഈ പ്രശ്നം തൽക്കാലം അവിടെ വിട്ട്, നമുക്ക് കഥാനായകന്റെ ആത്മഹത്യയെപ്പറ്റിത്തന്നെ തുടർന്നു ചിന്തിക്കാം. ഒരാൾ തൂങ്ങിമരിക്കുമ്പോൾ കെട്ടിച്ചാവുന്ന കൊമ്പിനും കയറിനും ഉറപ്പു മതിയോ എന്ന് സ്വയം പരിശോധിക്കുന്നതുപോലെ കാവ്യത്തിലെ ഒരു പാത്രം തൂങ്ങിമരിച്ചാൽ ആ ചാവലിന് വേണ്ടത്ര ഔചിത്യവും ഉപപത്തിയുമുണ്ടോ എന്ന് ആസ്വാദകൻ പരിശോധിക്കേണ്ടതാണ്. ഔചിത്യത്തിന്റെയും ഉപപത്തിയുടെയും ദൗർബല്യമാണ് രമണകഥയിലെ മരണത്തിന്റെ മൗലികമായ വൈകല്യം. നായകൻ ആത്മഘാതിയായി – എന്തിന്? ഒരു വേള പറയുമായിരിക്കും, പ്രേമനൈരാശ്യംകൊണ്ട് നിഹിതമായ ജീവിതത്തോട് മടുത്തതുകൊണ്ട് നായകൻ മരിച്ചതാണെന്ന്. നിരാശാനിഹതനാവാം; ജീവിതം മടുത്തതുകൊണ്ട് മരിക്കുകയും ചെയ്യാം. എപ്പോൾ? സർവ്വവിധപ്രയത്നങ്ങളും ചെയ്ത് അവസാനം അഭിഭൂതനായി നില്ക്കക്കള്ളിയില്ലെന്നുവരുമ്പോൾ. രമണൻ മരണമടയുന്നതിനു മുമ്പായി, മരണത്തെത്തന്നെ ന്യായീകരിക്കുമാറ്, അങ്ങനെ മഹത്തമമായ പ്രയത്നങ്ങൾ ഒന്നും ചെയ്തുകാണുന്നില്ല. അത്തരക്കാരുടെ മരണം അപഹാസ്യമാവുകയേ ഉള്ളൂ; കരുണാജനകമാവില്ല. അവരുടെ ആ നിഷ്ക്രിയത്വം നമ്മെ കരയിച്ചേക്കാം; അത്രപോലും മരണം കരയിക്കുകയില്ല. പ്രയത്നത്തിന്റെ ആരുറപ്പുള്ള ജീവിതം നശിക്കുമ്പോൾ മാത്രമേ ഭൂമി കുലുങ്ങുകയും സാഗരം ഗർജ്ജിക്കുകയുമുള്ളൂ. മരണത്തിനു വില വേണമെങ്കിൽ, ഒന്നാമതായി ജീവിതത്തിനു വിലയുണ്ടാക്കണം. നിഷ്കർമ്മിയായ നരന്റെ ജീവിതത്തിനു വിലയില്ല. കർമ്മനിഷ്ഠമായ ജീവിതത്തെ മൂല്യങ്ങൾ മാലമാലയായി മൂടുന്നു. ഷെയ്ക്സ്പിയറിന്റെ കഥാനായകനായ റോമിയോ പ്രേമത്തിനുവേണ്ടി പ്രവർത്തിച്ചുമരിച്ചു (പ്രേമഭംഗകഥകൾ എഴുതുന്നവർക്ക് അത്യന്തം അനുകാര്യവും 'രമണ'ന്റെ രചനയിൽ ചങ്ങമ്പുഴ വളരെയേറെ അനുകരിച്ചതുമായ 'റോമിയോ ആന്റ് ജൂലിയറ്റ്' എന്ന നാടകത്തിലെ നായകപാത്രമാണ് റോമിയോ). പ്രവർത്തിച്ചു മരിച്ചതിനാൽ ആ മരണത്തിനു നാം കണ്ണീരിന്റെ വില കൊടുക്കാൻ മടിക്കുന്നില്ല. കുടുംബവിദ്വേഷത്തിന്റെ വിഷം വമിക്കുന്ന വെറോണാനഗരത്തിന്റെ അന്തരീക്ഷത്തിൽനിന്ന് നായികയായ ജൂലിയറ്റിനെ അകലെ കൊണ്ടുപോകാനുള്ള എല്ലാ പരിപാടികളും സജ്ജീകൃതമായിക്കഴിഞ്ഞ ശുഭസമീപമായ ഘട്ടത്തിലാണ്, അവൾ ആകസ്മികമായി മരിച്ചുപോയെന്നുകണ്ട് അവൻ ചാവുന്നത്. പ്രത്യുജ്ജീവിതയായ അവൾ, പോംവഴിയില്ലാതെ അവനെ അനുസ്മരിക്കുന്നു. മരണത്തിനുവേണ്ടിയല്ല അവർ മരിച്ചത്; പ്രേമത്തിനു വേണ്ടിയാണ്; അർത്ഥാൽ ജീവിതത്തിനുവേണ്ടി.

രമണനാവട്ടെ പ്രവർത്തിക്കുന്നവനല്ല, പാടുന്നവൻ മാത്രമാകുന്നു.

"കണ്ണുനീരോടെതിർത്തു നില്ക്കുവാൻ
കർമ്മധീരനുമല്ലവൻ."

അഭിലാഷങ്ങൾക്കു ചിറകു കൊടുക്കുവാൻ കർമ്മങ്ങൾക്കേ കഴിയുകയുള്ളൂവെന്നും വെറും വാക്കുകൾക്ക് സാധ്യമല്ലെന്നും രമണനറിയില്ല. പക്ഷേ, എത്ര കർമ്മഭീരുവായ ഒരു റൊമാന്റിക്കായാലും മനുഷ്യനാണെങ്കിൽ, അയാളുടെ ഉള്ളിൽ പ്രേമസാഫല്യം വരുത്താനുള്ള എന്തെങ്കിലും ക്രിയാപരിപാടികളെപ്പറ്റി പൗരുഷദ്യോതകമായ ചില സങ്കല്പങ്ങളെങ്കിലും ഉദിച്ചുയരാതിരിക്കുമോ? പ്രവൃത്തിയില്ലെങ്കിൽ അവയുടെ പ്രതിരൂപങ്ങളായ ആ സങ്കല്പങ്ങളെങ്കിലും മതിയായിരുന്നു. അവപോലും രമണന്റെ മനസ്സിന് അപരിചിതങ്ങളാണ്. അയാൾ അങ്ങേയറ്റം ചെയ്യുന്നത്, ഏതോ അദൃശ്യവും അസ്പൃശ്യവുമായ 'സമുദായം' എന്ന ദുർമ്മൂർത്തിയെ പേക്കിനാവു കണ്ട് ഭർത്സനങ്ങൾ ഉതിർക്കുക മാത്രമാണ്. പക്ഷേ, സമുദായം ശ്മശാനമൂർത്തിയെ സാധൂകരിക്കാൻ പറ്റിയൊരുപകരണമല്ല. തനിക്കു ചുറ്റും തന്റെ സ്വച്ഛന്ദപ്രേമത്തിനു പ്രതികൂലങ്ങളായ സാമുദായിക പരിതഃസ്ഥിതികളാണ് ഉള്ളതെന്ന് അറിഞ്ഞുകൊണ്ടുതന്നെ പ്രേമവ്യവസായത്തിന് തുനിഞ്ഞ രമണൻ അവളുടെ എതിർപ്പുകളേറ്റപ്പോൾ പെട്ടെന്നു കർമ്മശൂന്യനായി മരിച്ചുകളഞ്ഞുവെന്ന കഥയ്ക്ക് യുക്തിയോ ശക്തിയോ ഇല്ല. ആ കഥയനുസരിച്ച് മരണമടഞ്ഞ രമണനെപ്പറ്റി കരുണ തോന്നാൻ വയ്യ. രമണൻ കാണിച്ചത്, ഏറ്റവും പതുക്കെപ്പറഞ്ഞാൽപോലും അവിവേകമാണ്. അപായത്തിന്റെ ഗർത്തത്തിൽ, ഗർത്തമാണെന്ന അറിവോടെ, അയാൾ ചാടി മൃതിയടഞ്ഞു. മറ്റൊരു രീതിയിൽ പറഞ്ഞാൽ, ഇത് മരണത്തിനുവേണ്ടി മാത്രമുള്ള മരണമാണ്; പ്രേമത്തിനുവേണ്ടിയുള്ളതല്ല. പ്രേമത്തിനുവേണ്ടി പ്രവർത്തിക്കാത്തവനുണ്ടോ പ്രേമത്തിനുവേണ്ടി മരിക്കാൻ അവകാശം?

പ്രശംസാലുവായ അവതാരികാകാരനുപോലും ഗ്രന്ഥത്തിന്റെ ഈ മൗലികദോഷത്തെ ഗുണവൽക്കരിച്ചു കാണിക്കാനോ ലഘൂകരിക്കാനോ സാധിച്ചില്ല: "ഒരു പ്രണയവൈഫല്യത്തിന്റെ പേരിൽ... സ്വജീവിതത്തെ ഹനിച്ച് സമുദായഭർത്സനം ചെയ്യുന്നത് എത്രത്തോളം ഫലവത്താണ്? അതിലും ഭേദം ഒരുപടി യാഥാർത്ഥ്യങ്ങളിലേക്കിറങ്ങിനിന്ന് പൗരുഷത്തോടെ നീതിപരിഷ്കാരത്തിനുവേണ്ടി പൊരുതുന്നതല്ലേ? പക്ഷേ, അതിനുവേണ്ട മനോബലം - സംസ്കാരത്തിൽ കാച്ചിയെടുത്ത മനോബലം - രമണനില്ലാതെ പോയി."

ഇപ്രകാരം പ്രസ്തുത കാവ്യത്തിന്റെ പരമഫലമായ കരുണരസാവ്യാപ്തിയെ തടയുമാറ് നായകന്റെ ആത്മഹത്യ നിരൂപപത്തികവും നിഷ്ഫലവുമായിത്തീർന്നതു നിമിത്തം, നായകന്റെ സ്വഭാവത്തിന് അപകർഷം നേരിടുകയും അങ്ങനെ ഉത്കൃഷ്ടകാവ്യങ്ങൾക്കുണ്ടായിരിക്കേണ്ട ഉന്നതീകരണശക്തിക്ക് ഈ കൃതിയിൽ സാരമായ ഇടിവ് തട്ടുകയും ചെയ്തിരിക്കുന്നു. പാത്രസ്വഭാവനിരൂപണത്തിന്റെ അവസരത്തിൽ ഈ വശം കൂടുതൽ തെളിയിച്ചുകൊള്ളാം.

പുതുമയുടെ പേരിൽ, ക്ഷയിച്ച ഈ കലാസങ്കേതത്തെ അഭിവാദനം ചെയ്തു സ്വീകരിക്കാൻ കവികളും അതിനെ പ്രശംസിക്കാൻ വിമർശകന്മാരും ഇന്നാട്ടിൽ ഉണ്ടെന്നുവെന്നതാണ് അദ്ഭുതം! ഏത് ഉച്ഛിഷ്ടവും ഇവിടത്തെ സഹൃദയരുടെ മുമ്പിൽ വിളമ്പാമെന്ന് അവർ വിശ്വസിച്ചിരിക്കുന്നതുപോലെ തോന്നുന്നു. സാഹിത്യത്തിൽ സങ്കേതാനുകരണം ഗുണത്തേക്കാൾ ദോഷം ചെയ്യുന്നു. സങ്കേതാനുകരണംകൊണ്ട് ഗുണം കിട്ടണമെന്നുണ്ടെങ്കിൽ, പാരമ്പര്യത്തിന്റെ ബന്ധംമൂലം ആത്മപരിചയമുള്ള സങ്കേതങ്ങളെത്തന്നെ അനുകരിക്കണം, സംസ്കൃതത്തിന്റെ അനുകരണങ്ങളായ ചമ്പുക്കളും മഹാകാവ്യങ്ങളും മലയാളസാഹിത്യത്തിന് പല നേട്ടങ്ങളും ഉണ്ടാക്കിക്കൊടുത്തത് പാരമ്പര്യത്തിന്റെ അനുഗ്രഹം നിമിത്തമാണ്. എന്നാൽ പഴയ സങ്കേതങ്ങളെപ്പോലെതന്നെ പുത്തൻ സങ്കേതങ്ങളെയും ജീവൽസാഹിത്യങ്ങൾ സ്വീകരിക്കേണ്ടതുണ്ട്. പുത്തൻ സങ്കേതങ്ങൾ പാരമ്പര്യസംബന്ധമില്ലാത്തവയാണെങ്കിലും മികച്ച കലാഗുണമുണ്ടെങ്കിൽ അവ സർവ്വജനീനമായി സ്വീകരിക്കപ്പെടുന്നതുമായിരിക്കും. എന്നാൽ കോറസ്സിനെപ്പോലെ ഒന്നിലേറെ ഭാഷാസാഹിത്യങ്ങളിൽ പരാജയപ്പെട്ട ഒരു ക്ഷുദ്രസങ്കേതത്തെ വൈമനസ്യമില്ലാതെ കൈരളി അംഗീകരിച്ചുകൊള്ളണമെന്നോ ആദരിച്ചുകൊള്ളണമെന്നോ ഉള്ള നിർബന്ധം വളരെ കടുത്തതാണ്. അത്രയ്ക്ക് പിച്ചക്കാരിയായിട്ടില്ല കൈരളി. നമ്മുടെ ഭാഗ്യത്തിന്, ചങ്ങമ്പുഴയാവട്ടെ അദ്ദേഹത്തിന്റെ അനുകർത്താക്കളായ കവികളാവട്ടെ ഈ 'അഭിനവകലാരൂപ'ത്തെ പിന്നീട് തണ്ടേറ്റി നടന്നത് കണ്ടില്ല.

'രമണ'നിലെ ഗായകസംഘം കോറസ്സിന്റെ കേരളീയപ്രതിരൂപമാണെന്ന് പറഞ്ഞു. കോറസ്സിന് സ്വഭാവേന ഉള്ള ദോഷങ്ങളോടൊപ്പം അനുകരണജന്യമായ ദോഷങ്ങളും ഈ കല്പനയിൽ കെട്ടുപിണഞ്ഞുകിടക്കുന്നു. കഥയോട് ആന്ത്യന്തികബന്ധമുള്ള ഒരു പാത്രമല്ല ഇതിലെ ഗായകസംഘം. കഥാഗതിയുടെ വികാസത്തിൽ അതിന് 'പാർട്ട്' ഇല്ല. അത് രമണകഥാനദിയുടെ അംശമായ തിരമാലയല്ല. തീരത്തിലെ മണൽപ്പരപ്പിലൂടെ അങ്ങുമിങ്ങും ഓടിപ്പോകുന്ന ഒരു തെണ്ടിപ്പട്ടിയാണ്. രമണൻ തുടങ്ങിയ കഥാപാത്രങ്ങളുടെ കർമ്മങ്ങൾക്കും വാക്കുകൾക്കും സാക്ഷിയായി നിന്നുകൊണ്ട് അനുവാചകന്മാർക്കും ചിലപ്പോൾ കഥാപാത്രങ്ങൾക്കും നിർദ്ദേശങ്ങളും വിശദീകരണങ്ങളും നല്കുന്ന ഗായകസംഘം ചങ്ങമ്പുഴകൃതിയുടെ ദുർമ്മേദസ്സായി കിടക്കുന്നു. ഗായകസംഘം പാടുന്ന ഈരടികൾ ആകെ മാറ്റിവെച്ച് 'രമണൻ' ഒരാവൃത്തി വായിച്ചാൽ ഈ ആക്ഷേപത്തിന്റെ യുക്തി വെളിപ്പെടുന്നതായിരിക്കും. അവയെല്ലാം ഉപേക്ഷിച്ചാലും വായനക്കാർക്ക് ഒരേടത്തും കഥാഗതിയിൽ അസ്പഷ്ടതയോ അപൂർണ്ണതയോ തോന്നുകയില്ല.

ഈ അധിമാംസം വെട്ടിമുറിച്ചുകളഞ്ഞിരുന്നുവെങ്കിൽ, കാവ്യശരീരത്തിന് ഒളിയും ഒതുക്കവും എത്രയോ കൂടുമായിരുന്നു. പക്ഷേ, കവികൾക്ക് ഒരിക്കൽ എഴുതിയത് പിന്നീട് തടഞ്ഞുകളയുവാൻ എളുപ്പത്തിൽ മനസ്സ് വരുന്നതല്ല. അതെന്തായാലും ഗായകസംഘത്തിന്റെ പാട്ടുകൾ പല

കുഴപ്പങ്ങളും വരുത്തിവെച്ചിട്ടുണ്ട്. ഉപക്രമരംഗത്തിലെ സംഘഗാനങ്ങൾ തീരെ വിട്ടുകളഞ്ഞ്,

“രമണ, നീയെന്നിൽനിന്നാ രഹസ്യ-
മിനിയും മറച്ചുപിടിക്കയാണോ?”

എന്ന വരികൾ മുതൽ വായിച്ചുപോവുകയാണെങ്കിൽ കവിതയ്ക്ക് കൂടുതൽ ഹൃദയസ്പർശിത്വം സിദ്ധിക്കുമായിരുന്നു. 'ലീല'യുടെ തുടക്കത്തിന്റെ 'ടെക്നിക്' ഇതാണ്. ഉപക്രമരംഗത്തിന്റെ ഉന്നം മലനാട്ടിന്റെ മധുര സൗന്ദര്യം ശാലീനമായ ശീലിൽ വാഴ്ത്തിപ്പാടി ഒരു പ്രകൃതി പശ്ചാത്തലം നിർമ്മിക്കുകയാണല്ലോ. സുജലയും സുഫലയും സസ്യശ്യാമളയുമായ ഒരു ഗ്രാമത്തെ ആ രംഗത്തിൽ കവി അവതരിപ്പിച്ചിരിക്കുന്നു. പക്ഷേ, നാടക പുരോഗാമികവിതയിൽ വർണ്ണിച്ചുതീരാത്ത ഒരു 'ലണ്ടൻ ഗ്രാമഭംഗി'യെയും ഉപക്രമരംഗം തൊട്ടിട്ടില്ല. ഈ നിലയ്ക്ക്, വെറും വാച്യമായി പ്രകൃതി പശ്ചാത്തലത്തെ നിർമ്മിച്ചതിലും ഭേദം കാവ്യാന്തർഭൂതമായിത്തന്നെ പ്രകൃതിസൗന്ദര്യത്തെ സൂചിപ്പിച്ചുവിടുന്നതായിരുന്നില്ലേ?

വളരെ സ്തുതിക്കപ്പെട്ട മറ്റൊരു രംഗമാണ് രണ്ടാം ഭാഗത്തിലെ ഉപക്രമരംഗം. ആരണ്യകതലത്തെ ആകമാനം ആനന്ദലഹരിയിൽ രോമാഞ്ചം കൊള്ളിക്കുന്ന രമണന്റെ സംഗീതധോരണിയെയും ആ കാട്ടിൽവെച്ച് നടന്ന ചന്ദ്രികാരമണന്മാരുടെ രഹസ്യസമാഗമത്തെയുംപറ്റി ലോഭമില്ലാതെ പാടുന്ന ഒരു ഗായകസംഘത്തെ ഈ രംഗത്തിൽ കാണാം. അപവാദഭീരുക്കളായ ആ കാമുകീകാമുകന്മാരുടെ രഹസ്യമായ സമ്മേളനത്തെക്കുറിച്ച് നൂറോളം വരികൾ ഉറക്കെ പാടിനടക്കുവാൻ കവിതന്നെ കുറെ ഗായകന്മാരെ ഏല്പിച്ചത് എത്രമാത്രം ഉചിതമാണെന്ന് വായനക്കാർ ചിന്തിക്കട്ടെ!

ചില രംഗങ്ങളിൽ ഗായകസംഘങ്ങൾ തമ്മിൽ അഭിപ്രായവ്യത്യാസങ്ങളുമുണ്ട്. രണ്ടാംഭാഗത്തിൽ നാലാംരംഗത്തിന്റെ അവസാനത്തിൽ പ്രവേശിക്കുന്ന ഗായകസംഘം

“അയി രമണ, വഞ്ചിതനായി നീ; താവക
പ്രിയരജതതാരകം നിന്നെപ്പിരികയായ്!”

എന്നിപ്രകാരം ചന്ദ്രികയുടെ പ്രേമവഞ്ചനയെ കുറ്റപ്പെടുത്തുമ്പോൾ അഞ്ചാംരംഗത്തിന്റെ അവസാനത്തിൽ വരുന്ന ഗായകന്മാരാവട്ടെ ലോകത്തിന്റെ കാപട്യത്തെയാണ് കുറ്റപ്പെടുത്തുന്നത്.

“രാഗൈകമൂർത്തിയാം നീയു, മീ നിഷ്കൃപ-
ലോകവും ചേരുകയില്ല തമ്മിൽ.”

ഇപ്രകാരം ഉല്പത്തിയിൽ വികലവും പ്രയോഗത്തിൽ അനൗചിത്യമയവുമായ ഒരു വൈദേശിക കാവ്യസങ്കേതത്തെ പുതുമയുണ്ടെന്നുവെച്ചു മാത്രം നാം നെഞ്ചേറ്റി ലാളിക്കണം എന്നുണ്ടെങ്കിൽ, തേംസുനദി ഒന്നാമതായിക്കാണുന്ന കേരളീയൻ അതിൽച്ചാടി മരിക്കുകയും വേണ്ടിവരുമല്ലോ!

(രമണനും മലയാളകവിതയും)

ഭാഗം മൂന്ന്

വിമർശന സിദ്ധാന്തം

ഖണ്ഡനമാണ് വിമർശനം

മലയാളത്തിലെ വിമർശന സാഹിത്യം ഇന്നെവിടെ എത്തിനിൽക്കുന്നു? പ്രസക്തമായ ചോദ്യം! ഏറെക്കുറെ അരനൂറ്റാണ്ടു കഴിഞ്ഞല്ലോ അതിന്റെ വ്യക്തമായ പ്രയാണം ആരംഭിച്ചിട്ട്. എത്തിയേടത്തോളം വെച്ചുകൊണ്ട് അതിനെ അനുമോദിക്കാൻ മടിക്കേണ്ടതില്ല. പരിണാമത്തെപ്പറ്റിയാണു ചോദ്യമെങ്കിൽ അതു വളരെ വലുതായിട്ടുണ്ടെന്നു പറഞ്ഞുകൂടാ. മലയാള സാഹിത്യത്തിന്റെ വേറെ ചില ശാഖകൾ-ഉദാ. കവിത, കഥ, നോവൽ മുതലായവ - അതിനെക്കാൾ പതിന്മടങ്ങു പുഷ്ടിപ്രാപിച്ചവയാണ്. വ്യാപ്തിയിലാവട്ടെ, അത് സാഹിത്യത്തിന്റെ എല്ലാ വിഭാഗങ്ങളെയും വേണ്ടത്ര ഉൾക്കൊള്ളുവാൻ പാകത്തിനായിട്ടുമില്ല. കവിതയുടെ വിമർശനം പോലെ മറ്റു വിമർശനങ്ങൾ വളർന്നിട്ടില്ലെന്നു മാത്രമല്ല, കവിതാ വിമർശനംപോലും ഉത്കൃഷ്ടകൃതികളെയും പ്രസ്ഥാനങ്ങളെയും കാല ഘട്ടങ്ങളെയും മുഴുവൻ സ്പർശിക്കുന്നതിൽ എപ്പോഴും പൂർണമായി ജയി ച്ചിട്ടില്ല. ഇതൊക്കെ പോരായ്മകൾതന്നെ. എന്നാൽ, ഗുണത്തിൽ അത് ഏത് ഭാഷയിലെ വിമർശനസാഹിത്യത്തിനും സമസ്കന്ധമാണ്. സെയിന്റ് സ്ബറിയുടെയും മാത്യു ആർനോൾഡിന്റെയും ടി.എസ്. എലിയട്ടിന്റെയും ഉത്തമവിമർശനങ്ങളോടു കിടനില്ക്കുന്ന നിബന്ധങ്ങൾ പി.കെ. നാരായണ പിള്ളയുടെയും കുട്ടിക്കൃഷ്ണമാരാരുടെയും ജോസഫ് മുണ്ടശ്ശേരിയുടെയും മറ്റും കൃതികളിൽനിന്നു ലഭിക്കുമെന്നുതന്നെയാണ് ഈ ലേഖകന്റെ പ്രതീക്ഷാപൂർണ്ണമായ വിശ്വാസം. ഗുണോത്ക്കർഷതാരതമ്യത്തിൽ വിമർശ നസാഹിത്യത്തിനു നേടാൻ കഴിഞ്ഞ ഈ ശീർഷോന്നതി നമ്മുടെ മറ്റു സാഹിത്യവിഭാഗങ്ങളിൽ പലതും പ്രാപിച്ചിട്ടുണ്ടെന്നു പറയാമോ?

മലയാള വിമർശസാഹിത്യത്തിന്റെ ഈ ജീവവികാസത്തിനു നല്ലൊരു തെളിവായിക്കിടക്കുന്നു. അതിനോട് ഇന്നു സാഹിത്യകാരന്മാർ പൊതു വിൽ കൈക്കൊണ്ടു കാണുന്ന നിലപാടിന്റെ വൈജാത്യം. വിമർശകനോട്

ഒട്ടും സഹിഷ്ണുതയോടുകൂടിയല്ല വിമർശവിധേയരാവുന്ന എഴുത്തുകാർ പെരുമാറുന്നത്. 'എന്ത്, എന്തുകൊണ്ട്' എന്നൊക്കെ എളുപ്പം മനസ്സിലാക്കാവുന്ന ഈ അസഹിഷ്ണുത നമ്മുടെ വിമർശനത്തിന്റെ വളർച്ചയുടെ അളവുകോലാണ്. വിമർശനം അവഗണിക്കാനാവാത്ത ഒരു ശക്തിയായിക്കഴിഞ്ഞിട്ടുണ്ടെന്നും അത് ഫലിച്ചിട്ടുണ്ടെന്നുമാണ് ഇതിനർത്ഥം. വിമൃശ്യരാവുന്ന എഴുത്തുകാരിൽ ഭൂരിഭാഗവും സദ്യോവികാരികളാവുന്ന കവികളായിരിക്കുന്നതിനാൽ, അവരും തദാരാധകന്മാരും വിമർശനത്തിന്റെ മുനക്കുത്തേറ്റു ഞെട്ടിപ്പാഞ്ഞു കാട്ടിക്കൂട്ടുകയും പറഞ്ഞുവിടുകയും ചെയ്യുന്ന അപഹാസ്യതകളാണ് സാഹിത്യത്തിൽ ഇപ്പോൾ കാണുന്ന വലിയൊരു നേരമ്പോക്ക്. നിർദയമായ ഒരു വ്യാഘ്രമാണെന്നും അല്ല നിന്ദ്യമായ ഒരു പട്ടിയാണെന്നും അവർ വിമർശകനെ പലമട്ടിൽ ഉല്ലേഖിക്കുന്നു. 'കാണുകിൽ കല്ലെറിയേണ്ടുന്നവർ' ആണ് അയാൾ എന്നതിനെക്കുറിച്ചു സാഹിത്യത്തിലെ പല പ്രഭുക്കന്മാർക്കും സംശയമേയില്ല. ഒരു നൂറ്റാണ്ടോളം മുമ്പ് ഏതോ ദുർബലനിമിഷത്തിൽ, ചീത്ത ചാഞ്ചല്യാധീനനായി ജർമ്മൻ മഹാകവി ഗൊയ്ഥെ പുസ്തകനിരൂപകനെ - അതും വിമർശകനെയല്ല എന്നു ശ്രദ്ധിക്കുക-പട്ടിയെന്നു വിളിച്ചത്, മഹിമയേറുന്നൊരു കണ്ടുപിടിത്തമെന്നോണം ആവർത്തിച്ചാവർത്തിച്ചു വിവർത്തനം ചെയ്തും പരാവർത്തനം ചെയ്തും അവർ സ്വയം സന്തോഷിച്ചു കഴിയുകയാണ്. മറ്റൊന്നുകൊണ്ടുമല്ലെങ്കിലും ഈ ശകാരപ്പൊരുത്തം കൊണ്ടെങ്കിലും നമുക്കു കുറെ 'കേരള ഗൊയ്ഥെ'മാരെ കിട്ടിയല്ലോ!

'ശകാരത്തിനു ശകാരം' എന്ന ന്യായത്തിലാണ് നമ്മുടെ ക്ഷുബ്ധമാനസരായ കവികളും കൂട്ടുകാരും ഈ തെറിപറയൽ തുടർന്നു നടത്തുന്നതെങ്കിൽ അതു സുഗ്രഹവും ക്ഷന്തവ്യവുമായേനെ. എന്നാൽ, വാസ്തവമോ? അങ്ങനെ പ്രശാന്തരെ പ്രകോപിപ്പിക്കുമാറു ശകാരോപജീവികളായിട്ടില്ല നമ്മുടെ വിമർശകന്മാർ. എന്തെങ്കിലും ശ്രദ്ധേയമായ ഉപപത്തികളോടുകൂടിയല്ലാതെ, വെറുതെ കടന്നുവന്നു കവിയെയോ കൃതിയെയോ ഒരു പരപ്പ് ആക്ഷേപിച്ച് പോകുന്ന നിലയ്ക്ക് മലയാളവിമർശനം സാകല്യേന പറഞ്ഞാൽ ഒരിക്കലും എത്തിച്ചേർന്നിട്ടില്ല. പണ്ടെങ്ങനെയായാലും ഇന്നങ്ങനെയല്ലതന്നെ. ചിന്തയുടെയും പാണ്ഡിത്യത്തിന്റെയും അവസാനക്കോടതികളിൽനിന്നുള്ള അപ്പീൽവിചാരണകൂടി കഴിഞ്ഞതിനുശേഷമല്ലാതെ തന്റെ നാക്കിൻതലപ്പത്തു പെട്ടെന്നുദിച്ച സ്തുതിനിന്ദാവ്യാക്ഷേപങ്ങൾ വിളിച്ചുപറയുന്ന പതിവ് ആധുനികവിമർശകനില്ല. എന്നിട്ടും വിമർശകന്മാരെ ഹീനപദങ്ങൾകൊണ്ട് അഭിഷേചിക്കണമെന്നാണു ചിലർക്ക് തോന്നുന്നതെങ്കിൽ, വിമർശനങ്ങൾ കൊള്ളേണ്ടിടത്തു കൊള്ളുന്നുണ്ടെന്നുതന്നെയല്ലേ മനസ്സിലാക്കേണ്ടത്? അന്ധരായ കവിതാദൂഷകന്മാർ എക്കാലത്തും ഉണ്ടായിരിക്കും. അവരെ ആക്ഷേപിക്കേണ്ടതുമാണ്. എങ്ങനെയുള്ളവരെ എന്നതിന് ഒരുദാഹരണം പറയട്ടെ - ഒരു വായനശാലയുടെ പ്രവർത്തകന്മാർ യോഗംചേർന്ന് ഒരു കവി മേലിൽ കവിതയെഴുത്തു

നിർത്തണമെന്നു കുറെ മുമ്പ് ഇന്നാട്ടിലൊരേടത്തുവെച്ചു പ്രമേയം പാസ്സാക്കുകയുണ്ടായി. ആ മന്ദബുദ്ധികളെ 'സൃഗാലന്മാർ' എന്നും 'ഉലുകങ്ങൾ' എന്നും പ്രസ്തുത കവി അവധീരണം ചെയ്യുന്നതു നമുക്കു മനസ്സിലാക്കാം.[1] സമയത്തിനു വിളക്കു കത്തിക്കാൻ കൂട്ടാക്കാത്ത പഞ്ചായത്തു ബോർഡിന്റെ അനാസ്ഥയെപ്പറ്റി പ്രതിഷേധപ്രമേയം പാസ്സാക്കുന്നവരുടെ മനഃസ്ഥിതിയോടുകൂടി വിമർശനസാഹിത്യത്തിൽ കടന്നുവരുന്നവരെ പിടിച്ചുനിർത്തി കുറെ ശകാരിച്ചുവിടുന്നതു കൊള്ളാം. അതുപോലെതന്നെ ദിവംഗതനായ ഒരു മഹാകവിയെക്കുറിച്ചുള്ള ഒരു വിലാപകൃതിയിൽ, അദ്ദേഹത്തെ പ്രതികൂലമായി വിമർശിച്ചവരെപ്പറ്റി 'മിഥ്യാവൈദുഷ്യമധുമത്തർ' എന്നു മറ്റൊരു മഹാകവി അപലപിച്ചത് മനസ്സിലാക്കാം.[2] പരേതപുരുഷനെപ്പറ്റി അനുശോചിക്കുന്ന സന്ദർഭത്തിൽ അദ്ദേഹത്തെ പുച്ഛിച്ചു പറയുന്നതിനെക്കാൾ നല്ല സംസ്കാരം അദ്ദേഹത്തെ എതിർത്തവരെ പുച്ഛിക്കുന്നതാണല്ലോ! ഇത്തരം പ്രകോപനങ്ങളൊന്നുമില്ലാതെ വിമർശകരെ തെറി പറയുന്നതാണു മനസ്സിലാക്കാൻ പ്രയാസം. ലബ്ധമഹാകവിപദനായ ഒരു ജീവൽകവിയുടെ കവിതകൾ മൂല്യം കുറഞ്ഞവയാണെന്നു സകാരണം ചൂണ്ടിക്കാണിച്ച ചില വിമർശകന്മാർ ആ കവിയുടെ ശമ്പളക്കൂടുതൽ കണ്ട് അസൂയ മുഴുത്ത് അസഹ്യതകൊണ്ട് അദ്ദേഹത്തെ എതിർക്കുകയാണെന്ന് ഇതിനിടെ ഒരെഴുത്തുകാരൻ അഭിപ്രായപ്പെടുകയുണ്ടായി.[3] ഈ ദിവ്യാഭിപ്രായമാണ് മലയാളത്തിലെ വിമർശകന്റെ നേരെ ഇന്നുവരെ വലിച്ചെറിയപ്പെട്ടവയിൽവെച്ച് ഏറ്റവും മഹനീയമെന്ന് എനിക്കു തോന്നുന്നു. ഇതു വെറും തെറിയാണ്. മനുഷ്യർ തെറിപറയുന്നത് എപ്പോഴാണ്? 'അശക്തതാബോധത്തിന്റെ തുറന്ന പ്രഖ്യാപനമാണ് തെറിപറയൽ' എന്ന് സി.ജെ. 'ധിക്കാരിയുടെ കാതലിൽ' പറയുന്നു. വിമർശനത്തിന്റെ മുമ്പിൽ കവിത ബലഹീനമാണെന്നു തെളിയിക്കുവാനേ ഈ നിലവിട്ട തെറിപറയൽ ഉതകുന്നുള്ളൂ.

തങ്ങളുടെ പ്രിയപ്പെട്ട കലാസൃഷ്ടികൾ വിമർശകന്മാരാൽ ഖണ്ഡിച്ചെറിയപ്പെടുമ്പോൾ, മനുഷ്യസഹജമായ ക്ഷോഭപ്രവണതനിമിത്തം കവികൾ സഭ്യമല്ലാത്ത പലതും വിളിച്ചുപറഞ്ഞുപോകുന്നതു ക്ഷന്തവ്യാപരാധങ്ങളിൽ ഒന്നാണെന്നു കരുതിയാൽ മതി. ഗൊയ്ഥെയല്ല, അപ്പുറമുള്ളവരും വല്ലതും പറഞ്ഞുപോകും. അതിനെപ്പറ്റി 'ശാന്തം പാവം' എന്നേ പറയേണ്ടൂ. പക്ഷേ, അതു ഗോപ്യവും അനുമോദനീയമല്ലാത്തതുമായ ഒരു ദൗർബല്യമായിട്ടല്ലാതെ, ഉദ്ധരിച്ചു പ്രദർശിപ്പിക്കേണ്ട ഒരു അഭിപ്രായഗതിയായി അവതരിപ്പിക്കപ്പെടുമ്പോൾ എന്തുചെയ്യണം? ചെക്കോവ് വിമർശകന്മാരെ കുതിരച്ചെള്ളുകളെന്നു വിളിച്ചത് എടുത്തെടുത്തു കാണിച്ചാൽ,

1. ചങ്ങമ്പുഴയുടെ 'സ്പന്ദിക്കുന്ന അസ്ഥിമാട'ത്തിലെ 'എന്റെ കവിത' നോക്കുക.
2. ഉള്ളൂർ സ്മാരകഗ്രന്ഥത്തിൽ ശങ്കരക്കുറുപ്പിന്റെ കവിത.
3. മാതൃഭൂമി ആഴ്ചപ്പതിപ്പ് 26.6.1960.

വിശ്വമഹാസാഹിത്യകാരന്മാർപോലും വിമർശനത്തിന്റെ മുമ്പിൽ ചൂളിപ്പോകുന്ന ബാലിശമനസ്കരാണോ എന്ന് ആളുകൾ അമ്പരന്നുപോവുകയേ ഉള്ളൂ. അതിനാൽ വിമർശനവിദ്വേഷം മൂത്ത് ഇമ്മട്ടിൽ ആത്മലാഘവം വരുത്തുന്ന ദുരുക്തിലമ്പടത്വത്തിൽ കവികൾ വീണുപോകാതിരിക്കുന്നത് എത്രയും നന്നായിരിക്കും.

പക്ഷേ, തത്കാലം ക്ഷോഭംകൊണ്ട് എന്തെല്ലാം പറഞ്ഞുപോയാലും മഹാകവി മഹാകവിയല്ലാതാകുമോ? കവിത്വവും അതിനു മഹത്ത്വവും ഉള്ള ആളാണ് മഹാകവിയെങ്കിൽ, അദ്ദേഹം നാമധാരി മാത്രമല്ലെങ്കിൽ, ആ കവിത്വമഹത്ത്വം ഏത് വിമർശനം നേരിടുമ്പോഴും അദ്ദേഹം തെളിയിച്ചുകാട്ടുന്നതായിരിക്കും. വിരൽ മുറിഞ്ഞ മഹാരാജാവ് ഒരുപക്ഷേ, വേലക്കാരനെപ്പോലെ നിലവിളിച്ചുപോയാലും പരമാർത്ഥത്തിൽ അദ്ദേഹം മഹാരാജത്വം കൈവെടിയാറില്ലല്ലോ. ഈ ധീരത കാണുവാൻ കാളിദാസനെ നോക്കുക. ദിങ്നാഗനെക്കുറിച്ച് കാളിദാസൻ കുത്തുവാക്കുകൾ പറഞ്ഞാലും ഇല്ലെന്നാലും ശരി, വിദ്വദ്വിമർശനത്തിന്റെ മുമ്പിൽ സുധീരാദരത്തോടെ നിലകൊള്ളുന്ന ആ മഹാകവി കവിഗോത്രത്തിനു നിത്യാരാധ്യമായ മാതൃകയാണ്.

‘ആപരിതോഷാദ്വിദുഷാം
ന സാധു മന്യേ പ്രയോഗവിജ്ഞാനം’

എന്നാണ് അദ്ദേഹം ശാകുന്തളത്തിൽ പാടിയത്. ഭവഭൂതിയും കാളിദാസപാരമ്പര്യം അനുസരിക്കുന്നു. ഉത്തരരാമചരിതം കാണുക.

‘സർവഥാ വ്യവഹർത്തവ്യം
കുതോ ഹ്യവചനീയതാ’

എന്ന മഹാകവിയുടെ തുറന്ന പ്രസ്താവം അർത്ഥഗർഭമാണ്. കുറ്റം പറയാൻ പാടില്ലാത്തത്ര സമ്പൂർണ്ണഗുണോൽക്കർഷം ലോകത്തിൽ ഒന്നിനും ഇല്ലാതിരിക്കെ, അഭിപ്രായഭേദങ്ങൾ സർവഥാ സ്വാഗതം ചെയ്യപ്പെടേണ്ടതാണെന്ന ഈ വിളംബരം കവിയുടെ കൈയിൽനിന്നു വിമർശകനു സന്തോഷപൂർവ്വം കിട്ടിയ ‘മാഗ്നകാർട്ട’ ആണെന്നാണ് എന്റെ വിശ്വാസം. സംസ്കൃതത്തിലെ പരമമഹിതങ്ങളായ രണ്ടു നാടകങ്ങളുടെ മുഖക്കുറിപ്പുകളായിട്ട് നമ്മുടെ അത്യുന്നതരായ രണ്ടു മഹാകവികൾ എഴുതിച്ചേർത്ത ഈ വിചാരങ്ങൾ വിലപ്പെട്ടുകിടക്കുന്ന കാലത്തോളം വിമർശനസാഹിത്യത്തിനു വിലയിടിവു പറ്റുകയില്ല. വെറും അഞ്ചാറു നൂറ്റാണ്ടിന്റെ കൊച്ചുചരിത്രം മാത്രമുള്ള കേരളസാഹിത്യത്തിനു സംസ്കൃതത്തിന്റെ ഈ ആത്മവത്ത അഥവാ മനസ്വിക ലഭിച്ചിട്ടില്ലെങ്കിൽ വിഷണ്ണരാവേണ്ടതില്ല. വിമർശനത്തോടു തോന്നുന്ന ഈ ‘അലർജി’ മലയാളസാഹിത്യത്തിന്റെ കൗമാരാതങ്കങ്ങളിൽ ഒന്നാണെന്നു കരുതി ആശ്വസിക്കുക. സംസ്കൃതത്തിന്റെയും അഭിവൃദ്ധി പൂണ്ട പാശ്ചാത്യ സാഹിത്യങ്ങളുടെയും പക്വസംസ്കാരം ഉൾക്കൊണ്ടുകൊണ്ടും സ്വാഭാവികമായ

അന്തർഗൗരവം നേടിക്കൊണ്ടും അതു വളർന്നുവരികയാണെങ്കിൽ അചിരേണ ഈ രോഗത്തിൽനിന്ന് അതിനു മോചനം നേടാൻ കഴിയും.

കവിക്കേ വിമർശകനാകാൻ പാടുള്ളൂ എന്ന് കേട്ടിട്ടുണ്ട്. 'കവിരേവ വിജാനാതി കവേഃ പരിമളം ഗിരാം' എന്നുണ്ട് സംസ്കൃതത്തിൽ. വിചിത്രമായ വാദം! വിമർശകന്റെ നിഷ്കരുണമായ പിടിയിൽനിന്നു കവികൾക്കു രക്ഷപ്പെടാൻ ഏറ്റവും പറ്റിയ വാദമാണിതെന്നു സമ്മതിച്ചേക്കാം. 'കവികളെ വിലയിരുത്തുന്നതു കവികളുടെ പണിയാണ്' എന്നു പ്രസിദ്ധ കവിയായ ബെൻ ജോൺസൺ പറഞ്ഞിട്ടുണ്ട്. ഇന്നത്തെ വൻകവികളിൽ ഒരാളായ ടി.എസ്. എലിയട്ടും ഇതേ അഭിപ്രായം രേഖപ്പെടുത്തിയിരിക്കുന്നു.* (ഇപ്പോൾ എലിയട്ടിനുതന്നെ ഈ പക്ഷമില്ല) ഇവരിലാരെയും കവികളല്ല വിലയിരുത്തിയതെന്ന സംഗതി പോകട്ടെ. കവിതയെഴുതുന്ന ചിത്തവൃത്തിയോടുകൂടിയാണോ കവി കവിതയെ വിലയിരുത്തുന്ന പണിയിൽ ഏർപ്പെടുക എന്ന് ഇവരോടു ചോദിക്കേണ്ടതുണ്ട്. അല്ലെന്നാണ് ഉത്തരമെങ്കിൽ, വിലയിരുത്തുമ്പോൾ അയാൾ കൈക്കൊള്ളുന്ന ചിത്തവൃത്തി വിമർശകന്റെ ചിത്തവൃത്തിയാണ് എന്നാണ് അതിനർത്ഥം. അത് കവിതയെഴുതുമ്പോൾ കവിക്കുള്ള ചിത്തവൃത്തിയിൽനിന്നു ഭിന്നവുമാണ്. എലിയട്ട് വിമർസനം എഴുതിയിട്ടുണ്ട്. പക്ഷേ, 'ഊഷരഭൂമി' എഴുതുന്ന എലിയട്ടല്ല, ഇങ്ങനെ വിമർശനം എഴുതിയ എലിയട്ട്, അന്തർഭാവപരമായ വ്യത്യാസമാണ് അതിനു ഹേതു. ആ വ്യത്യാസം കവിക്കും വിമർശകനും തമ്മിലുള്ള വ്യത്യാസമാണ്. അതിനാൽ, വിമർശിക്കുന്നത് വിമർശകൻ തന്നെ ആവണം. അയാൾ കവിയുമായിരിക്കാം. പക്ഷേ, ആയിക്കൊള്ളണമെന്നില്ല. ഹെൽത്ത് സർട്ടിഫിക്കറ്റ് കൊടുക്കേണ്ടതു ഡോക്ടറാണ്, കായികാഭ്യാസിയല്ല. ഡോക്ടർ കായികാഭ്യാസി ആയിക്കൊള്ളണമെന്നുണ്ടോ? ഡോക്ടർ കായികാഭ്യാസി ആവുന്നത്ര എളുപ്പമല്ല കവി വിമർശകനാവുന്നത് എന്നുകൂടി ഓർക്കേണ്ടതുണ്ട്. സാധാരണ ഗതിയിൽ കവിക്കു ഭിന്നമനോഭാവം ആവശ്യമായ വിമർശനം നടത്താൻ വിഷമമാണ്. കവികൾക്കു തങ്ങളുടെ കവിതകളുടെ അർത്ഥമറിഞ്ഞുകൂടെന്ന് സോക്രട്ടീസ് മനസ്സിലാക്കിയിരുന്നു. ഈ ധാരണകൊണ്ടുതന്നെയാവണം, ഇന്ത്യയിൽ 'വ്യാഖ്യതാ വേത്തി നോ കവിഃ' എന്നും 'ടീകാ ഗുരുണാം ഗുരുഃ' എന്നും മറ്റുമുള്ള ചൊല്ലുകൾ ഉണ്ടായത്.

അപ്പോൾ വിമർശകൻ വേണം. കവി മാത്രം പോരാ. രാമന് സീത പോലെ കവിതയുടെ സർത്രാനുഗതമായ ഛായയാണു വിമർശനം. ഊതിയാലോ മായിച്ചാലോ കരഞ്ഞാലോ കല്ലെറിഞ്ഞാലോ അത് ഇല്ലാതാവുകയില്ല. കവിയുടേയും വായനക്കാരന്റേയും ഇടയിൽ കിടന്നു നിൽക്കുന്ന ഒരനാവശ്യ ജീവിയുമല്ല വിമർശകൻ. വായനക്കാരൻതന്നെയാണ് അയാൾ. വിമർശകന് വായനക്കാരനിൽനിന്ന് അന്യത്വമില്ല. എല്ലാ വായനക്കാരും

* ഇതിനുള്ള മറുപടി സി.എസ്. ലൂയിസിന്റെ "Preface to Paradise Lost"-ൽ കാണാം.

ഗ്രന്ഥാസ്വാദനത്തിനുശേഷം അതിന്റെ പ്രക്രിയയെപ്പറ്റി എഴുതാറില്ലെന്നു വെച്ച് അവരിൽ വിമർശകസ്വഭാവം ഇല്ലെന്നു പറഞ്ഞുകൂടാ. വായനക്കാരൻ വക്താവാകുമ്പോൾ വിമർശകനാവുന്നു. ഡോക്ടർ എഫ്.ആർ. ലീവിസ് എന്ന പ്രഖ്യാതനായ കേംബ്രിഡ്ജ് പണ്ഡിതൻ വിമർശകനെ 'പൂർണവായനക്കാരൻ' എന്നു പറയുന്നു. കവിയിൽപ്പോലും വിമർശകാംശം അടങ്ങിയിട്ടുണ്ടാവും. അതിനാൽ വിമർശനെയും വായനക്കാരനെയും ഭിന്നിപ്പിക്കുവാനും തമ്മിലടിപ്പിക്കുവാനുള്ള ചില കേന്ദ്രങ്ങളിലെ ഉപജാപയത്നങ്ങൾ നിഷ്ഫലസ്വേദകാരികൾ മാത്രം. വായനക്കാരും വിമർശകനും തമ്മിലുള്ള അദ്വൈതബന്ധമാണ് വിമർശനത്തെ സംബന്ധിക്കുന്ന ഒന്നാമത്തെ സിദ്ധാന്തം. തനിക്ക് ആസ്വദിക്കാൻ കിട്ടുന്ന കൃതിയെപ്പറ്റി അനുകൂലമോ പ്രതികൂലമോ ഉദാസീനമോ ആയ അഭിപ്രായം പറയുവാൻ വായനക്കാരന് എല്ലാ നീതിശാസ്ത്രങ്ങളുടെയും പിന്തുണയോടുകൂടിയുള്ള അവകാശമുണ്ട്. ശിവന്റെ ജടയിൽനിന്ന് വീരഭദ്രന്റേതുപോലെ, വായനക്കാരന്റെ ആ അവകാശത്തിൽനിന്നാണു വിമർശകന്റെ പിറവി. വിമർശനം എന്നും നിലനിൽക്കും എന്നു സാരം. അതുകൊണ്ടു സർവ്വപ്രവേശവും സദാഗതിയുമായ വായുവിനെ അടക്കിനിർത്തുവാൻ വിചാരിക്കുന്നതുപോലെ പാഴ്വേലയായിരിക്കും വിമർശനം തടയുവാൻ മുതിരുക.

വിമർശനം ഇവിടെ അനിഷ്ടകാരിയായിത്തീർന്നത് അത് ഏറെയേറെ ഖണ്ഡനാത്മകമായി വന്നതോടെയാണ്. മണ്ഡനമാണെങ്കിൽ തൽപരവിഭാഗങ്ങൾക്ക് അതേറ്റവും ഇഷ്ടമാകുന്നു. വിമർശനമെന്നുവെച്ചാൽ സ്തുതിയും പ്രശംസയും സംവാഹനവും നീരാജനവുമാണെന്നും മറിച്ചുള്ളതെന്തും ഹിംസയും പാതകവും അത്യാചാരവുമാണെന്നും ചിലർ ധരിച്ചുവെച്ചതുപോലെയുണ്ട്. വാമനാചാര്യന്റെ 'സതൃണാഭ്യവഹാരി' എന്ന പഴയ ശൈലി പുതുക്കിപ്പറഞ്ഞാൽ, ഇക്കൂട്ടർ, 'ഗ്ലാക്സോ ബേബികൾ' ആണ്. മധുരദ്രവപദാർത്ഥങ്ങൾ മാത്രമേ അവർ ഭക്ഷണമായി കണക്കാക്കുന്നുള്ളൂ. എരിവും കയ്പുമുള്ള കട്ടിസാധനങ്ങൾ ചവയ്ക്കാനുള്ള കരുത്ത് അവർക്കില്ല. ചുണ്ടറിയാതെ തൊണ്ടയിലെത്തുന്ന മണ്ഡനം വിമർശനത്തിന്റെ പൊരുളാണോ? കടിച്ചു ചവച്ചിറക്കേണ്ട ഖണ്ഡനം വിമർശനമല്ലെന്നുണ്ടോ? വിമർശനകലയുടെ ചിലരഹസ്യങ്ങളെക്കുറിച്ചു നമ്മുടെ മണ്ഡനപ്രേമികളോടു സ്വല്പം ഉപന്യസിക്കേണ്ടിയിരിക്കുന്നു.

എന്നും എവിടെയും സാഹിത്യവിമർശനത്തിൽ മണ്ഡനത്തെക്കാൾ ഖണ്ഡനമാണ് കൂടുതലുണ്ടായിരിക്കുക. രണ്ടാമത്തേതാണ് ആദ്യത്തേതിനെക്കാൾ ആവശ്യവും പ്രയോജനപ്രദവും. സാഹിത്യത്തിന്റെ സ്വഭാവവിശേഷം നിമിത്തം വന്നുചേർന്ന ഒരു വ്യാവർത്തനമാണ് ഇത്. മനുഷ്യന്റെ കലാസൃഷ്ടികൾ ഒരിക്കലും പൂർണ്ണസൗന്ദര്യമുള്ളതാവില്ലല്ലോ. സാഹിത്യകൃതികളും അങ്ങനെതന്നെ. പൂർണ്ണമാതൃക സങ്കല്പമാത്രനിഷ്ഠമാണ്. അതിനോട് എത്രത്തോളം അടുത്തുപോകാൻ കഴിയുമോ

അത്രത്തോളമാണ് സാഹിത്യസൃഷ്ടികളുടെ മഹത്ത്വം. വളരെ ചുരുക്കം സാഹിത്യകാരന്മാരുടെ കൃതികൾക്കേ ഈ സാമീപ്യത്തിനുപോലും കഴിഞ്ഞിട്ടുള്ളൂ. അതുകൊണ്ടാണ് ഇന്ത്യയിൽ പണ്ട് ഈ ചൊല്ലുണ്ടായത് - ദ്വിത്രാ ഏവ കവയഃ ദ്വിത്രാണ്യേവ കവ്യാനി. ഈ രണ്ടോ മൂന്നോ കവികൾ മാത്രമേ ഏറെക്കുറെ മണ്ഡനം അർഹിക്കുന്നവരായുണ്ടാവുകയുള്ളൂ. സംസ്കൃതത്തിൽ കാളിദാസൻ, ഇംഗ്ലീഷിൽ ഷേക്സ്പിയർ, ജർമ്മനിൽ ഗൊയ്ഥെ എന്നിങ്ങനെ. ഇവർ തന്നെ തികച്ചും ഖണ്ഡനത്തിൽനിന്നു നിർമുക്തരായിട്ടില്ല. ഷേക്സ്പിയറെ ടോൾസ്റ്റോയി തുണ്ടംതുണ്ടമാക്കിയതു കുപ്രശസ്തമാണല്ലോ. തികഞ്ഞ ഖണ്ഡനനിർമുക്തത മനുഷ്യപ്രാപ്യവുമല്ല. അവർ കഴിഞ്ഞാൽ അവശേഷിക്കുന്ന സാഹിത്യകാരന്മാരുമുണ്ട്, വലുതും ചെറുതുമായിട്ട്. പൂർണ്ണമാതൃകയിൽനിന്ന് അവർക്ക് അകൽച്ചയാണുള്ളത്, അതിനോടുള്ള അടുപ്പത്തെക്കാൾ. അടുപ്പത്തിന്റെ തോതിൽ മണ്ഡനം ചെയ്യുമ്പോൾ അകൽച്ചയുടെ തോതിൽ ഖണ്ഡനവും വേണ്ടിവരും. തട്ടിക്കൂട്ടി നോക്കുമ്പോൾ ഖണ്ഡനത്തിനായിരിക്കും മുൻതൂക്കം. ഈ സ്ഥിതിക്കു വിമർശകനോട് അരിശപ്പെട്ടിട്ട് എന്തു ഫലം? മനോനിഷ്ഠമായ ആ ശുദ്ധകലാ മാതൃകാബോധത്തോടു നീതി പുലർത്തണമെന്ന് അഭിവാഞ്ഛയുള്ള ഒരു വിമർശകനും വൈകല്യജടിലമായ സാധാരണകൃതികളെ വെറുതെ പ്രശംസിച്ചുവിടുവാൻ സാധ്യമല്ല. അതിനാൽ വിമർശനം എന്നുവെച്ചാൽ ഖണ്ഡനം എന്നുപോലും ധരിച്ചാൽ തെറ്റില്ല. ഫലത്തിൽ അതാണ് വാസ്തവം. പ്രശംസയ്ക്കുവേണ്ടി മണ്ഡനത്തിൽ അല്പം അസത്യം കലർത്തേണ്ടിവന്നേക്കാം. ഖണ്ഡനത്തെ ഖണ്ഡനമാക്കുന്നതു സത്യധീരതയാണ്. വിമർശനം മണ്ഡനം മാത്രമാണ് എന്ന ധാരണയുടെ നേരെ എതിരായ ശിബിരത്തിലാണു ഖണ്ഡനവിമർശനത്തിന്റെ നില്പ്. ബുദ്ധിസാമ്യം കൈവന്ന മഹാസാഹിത്യകാരന്മാർ ഈ വിമർശോപനിഷത്തു മനസ്സിലാക്കിയവരാണ്. കാളിദാസന്റെയും ഭവഭൂതിയുടെയും ശൈലിയിൽ വിക്ടർ യുഗോ എഴുതി: 'ഒരു ചീത്തക്കവിതയുടെ പേരിൽ പ്രശംസിക്കപ്പെടുന്നതിനെക്കാൾ ഞാനിഷ്ടപ്പെടുന്നത് ഒരു നല്ല കവിതയുടെ പേരിൽ ആക്ഷേപിക്കപ്പെടുവാനാണ്.' കേരളക്കരയിലെ സാഹിത്യകാരന്മാരും സാഹിത്യബന്ധുക്കളും മനസ്സിലിരുത്തി ഈ അഭിപ്രായം പഠിക്കുമോ?

പ്രതികൂലവിമർശനത്തിനു പകരമായി വിമർശകന് ചെയ്യാവുന്ന ഒരു പണിയുണ്ട്. അതു വിമർശിക്കാതിരിക്കലാണ്. കവിത വായിക്കുമ്പോൾ ഉറങ്ങിപ്പോയ വിമർശകനോടു കവി കോപിച്ചപ്പോൾ, 'ആ ഉറക്കം വിമർശനമാണ്' എന്നു വിമർശകൻ പറഞ്ഞ കഥ പ്രസിദ്ധമാണല്ലോ. പക്ഷേ, ഇതു വിമർശനത്തിനു പകരമായിരിക്കുമോ? ചിലർ മാത്രമേ വിമർശിക്കാതിരിക്കൽ പ്രതികൂലവിമർശനത്തെക്കാൾ സ്വീകാര്യമായി കരുതുകയുള്ളൂ. വിമർശകന്റെ ഉപേക്ഷയാണ് അയാളുടെ പാരുഷ്യത്തെക്കാൾ പലർക്കും അസഹ്യം. ഒന്നും പറയാതെ വിടുന്നതിലും ഭേദം

ആക്ഷേപിക്കുന്നതാണെന്നാണ് പൊതുവിലുള്ള വിശ്വാസം. എങ്കിലും ജോർജ് സന്തയനയെപ്പോലുള്ള ഒരു ചിന്തകവിമർശകൻ ആ ഉപേക്ഷാമാർഗ്ഗം ചിലപ്പോൾ ആകാമെന്നു സൂചിപ്പിച്ചിട്ടുണ്ട്. അദ്ദേഹം വിമർശനത്തെ നിർവചിക്കുന്നത് ഇങ്ങനെയാണ്: 'പ്രതിഭയുടെ മുടക്കുമുതലിനു ലഭിക്കുന്ന പലിശയാണു വിമർശനം.' പ്രതിഭാശൂന്യരുടെ കൃതികൾ വിമർശനവിഷയമാക്കേണ്ടെന്നാണല്ലോ ഇതിന്റെ വ്യംഗ്യം.

ഒരുകണക്കിന് ഈ ഔദാസീന്യമാണ് വിമർശകനും നല്ലതെന്നു തോന്നിപ്പോകുന്നു. വിമർശിക്കപ്പെടുന്നവരുടെയും അവരുടെ കൂട്ടുകാരുടെയും അമർഷസങ്കലിതമായ വിലാപങ്ങളും അവലേപങ്ങളും കേൾക്കുന്നതിലും നല്ലത് അവരെ അലോസരപ്പെടുത്തുമാറ് ഒന്നും പറയാതിരിക്കുന്നതും ശബ്ദഫലമായി ചെവിക്കുത്തുളവാക്കുന്ന ഒന്നും കേൾക്കാതിരിക്കുന്നതും തന്നെയല്ലേ? എന്നാൽ, ആലോചിച്ചാൽ അല്ലെന്നു പറയാനേ ഒക്കൂ. കാരണം, അത് കർത്തവ്യത്തിൽനിന്ന് ഒഴിഞ്ഞുമാറൽ മാത്രമാണ്. വിവേചനവും താരതമ്യവും യാഥാർത്ഥ്യ നിർദ്ദേശവും വിമർശകന്റെ കർത്തവ്യമാണ്. ഉത്തമകല, അധമകല, വികലകല എന്നു മൂന്നുതരം കലാസൃഷ്ടികളുണ്ടെന്ന് ഐ.എ. റിച്ചാർഡ്സ് തന്റെ പ്രശസ്ത ഗ്രന്ഥത്തിൽ (Principles of Literary Criticism) ചൂണ്ടിക്കാണിക്കുന്നുണ്ട്. ആവിഷ്കരിക്കപ്പെടുന്ന അനുഭൂതി മഹത്തും ആവിഷ്കരണരീതി അവികലവുമായിട്ടുള്ള കല ഉത്തമകല; അനുഭൂതി തുച്ഛമായാൽ അധമകല; ആവിഷ്കരണരീതി ദുഷ്ടമായാൽ വികലകല; ഒരു കൃതി അധമമോ വികലമോ എന്നു സോപപത്തികവും ഹൃദയംഗമവുമായി തെളിയിക്കേണ്ട കടമ വിമർശകനുണ്ട്. വ്യക്തികളുടെ വികാരങ്ങൾ പേടിച്ച് അതിൽനിന്ന് ഒഴിയുന്ന ആൾ വിമർശകനാവില്ല. വായനക്കാരുടെ ഇഷ്ടാനിഷ്ടങ്ങൾക്കു വന്നുചേരുന്ന പിഴവു തീർത്തുകൊടുക്കലാണ് വിമർശനത്തിന്റെ ഉദ്ദേശ്യങ്ങളിൽ ഒന്നെന്ന് എലിയട്ട് പറയുമ്പോൾ അദ്ദേഹവും റിച്ചാർഡ്സിന്റെ കൂടെത്തന്നെ. 'രുചിയെ പ്രത്യാനയിക്കൽ' എന്ന് രാജരാവർമയെപ്പറ്റി ആശാൻ പാടിയില്ലേ? അതിൽ വിമർശനത്തിന്റെ ഈ ഉന്നമാണ് സൂചിപ്പിക്കപ്പെട്ടിരിക്കുന്നത്. സ്പെയിഡ് സ്പെയിഡാണെന്നു വിളിച്ചുപറഞ്ഞില്ലെങ്കിൽ സ്പെയിഡ് ഡയമണ്ടാണെന്നു ഞെളിഞ്ഞുനടക്കാനിടയുണ്ട്. അതു സമ്മതിച്ചുകൂടാ, വിമർശകൻ ഒരു നിമിഷംപോലും!

വിമർശനത്തിന്റെ പുറംതൊലി മാത്രമേ അനുകൂലവിമർശനം ആകുന്നുള്ളുവെന്നും അന്തസ്സത്ത പ്രതികൂലവിമർശനത്തിൽ വിന്യസ്തമാണെന്നുമുള്ള അഭിപ്രായം പാശ്ചാത്യസാഹിത്യം അംഗീകരിച്ചുകഴിഞ്ഞിരിക്കുന്നു. 'അമേരിക്കയിലെ ഏറ്റവും മഹത്തായ വിമർശശക്തി' എന്ന് എൻസൈക്ലോപീഡിയ ബ്രിട്ടാനിക്ക പ്രകീർത്തിച്ച മെങ്കൻ ഖണ്ഡനവിമർശനത്തെക്കുറിച്ചു പറയുന്നതു കേൾക്കേണ്ടതാണ്: "എന്റെ കൃതികളുടെ വിമർശനങ്ങൾകൊണ്ട് എനിക്ക് എപ്പോഴും ലഭിച്ച നേട്ടങ്ങൾ ഖണ്ഡനവിഭാഗത്തിൽനിന്ന് ഉണ്ടായവയാണ്." സംഹാരാത്മകം എന്നു പറയപ്പെടുന്ന

വിമർശനത്തിൽനിന്നേ നിർമ്മാണം നടക്കുകയുള്ളൂവെന്ന പക്ഷക്കാരനാണ് അദ്ദേഹം. പ്രശംസ നിർമ്മാണപരവും എതിർപ്പു സംഹാരപരവുമാണെന്ന അഭിപ്രായംതന്നെ സാഹിത്യത്തിൽനിന്നു തൂത്തുവാരിക്കളയേണ്ടതാണ്. അർത്ഥശൂന്യമായ പ്രശംസ നിർമ്മാണപരമാവാത്തതുപോലെ, പാണ്ഡിത്യനിരീക്ഷണസമൃദ്ധമായ ഖണ്ഡനം സംഹാരപരമാവുന്നില്ല. അമേരിക്കയുടെ സാഹിത്യത്തിൽ ഏറ്റവും സന്തുഷ്ടമായ കാലം തീക്ഷ്ണവിമർശങ്ങൾ ധൈര്യപൂർവ്വം നടമാടിയിരുന്ന കാലമായിരുന്നുവെന്ന് മെങ്കൻ ചൂണ്ടിക്കാട്ടിയിട്ടുണ്ട്. എല്ലാ സാഹിത്യങ്ങളുടെയും അനുഭവം ഇതാണ്. സ്വതന്ത്രവും ധീരവുമായ വിമർശനം സംസ്കാരത്തിന്റെ നിലനില്പിനുപോലും അത്യന്താപേക്ഷിതമാണെന്നു മറ്റൊരെഴുത്തുകാരൻ പ്രഖ്യാപിക്കുന്നു: “വിമർശചൈതന്യം വിലസുമ്പോൾ സംസ്കാരം യഥാർത്ഥവും സ്വാതന്ത്ര്യം സജീവവും ആയിത്തീരുന്നു” (The Modern Writer and His World). ഇംഗ്ലീഷ് സാഹിത്യത്തിൽ ശാലീനമായ ആസ്വാദനത്തിനു പേരുകേട്ട ആർതർ കില്ലർ കോച്ച് ഖണ്ഡനത്തെപ്പറ്റി എഴുതിയതും ഉദ്ധരിക്കട്ടെ: ‘കുറ്റം കാണുന്നു എന്നതുകൊണ്ടുമാത്രം എനിക്ക് ഒരു വിമർശകനോടും വിരോധമില്ല. പ്രത്യക്ഷദോഷങ്ങളിലേക്കു നമ്മുടെ ശ്രദ്ധ തിരിച്ചുവിടുന്ന ആളാണ്, ആവക ദോഷങ്ങൾ മയപ്പെടുത്തിക്കാണിക്കുകയും അവയ്ക്കു വിശദീകരണങ്ങളും പെട്ടെന്നുള്ള ഉറപ്പുകളും തന്നുകൊണ്ട് അവ ദോഷങ്ങളല്ലെന്നും ശോഭകളാണെന്നും പറയുകയും ചെയ്യുന്ന ആളെക്കാൾ നമുക്കു മിക്കവാറും കൂടുതൽ ഗുണം ചെയ്യുന്നത്’ (Shakespears Workmanship).

സാഹിത്യത്തിൽ മൂല്യങ്ങൾക്കു പരമപ്രമാണമായി പരിപക്വമതിയായ ഒരു സഹൃദയന്റെ ഹൃദയത്തിൽ കുടികൊള്ളുന്ന ആ പൂർണ്ണ ശുദ്ധ മാതൃകയിൽനിന്ന് ഓരോ കൃതിയും എത്രത്തോളം അകന്നുകിടക്കുന്നുവെന്നു വ്യക്തമാക്കാൻ തുനിയുന്ന ഒരു വിമർശകനും സ്വകൃത്യത്തിൽ തികച്ചും ജയിക്കുന്നില്ല. ഖണ്ഡനം എന്നു പറഞ്ഞാൽ ഇതാണ് താൽപര്യം. ഏതു കൃതിയും പൂർണാദർശകത്തിൽനിന്ന് അല്പം താണിരിക്കുമെങ്കിൽ ഏതു വിമർശനവും ഖണ്ഡനം ആയിരിക്കും എന്നു പറയും. ഒരേ അഭിപ്രായം എല്ലായ്പോഴും പുനരാവർത്തിച്ചു പറയുന്നതുകൊണ്ട് ഈ കൃത്യം നിറവേറ്റാൻ കഴിയില്ല. ഇടയ്ക്കിടെ വിവിധങ്ങളായ വീക്ഷണകോണങ്ങളിൽ നിന്നുകൊണ്ട് വിമർശപക്ഷങ്ങൾ നവീകരിക്കപ്പെടുകയോ പരിഷ്കരിക്കപ്പെടുകയോ ചെയ്തുകൊണ്ടേയിരിക്കണം. നൂറീതുകൊല്ലം കൂടുമ്പോഴെങ്കിലും വിമർശനത്തിൽ പുനസ്സംഘടനകൾ നടത്തേണ്ടതാണെന്നാണ് എലിയട്ടിന്റെ അഭിമതം. ഇന്നത്തെ എല്ലാ പ്രമുഖ വിമർശകരും ഈ പക്ഷക്കാരാണ് – മെങ്കനും റിച്ചാർഡ്സും മിഡിൽട്ടൻ മറിയും ഒക്കെ. പക്ഷേ, നൂറുകൊല്ലം എന്നെല്ലാമുള്ള അവധിനിർണയങ്ങൾ നാം കാര്യമായെടുക്കേണ്ടതില്ല. സാഹിത്യപഞ്ചാനൻ അഭിപ്രായപ്പെട്ടത് ഓരോ കാലഘട്ടത്തിലും (Age) പുനരാലോചന ആവശ്യമാണെന്നാണ്. കാഴ്ചപ്പാടിന്റെ

വ്യത്യാസംകൊണ്ടു നോട്ടം മാറുമ്പോൾ സ്വാഭാവികമായി വന്നുചേരുന്ന അഭിപ്രായവ്യത്യാസങ്ങൾ കാലപരിധി നോക്കാതെതന്നെ വിമർശകനു ധീരമായി പ്രകടിപ്പിക്കാവുന്നതാണ്. സ്വപ്രത്യയസ്ഥൈര്യം മാത്രമേ ഇവിടെ മാനദണ്ഡമുള്ളൂ. അതുണ്ടെങ്കിൽ എത്ര കൊടിയ പൊളിച്ചെഴുത്തും ആവാം. ഡോക്ടർ ലീവിസ്സിന്റെ ഒരു വിമർശനഗ്രന്ഥത്തിന്റെ പേരുതന്നെ 'പുനർമൂല്യനിർണയം' (Revaluation) എന്നാണ്. ഇംഗ്ലീഷിൽ പുനഃപരിശോധനത്തിനു വിധേയരാവാത്ത എണ്ണപ്പെട്ട സാഹിത്യകാരന്മാർ ആരുമില്ല. ഷെല്ലിയുടെ ഒരു കവിത ഒരു കോളേജ് വിദ്യാർത്ഥിയുടെ കൃതി പോലെയിരിക്കുന്നുവെന്ന് ലീവിസ് മുൻപുസ്തകത്തിൽ എഴുതിയപ്പോൾ ഇംഗ്ലണ്ട് ശാപവും ശകാരവുമായിട്ടല്ല ആ പണ്ഡിതനെ നേരിട്ടത്. മിൽട്ടന് ആശയമോ സ്വാതന്ത്ര്യ നിർമ്മാണ വൈഭവമോ ഇല്ലെന്ന് അതേ വിമർശകൻ പറഞ്ഞപ്പോൾ വിമർശനസാഹിത്യത്തിന്റെ വലിയൊരു വികാസമാണ് അതിൽ അവിടത്തെ സഹൃദയർ കണ്ടത്. ഖണ്ഡനവിമർശനത്തിന്റെ രണ്ടാമത്തെ അർത്ഥം നിലവിലുള്ള അഭിപ്രായങ്ങളെ പുനഃപരിശോധിക്കുക എന്നതാണ്.

അതവിടെ. ഇവിടെയാണെങ്കിലോ? ദൈവമേ, അതിന്റെ പത്തിലൊരു ഓഹരി നിരുപദ്രവമായ സത്യങ്ങൾ പറഞ്ഞുപോയതിന് ഇവിടത്തെ വിമർശകന്മാർ ഇപ്പോഴും തലയ്ക്കു താളി തേക്കുകയാണ്! പ്രശംസാസ്വരൂപങ്ങളായ അവതാരികകളുടെ ഭാഷയിലല്ലാതെ വിമർശനം സംസാരിച്ചുപോകരുതെന്നു ശഠിക്കുന്നവർ ഇവിടെ ധാരാളമുള്ളതുകൊണ്ടാണ് ഈ വിപര്യയം സംഭവിക്കുന്നത്. വിമർശനത്തിന്റെ സ്വന്തമായ ഞാണൊലി കേട്ടാൽ അവർ ദയനീയമാമ്മാറു കലമ്പൽ കൂട്ടുകയായി. അധിക്ഷേപവും പരിദേവനവും വിമർശനത്തിനു മറുമരുന്നല്ലെന്നും ബ്രഹ്മാസ്ത്രത്തിനു ബ്രഹ്മാസ്ത്രമെന്നതുപോലെ വിമർശനത്തിനു വിമർശനമാണു പ്രതിവിധിയെന്നും അവർക്കറിഞ്ഞുകൂടാ. അത് അവർക്കറിയുമെങ്കിൽ, വെറുതെ വിമർശനസംഹാരമന്ത്രങ്ങൾ ഉച്ചരിച്ചു സമയം കളയുന്നതിനുപകരം തങ്ങൾക്ക് അഹിതമായിത്തോന്നുന്ന അഭിപ്രായങ്ങൾ പഠിച്ച് എതിർത്തുതോല്പിക്കാനാണ് അവർ ശ്രമിക്കുക. അതറിഞ്ഞിട്ടും പ്രതിവിമർശനത്തിനൊരുമ്പെടാതെ അവർ വിമർശനമാരണത്തിനാണു കോപ്പുകൂട്ടുന്നതെങ്കിൽ, വിമർശനത്തിനു മറുപടിയില്ലെന്നും അതു ശരിക്കു ഫലിച്ചിട്ടുണ്ടെന്നും അർത്ഥമാക്കണം. ശങ്കരാചാര്യർ ചോദിച്ചതുപോലെ ഓടാൻ കഴിവുള്ളവർ മുട്ടിട്ടിഴയുമോ?

വേണ്ടിടത്തോളം വികസിക്കുന്നതിനു മുമ്പുതന്നെ നാലു ഭാഗത്തുനിന്നും മലയാള വിമർശനത്തെപ്പറ്റി ഉയർന്നുകേൾക്കുന്ന പ്രതിഷേധസ്വരങ്ങൾ, അതിന്റെ ഭാവി വികസ്വരതയെക്കുറിച്ച് നമുക്ക് ആശ്വാസപ്രദമായ ഉറപ്പു നല്കുന്നു. അതു വളരുന്തോറും പല ആശയപരിവർത്തനങ്ങളും സാഹിത്യമണ്ഡലത്തിൽ പ്രതീക്ഷിക്കാം. അനുഭൂതിയും വിവേചനവും മൂല്യബോധവുമുള്ള പക്വമാനസനായ ഒരു വായനക്കാരൻ സ്വാഭിപ്രായ

പ്രകടനധീരനാവുകയാണെങ്കിൽ, നമുക്ക് ആവശ്യമുള്ള വിമർശകന്റെ ഒത്ത അളവായി. പണ്ടത്തെ തലമുറയിൽ ഈ അളവിനൊത്ത ഒരാളേ നമുക്കുണ്ടായിട്ടുള്ളൂ. സാഹിത്യപഞ്ചാനൻ പി.കെ. നാരായണപിള്ള. ഇന്നാവട്ടെ മുണ്ടശ്ശേരി, മാരാർ എന്നിവർ വ്യൂഹമുഖത്തിൽനിന്നുകൊണ്ടു നീങ്ങി നീങ്ങി മുന്നേറുന്ന ഒരു നല്ല സേനാബലമുണ്ട്. വിമർശനത്തിന്റെ മാത്രമല്ല, സാഹിത്യത്തിന്റെതന്നെ ജയക്കൊടിയാണ് അവരുടെ കൈയിലുള്ളത്. പലതുമിരിക്കുന്നു അവർക്കു നേടാൻ. ചെറുശ്ശേരി, എഴുത്തച്ഛൻ, നമ്പ്യാർ തുടങ്ങിയ പഴയ കവികളെക്കുറിച്ചൊക്കെ, പാഠ്യപുസ്തകങ്ങളുടെ പീഠികയിൽ അച്ചടിച്ചുവെച്ചിരിക്കുന്ന കുറെ ജീർണിച്ച നിശ്ചേതനാഭിപ്രായങ്ങളല്ലാതെ, പുനഃപരിശോധനകളും ആശയനവീകരണങ്ങളും ഒട്ടും പുറത്തുവന്നിട്ടില്ല. ആധുനികകവികളുടെയിടയിൽ കുമാരനാശാനെപ്പറ്റി കുറെയേറെ വിമർശനങ്ങൾ സിദ്ധിച്ചിട്ടുണ്ടെന്ന് സമാധാനിക്കാം. എങ്കിലും പാശ്ചാത്യ മാനദണ്ഡമനുസരിച്ചു കൃതിക്രമത്തിലും പ്രസ്ഥാനക്രമത്തിലും മറ്റുമായി ഇനിയുമെത്രയോ പുത്തൻചിന്തകൾ ആ കവിയെപ്പറ്റി ഉദയംകൊള്ളേണ്ടിയിരിക്കുന്നു. ഉള്ളൂരും വള്ളത്തോളും ചങ്ങമ്പുഴയും അത്രപോലും വിമർശനപാത്രമായിട്ടില്ല. അവരെപ്പറ്റിയുള്ള വിമർശനങ്ങൾ ലഘുനിബന്ധങ്ങളിലാണു പ്രായേണ വിശ്രമിക്കുന്നത്. ഈ നില മാറണം. ബാലാമണിയമ്മ, വൈലോപ്പിള്ളി, കുഞ്ഞിരാമൻനായർ എന്നിങ്ങനെ നീണ്ടുപോകുന്ന നാമങ്ങളുടെ പട്ടിക വിമർശനത്തിന്റെ ആഘാതം വളരെയേറ്റിട്ടുണ്ടെന്നു പറഞ്ഞുകൂടാ. അതു കുറച്ചേറ്റപ്പോൾതന്നെ ഹതപ്രജ്ഞരായവർ അവരുടെ കൂട്ടത്തിലില്ലായ്കയില്ല. എങ്കിലും ഏതു വിമർശനത്തെയും ചുളുക്കമെന്യേ നേരിടുന്ന സ്ഥിരമൂല്യം അവരിൽ ചിലരുടെ ചില കൃതികൾക്കെങ്കിലും സംസിദ്ധമാണ്. ഇവരുടെ കൃതികൾ സമഷ്ടിയായി മാത്രം വിമർശിക്കപ്പെട്ടാൽ പോരാ. വ്യഷ്ടിയായും വിമർശിക്കപ്പെടണം. രണ്ടാമതു പറഞ്ഞ രീതിയിൽ വിമർശനം രൂപപ്പെടുമ്പോൾ മാത്രമേ ഓരോ കൃതിയെക്കുറിച്ചും നാം കേട്ടുകേൾവിയായി പുലർത്തുന്ന പല വിശ്വാസങ്ങളുടെയും പൂച്ചു പുറത്താവുകയുള്ളൂ. പാരമ്പര്യേണ നാം പറഞ്ഞുപോകുന്ന പല അതിശയോക്തികളും സ്നിഗ്ദ്ധവിശേഷങ്ങളും തൂത്തുകളയാൻ കരുത്തുറ്റ തൂലികകൾ ഇനിയും സഞ്ചരിക്കണം. അപഗ്രഥനപരങ്ങളായ സമഗ്രവിമർശനങ്ങളാണ് മലയാളവിമർശസാഹിത്യത്തിന്റെ ഇന്നത്തെ ഏറ്റവും പ്രധാനമായ ആവശ്യം.

പക്ഷേ, ഇന്നു മലയാളത്തിൽ പെരുകിവരുന്നത് വിമർശനം (Criticism) അല്ല, നിരൂപണം (Review) ആണ്. ആഴ്ചതോറുമോ മാസംതോറുമോ പുതിയ പുസ്തകങ്ങളെപ്പറ്റി ഒന്നോ രണ്ടോ കോളം ഉപരിപ്ലവമായെഴുതിയാൽ നിരൂപണമായി - നല്ല നിരൂപണംതന്നെ. പക്ഷേ, അതു ചീത്ത വിമർശനംപോലും ആകുന്നില്ല. എന്നാൽ, ഇതാണു വിമർശനമെന്നു തെറ്റിദ്ധരിച്ചവർ ഇല്ലാതെയുമില്ല. മെങ്കന്റെ അഭിപ്രായത്തിൽ 'ബുദ്ധിപരമായ അപക്വതയാണു നിരൂപണം.' പത്രപ്രവർത്തനത്തിന്റെ രംഗത്തിലാണു

നിരൂപണത്തിന്റെ സ്ഥാനം. സാഹിത്യത്തിന്റെ വേദിയിൽ അതിന്റെ സ്ഥാനം കഷ്ടിയാണ്. യഥാർത്ഥവിമർശനത്തിന്റെ വികാസത്തെ വളരെ യേറെ തടയുന്ന ഒരു പുതിയ (അത്ര പുതുതുമല്ല) 'ഉപഗ്രഹം' ആണു നിരൂപണം. വിമർശനത്തിനു കഴിവുള്ളവർപോലും അതിന്റെ ആകർഷണ പരിധിയിൽ ഇപ്പോൾ ഭ്രമിച്ചുവരുന്നു.*

ഇങ്ങനെ പലപല സിദ്ധാന്തങ്ങളും പരിശോധിക്കപ്പെടുവാനും പ്രശ്ന ങ്ങൾ പരിഹരിക്കപ്പെടുവാനും കിടക്കുന്നു. ഇന്ന് ഇവിടെച്ചേരുന്ന ഈ വിമർശചർച്ചായോഗം ഇവയെക്കുറിച്ചെല്ലാം സുസൂക്ഷ്മമായി സമാലോ ചിക്കുവാൻ പ്രതിജ്ഞാബന്ധമാണ്. മലയാള സാഹിത്യത്തിൽ അഭൂത പൂർവ്വമായ ഒരു സംഭവമാണ് ഇതെന്നു പറയാം. മലയാളത്തിലെ വിമർശന സാഹിത്യശാഖയുടെ ചരിത്രത്തിൽ ഇതൊരു നാഴികക്കല്ലായിരിക്കും. നമ്മുടെ ഇടയിൽ ഉദ്ബുദ്ധമായ ഒരു പുതിയ സാഹിത്യവീക്ഷണം പരത്തുവാൻ ഈ ചർച്ചയ്ക്കു സാധിക്കുമാറാകട്ടെ.

വിമർശനത്തിലെ പുതിയ ചുഴികൾ

മനുഷ്യന്റെ എല്ലാ പ്രവർത്തനമണ്ഡലങ്ങളിലും പ്രശാന്തിയുടെ അസ്ത മയം നടന്നുകൊണ്ടിരിക്കുന്ന ചരമദശയായിട്ട് ഇരുപതാം നൂറ്റാണ്ടിന്റെ പ്രഥമപാദത്തെ നാം ഇന്നു കാണുന്നു. ആ അസ്തമയാരംഭം ഏറെക്കുറെ ഇന്നു പൂർത്തിയായിക്കഴിഞ്ഞിരിക്കുന്നു. മുമ്പു മഹാവിപ്ലവങ്ങൾ എന്നു വിളിക്കപ്പെട്ട പ്രസ്ഥാനങ്ങൾപോലും സാഹിത്യത്തിന്റെ അഗ്നിപർവ്വതാ ധരങ്ങളിൽവെച്ച് ഇന്നു നിരന്തരം നടന്നുകൊണ്ടിരിക്കുന്ന ഉഗ്രവിസ്ഫോട നങ്ങൾക്കു മുമ്പിൽ, വെറും ഇളംകാറ്റായിത്തീർന്നിരിക്കുന്നു. അക്കാലത്തെ സാഹിത്യ ചിന്താവ്യാകുലത കണ്ടു വിഷണ്ണനായ ഒരു കേംബ്രിഡ്ജ് പ്രൊഫസർ, സുപ്രശസ്തമായ ഒരു സാഹിത്യഗ്രന്ഥത്തിൽ അതിനെ പരാ മർശിച്ച് എഴുതിയത് 'വിമർശനസിദ്ധാന്തങ്ങളുടെ കലാപം' എന്നായിരുന്നു.

ഈ ചിന്താകലാപത്തെ എന്നന്നേക്കുമായി അവസാനിപ്പിച്ചുകളയാം എന്ന തരുണസഹജമായ അത്യുത്സാഹത്തോടെയാണ് ഐ.എ. റിച്ചാഡ്സ് 'സാഹിത്യവിമർശനത്തിന്റെ തത്ത്വങ്ങൾ' (Principles of Literary Criticism) എന്ന പ്രസ്തുത ഗ്രന്ഥം എഴുതിയത്. എന്നിട്ട് ഇന്നേക്ക് അറുപത്തിനാലു കൊല്ലമായി. അതിനിടയിൽ സാഹിത്യവിമർശനത്തിൽ പ്രത്യക്ഷപ്പെട്ട ഭീഷണകലാപങ്ങളിൽ മിക്കതും നേരിട്ടു മനസ്സിലാക്കാനുള്ള 'ഭാഗ്യം' 1982-ൽ നിര്യാതനായ റിച്ചാർഡ്സിന്റെ ആയുർദൈർഘ്യം അദ്ദേഹത്തിന്

---

* 'വിമർശനവും നിരൂപണവും' എന്ന ഈ ലേഖകന്റെ പ്രബന്ധം (മാതൃഭൂമി ആഴ്ച പ്പതിപ്പ്, 28.10.1953) നോക്കുക.

അനുവദിക്കുകയുണ്ടായി. 'വിമർശകനായി നിലനിൽക്കുക എന്നുവെച്ചാൽ മൂല്യങ്ങളുടെ വിധികർത്താവായിരിക്കുകയാണ്' എന്ന തന്റെ വിചാരധീരമായ അഭിപ്രായത്തിന്റെ ഒരു തരിപോലും ബാക്കി കാണാനില്ലാത്ത നവീന വിമർശനത്തിന്റെ ശിലാതലങ്ങൾ ഉയർന്നുവരുന്നതുകണ്ട് ആ മഹാനായ സാഹിത്യചിന്തകൻ തന്റെ യൗവനോത്സാഹത്തിന്റെ അരുമപ്പിറപ്പായ ആ ഗ്രന്ഥത്തെക്കുറിച്ചു പശ്ചാത്തപിച്ചിട്ടുണ്ടായിരിക്കുകയില്ലെന്ന് ആരു കണ്ടു?

സാഹിത്യചിന്തയിൽ ഇന്നു കൊടുമ്പിരിക്കൊണ്ടിരിക്കുന്ന പ്രചണ്ഡങ്ങളായ പ്രക്ഷോഭങ്ങളെപ്പറ്റി ആകാവുന്നത്ര വിശദമായി പഠിച്ചെഴുതുന്ന ചുരുക്കം എഴുത്തുകാരിൽ ഒരാളായ എം.എച്ച്. അബ്രാംസ് ഈ സ്ഥിതിവിശേഷത്തെപ്പറ്റി നിർവികാരസ്വരത്തിൽ എഴുതിയതുപോലും വായിച്ചാൽ (സാഹിത്യസംജ്ഞകൾ വിവരിക്കുന്ന ഒരു അകാരാദിയിൽ) ആരും വിഷാദിച്ചുപോകും. 'അടുത്തകാലത്തു സാഹിത്യവിമർശനത്തിൽ പുതിയ സിദ്ധാന്തങ്ങളും പ്രയോഗരീതികളും വളരെക്കൂടുതൽ ഉണ്ടായിവന്നിട്ടുണ്ട്.' 'Remarkably prolific' എന്ന വാക്കുകളെയാണ് ഇവിടെ 'വളരെക്കൂടുതൽ' എന്നു തർജ്ജമ ചെയ്തിട്ടുള്ളത്. നിയന്ത്രണാതീതമായ ഒരു ജനനവർദ്ധനപ്രവണതയുടെ വിഷാദസൂചനയുണ്ടല്ലോ ആ ആംഗലപ്രയോഗത്തിൽ. അതു തർജ്ജമയിലില്ല. മുപ്പതിലേറെക്കൊല്ലം മുമ്പു വിമർശനരംഗത്തുണ്ടായിരുന്ന ഉച്ചാവചസ്ഥിതിയെപ്പറ്റി എഴുതുമ്പോൾ അമേരിക്കൻ വിമർശകനായ എൽഡർ ഓൾസൻ ബാബേൽഗോപുരത്തെ അനുസ്മരിക്കുകയുണ്ടായി. ആ സ്ഥിതിവിശേഷത്തിൽ ആപത്കരമായി ഒന്നുമില്ലെന്ന് ഉടൻതന്നെ അദ്ദേഹം വായനക്കാരെ ആശ്വസിപ്പിക്കാനും മുതിരുകയുണ്ടായി. തിടുക്കത്തിൽ ആശ്വസിപ്പിച്ചില്ലെങ്കിൽ വായനക്കാർ വിഷമിക്കാതിരിക്കില്ലെന്നു ഭയപ്പെട്ട ഒരു എഴുത്തുകാരനെ മേലത്തെ സാന്ത്വനത്തിന്റെ പിറകിൽ കാണാം. (Critics and Criticism) എന്ന പ്രശസ്തമായ പുസ്തകം കാണുക.)

അരിസ്റ്റോട്ടിൽതൊട്ട് റിച്ചാർഡ്സ്വരെയുള്ള പാശ്ചാത്യരായ സാഹിത്യചിന്തകന്മാരുടെ ആശയങ്ങളിലൂടെ സഞ്ചരിച്ചാൽ, അവരുടെ നാനാമുഖമായ അഭിപ്രായങ്ങൾ പരിഹരിക്കാതെവിട്ട ഒരേയൊരു കീറാമുട്ടിപ്രശ്നം സാഹിത്യത്തിലെ രൂപഭാവങ്ങളെ സംബന്ധിക്കുന്നതാണെന്ന് കാണാം. അരിസ്റ്റോട്ടിലിന്റെ അനുകരണവാദം രൂപത്തിനു പ്രാധാന്യം കൊടുക്കുമ്പോൾ പിന്നീട് ഹോറാസുവഴി വികസ്വരമായി വന്ന ഉദ്ബോധനവാദം ഭാവത്തിനു പ്രാമുഖ്യം നല്കി. ഏറെക്കുറെ ബലമൊപ്പിച്ചുപോയ ഈ രണ്ടു വാദങ്ങൾ, ശാസ്ത്രീയവിജ്ഞാനത്തിന്റെ സർവംകഷമായ പ്രവാഹത്തോടെ, ഭാവപരമായ പ്രാധാന്യത്തിൽ ഉറച്ചുനിന്നു. ഇരുപതാം നൂറ്റാണ്ടിന്റെ തുടക്കത്തിൽ സാഹിത്യവിമർശനത്തിൽ കടന്നുവന്ന എല്ലാ നവസിദ്ധാന്തങ്ങളും വിജ്ഞാനനിഷ്ഠമായിരുന്നു. മാർക്സ്, നീഷെ, ഫ്രോയിഡ്, ഫ്രെയ്സർ തുടങ്ങിയ ധൈഷണികനേതാക്കളുടെ നിശ്വാസവാദങ്ങൾ ഉയർത്തിയ ചിന്താതരംഗങ്ങൾ സാഹിത്യവിമർശനത്തെ അന്നു

വല്ലാതെ ഉച്ചലിപ്പിക്കുകയുണ്ടായി. ഇവരിൽനിന്ന് നിർഗണിച്ച പ്രതിപാദ്യത്തിന്റെ നൂതനവൈചിത്ര്യങ്ങൾ പ്രതിപാദനത്തെ വണ്ടിയുടെ അഞ്ചാമത്തെ ചക്രം മാത്രമായിട്ടാണ് കണ്ടത്. ഇതോടെ സാഹിത്യവിമർശനത്തിൽപോലും ഉള്ളടക്കം പ്രധാന ചിന്താവിഷയമായിത്തീർന്നു. സാഹിത്യത്തെ സമീപിക്കുവാൻ നാലു മാർഗ്ഗങ്ങളാണ് ഉള്ളതെന്ന് ഡേവിഡ് ഡെയ്ച്ചസ് പ്രസ്താവിച്ചു. ചരിത്രപരവും മനഃശാസ്ത്രപരവും സാമൂഹികശാസ്ത്രവും സാംസ്കാരികവുമായ മാർഗ്ഗങ്ങളാണ് അവ. (Critical Approaches to Literature എന്ന ഗ്രന്ഥത്തിൽനിന്ന്). പ്രതിപാദ്യപ്രധാനങ്ങളാണ് ഈ മാർഗ്ഗങ്ങൾ. സ്ട്രക്ചറലിസം, സ്റ്റൈലിസ്റ്റിക്സ്, ന്യൂ ക്രിട്ടിസിസം, പോസ്റ്റ്സ്ട്രക്ചറലിസം മുതലായവ. മാർക്സിയൻ മാർഗവും മനഃശാസ്ത്രരീതിയും ഇന്നും പ്രബലങ്ങളായി നിലനിൽക്കുന്നില്ലെന്നല്ല; പക്ഷേ, അവയുടെ പ്രയോക്താക്കൾപോലും മേല്പറഞ്ഞ ഭാഷാശാസ്ത്രപ്രവണതകളാൽ സമാക്രാന്തരായിക്കഴിഞ്ഞിരിക്കയാണ്, ഇന്ന്. മറ്റൊരു പുതിയ കൃതി ഉദാഹരണമായി വേണമെങ്കിൽ കാതറീൻ ബെൽസിയുടെ 'വിമർശനപ്രയോഗം' (Critical Practice) നോക്കാം. സ്ട്രക്ചറലിസവും പോസ്റ്റ്-സൊസ്സൂറിയനിസവും മറ്റും മാർക്സിസത്തിന്റെയും മനഃശാസ്ത്രത്തിന്റെയും ശ്രീകോവിലുകളിൽ എത്രത്തോളം കയറിക്കൂടിയിട്ടുണ്ടെന്ന് നമുക്ക് ഈ ഗ്രന്ഥത്തിൽനിന്നു മനസ്സിലാക്കാം.

അരിസ്റ്റോട്ടിൽ മുതൽ റിച്ചാഡ്സ് വരെയുള്ള സാഹിത്യചിന്തകന്മാരെപ്പോലെ വ്യക്തിനായകത്വത്തിൽ പ്രതിഷ്ഠിതമല്ല ഈ പുതിയവരുടെ സിദ്ധാന്തങ്ങൾ. സർവകലാശാലകളിലും അതുപോലുള്ള പഠനകേന്ദ്രങ്ങളിലും പ്രവർത്തിക്കുന്ന ഓരോ ചെറിയകൂട്ടം പണ്ഡിതന്മാരുടെ സവിശേഷ പരിശ്രമംകൊണ്ട് വളർന്നുവന്നവയാണ് ഈ നവപദ്ധതികളെല്ലാം. മിത്രസംഘങ്ങളുടെ ചർച്ചകളിൽനിന്നാണ് അവ വളരുന്നത്. അതിനാൽ പല സിദ്ധാന്തങ്ങളിലും കൂടിക്കലർപ്പുകൾ കാണാം. മിക്ക സിദ്ധാന്തങ്ങളും യുക്തിവിചാരത്തിൽ ദുർബലങ്ങളാണ്. ഇവരിൽ മിക്കവരും ഭാഷാചിന്തയിൽനിന്ന് സാഹിത്യചിന്ത തുടങ്ങുന്നു. സമൂഹജീവിതത്തിൽ ആശയസംക്രമണത്തിനുള്ള ഒരുപാധിയാണ് എന്ന നിലയ്ക്ക് മാത്രമല്ല, ഭാഷയെ സ്ട്രക്ചറലിസ്റ്റുകൾ കാണുന്നത്. ഭാഷയുടെ ഘടനാവിലാസം മനുഷ്യന്റെ എല്ലാ പ്രവർത്തനരംഗങ്ങളിലും പ്രതിഫലിച്ചിട്ടുണ്ടെന്ന് ഫെർഡിനാൻസ് ഡെ സൊസുറെ എന്ന ഫ്രഞ്ചുഭാഷാശാസ്ത്രജ്ഞൻ (1857–1913) വാദിക്കുന്നു. ലൈവിസ്ട്രേറ്റാസ്സിനെ അവലംബിച്ചുകൊണ്ട് റോളണ്ട് ബാർത്തിന്റെ വാദം, സംസ്കാരംതന്നെ ഭാഷയാണെന്നാണ്. സാഹിത്യം ഭാഷയിലൂടെ രൂപംകൊള്ളുമ്പോൾ അത് ഉയർന്ന ഒരു ദ്വിതീയതല യാഥാർത്ഥ്യമായി (Second order reality) മാറുന്നു. സാഹിത്യകൃതിയിലെ ഈ ഭാഷാപരമായ ഘടനയെ മനസ്സിലാക്കി അവതരിപ്പിക്കുകയാണ് വിമർശകന്റെ കർത്തവ്യം. റോമൻ ജേക്കബ്സൻ എന്ന റഷ്യൻ ഫോർമലിസ്റ്റ് പറയുന്നത് സാഹിത്യകൃതിയിൽ ഒരു വാചികവസ്തുതയെയാണ്, വിചാരത്തെയല്ല,

ദർശിക്കേണ്ടത് എന്നാണ്. കല ജീവിതത്തിൽനിന്ന് വ്യത്യസ്തമാണെന്നല്ല, സ്വതന്ത്രമാണെന്നാണ് ജേക്കബ്സിന്റെ നിലപാട് (ഒട്ടോണമസ് എന്ന വാക്ക് സ്വാതന്ത്ര്യം എന്ന അർത്ഥത്തിൽ ഉപയോഗിക്കപ്പെട്ടു കാണുന്നു). അതുകൊണ്ട് സാഹിത്യത്തിന്റെ സാഹിത്യത്വം (Literariness) കണ്ട് വിൽബർ സ്കോട്ട് നിർദ്ദേശിച്ച അഞ്ചു മാർഗ്ഗങ്ങളിൽ നാലും പ്രതിപാദ്യ പ്രധാനമായിരുന്നു. സാന്മാർഗികം, മനഃശാസ്ത്രപരം, ആദിരൂപപരം. ഇക്കൂട്ടത്തിൽ രൂപപരമായി ഒരെണ്ണം മാത്രമേ ഉള്ളൂ. (Five Approaches to Literary Criticism) എന്ന കൃതി നോക്കുക).

ഭാവത്തെ രൂപീകരിക്കലാണ് കലയെന്നതുകൊണ്ട്, വിജ്ഞാനഭരിത മായ ഈ വിമർശനപ്രസ്ഥാനങ്ങൾ പൊതുവേ കലാസത്തയിൽനിന്ന് അകന്നുപോയതായി സാഹിത്യവിദ്യാർത്ഥികൾക്ക് ക്രമേണ തോന്നി ത്തുടങ്ങി. സാഹിത്യമല്ല, സാഹിത്യത്തെപ്പറ്റിയുള്ള പലതുമായി ഇവയുടെ ചിന്താവിഷയം. ദേവനെ തിരസ്കരിച്ച് അമ്പലമതിലുകൾ നോക്കി അലഞ്ഞുതിരിയുന്ന മൂഢഭക്തരെപ്പോലെയായി ഈ വിമർശകസമൂഹം. ഒടുവിൽ ഇവരെ ശരിക്കും വിളിക്കേണ്ട പേർകൊണ്ടുതന്നെ ആളുകൾ വിളിച്ചുതുടങ്ങി. 'സാഹിത്യശത്രുക്കൾ' എന്ന്. ചരിത്രദർശികളും മനഃ ശാസ്ത്രജ്ഞരും ഭൗതികശാസ്ത്രവാദികളും തത്ത്വചിന്തകരും രാഷ്ട്രീ യക്കാരും സദാചാരവാദികളുമാണ് ആത്യന്തികതയിൽ സാഹിത്യശത്രു ക്കളായിത്തീരുന്നതെന്ന് പ്രൊഫ. സ്റ്റാൻഫോർഡ് സമർത്ഥിച്ചു (Enemies of Poetry എന്ന ഗ്രന്ഥത്തിൽനിന്ന്). ഈ വഴികളിലൂടെ സാഹിത്യത്തെ പരിശോധിക്കുന്നത് ബാഹ്യപരിശോധന മാത്രമാണെന്ന് വെല്ലക്കും മറ്റും നേരത്തെ അഭിപ്രായപ്പെട്ടിരുന്നു.

ഈ എതിർപ്പുകൾ ഇത്ര രൂക്ഷമായി രൂപപ്പെട്ടുവരുന്നതിനിടയിൽ, ഇരുപതാംനൂറ്റാണ്ടിന്റെ തുടക്കത്തിൽത്തന്നെ എന്നു പറയാം, സാഹി ത്യത്തെ ഒരു കേവലവസ്തു എന്ന നിലയിൽ-എഴുത്തുകാരന്റേയോ വായനക്കാരന്റേയോ ഉദ്ദേശ്യങ്ങളിൽനിന്നും ധാരണകളിൽനിന്നും ജന്മം കൊള്ളുന്ന ഒരു പ്രതിഭാസത്തിൽനിന്നു വ്യത്യസ്തമായി കണ്ടുമനസ്സി ലാക്കാനുള്ള ശ്രമങ്ങൾ റഷ്യയിലും അമേരിക്കയിലും യൂറോപ്പിലും എല്ലാം പതുക്കെ നടക്കുന്നുണ്ടായിരുന്നു. സാഹിത്യത്തിലെ മൗലികവസ്തു വാക്കാണ്. വാക്ക് ഭാഷയുടെ മൗലികഘടകവുമാണ്. സാഹിത്യബോധം ഭാഷാബോധത്തിൽനിന്നു തുടങ്ങേണ്ടതാണെന്ന വിചാരം യൂറോപ്പിൽ പര ന്നത് ഇങ്ങനെയാണ്. സാഹിത്യമീമാംസയുടെ ഉമ്മറത്തു പ്രവേശിച്ച ഒരു നവാതിഥി ആയിരുന്നു ഭാഷാശാസ്ത്രം. ഇന്ന് അതല്ലേ സാഹിത്യമീമാംസ യുടെ ഗൃഹനാഥൻ എന്നുപോലും സംശയിക്കേണ്ട ദിക്കായിരിക്കുന്നു. ഡെയ്ച്ചസും സ്കോട്ടും വിവരിച്ച വിമർശപദങ്ങളല്ല, പുതിയ വിമർശ പഠനഗ്രന്ഥങ്ങളുടെ വിഷയം. ആൻജഫേഴ്സനും ഡേവിഡ് റോബിയും ചേർന്നു പ്രസാധനം ചെയ്ത ഒരു പുതിയ സാഹിത്യസിദ്ധാന്തഗ്രന്ഥ ത്തിൽ (Modern Literary Theory) വിവരിക്കപ്പെട്ടിട്ടുള്ള വിമർശനമാർഗ്ഗങ്ങൾ

വേറെ ചിലവയാണ്. റഷ്യൻ ഫോർമലിസം, സീമിയോട്ടിക്സ് പിടിക്കുക യാണു സാഹിത്യവിമർശകൻ ചെയ്യേണ്ടത്. അമേരിക്കയിലെ നവീന വിമർശകരും കൃതിയെ സ്വാവലംബിയായിത്തന്നെ കാണുന്നു. ഫെനോമ നോളജി എന്ന തത്ത്വചിന്താപ്രസ്ഥാനത്തെ അംഗീകരിക്കുന്ന മെർലോ-പോണ്ടി, റോമൻ ഇൻ ഗാർഡൻ തുടങ്ങിയവർ രൂപവാദികളും ഭാഷാ ശാസ്ത്രവാദികളുമായ മുൻപറഞ്ഞവരിൽനിന്നു വ്യത്യസ്തമായി, ബോധ ത്തിന്റെ വിഷയാഭിമുഖമായ പ്രവർത്തനംകൊണ്ടുണ്ടാകുന്ന ഒരു വാഗ്രൂപ മായി സാഹിത്യത്തെ കാണുന്നു. ഈ ബോധപ്രവർത്തനത്തെ അവർ 'ഇന്റൻഷൻ (Intention) എന്നു വിളിക്കുന്നു. സാഹിത്യം ജീവിതത്തിന്റെ വാങ്മയമായ രൂപംകൊള്ളലാണ്, ജീവിതത്തെക്കുറിച്ചുള്ള ചിന്തകളുടെ രൂപംകൊള്ളലല്ലെന്ന് മെർലോ പോണ്ടി ചൂണ്ടിക്കാട്ടുന്നു.

ഈ സിദ്ധാന്തങ്ങൾക്കെല്ലാം പൊതുവേ ഒരു ന്യൂനതസ്ഥാനമുണ്ട് - ഇവ സാഹിത്യത്തെ സമഗ്രമായി കാണുന്നില്ല. പൂർവ്വസിദ്ധാന്തങ്ങളിൽനിന്നു വേർപെട്ടുനിൽക്കാനുള്ള വ്യഗ്രതയിൽ അവ പൂർവ്വസത്യങ്ങളെ അപ്പടി നിഷേധിക്കുക തങ്ങളുടെ കടമയാണെന്നു കരുതുന്നതുപോലെ തോന്നുന്നു. ഇവർക്ക് അങ്ങനെ വീണ്ടും ഇരുട്ടിൽ തപ്പിത്തടയേണ്ടി വരുന്നു. ഇവയുടെ തത്ത്വങ്ങൾ വിമർശകൻ പ്രയോഗവീഥിയിൽ എത്തി ക്കുമ്പോൾ, സാഹിത്യകൃതിയുടെ യഥാർത്ഥജീവൻ ഇവയുടെ വലയിലൂടെ ഉള്ളിൽ കടക്കാതെ പോകുന്നു. അതുകൊണ്ട് പഴയ വിജ്ഞാനാധിഷ്ഠിത വിമർശനമാർഗങ്ങളെപ്പോലെ തന്നെ ഇവ സാഹിത്യത്തിന്റെ രൂപഭാവങ്ങളെ സമന്വയിപ്പിക്കാനാകാതെ പരാജയമടയുന്നു. സ്റ്റൈലിസ്റ്റിക്സ് ഇതിന് ഒരു ദാഹരണം. സാഹിത്യകൃതിയുടെ ശകലാംശങ്ങളിൽ പ്രതിഫലിക്കുന്ന ശൈലീസവിശേഷതകളുടെ 'വിരലടയാളം എടുക്കുക' (Finger Printing) മാത്രമാണു ശൈലീവിജ്ഞാനീയം ചെയ്യുന്നത് എന്നൊരു പരാതിയുണ്ട്. നമ്മുടെ രീതിവാദം സാഹിത്യരഹസ്യം കണ്ടെത്തുന്നതിൽ പരാജയ പ്പെട്ടതുപോലെതന്നെ കൃതിയുടെ സമഗ്രരഹസ്യം കണ്ടെത്താൻ പുതിയ ശൈലീപദ്ധതിക്കും കഴിയുന്നില്ല. സാഹിത്യത്തിന്റെ ജീവൻ രീതിസിദ്ധാ ന്തത്തിൽ 'അസ്ഫുടസ്ഫുരിതം' മാത്രമാണെന്ന ധ്വനികാരന്റെ ആക്ഷേപം സ്റ്റൈലിസ്റ്റിക്സിനും ബാധകമാണ്. വൈജ്ഞാനികസരണി കൾ പ്രതിപാദ്യത്തെ ഊന്നിനിൽക്കെ, രൂപനിഷ്ഠസിദ്ധാന്തങ്ങൾ രൂപത്തെ ഊന്നിനില്ക്കുന്നു. രണ്ടും വികലമായ നിലപാടുകൾതന്നെ - കണ്ണോ കാലോ ഒന്നു കുറഞ്ഞാലത്തെ അവസ്ഥ. പ്രത്യേക വാദത്തെ ആത്യന്തി കതയിൽ എത്തിക്കുന്നതുകൊണ്ടുവരുന്ന യുക്തിരാഹിത്യവും അത്യുക്തി പരതയും പാശ്ചാത്യരുടെ സിദ്ധാന്തങ്ങളുടെ മറ്റൊരു ദോഷമായി തോന്നാം. മെർലോ-പോണ്ടിയുടെ മേലുദ്ധരിച്ച അഭിപ്രായം തന്നെ പരിശോധിച്ചു നോക്കുക. ജീവിതം വാങ്മയമായി രൂപംകൊള്ളുമ്പോൾ അതിൽനിന്നു ചിന്തയെ ഒഴിച്ചുനിർത്താൻ പറ്റുകയില്ല. വാക്ക് എന്നുവച്ചാൽ ഒച്ച മാത്ര മാണോ? ആശയരഹിതമായി വാക്കുപയോഗിക്കാൻ ഒരെഴുത്തുകാരനും കഴിയുകയില്ല. അപ്പോൾ പോണ്ടിയുടെ അഭിപ്രായം ഗഹനമാണെന്ന്

നമുക്കു തോന്നുന്നത് അതിന്റെ അത്യുക്തിഫലമായ യുക്തിരാഹിത്യം കൊണ്ടാണ്. ദെറിദ തുടങ്ങിയവർ ഇതിന്റെ അങ്ങേയറ്റത്തെ ഉദാഹരണ മായിട്ടാണ് എനിക്കു തോന്നിയിട്ടുള്ളത്.

രണ്ടായിരം കൊല്ലത്തെ സിദ്ധാന്തപര്യടനത്തിനുശേഷം പാശ്ചാത്യർ സാഹിത്യത്തെ ഒരു വചനവസ്തുവായിക്കണ്ടത് നൂതനവിമർശനത്തിന്റെ ഒരു ധനചിഹ്നം ആണെന്നു സമ്മതിക്കാം. എന്നാൽ, ഭാരതീയരുടെ സാഹിത്യമീമാംസയുടെ പ്രഥമനിശ്വാസം ഇതാണെന്നു പലരും ഓർക്കു ന്നില്ല. എങ്ങനെ നിർവചിച്ചാലും അവർക്ക് കാവ്യം വാക്യമോ ശബ്ദമോ ആണ്. മറ്റൊന്നുമല്ല. എന്നാൽ, ഇവിടെ അവർ തങ്ങളുടെ ചിന്തയെ നിർത്തുന്നില്ല. വാക്യം അഥവാ ശബ്ദം കവിയാൽ സംസ്കരിക്കപ്പെടു മ്പോഴാണ് അതു രമണീയാർത്ഥപ്രതിപാദകത്വംകൊണ്ടോ രസാത്മകത്വം കൊണ്ടോ കാവ്യമായിത്തീരുന്നത് എന്നുവരെ അവർ ചിന്തിച്ചുപോയി ട്ടുണ്ട്. ജേക്കബ്സനും റാൻസമും ബാർത്തും ഒക്കെ പറഞ്ഞുവെച്ചല്ലോ വാഗ് യാഥാർത്ഥ്യം ലൗകിക യാഥാർത്ഥ്യത്തിൽനിന്നു വിഭിന്നമായ ഒരു ദ്വിതീയതല യാഥാർത്ഥ്യമായിത്തീരുന്നുണ്ടെന്ന്. ഭാരതീയർ ദ്വിതീയതല യാഥാർത്ഥ്യം എന്ന വാക്കിനുപകരം അലൗകികം എന്ന് ഉപയോഗിച്ചു. ലൗകികസത്യം അലൗകികസത്യമായിത്തീരുന്ന പ്രക്രിയയാണ് ഭാരതീ യരുടെ ജീവിതാധിഷ്ഠിതമായ രസധ്വനിവാദം. ഭാവത്തിനു രൂപം സിദ്ധി ക്കുന്ന രഹസ്യം ഈ സിദ്ധാന്തത്തിൽ അടങ്ങിയിരിക്കുന്നു. ഇവിടെയാണു സാഹിത്യത്തിന്റെ സാഹിത്യത്വം നിലകൊള്ളുന്നത്. വെറും വാക്കിൽ അതില്ല. റഷ്യൻ ഫോർമലിസത്തിൽനിന്നും നവീനവിമർശനത്തിൽനിന്നും ഭാരതീയസിദ്ധാന്തത്തിനുള്ള അനുപമമായ വ്യത്യാസം അതാണ്. കവി തനിക്കു രുചിക്കുന്ന വിധത്തിൽ ലോകത്തെ പരിവർത്തിപ്പിക്കുന്ന പ്രജാ പതിയാണ് എന്ന ആനന്ദവർദ്ധനാചാര്യന്റെ പ്രഖ്യാപനത്തിനൊപ്പം മുഴക്ക ത്തിൽ സാഹിത്യത്തിന്റെ ലോകോപരിസ്ഥസത്തയെപ്പറ്റി സ്ട്രക്ചറലിസ്റ്റ് നായകന്മാർ ആരും പറഞ്ഞിട്ടുണ്ടെന്നു തോന്നുന്നില്ല. നാഗേശഭട്ടൻ 'രസ ഗംഗാധര'കാരന്റെ അലൗകികവാദത്തെ വിവരിച്ചതു പഠിച്ചാൽ പുതിയവ രുടെ ദ്വിതീയതലയാഥാർത്ഥ്യം ഭാരതീയദൃഷ്ടിയിൽ എന്താണെന്നു നമുക്കു മനസ്സിലാക്കാം. ഭാരതീയർ ഭാഷാശാസ്ത്രസിദ്ധാന്തങ്ങളിൽനിന്നാണ് സാഹിത്യമീമാംസയിലേക്കു കടന്നുചെന്നത്. സൊസ്സുറെയെക്കാൾ ഒട്ടും ചെറിയവരല്ലാത്ത ഭാഷാശാസ്ത്രജ്ഞന്മാരുടെ തലയിൽ ചവിട്ടിക്കൊണ്ടു തന്നെ സാഹിത്യ ഔന്നത്യത്തെ പ്രാപിച്ചവരാണ് അവർ. 'പ്രഥമേ ഹിവി ദ്വാംസോ വൈയാകരണാഃവ്യാകരണമൂലത്യാദ് സർവവിദ്യാനാം' എന്നു ധ്വനികാരൻ ഭാഷാശാസ്ത്രത്തിന്റെ സർവ്വ പ്രാധാന്യത്തെ അനുവദിച്ചി രിക്കുന്നു. സൊസ്സുറയെക്കാൾ ധീരതയോടെയാണ് സർവവിദ്യകൾക്കും മൂലഭൂതമായ വിജ്ഞാനം ശബ്ദശാസ്ത്രമാണെന്ന് ആനന്ദവർദ്ധൻ പ്രഖ്യാപിച്ചിരിക്കുന്നത്. പക്ഷേ, അവർ വിമർശനത്തെ ഭാഷാശാസ്ത്രത്തിന് അപ്പടി പണയപ്പെടുത്തിയില്ല. രസധ്വനിവാദത്തിലാണ് സാഹിത്യമീമാം സയുടെ സ്വാതന്ത്ര്യം അവർ വിളംബരം ചെയ്തത്. നവീനവിമർശകർക്കു

പറ്റിയ അപകടം, പഴയ ആവിഷ്കരണവാദങ്ങളെ (Expressive Theories) അവർ അവഗണിച്ചുകളഞ്ഞു എന്നതാണ്. ഭാരതീയർ ഭാഷാശാസ്ത്രതത്ത്വങ്ങളെ ആവിഷ്കാരവാദത്തോട് ഇണക്കിയപ്പോൾ സാഹിത്യശാസ്ത്രത്തിന്റെ ഏറ്റവും ചെറിയ കുറുക്കുവഴി അവർ കണ്ടെത്തി. അതു കണ്ടെത്താൻ പറ്റാത്ത പാശ്ചാത്യരുടെ അലച്ചിൽ ഇന്നും തീർന്നിട്ടില്ല.

നവീനവിമർശനത്തിന്റെ തത്ത്വങ്ങൾ വിശദമായി മനസ്സിലാക്കാൻ നവീന വിമർശകരുടെ ശ്രമംമൂലംതന്നെ, ഇത്തിരി പ്രയാസമുണ്ടായിട്ടുണ്ട്. അവർ എഴുതിയത് വായിച്ചാൽ തലകറങ്ങും. ഈ തത്ത്വങ്ങൾ എന്തെന്ന് ഏറെക്കുറെ നന്നായി ഗ്രഹിച്ച അബ്രാംസിന്റെ ഒരു വാക്യം ഇവിടെ ഉദാഹരണമായി ഉദ്ധരിക്കാം."Deconstruction is applied to a mode of reading texts which subverts the implicit claim of a text to possess adequate grounds in the system of language that it deplays, to establish its own structure, unity and determinate meanings" (Abrams 1981:38). ദെറിദ എന്ന ആധുനിക വിമർശകന്റെ വിഘടനം (Deconstruction) എന്ന വാദത്തെ അബ്രാംസ് വിവരിക്കുകയാണ് പ്രകൃതം. അബ്രാംസുപോലും ഈ ഇംഗ്ലീഷ് വാക്യരചനയിൽ തൃപ്തനാകാനിടയില്ല. ഇത്തരം വാക്യങ്ങൾ വായിച്ചു പരിഭ്രാന്തരായിട്ടാണെങ്കിലും പ്രാജ്ഞമ്മന്യരായിക്കൊണ്ട്, മലയാളത്തിലെ പുതിയ വിമർശകൻ എഴുതിക്കൂട്ടുന്ന വാലും തലയുമില്ലാത്ത വാക്യങ്ങൾകൊണ്ട് നവീന വിമർശനത്തിന്റെ ശവസംസ്കാരമല്ലാതെ മറ്റൊന്നും നടക്കുമെന്നു തോന്നുന്നില്ല. വിവർത്തനത്തിനുപോലും കഴിവില്ലാത്തവർ വിമർശനത്തിനു മുതിരുന്നു. നൂതനവിമർശനം ശരിക്കു മനസ്സിലാക്കി, ഭാരതീയ വീക്ഷണംകൊണ്ടുള്ള തിരുത്തലും സാത്മീകരണവും വരുത്താൻ കഴിഞ്ഞാലല്ലാതെ, ആപത്കരങ്ങളായ ഈ പുതിയ ചുഴികളിൽപെട്ട് മുങ്ങിച്ചാവാതെ രക്ഷപ്പെടാൻ കേരളീയനിരൂപകർക്കു കഴിയുകയില്ല. തങ്ങൾ കുളിക്കുന്നതേയുള്ളൂവെന്നാണ് അവർ വിളിച്ചുപറയുന്നത്. കരയ്ക്കു നില്ക്കുന്നവർക്കു തോന്നുന്നതാകട്ടെ, അവർ കാണെക്കാണെ മുങ്ങിപ്പോവുകയാണെന്നാണ്.

കവിതയും വിമർശനവും

കവിത എന്നൊന്നില്ലേ? ഉണ്ട്. വിമർശനമോ? അതും ഉണ്ട്. ഇവ രണ്ടും ചിരകാലമായിട്ടില്ലേ? ഉണ്ട്, തീർച്ചയായും. രണ്ടും ചിരകാലമായുണ്ടെങ്കിൽ, മനുഷ്യമനസ്സിനെ ഏതു വഴിക്കോ അവ നിത്യമായി സന്തർപ്പണം ചെയ്തു വരുന്നു എന്നാണല്ലോ അതിനർത്ഥം. അതെ, അപ്പോൾ കവിതയും വിമർശനവും ഉണ്ട്. എന്നുമാത്രമല്ല, അവ വേണമെന്നും സിദ്ധിക്കുന്നു. ആ നിലയ്ക്ക് 'കവിതയും വിമർശനവും' എന്നു സമുച്ചയിച്ച് പറയുന്നതിൽ

ഒട്ടും തരക്കേടില്ല. അനവദ്യമായ ഈ സമുച്ചയബോധം മലയാളത്തിൽ ഇന്ന് നഷ്ടപ്പെട്ടതുപോലെ തോന്നുന്നു. അത്രത്തോളം പറയണമെന്നില്ലെങ്കിലും ആരെല്ലാമോ ആ ബോധം നഷ്ടപ്പെടുത്താൻ ശ്രമിക്കുന്നുണ്ടെന്ന് പറഞ്ഞേ തീരൂ. 'കവിതയും വിമർശനവും' എന്നല്ല, 'കവിതയോ വിമർശനമോ' എന്നായിരിക്കുന്നു അക്കൂട്ടരുടെ പ്രശ്നം. സമുച്ചയബോധത്തെ വികല്പബോധം വിഴുങ്ങാൻ ശ്രമിക്കുകയാണ്. രണ്ടിനുംകൂടെ ഒന്നിച്ച് നിലയില്ലെന്ന മട്ടിലാണ് ചിലരുടെ ചിന്തയുടെ പോക്ക്.

ഈ വികല്പബോധം പരത്താൻ ആരാണ് മുതിരുന്നതെന്നും അതു പരക്കുകയാണെങ്കിൽ അതുകൊണ്ട് ആർക്കാണ് പ്രത്യക്ഷത്തിൽ നേട്ടമെന്നും സ്വല്പമൊന്നു നമുക്കു ചിന്തിച്ചുനോക്കാം. കവിയും കവിപക്ഷപാതികളുമോ വിമർശകനും വിമർശകപക്ഷപാതികളുമോ, ആരാണ് ഈ മിഥ്യാവാദപ്രചാരണത്തിൽ തല്പരർ എന്നാണ് നമുക്കു നിർണയിക്കേണ്ടത്. വിമർശകനും കൂട്ടരുമായിരിക്കാൻ വഴിയില്ല (വിമർശകനോടുള്ള അനുകൂലപക്ഷപാതംമൂലം അയാളെ കുറ്റത്തിൽനിന്ന് ഒഴിവാക്കാനായി വെറുതെ പറയുകയില്ല). 'കവിത വേണ്ട വിമർശനം മതി' എന്നു വിമർശകൻ പറയുന്നുവെന്നാണല്ലോ ഇവിടെ സങ്കല്പിക്കേണ്ടത്. അങ്ങനെ സങ്കല്പിച്ചാൽ വന്നുകൂടുക, ഫലത്തിൽ വിമർശനം സാധ്യമല്ല എന്ന നിലയാണ്, കവിത ഇല്ലാതാകുമ്പോൾ വിമർശനം ഇല്ലാതാകുന്നു. ഇപ്പോൾ, 'കവിതവേണ്ടാവാദം' വിമർശകൻ ഉന്നയിച്ചാൽ സ്വന്തം നാശത്തിലേ അതു കലാശിക്കുകയുള്ളൂ. കവിതയാണ് വിമർശനത്തിനുള്ള അസംസ്കൃത വസ്തു എന്നതുതന്നെ കാരണം. അസംസ്കൃതവസ്തു ഇല്ലാതെവന്നാൽ ഉത്പാദനവും ഉത്പന്നവസ്തുവും ഉണ്ടാകുകയില്ല. 'അസംസ്കൃതവസ്തു' എന്ന പദം നിങ്ങൾക്ക് ഇഷ്ടമല്ലെങ്കിൽ 'വിഷയം' എന്നു പറയാം. വിമർശനത്തിന്റെ വിഷയം കവിതയാണ്. വിഷയം വേണ്ട, വിഷയി മതി എന്നോ, ആശ്രയം വേണ്ട, ആശ്രയിക്കുകയില്ല. ആകയാൽ, കവിതാനിഷേധവാദം വിമർശകനെ സംബന്ധിച്ചിടത്തോളം ആത്മഹത്യപരമാകയാൽ അയാളെ അതിന്റെ വക്താവാമെന്നു പറയുന്നത് ഒട്ടും ശരിയല്ല.

ചില കവിത കൊള്ളില്ലെന്നോ വേണ്ടെന്നോ പോരെന്നോ വിമർശകൻ പറഞ്ഞേക്കാം. അയാളുടെ മാനദണ്ഡങ്ങൾ അനുസരിച്ച് ചില കവിത മോശമാണെന്നേ അതിനർത്ഥമുള്ളൂ. കവിതയാകെ കൊള്ളില്ലെന്നോ വേണ്ടെന്നോ പോരെന്നോ അതിനർത്ഥമില്ല. മോശം കവിതയെ വിമർശകൻ ആക്ഷേപിക്കുമ്പോൾ നല്ല കവിത ആവശ്യമാണ് എന്ന അയാളുടെ അഭിസന്ധി പ്രസ്പഷ്ടമാണല്ലോ.

കവിത വേണ്ടെന്നു വിമർശകൻ വാദിക്കുകയില്ലെന്ന സിദ്ധാന്തത്തിന് ഉപോദ്ബലകമായി അവസാനമായി പറയാനുള്ള ന്യായം ഇതാണ് - സാഹിത്യത്തിന്റെ ചരിത്രം അങ്ങോളമിങ്ങോളം പരിശോധിച്ചാൽ, കവിത അനാവശ്യമാണെന്ന് ഒരൊറ്റ വിമർശകനും - മഹാനോ അല്പനോ - പ്രസ്താവിച്ചതായി കാണില്ല. പ്ലാറ്റോ അങ്ങനെ പറഞ്ഞിരിക്കാം. പ്ലാറ്റോ

വിമർശകനല്ലല്ലോ. പക്ഷേ, അരിസ്റ്റോട്ടിൽ അങ്ങനെ പറഞ്ഞിട്ടില്ല. അരിസ്റ്റോട്ടിലാണ് വിമർശകൻ.

കവിതയെയും വിമർശനത്തെയും സംബന്ധിച്ചുള്ള വികല്പബോധം പരത്താൻ തൽപരരായവർ കവികളും കവിപക്ഷപാതികളുമാണ് എന്ന വാദമാണ് ഇനി പര്യാലോചിക്കേണ്ടത്. അവർ പരത്താൻ ഉദ്ദേശിക്കുന്ന വാദം 'വിമർശനം വേണ്ടാ, കവിത മതി' എന്നായിരിക്കും. 'വിമർശനം വേണ്ടാവാദം' എന്ന് ഇതിനെ വിളിക്കാം. 'കവിതവേണ്ടാവാദം' ഉന്നയിക്കുന്നതുകൊണ്ട് ആത്മനാശം വിമർശകനു സംഭവിക്കുന്നതുപോലെ, 'വിമർശനം വേണ്ടാവാദം' ഉന്നയിക്കുന്നതുകൊണ്ടു പ്രത്യക്ഷത്തിൽ കവിക്ക് ആത്മനാശം സംഭവിക്കുന്നുണ്ടോ? ഇല്ലതന്നെ. ഒരുദാഹരണം പറഞ്ഞാൽ എളുപ്പം മനസ്സിലാക്കാം. 'മേഘസന്ദേശം' എന്ന കാവ്യം നിലനില്ക്കാൻ മില്ലിനാഥന്റെ വ്യാഖ്യാനം ആവശ്യമില്ല. അതുകൊണ്ട്, മില്ലിനാഥൻ തുലയട്ടെ എന്ന് മേഘസന്ദേശകാരനു (പരലോകത്തിൽനിന്നു വേണമെങ്കിൽ) കരുതാം – മില്ലിനാഥന് ഇപ്രകാരം 'മേഘസന്ദേശം' തുലയട്ടെ എന്ന് പരലോകത്തിൽനിന്നോ ഇഹലോകത്തിൽനിന്നോ, വേണമെങ്കിലോ വേണ്ടെങ്കിലോ, കരുതാൻ വയ്യെന്ന് നാം കണ്ടുകഴിഞ്ഞു. അതിനാൽ വിമർശനം വേണ്ടെന്നു കവിക്കും തത്പക്ഷപാതികൾക്കും പറയുന്നതിൽ അനുപപത്തി ഒട്ടും ഇല്ലെന്നു തെളിയുന്നു.

ഒരു കാര്യം ചെയ്യാൻ അനുപത്തി ഇല്ല (അതായത്, ഒരു കാര്യം ചെയ്തുകൂടായ്കയില്ല) എന്നുവെച്ച് ആ കാര്യം ചെയ്യണം എന്നോ ചെയ്തിരിക്കും എന്നോ ശപഥം ചെയ്ക വയ്യ. അത്രത്തോളം വാദിക്കാൻ ന്യായം വേറെ കാണണം; അങ്ങനെ ചെയ്യാനുള്ള കാരണംകൂടി പറഞ്ഞുവയ്ക്കണം എന്നു ചുരുക്കം. വിമർശനം വേണ്ടെന്നു കവിയും കൂട്ടരും വാദിക്കാൻ എന്തുണ്ട് ന്യായം, കാരണം? വിമർശനം എന്നുവെച്ചാൽ, ഏറ്റവും ചുരുക്കത്തിൽ, കവിതയെക്കുറിച്ചു വിമർശകനുള്ള അഭിപ്രായമാണല്ലോ. ആ അഭിപ്രായം കവിക്കു സ്വന്തം കവിതയെപ്പറ്റിയുള്ള അഭിപ്രായത്തോടു സമാനമാകണമെന്നില്ല. സാധാരണഗതിയിൽ സമാനമാകുകയില്ല. വിമർശകന്റെ കാവ്യപരമായ അഭിപ്രായം ചിലപ്പോൾ അനുകൂലവും ചിലപ്പോൾ പ്രതികൂലവുമായേക്കും. അവനവനു പ്രതികൂലമായ അഭിപ്രായം മനുഷ്യനു പൊതുവേ അഹിതമാണ്. കവി മനുഷ്യനായിരിക്കുന്ന കാലത്തോളം പ്രതികൂലാഭിപ്രായത്തോടുള്ള ഈ അനിഷ്ടം അദ്ദേഹത്തിൽ പ്രവർത്തിക്കാം. എല്ലാ കവികളിലും പ്രതികൂലാഭിപ്രായത്തോടുള്ള പ്രതികരണം അനിഷ്ടരൂപത്തിലായിരിക്കണമെന്നു പറയുന്നില്ല. ചിലരിലെങ്കിലും അങ്ങനെയായിരിക്കാമെന്നു സമ്മതിച്ചുകിട്ടിയാൽ മതി. മനുഷ്യസഹജവും സംഭാവ്യവുമായ ഈ അനിഷ്ടം സാമാന്യമര്യാദകൾക്കുള്ളിൽ വർത്തിച്ചാൽ അപകടമില്ല. പക്ഷേ, ചിലപ്പോൾ അതു സാമാന്യമര്യാദാലംഘനം ചെയ്തേക്കും. അപ്പോഴാണ് 'വിമർശനം ആവശ്യമില്ല. വിമർശകന്മാർ തുലയട്ടെ' എന്നെല്ലാമുള്ള ആരവങ്ങളായി അതു പ്രകടമാവുക.

ഇങ്ങനെ കവികളും കൂട്ടുകാരും വാദിച്ചതിന് എത്രയോ തെളിവുകൾ സാഹിത്യചരിത്രത്തിലുണ്ട്. വലിയ വലിയ വിശ്വോത്തരകവികൾവരെ അങ്ങനെ ലക്കുതെറ്റി ആക്രോശിച്ചുപോയിട്ടുണ്ടെന്ന് അറിയുമ്പോൾ നാം ആശ്ചര്യപ്പെടും. ഗൊയ്ഥെയുടെ ആക്ഷേപം കുപ്രസിദ്ധമാണല്ലോ. 'അവനൊരു പുസ്തകനിരൂപകൻ. ആ പട്ടിയെ തല്ലുക' എന്നതാണ് ആ മഹാകവി പറഞ്ഞതിന്റെ സാരം. പുസ്തകനിരൂപണം ആവശ്യമാണെന്ന് മനസ്സിന്റെ ആഴത്തിൽ അദ്ദേഹത്തിന് അഭിപ്രായമുണ്ടാവാമെങ്കിലും, അനാശാസ്യമായ ആ വാക്യം എഴുതിയ സമയത്ത് അതു തികച്ചും അനാവശ്യമാണെന്ന അഭിപ്രായമേ അദ്ദേഹത്തിന്റെ മനസ്സിൽ പൊങ്ങിനിന്നിരിക്കയുള്ളൂ. ഈ കൂട്ടത്തിൽ, ഷെല്ലിയും ചെക്കോവും ഡിസ്രേലിയും എല്ലാമുണ്ട്. ഇതൊരു വശം. മറുവശത്ത് വിക്ടർ യൂഗോവിനെപ്പോലെയുള്ളവരുണ്ട് - കവി കവനകർമത്തിൽ വ്യാപരിക്കുന്ന അതേ സ്വാതന്ത്ര്യത്തോടെ വിമർശകൻ വിമർശനകർമ്മത്തിൽ വ്യാപരിക്കണമെന്നും വിമർശനം ശ്രദ്ധിക്കുന്നതുകൊണ്ടു കവിക്കും ആസ്വാദകനും ഗുണമാണുണ്ടാവുക എന്നും വിശ്വാസമുള്ളവർ. കാളിദാസനും ഭവഭൂതിയും വിമർശനത്തെ സ്വാഗതം ചെയ്തവരാണെന്ന് ശാകുന്തളത്തിന്റെയും ഉത്തരരാമചരിതത്തിന്റെയും ഉപക്രമഭാഗങ്ങൾ തെളിയിക്കും. മലയാളത്തിൽ ഏറെക്കുറെ പഴയ മഹാകവികൾ ഈ ഉദാരപാരമ്പര്യം അനുസരിച്ചവരാണെങ്കിൽ, ഇന്നത്തെ 'മഹാകവികൾ' തദ്ഭിന്നരാണ്. ഇവരുടെ 'മഹാകവിത്വ'വും ഭിന്നമാണെന്നുവെച്ചോളൂ!

മലയാളത്തിൽ ഈ മണിക്കൂറിലെ ഏറ്റവും പ്രകടമായ ഒരു സാഹിതീയ പ്രവണത വിമർശനവിദ്വേഷമാണ്. ചില കവികളിൽനിന്ന് ആരംഭിച്ച് അവരുടെ ഭക്തന്മാരിൽ കൊടുമ്പിരിക്കൊണ്ട് അതൊരു ശ്യാമധൂമികയായുയർന്ന് യഥാർത്ഥ സാഹിത്യബോധത്തെ ആവരണം ചെയ്തു മുടിക്കാൻ ശ്രമിക്കുന്നു. ഇപ്പോൾ ഈ വാദം സാഹിത്യകാരന്മാരിൽനിന്നു കൈമോശം വന്നുപോയില്ലേ എന്നുകൂടി സംശയിക്കണം. വിമർശനമേ വേണ്ടെന്ന് ഇതിനിടെ ഘോഷിച്ചതു സാഹിത്യകാരന്മാരിൽ ആരുമായിരുന്നില്ല, രാഷ്ട്രീയകാര്യവ്യഗ്രനായ ഒരു ലോകസഭാംഗമായിരുന്നു. 'പാണ്ഡവന്മാരെ തോല്പിക്കാൻ ഇതാ ശല്യർ വരുന്നു!' എന്ന് 'വേണീസംഹാര'ത്തിൽ പാടിയതുപോലെ, ഇവിടത്തെ വിമർശകരുടെ ധ്വംസനത്തിനു വന്നുകൂടുന്നവരുടെ തരം ഇതാണ് എന്ന് ഓർക്കണം. കോലാഹലപൂർണ്ണമായ ഇവരുടെ ബഹളങ്ങൾ ശ്രദ്ധിച്ചാൽ വിമർശനത്തിനെതിരെ നാലു വാദങ്ങളാണ് ഇവർക്ക് ആകെ ഉന്നയിക്കാനുള്ളത് എന്നു കാണാം. അവയെ ഓരോന്നായി നമുക്കു പരിശോധിക്കാം.

1. സീമവാദം: സാഹിത്യവിമർശകന്റെ വിമർശനങ്ങൾക്ക് എന്തെങ്കിലും സീമ കല്പിച്ചില്ലെങ്കിൽ ആപത്തുണ്ട് എന്നു സാഹിത്യബന്ധുവായ മേപ്പടി ലോകസഭാംഗം ഇതിനിടെ പ്രസ്താവിക്കുകയുണ്ടായല്ലോ. ഏതാണ് 'സീമ' എന്ന് അദ്ദേഹം തെളിച്ചുപറയുകയുണ്ടായില്ല. സീമ കല്പിക്കുന്നത്

ആര്? തനിക്ക് അധികാരമുണ്ടായിരുന്നെങ്കിൽ താൻതന്നെ അതു ചെയ്തു കളയും എന്ന ദർപ്പം കലർന്ന ധ്വനി അതിൽ മുഴങ്ങുന്നുണ്ട്. സാഹിത്യത്തിൽ എന്നല്ല, രാഷ്ട്രത്തിന്റെ സാമൂഹ്യജീവിതത്തിന്റെ ഒരു രംഗത്തിലും വിമർശനത്തിന് - എന്നുവെച്ചാൽ അഭിപ്രായപ്രകടനത്തിന് - ഒരു സീമയുമില്ലെന്നുള്ള സ്വാതന്ത്ര്യബോധം ജീവവായുവായുള്ള ഒരു ഭരണവ്യവസ്ഥയിൻകീഴിൽ, ചില വ്യക്തികൾ എത്രതന്നെ ആശിച്ചാലും പരാഭിപ്രായനിയന്ത്രണത്തിനുള്ള അധികാരം അവർക്കു ലഭിക്കാൻ പോകുന്നില്ല. ഒരു ജനതയ്ക്കു മുഴുവൻ വിമർശനസ്വാതന്ത്ര്യം അനുവദിച്ചുകൊടുത്ത ഒരു രാഷ്ട്രീയകക്ഷിയിലെ അംഗം, ആ തത്ത്വത്തിൻ വിശ്വസിക്കുന്നുവെന്നു ഭാവിച്ചുകൊണ്ടുതന്നെ സാഹിത്യത്തിൽ അതു പാടില്ലെന്നു വാദിക്കുന്നത്, നമ്മുടെ നാട്ടിൽ പല വൻതോക്കുകളുടെയും ജനാധിപത്യബോധം വെറുമൊരു വ്യർത്ഥാഭിനയമാണെന്നു തെളിയിക്കുന്ന എണ്ണപ്പെട്ട ഒരു വിരോധാഭാസമാണ്. വിമർശനത്തിനു വല്ല സീമയുമാകാമെങ്കിൽ, അതു സംസ്കാരത്തിന്റെയും വിജ്ഞാനത്തിന്റെയും സീമയാണ്. ആ സീമ സാഹിത്യവിമർശനത്തിനും നിയാമകമാണ്. ആരും ഇത് സമ്മതിക്കും. അഭിനവഗുപ്തനും ലോറൻസും മറ്റും വിവരിച്ച മട്ടിലുള്ള സഹൃദയ ശിരോമണികളും പണ്ഡിതന്മാരുമായ സാഹിത്യരസികന്മാർ ആയിരിക്കണം. സാഹിത്യകൃതികളെപ്പറ്റി അഭിപ്രായം പറയുക എന്ന മര്യാദ സാഹിത്യത്തിൽ ദീക്ഷിക്കുന്നതു കൊള്ളാം. അതൊരു സീമയാണ്. ഈ സീമ കൈക്കൊള്ളണമെന്നാണു പ്രസ്തുത ലോകസഭാംഗം കരുതുന്നതെങ്കിൽ, ആദ്യമായി അദ്ദേഹം വേണ്ടിയിരുന്നത്, ആധുനികകവിതയെപ്പറ്റി ആധികാരികമായി അഭിപ്രായം പറയാൻ തനിക്കു വേണ്ടത്ര യോഗ്യത ഇല്ലെന്നു സ്വയം കണ്ടുകൊണ്ട്, ആ കൃത്യം നിറവേറ്റാൻ പ്രാഗല്ഭ്യമുള്ള വിമർശകൻ അതു നിറവേറ്റട്ടെ എന്നു വയ്ക്കുകയാണ്. പക്ഷേ, അദ്ദേഹം ചെയ്യാൻ മുതിർന്നത്, വിമർശകന്മാർ വിമർശിക്കുന്നതിനെ നിയന്ത്രിക്കുവാനും താൻതന്നെ വിമർശനം ഏറ്റെടുത്തു നടത്താനുമാണ്. ഏതായാലും അദ്ദേഹത്തിന്റെ ഈ വിമർശനസംരംഭത്തിൽനിന്ന് ആകെ തെളിയുന്ന ഒന്ന്, ആരൊക്കെ എന്തൊക്കെ പറഞ്ഞാലും വിമർശനം നിസ്സീമമാണ് എന്നുതന്നെയാണ് - കോപ്പില്ലാത്തവർപോലും അതിനു കോപ്പിടുന്നുണ്ടല്ലോ!

വിമർശനത്തിന് സീമ വേണമെന്ന് ഇന്നു പറയുന്നവർ നാളെ പറയുക കവിതയ്ക്കും സീമ വേണമെന്നായിരിക്കും. കാരണം, കവിതയിലും അഭിപ്രായപ്രകടനം പരോക്ഷമായും സൂക്ഷ്മമായും നടക്കുന്നുണ്ട്. 'സാഹിത്യം ജീവിതവിമർശനമാണ്' എന്ന മാത്യു ആർനോൾഡിന്റെ പ്രശസ്തവചനം ഉണ്ടല്ലോ. ഇങ്ങനെ വിമർശനത്തിനും കവിതയ്ക്കും സീമ വേണമെന്നു പറയുന്നവരെയാണ് സത്യത്തിൽ പേടിക്കേണ്ടത്. അവർ ആശയസ്വാതന്ത്ര്യത്തിന്റെ ശത്രുക്കളും ഏകാധിപത്യ വിശ്വാസികളുമാണ്, വാസ്തവത്തിൽ.

2. കാലവാദം: വിമർശനവിരോധികളുടെ ഏറ്റവും ചീത്തയായ വാദമാണ് സീമവാദമെങ്കിൽ, കുറച്ചുകൂടി സ്വീകാര്യമെന്നു പ്രത്യക്ഷത്തിൽ തോന്നാവുന്ന വാദമാണ് കാലവാദം. വിമർശകൻ കവിതയെപ്പറ്റി അഭിപ്രായം പറയേണ്ടെന്നും കാലംതന്നെ നല്ല കവിതയെ തെരഞ്ഞെടുക്കുമെന്നുമാണ് ഇതിന്റെ ഉള്ളടക്കം. നല്ലതും ചീത്തയുമായ കവിതയുണ്ടെന്ന തത്ത്വത്തിന്റെ അംഗീകരണമാണ്, വിമർശകന്റെ ദൃഷ്ടിയിൽ ഈ വാദത്തിന് സീമവാദത്തെ അപേക്ഷിച്ചുള്ള പുരോഗതി. കവിത നല്ലതോ ചീത്തയോ ആകാമെങ്കിലും പ്രമാദിയായ വിമർശകൻ തനിക്കു തോന്നിയ അഭിപ്രായം പറഞ്ഞു വായനക്കാരെ വിഷമിപ്പിക്കേണ്ടെന്നും നല്ലതു തെരഞ്ഞെടുക്കുന്ന കടമ കാലം അനിവാര്യഗതിയിൽ നിർവഹിച്ചുകൊള്ളുമെന്നും ഈ വാദക്കാർ പറയുന്നു. ഈ വാദത്തിനു മൗലികമായുള്ള ദൗർബല്യം, കാലം സ്വമേധയാ കവിത നല്ലതോ ചീത്തയോ എന്നു വേർതിരിക്കുകയില്ലെന്നും ഈ വേർതിരിക്കൽ നടത്തുവാൻ അതിനു മറ്റൊരു ഉപകരണം ആവശ്യമാണെന്നുമുള്ളതാണ്. കാലത്തിന്റെ ഈ വിവേചനോപകരണമാണ് വിമർശകൻ. വിമർശകന്മാരുടെ യുഗം തോറുമുള്ള അഭിപ്രായങ്ങളുടെ സന്തത സമ്മർദ്ദമേറ്റാണ് ചില കവിതകൾ തീയതെന്ന നിലയ്ക്കു മണ്ണടിയുന്നതും ചുരുക്കം കവിതകൾ നല്ലതെന്ന നിലയ്ക്ക് ഉയരുന്നതും. കാലത്തിന്റെ വ്യാവർത്തനാധികാരത്തെ നിങ്ങൾ അംഗീകരിക്കുന്നുണ്ടെങ്കിൽ, കാലത്തിന്റെ വിനീതോപാധികളായി പ്രവർത്തിക്കുന്ന വിമർശകന്മാരെ അപലപിക്കുന്നത് യുക്തിയുക്തമാവില്ല.

3. ഉത്കർഷവാദം: കാലവാദം ഉന്നയിച്ചാൽ വിമർശനം സുപ്രതിഷ്ഠിതമായേക്കും എന്നു കണ്ട വിമർശനവിരോധികളുടെ മറ്റൊരു വാദമാണ് ഉത്കർഷവാദം. കവിത വിമർശനത്തേക്കാൾ ഉത്കൃഷ്ടമാണെന്നും എത്ര മഹത്തായ വിമർശനവും കവിതയ്ക്കു പകരം നില്ക്കില്ലെന്നുമാണ് ഈ വാദത്തിന്റെ ചുരുക്കം. വിമർശനത്തിന്റെ അസ്തിത്വത്തെ സമ്മതിക്കുന്നുവെന്നും വിമർശനം മഹത്തായിരിക്കാമെന്നുംവരെ ഈ വാദക്കാർ സമ്മതിച്ചുപോന്നിരിക്കുന്നു എന്നു ശ്രദ്ധിക്കുക. കവിത കവിതയും വിമർശനധർമം പ്രതിയോഗിയുമാണെങ്കിൽ കവിതയുടെയും വിമർശനത്തിന്റെയും ഉത്കർഷ താരതമ്യം അസ്ഥാനത്താണ്. പൂവിനെയും വണ്ടിനെയും താരതമ്യപ്പെടുത്തുന്നതുപോലെ അസംബന്ധമാണ് അത്. കവിതകവിതയാണെങ്കിൽ, വിമർശനം വിമർശനവുമാണ് എന്ന് ഓർക്കണം. കവിതയ്ക്കു പകരം വിമർശനം നില്ക്കില്ലെങ്കിൽ, വിമർശനത്തിനു പകരം കവിതയും നില്ക്കില്ല. വിമർശനത്തിനു പകരം എത്ര മഹത്തായ കവിതയും നിൽക്കുകയില്ല എന്നതുകൊണ്ടാണ് കവിതയിൽനിന്ന് വ്യത്യസ്തമായ വിമർശനം എന്ന സാഹിത്യരൂപംതന്നെ ഉണ്ടായത്. കവിതയ്ക്കു നിറവേറ്റാൻ കഴിയാത്ത എന്തോ ഒരു സാഹിത്യലക്ഷ്യം വിമർശനം നിറവേറ്റുന്നു എന്നതുകൊണ്ടാണല്ലോ, കവിതാഭിന്നമായി വിമർശനത്തിനു സത്തയുള്ളതായി

നാം കാണുന്നത്. കവിതയ്ക്കും വിമർശനത്തിനും അതതിന്റെ സ്ഥാനത്തിൽ അതതിന്റെ വിലകൊടുത്തേ പറ്റൂ.

4. നശ്വരതാവാദം: വിമർശനവിരുദ്ധമായ ഒരു വാദവും ഉറച്ചുനിൽക്കുന്നില്ലെന്നു കണ്ടതുകൊണ്ടാവാം, നശ്വരതാവാദം ഉന്നയിക്കപ്പെട്ടിരിക്കുന്നു. കവികൾ ജീവിക്കുമ്പോൾ കവിതാവിമർശകന്മാർ മരിക്കുന്നു എന്നാണ് വാദത്തിന്റെ സാരം. ഉദാഹരണമായി ബൈറണെയും ആ മഹാകവിയെ വിമർശിച്ചവരെയും ചൂണ്ടിക്കാണിക്കുന്നു. ഇത്രയും അബദ്ധമായ മറ്റൊരു വാദം സാഹിത്യബോധത്തിന്റെ കണികയെങ്കിലും ഉള്ളവർക്കു സങ്കല്പിക്കുക സാധ്യമല്ല. കവി ജീവിക്കുകയും വിമർശകൻ മരിക്കുകയും ചെയ്യുന്നു എന്നു പറയുന്നവർ സാഹിത്യചരിത്രം വല്ലതും വായിച്ചിട്ടുണ്ടോ? കവി ജീവിക്കുന്നതുപോലെ മരിക്കുന്നുമുണ്ട് – അനശ്വരമായ കവിതയും നശ്വരമായ കവിതയുമുണ്ട്. അതുപോലെതന്നെ ചില വിമർശനങ്ങൾ എന്നും ജീവിക്കുകയും ചിലവ നശിക്കുകയും ചെയ്യുന്നു. വിമർശനമാകെ നശ്വരമല്ലതന്നെ. ഒരുപക്ഷേ, സ്ഥിതിവിവരക്കണക്ക് എടുത്താൽ, മരിച്ച കവിതയാണു മരിച്ച വിമർശനത്തേക്കാൾ കൂടുതൽ എന്നു കാണാം. കവിത കവിതയാണെന്ന കാരണത്താൽ ജീവിക്കുകയോ വിമർശനം വിമർശനമാണെന്ന കാരണത്താൽ മരിക്കുകയോ ചെയ്യുമെന്നു കവിപക്ഷപാതികൾ അഹങ്കരിക്കുകയോ വിമർശനപക്ഷപാതികൾ ഭയപ്പെടുകയോ വേണ്ട. കവിതയും വിമർശനവും ജീവിക്കുന്നത് കവിയുടെയും വിമർശകന്റേയും പ്രതിഭമൂലമാണ്. പ്രതിഭാധനനായ കവിയുടെ കവിതയും വിമർശകന്റെ വിമർശനവും അനശ്വരമായി ജീവിക്കും. ഈ തത്ത്വം അറിയാത്തവരുണ്ടെങ്കിൽ അവർ സാഹിത്യത്തെപ്പറ്റി ഒരക്ഷരം മിണ്ടാതിരിക്കുന്നതായിരിക്കും മറ്റുള്ളവരുടെ മാനസികാരോഗ്യത്തിനു നല്ലത്!

കവിത ജീവിക്കുന്നുവെന്നു മുകളിൽ പറഞ്ഞുവല്ലോ. ഏതു കവിതയും ജീവിക്കുന്നതു കവിതയുടെ രൂപത്തിലല്ല, വിമർശനാഭിപ്രായങ്ങളുടെ രൂപത്തിലാണ് എന്നു സൂക്ഷിച്ചുനോക്കിയാൽ കാണാം. കാളിദാസന്റെ 'ശാകുന്തളം' അപ്പടി മനഃപ്പാഠം പഠിച്ച് ഉരുക്കഴിച്ചുകൊണ്ട് അതിനോടുള്ള ഭക്തി പ്രകടിപ്പിക്കുന്നവർ ലോകത്തിൽ ചുരുക്കമായിരിക്കും – ആരും ഉണ്ടാവില്ല എന്നുപോലും പറയാം. 'ശാകുന്തളം' അതിൽ എഴുതപ്പെട്ട പദപ്രപഞ്ചത്തിന്റെ രൂപത്തിൽ ജീവിക്കുന്നില്ല എന്നാണ് ഇതിനർത്ഥം. പിന്നെ അതെങ്ങനെ അനശ്വരമായി വർത്തിക്കുന്നു? അതിനെപ്പറ്റി പണ്ടും ഇന്നും അഭിപ്രായം പറഞ്ഞ വിമർശകന്മാരുടെ വിചാരങ്ങൾകൊണ്ടു പരിവേഷമണിഞ്ഞ 'ശാകുന്തള'മാണ് എന്റെയും നിങ്ങളുടെയും മനസ്സിൽ അക്ഷയകാന്തിയോടെ പ്രോല്ലസിക്കുന്നത്. അപ്പോൾ കവിത കവിതയായിട്ടല്ല, കാവ്യവിമർശനരൂപത്തിലാണു ജീവിക്കുന്നത് എന്ന് സമ്മതിച്ചേ പറ്റൂ. എത്ര ഉത്തമമായ കവിതയും സഹൃദയനിൽ അവഭാസിക്കുന്നത്, കേവലകാവ്യം എന്ന നിലയ്ക്കല്ല, ആ കാവ്യത്താൽ ഉദ്ദീപ്തമായ ആശയഭാവാദികളുടെ രൂപത്തിലാണ്. ആ ആശയഭാവാദികൾ കവിതയല്ല, വിമർശനമാണ്.

ആകയാൽ നമ്മുടെ വിമർശന വിരോധികളോട് ഒടുക്കം ഒരു ചോദ്യം ചോദിക്കട്ടെ: കാവ്യമോ ജീവിക്കുന്നത്, വിമർശനമോ?

സാഹിത്യലോകത്തിലെ അനിവാര്യതകളിൽ ഒന്നാണു വിമർശനം - കവനംപോലെതന്നെ. വിമർശനത്തിന്റെ നിദാനഭൂമികൾ എന്തെല്ലാം എന്നു നമുക്കൊന്നു ചിന്തിച്ചുനോക്കാം.

1. വിമർശകരുണ്ടാകുന്നതു വായനക്കാരിൽനിന്നാണ്. ആഴത്തിൽ ചിന്തിച്ചാൽ, വായനക്കാരൻതന്നെ വിമർശകൻ എന്നു പറയേണ്ടിവരും. ബുദ്ധിയും ഹൃദയവും കവിയോടുള്ള അന്തഭക്തിമൂലം മരിച്ചിട്ടില്ലാത്ത ഏതു വായനക്കാരനും ഏതു സാഹിത്യകൃതി വായിക്കുമ്പോഴും അന്വേഷിച്ചുപോകും, ആ കൃതിയിൽ ഏതേതംശങ്ങൾ, എങ്ങനെ, എത്രത്തോളം നന്നായിട്ടുണ്ടെന്ന്. ചിന്താപരമായ ഈ അന്വേഷണപ്രക്രിയയുടെ ഒടുവിൽ നല്ലതും ചീത്തയും വേർതിരിച്ചുകൊണ്ട് അയാൾ ഒരു നിഗമനത്തിൽ എത്തിച്ചേരുന്നു. ഇതാണു വിമർശനം. ഇതിനെ എങ്ങനെ തടയാൻ കഴിയും? ചിന്താശത്രുക്കളായ ചില രാഷ്ട്രീയപ്രവർത്തകന്മാർ സ്വപ്നം കണ്ടേക്കാനിടയുള്ള ഏകശാസനത്തിന്റെ അന്തരീക്ഷത്തിൽ നടക്കാവുന്ന ബുദ്ധിപ്രക്ഷാളനം എത്ര ശാസ്ത്രീയമായി നിർവ്വഹിക്കപ്പെട്ടാൽപോലും ഈ വിമർശനപ്രവണത ധ്വംസിക്കപ്പെടുകയില്ല.

എഴുതുന്ന സാഹിത്യകാരന്റെ പുറകിൽ വായിക്കുന്ന വായനക്കാരനുണ്ടെന്നു മറന്നുകളയരുത്. പുറകിൽ നിൽക്കുന്ന അയാൾ സാഹിത്യകാരന്റെ മുമ്പിൽ വന്ന് അഭിപ്രായം പറയുമ്പോൾ, കോട്ടും തൊപ്പിയുമിട്ട വിമർശകനായി മാറുന്നു. പക്ഷേ, വിമർശനം ഇങ്ങനെ പ്രകടമായ പറയലോ എഴുത്തോ ആകണമെന്നില്ല. മൗനം വിമർശനമാകാം. കവിത വായിച്ചുകേട്ടപ്പോൾ ഉറങ്ങിയ വിമർശകൻ 'തന്റെ ഉറക്കം വിമർശനമാണ്' എന്നു ക്രുദ്ധനായ കവിയോടു പറഞ്ഞതു പൊളിയല്ല. കളിയല്ല. മൗനം തൊട്ട് വചനത്തിലൂടെയും ലിപിയിലൂടെയും പ്രത്യക്ഷപ്പെടുന്നതുവരെയുള്ള ഗ്രന്ഥവിമർശനപരമ്പരയെ ലോകസഭാംഗങ്ങളല്ല, ലോകജേതാക്കൾതന്നെ വിചാരിച്ചാലും നിരോധിക്കുക സാധ്യമല്ല. എന്തുകൊണ്ടെന്നാൽ, ബുദ്ധിശാലിയായ മനുഷ്യന്റെ ജന്മാവകാശമാണു വിമർശനം. അതിനെ മാനിച്ചുകൊണ്ടാണ്, ശ്രീകൃഷ്ണൻ വിനീതനും തനിക്കു വിധേയനുമായ അർജ്ജുനനോടുപോലും ഇങ്ങനെ പറഞ്ഞത്: 'വിമൃശ്യ... കുരു' - വിമർശിച്ചതിനുശേഷം മാത്രം ചെയ്യുക. എന്നിട്ടാണോ കവിതയെ വിമർശനത്തിനു വിട്ടുകൊടുക്കാൻ പേടി?

2. എത്ര മഹാനായ സർഗാത്മക കവിയുടെ കൃതിയിലും അപൂർണതയുണ്ടാവും. ഈ അപൂർണതയുടെ ബോധമുള്ളവനും അതു നികത്താൻ തന്നാലാവതു പാടുപെടുന്നവനുമായ കവി വലിയ കവിതന്നെയായിരിക്കും. കവിയിൽ അഥവാ സർഗ്ഗാത്മക സാഹിത്യകാരനിൽ നിലീനമായുള്ള ഈ അപൂർണതാബോധം കവിഭിന്നനായ ഒരു സാഹിത്യകാരനിൽ

പ്രവർത്തിക്കുമ്പോഴാണ് വിമർശനം പ്രത്യക്ഷപ്പെടുന്നത്. ആകയാൽ സ്വയംപൂർണതാമാനികളായി ഞെളിയുന്ന കവികൾക്കല്ലാതെ മറ്റാർക്കും വിമർശകനെ തെറിപറയാൻ തോന്നുകയില്ല. അങ്ങനെ വിമർശകനെ അധിക്ഷേപിക്കുന്ന കവി സ്വന്തം കവിത്വത്തിന്റെ അഭേദ്യാംശം ആയ ആ വിമർശകത്വത്തെത്തന്നെ അപവദിക്കുന്ന അനാത്മജ്ഞനാണ്. സർഗകർമ്മത്തിന്റെ നിത്യച്ഛായപോലെ വിമർശനം സഞ്ചരിക്കുന്നു എന്നു താൽപര്യം. 'പേടിച്ച ജന്തു പോരാടും സ്വന്തനാദത്തിൽ മാറ്റൊലിയോടും' എന്നു മഹാകവി പാടിയ മട്ടിലുള്ള സംഭ്രാന്തകവികൾ മാത്രമേ സ്വകീയ നാദത്തിന്റെ വക്താവായ വിമർശകനെ നിന്ദിക്കാൻ ഒരുങ്ങുകയുള്ളൂ.

കവിയിൽ അന്തർലീനമായ അപൂർണതാബോധത്തിന്റെ വക്താവായ വിമർശകന്റെ ആദ്യത്തെ കടമ ആ അസുഖാവഹങ്ങളായ അപൂർണ്ണതകൾ ഏതെന്നും മറ്റും വിവരിക്കുകയാണ്. ഇത്തരം വിമർശനത്തെ ഖണ്ഡനവിമർശനം എന്നു വിളിക്കുന്നു. വിമർശനം ഉത്ഭവിക്കുന്നത് ഈ ഖണ്ഡനസ്വഭാവത്തിൽനിന്നാണ്. തന്റെ അപൂർണ്ണതാദർശനത്തിനു പരഭാഗകാന്തി കൊടുക്കുവാൻ കൃതിയുടെ സൗന്ദര്യങ്ങളെയും അയാൾ വിവരിക്കുന്നു. അപ്പോൾ, വിമർശകന്റെ തൊഴിൽ കുറ്റംകാണലോ, പറയലോ അല്ലെന്നും എഴുതിയതെല്ലാം കൊള്ളാം എന്നു പറഞ്ഞു തലകുലുക്കലാണെന്നും വിചാരിക്കുന്ന വന്ദിവ്രജത്തെപ്പറ്റി എന്തു പറയട്ടെ?

3. ഓരോ കൃതിയിലും ലയിച്ചുകിടക്കുന്ന വൈകല്യസൗന്ദര്യങ്ങളെ വേർതിരിച്ചു വിവരിച്ചുകാണിക്കുന്നതുപോലെതന്നെ, അനുദിനം ഉണ്ടായിക്കൊണ്ടിരിക്കുന്ന കൃതികളുടെ മഹാപ്രളയത്തിനിടയിൽനിന്ന് ഉത്തമമായവയെ മാത്രം തെരഞ്ഞുപിടിച്ചു വിശ്വസമക്ഷം അവതരിപ്പിക്കുന്നതും വിമർശനത്തിന്റെ കടമയാണ്. അപാരമെന്നു പറയാവുന്ന ഒരു ഗ്രന്ഥബാഹുല്യത്തിന്റെ മധ്യത്തിലാണ് ഇന്നു മനുഷ്യൻ ജീവിക്കുന്നത്. സാധാരണ വായനക്കാരൻ അമ്പരന്നുപോകുന്ന ആധിക്യം! ഈ പരപ്പിൽ നല്ലത് എത്ര ചുരുക്കം! ആ ഉത്തമത്വത്തിന്റെ അല്പാംശത്തിനുവേണ്ടിയാണ് വിമർശകൻ ജീവിക്കുന്നത്.

4. വിമർശനം ഉളവാകുന്നതു പരമമായ സാഹിത്യഭക്തിയിൽനിന്നാണ് - എത്ര നിശ്ചിതമായ ഖണ്ഡനവിമർശനംപോലും മറിച്ചാണ് ആളുകൾ ധരിച്ചുവെച്ചിരിക്കുന്നത്. അഥവാ ആളുകളെ തല്പരകക്ഷികൾ ധരിപ്പിച്ചിരിക്കുന്നത്. അതായത്, സാഹിത്യവിരോധത്തിൽനിന്നാണ് വിമർശനം രൂപം കൊള്ളുന്നത് എന്ന്! ഉത്തമസാഹിത്യത്തെ അധമസാഹിത്യത്തിൽനിന്നു സകാരണം വേർതിരിച്ചുകാണിക്കാൻ യത്നിക്കുന്ന വിമർശകൻ ആ ഉത്തമസാഹിത്യത്തിന്റെ ആരാധകനും അധമസാഹിത്യത്തിന്റെ അരാതിയുമാണ്. ശാസ്ത്രീയമായ സാഹിത്യപ്രേമം ഉത്തമമായ സാഹിത്യത്തോടുള്ള പ്രേമമാണെങ്കിൽ വിമർശകൻ സാഹിത്യപ്രേമിയാണ്. എന്നാൽ, എഴുതി അച്ചടിച്ച ഏതു ചപ്പുചവറും സാഹിത്യമാണെന്ന് ഉദ്ഘോഷിച്ചാലേ സാഹിത്യ

പ്രേമമാവൂ എങ്കിൽ, വിമർശകൻ സാഹിത്യപ്രേമിയല്ല. പക്ഷേ, ചപ്പുചവറുകൾ സാഹിത്യമാണെന്നു വിളിച്ചുപറയുന്നതു സാഹിത്യപ്രേമമാണോ? വാസ്തവത്തിൽ യഥാർത്ഥ സാഹിത്യം എന്തെന്നുള്ള അജ്ഞാനമോ അതിനോടുള്ള വിരോധമോ ആണ് ആ ചാപല്യം. നല്ലതും ചീത്തയും ഉദാസീനവുമായ കവിതകൾ എഴുതുന്ന കവിയെക്കാൾ ഉത്തമസാഹിത്യപ്രേമം വിമർശകനു സ്വായത്തമാണ്. കാരണം, ഒരു ചീത്തക്കവിതയെങ്കിലും എഴുതുക എന്നിടത്തോളം ഏതു മഹാനായ കവിയുടെയും സാഹിത്യഭക്തി വികലമായിട്ടുണ്ടാകും. അതിനെപ്പോലും ചൂണ്ടിക്കാണിച്ച് ഉത്തമസാഹിത്യത്തിന്റെ വിജയധ്വജം നാട്ടാൻ ശ്രമിക്കുന്നവനാണു വിമർശകൻ.

ഇത്രയും പറഞ്ഞതുകൊണ്ടു വിമർശകന്റെ ഏതു വിമർശനവും ഉത്തമമാണെന്നല്ല വിവക്ഷ. നല്ല വിമർശനങ്ങളെക്കാൾ ചീത്ത വിമർശനങ്ങൾ തന്നെയായിരിക്കാം കൂടുതൽ - നല്ല കവിതകളെക്കാൾ ചീത്തക്കവിതകൾ കൂടുതലാണല്ലോ. എല്ലാ തൊഴിൽരംഗത്തും തൊഴിലറിയാത്തവർ ധാരാളമുള്ളതുപോലെ വിമർശനരംഗത്തിലും ഉണ്ടായിരിക്കും. അവരെ തല്ലുന്ന വടികൊണ്ടു വിമർശനത്തെയാകെ തല്ലുന്നതു ഭോഷത്തമാണ്. മോശം കവിത വായിച്ച് ആത്മഹത്യപോലും ചെയ്യേണ്ടിവന്നിട്ടും കവിത വേണ്ടെന്ന് ഇന്നോളം ആരെങ്കിലും പറഞ്ഞോ? പൊട്ടക്കവിത വായിച്ച വിരോധം കവിയുടെ കൊലപാതകത്തിൽവരെ എത്തിയേക്കാം എന്ന് ഷെയ്ക്സ്പിയറുടെ 'ജൂലിയസ് സീസർ' എന്ന നാടകത്തിൽനിന്നു മനസ്സിലാക്കാം. സിന്ന ഗൂഢാലോചനക്കാരനാണെന്നു വിചാരിച്ച്, കൈയിൽ കിട്ടിയ സിന്ന എന്ന കവിയെ കുപിതരായ ജനങ്ങൾ കൊല്ലുന്നത് 'പൊട്ടക്കവിതകളെഴുതിയ അവനെ കീറുക' എന്ന് അട്ടഹസിച്ചാണ്. ആ റോമായുഗത്തിൽപ്പോലും കവിതാവിരുദ്ധനാദം ആരും ഉയർത്തിയിട്ടില്ല. ഈ പശ്ചാത്തലത്തിൽ വിമർശനവിരോധം എത്ര ഉള്ളുപൊള്ളയായ പീറത്തരമാണെന്നും ആലോചിച്ചു നോക്കുക!

നല്ല വിമർശനം എന്തു ചെയ്യുന്നു? "നമ്മുടെ മികച്ച വിമർശകന്മാരുടെ വിമർശനം (അവസാനവിശകലനത്തിൽ, അവരുടെ മികച്ച വിമർശനം) ശ്രദ്ധിക്കുന്നതുകൊണ്ടു നല്ലവരും തികവുറ്റവരുമായ വായനക്കാരാകുന്നതിന് നമുക്കു സാധിക്കുന്നു" എന്നു പറയുന്നു, 'സാഹിത്യവും വിമർശനവും' എന്ന കൃതിയിൽ എച്ച്. കൂംബ്സ് എന്ന വിമർശകൻ.

"ആരാണ്, ഞാനിതുവരെ പേരു കേട്ടിട്ടില്ലാത്ത ഈ അടകോടൻ?" എന്ന് വലിയ ഒച്ചയിൽ ആരോ കോപിച്ചു ചോദിക്കുന്നുവല്ലോ. സംസ്കൃത നാടകങ്ങളിൽ ഇത്തരം സന്ദർഭങ്ങളിൽ കാണുന്നതുപോലെ 'മാന്യരേ നമുക്കൊന്നു ചുറ്റി നടന്നുവരാം.'

ഭാഗം നാല്

വിമർശന മാതൃക

വാദ്ധ്യാരും കഥാകാരനും

സാഹിത്യത്തിന്റെ ആദിരൂപം കഥയാണല്ലോ. ഇന്ന് അതിന് അനേകം രൂപഭേദങ്ങൾ ഉണ്ടായിട്ടുണ്ട് - കവിത, നാടകം, നോവൽ ഇങ്ങനെ പലതും. എന്നാൽ, ആ ആദിരൂപത്തോട് ഇപ്പോഴും ഏറ്റവും അടുത്ത ജൈവബന്ധം പുലർത്തിപ്പോരുന്ന സാഹിത്യരൂപം ഒന്നുമാത്രമാണ് - ചെറുകഥ. ഭാഷണം (പറയൽ) ആണ് സാഹിത്യത്തിന്റെ ആദിരൂപത്തിന്റെ പ്രകൃതി. കാലമിത്രയായിട്ടും ആ സ്വഭാവം ഏറ്റവും കൂടുതൽ നില നിർത്തുന്നത് ചെറുകഥയാണ്. കഥ എന്ന വാക്ക് ഉണ്ടായതുതന്നെ 'പറ യുക' എന്ന അർത്ഥമുള്ള ധാതുവിൽനിന്നാണ്. ഈ സംസ്കൃതപദം മറ്റേതു ഭാഷയിലുള്ള കഥാപര്യായങ്ങളെക്കാളും കഥയുടെ ആദിമവും മൗലികവുമായ പ്രകൃതിയെ വെളിപ്പെടുത്തുന്നു. കഥതന്നെ പറച്ചിൽ ആയിരിക്കെ, കഥപറച്ചിൽ എന്ന പ്രയോഗത്തിൽ ആരും ശ്രദ്ധിക്കാത്ത ഒരിരട്ടിപ്പുണ്ട്. മലയാളത്തിൽ കഥയുടെ കഥനസ്വഭാവത്തെ മറ്റാരെക്കാൾ വ്യക്തമായും വ്യാപകമായും തെളിയിക്കുന്ന കഥകൾ എഴുതിയത് കാരൂർ നീലകണ്ഠപിള്ളയാണ്. അദ്ദേഹത്തിന്റെ കഥകളുടെ അന്തരീക്ഷം, കഥ പറയുന്ന ആളിന്റെ നിശ്വാസത്തിന്റെ ചൂടും കേൾക്കുന്നവരുടെ ഉത്കണ്ഠയുടെ വിങ്ങലും നിറഞ്ഞുനിൽക്കുന്നതായിത്തോന്നും. അത്രയ്ക്ക് യഥാർത്ഥവും സജീവവുമാണ് കാരൂരിന്റെ കഥനരീതി. ഭാഷണമയമാണ് കാരൂർക്കഥ. ചില കഥകളിൽ ഇതൊരു ദോഷംപോലെ വർദ്ധിച്ചുകാണാം. കഥാപാത്രം നേരിട്ടു പറയുന്ന വാക്കുകൾ ഇത്രയധികം കേൾക്കാവുന്ന കഥകൾ വേറെ അധികം കാണില്ല. ഭാഷണത്തിന്റെ അന്തരീക്ഷം അവയിൽ സാന്ദ്രഘനമായി തങ്ങിനിൽക്കുന്നു. കാരൂരിന്റെ 'തെരഞ്ഞെടുത്ത കഥകൾ' തുടങ്ങുന്നത് 'കഥപറച്ചിൽ' എന്ന കഥകൊണ്ടാ യത് യാദൃച്ഛികമായാൽപ്പോലും അർത്ഥപൂർണ്ണമായിട്ടല്ലാതെ കാണാൻ പറ്റില്ല.

സാഹിത്യത്തിന്റെ പ്രാഥമിക സ്വഭാവങ്ങളിലൊന്ന് ജീവിതത്തിന്റെ ഛായാബോധം വായനക്കാരിൽ ഉളവാക്കുകയാണ്. തന്റെ ആദിമരൂപത്തോട് അടുക്കുന്തോറും ഈ മൗലികമായ സ്വഭാവം സാഹിത്യകൃതിയിൽ ഏറിവരുന്നു. ജീവിതത്തിൽനിന്ന് നേരിട്ട് എടുത്തതുപോലുള്ള കാരൂരിന്റെ സംഭാഷണമയമായ കഥനരീതി അദ്ദേഹത്തിന്റെ കഥകൾക്ക് പെട്ടെന്ന് ചൈതന്യം ഉണ്ടാക്കിക്കൊടുക്കുന്നു. 'കഥപറച്ചിൽ' എന്ന ആ പ്രഥമകഥതന്നെ നോക്കാം. മിടുക്കിയായ നളിനി ശ്രോതാക്കളായ പാത്തുമ്മ തുടങ്ങിയവരുടെ ശ്രദ്ധ മുഴുവനും പിടിച്ചെടുത്തുകൊണ്ട് ഒരു സിനിമാക്കഥ പറയുന്നതിനിടയിൽ, 'ഞാനും അമ്മച്ചീംകൂടെ ആശുപത്രീപ്പോയപ്പം' എന്നു മറ്റൊരു കഥയുടെ തുടക്കം കുറിക്കാൻ മുതിർന്ന പാവമായ മേരിക്കുട്ടിയുടെ കടന്നുപറച്ചിലിൽ അടങ്ങിയ സ്വാഭാവികഭംഗി കാരൂർക്കഥകളുടെ വെറും സാധാരണഭംഗികളിൽ ഒന്നു മാത്രമാണ്. അത്രയ്ക്ക് അത് അദ്ദേഹത്തിന് അയത്നലബ്ധമത്രെ. ആ കഥതന്നെ പിന്തുടരുകയാണെങ്കിൽ, കാരൂർക്കഥകളുടെ പല മർമ്മങ്ങളും നമുക്ക് കണ്ടെത്താൻ കഴിയും. മേരിക്കുട്ടിയുടെ അധീരവും പ്രത്യക്ഷത്തിൽ പരാജയപ്പെട്ടതുമായ ആ കടന്നുപറയലിലാണ് കഥയുടെ പ്രാണൻ കുടികൊള്ളുന്നത് എന്ന് ഒടുക്കം, കഥയുടെ ആശ്ചര്യകരമായ പരിണതിയുടെ അന്ത്യമുഹൂർത്തത്തിൽ നാം മനസ്സിലാക്കുന്നു. നളിനി പരിഷ്കരിച്ച കഥ പറഞ്ഞു, മേരിക്കുട്ടി സത്യത്തിന്റെ കഥ പറഞ്ഞു - അത്രയേ വ്യത്യാസമുള്ളൂ.

കാരൂർ പേനയെടുക്കുന്നത്, നളിനിയെപ്പോലെ പറഞ്ഞുപഴകിയ പൊട്ടക്കഥകൾ പറയാനല്ല, മേരിക്കുട്ടിയെപ്പോലെ വളരെ ശങ്കിച്ച് ജീവിതയാഥാർത്ഥ്യം ഒളിഞ്ഞുകിടക്കുന്ന നാടൻജീവിതത്തിന്റെ രഹസ്യങ്ങൾ അടങ്ങുന്ന കഥകൾ പറയുന്നതിനാണ്. വലിയ കഥാകൃത്തുക്കൾ മലയാളത്തിൽ കഥയെഴുതുവാനുള്ളപ്പോൾ, കഥ പറയാൻ താനാരാണ് എന്ന അതീതമായ വിനയത്തോടെ പിൻവലിഞ്ഞുനിൽക്കുകയും ഏറ്റവും കുറഞ്ഞ വാക്കുകൾ ഉപയോഗിച്ച് വിതുമ്മി കഥ പറഞ്ഞുതീർക്കുകയും പറഞ്ഞുകഴിയുമ്പോൾ ജീവിതസത്യത്തിന്റെ ആശ്ലേഷംകൊണ്ട് വായനക്കാരെ ഏറ്റവും കൂടുതൽ വേപഥുകൊള്ളിക്കുകയും ചെയ്യുന്ന കഥാകാരനാണ് കാരൂർ.

'കഥപറച്ചിൽ' എന്ന കഥ - അതിനെ വിടാറായിട്ടില്ല! ശ്രദ്ധിച്ചാൽ ഇനിയും പല കാരൂർക്കഥാസത്യങ്ങൾ നമുക്ക് ഗ്രഹിക്കാൻ കഴിഞ്ഞേക്കും. കൊച്ചുകുട്ടികൾ തമ്മിൽ വർത്തമാനം പറയുന്നതിന്റെ അപൂർവ്വസൗന്ദര്യം നിറഞ്ഞുതുളുമ്പുന്ന ഒരു കഥയാണ് അത്. എങ്ങനെയാണ് ഇത്ര യാഥാർത്ഥ്യമധുരിമയോടെ ഈ ഭാഷണശില്പം സ്വന്തം രചനയിൽ ആവാഹിച്ചിരുത്താൻ കാരൂരിന് സാധിച്ചത്? ഇവിടെയാണ് കാരൂരിലെ വാദ്ധ്യാർ പ്രത്യക്ഷപ്പെടുന്നത്. കാരൂരിന്റെ കഥ വാദ്ധ്യാരുടെ കഥയാണ്. കാരൂർ അധ്യാപകന്റെ കഥയെഴുതി എന്നല്ല ഇവിടെ എന്റെ വിവക്ഷ. അധ്യാപകനായ കാരൂർ കഥാകാരനാകാൻ ശ്രമിച്ച കഥയാണ് കാരൂരിന്റെ

സാഹിത്യജീവിതം എന്നാണ് ഞാൻ പറയാൻ ഉദ്ദേശിച്ചത്. കുട്ടികൾക്ക് കഥ പറഞ്ഞുകൊടുത്തിട്ടോ, കുട്ടികൾ കഥ പറയുന്നതു കേട്ടിട്ടോ ആണ് കാരൂർ തന്നിലെ കഥാകൃത്തിനെ കണ്ടെത്തിയത്. അദ്ദേഹത്തിന്റെ കഥ കൾ വായിച്ച ആരും ഇതിനെപ്പറ്റി അഭിപ്രായഭേദം പുറപ്പെടുവിക്കില്ല. കൊച്ചുക്ലാസ്സുകളിലെ അധ്യാപകരുടെ പ്രധാനപ്പെട്ട ഒരു ജോലി കുട്ടി കൾക്ക് കഥ പറഞ്ഞുകൊടുക്കലാണ്. പക്ഷേ, താൻ കുട്ടികൾക്ക് കഥ പറഞ്ഞുകൊടുക്കുന്നതിൽപ്പോലും വേണ്ടത്ര ശ്രദ്ധിക്കാത്ത സാധാരണ അധ്യാപകൻ, കുട്ടികൾ തമ്മിൽ കഥ പറയുന്ന രീതിയിൽ ശ്രദ്ധിക്കാനിട യില്ല. പക്ഷേ, കഥാകൃത്തായി ജനിച്ച കാരൂരിന്, വെറും സാധാരണ വാദ്ധ്യാ രായി ക്ലാസിൽ കഴിഞ്ഞുകൂടാൻ പറ്റുമോ? കുട്ടികൾക്കു കഥ പറഞ്ഞു കൊടുക്കുന്ന കലയിൽ അദ്ദേഹം വളരെയേറെ ശ്രദ്ധിച്ചു. ഈ ശ്രദ്ധ അധ്യാ പകന്റെ കർത്തവ്യത്തിന്റെ ഭാഗമാണ്. എന്നാൽ, കാരൂർ അതിനും അപ്പുറത്തും ചെന്നു. ആ ചെന്നത് വെറും അധ്യാപകനായിരുന്നില്ല, കഥാ കാരനായിരുന്നു. കുട്ടികൾ തമ്മിൽ കഥ പറഞ്ഞുരസിക്കുന്നത്, അവരുടെ വചനഭാവഹാവചേഷ്ടകളിലെല്ലാം ശ്രദ്ധിച്ചുകൊണ്ട് അദ്ദേഹം സൂക്ഷിച്ചു മനസ്സിലാക്കി. ആ സൂക്ഷ്മനിരീക്ഷണത്തിന്റെ വിജയമാണ് ‘കഥപറച്ചിൽ’. ‘ആദ്യത്തെ കത്ത്’, ‘മാലപ്പടക്കം’, ‘കഴുതയാട്’ തുടങ്ങി പല കഥകളും, ഇത്രത്തോളം വരില്ലെങ്കിലും ഈ അണിയിൽ പിന്നിലുണ്ട്.

കഥയുള്ളവനാണ് വാദ്ധ്യാർ. അതില്ലെങ്കിൽ അയാൾ വാദ്ധ്യാർ പണിക്കു കൊള്ളില്ല. പക്ഷേ, മികച്ച വാദ്ധ്യാരാകുന്നതിനുവേണ്ട കഥാ കഥന പാടവമല്ല മികച്ച കഥാകാരനാവാൻ വേണ്ടത്. കാരൂർ ഇത് നേരത്തെ മനസ്സിലാക്കിയെന്നു തോന്നുന്നു. കഥ പറയുന്ന കുട്ടികളുടെ രീതി ഗ്രഹി ക്കാൻ ശ്രമിച്ച കാരൂർ സ്വവൃത്തിയുടെ ഈ പരിധി ലംഘിക്കുന്നതിന്റെ ആദ്യത്തെ ശ്രമമാണ് ‘കഥപറച്ചിലി’ൽ നമുക്ക് കാട്ടിത്തരുന്നത്. കാരൂരിന്റെ കഥാപ്രപഞ്ചത്തിൽ ഉടനീളം വാദ്ധ്യാരും കഥാകാരനും തമ്മിലുള്ള ഈ ഒരു പിണക്കം കാണാം. സംഘട്ടനം എന്നൊന്നും പറയുന്നില്ല. ‘കഥപറ ച്ചിൽ’ എന്ന കഥയെത്തന്നെ ഇവിടെ ഉദാഹരിക്കാം. കുട്ടികളുടെ സംഭാ ഷണരീതി അധ്യാപകൻ ശ്രദ്ധിക്കുന്നില്ലെന്നു കരുതുന്നതു മുഴുവൻ ശരിയാവില്ല. സാധാരണ അധ്യാപകൻ ശ്രദ്ധിച്ചില്ലെങ്കിലും അസാധാര ണനായ അധ്യാപകൻ ശ്രദ്ധിക്കുകതന്നെ ചെയ്യും. മികച്ച അധ്യാപകനു കഥാപ്രതിഭ വേണമെന്നില്ല കുട്ടികളെ നിരീക്ഷിച്ചു മനസ്സിലാക്കുന്നതിന്. അത് അയാളുടെ ധർമ്മത്തിന്റെ ഒരു ഭാഗമാണെന്ന് പറയാം. പക്ഷേ, ‘കഥ പറച്ചിൽ’ ചെന്നുകൊള്ളുന്നത്, താനടക്കമുള്ള അധ്യാപകവർഗത്തിലെ ഒരു വ്യക്തിയുടെ ധർമലോപത്തിന്റെ നെഞ്ചിലാണ്. അധ്യാപകൻ ഈ ധർമ ലോപത്തെ കാണുന്നതുപോലെയല്ല കഥാകാരൻ കാണുക. കാരൂർ ഇവിടെ മേരിക്കുട്ടിയുടെ അധ്യാപികയായ റാഹേൽ ടീച്ചറുടെ നിശാടന പ്രവണതയെ അത്യന്തം പരോക്ഷമായി, ധർമാവൃതമായി, ഒന്നു കടാക്ഷി ക്കുന്നതേയുള്ളൂ. അറിയാതെയാണെങ്കിലും തന്റെ കഥ നിർദോഷമായി

പറഞ്ഞ മേരിക്കുട്ടിയെ ദ്വേഷത്താൽ പിച്ചിയതിന്, കുട്ടിയുടെ അമ്മയുടെ അന്തർഗതമായിട്ടു പുറത്തുവന്ന വാക്കുകളിൽ ആ കടാക്ഷം നമുക്കു കാണാം. 'കൊള്ളരുതാഴിക കാണിച്ചേച്ചു പിള്ളേരെ പിച്ചിയാൽ മതിയല്ലോ!'

വാദ്ധ്യാരുടെ നിരീക്ഷണങ്ങളിലൂടെ കഥാഗാത്രത്തെ സുന്ദരമാക്കാൻ കഴിഞ്ഞ കാരൂർ, അതിനെ ഉത്കൃഷ്ടമായ ഒരു കലാശില്പമാക്കുന്നതു വാദ്ധ്യാരുടെ ദൃഷ്ടിയെ കടന്നുയരാൻ സാധിച്ചപ്പോഴാണ്.

വാദ്ധ്യാർ നാട്ടുമ്പുറത്തെ ഒരു സാധാരണ ജീവിയാണ്. അയാൾ നഗരസംസ്കാരത്തിന്റെ സന്തതിയല്ല. കേരളത്തിന്റെ ആദിരൂപം എന്നു പറയാവുന്ന ഗ്രാമജീവിതത്തിന്റെ അനുപേക്ഷണീയമായ ഘടകമാണ്, വാദ്ധ്യാർ എന്നു തിരുവിതാംകൂറിലും മാഷ് എന്ന് മലബാറിലും വിളിക്കപ്പെടുന്ന ആ നിരുപദ്രവ ജീവി. കേരളത്തിലെ കുന്നും പുഴയും വയലും കിളിയും പശുവും എല്ലാംപോലെ ഈ ജീവിയും അതിലെ ചിരവാസിയാണ്. പൂർവ്വജന്മത്തിൽ അയാൾ നാട്ടെഴുത്തശ്ശനായിരുന്നു. ഗ്രാമീണ കേരളത്തിന്റെ ഗായകനായ കുഞ്ഞിരാമൻനായർ ഈ എഴുത്തശ്ശനെ ആദരിച്ചെങ്കിലും കാരൂർ ചിത്രീകരിച്ച വാദ്ധ്യാരെ പി. ഇഷ്ടപ്പെട്ടില്ല. 'നഗ്നകേരളം' എന്ന കവിത നോക്കുക. നാട്ടെഴുത്തശ്ശനെപ്പറ്റി ഒന്നും മിണ്ടാത്ത കാരൂർ ഈ അധ്യാപകന്റെ ജീവിതത്തിന്റെ വേദനകൾ ഹൃദയംഗമമായി ചിത്രീകരിച്ചു. 'പൊതിച്ചോറും' 'കാൽച്ചക്രവും' അതിന്റെ നിത്യചിത്രങ്ങളും പരമവിജയങ്ങളുമാണ്. പൊറ്റെക്കാട്ടിന്റെ 'ഇൻസ്പെക്ഷൻ' എന്ന കഥയിലെ അധ്യാപകൻ മാത്രമേ ജീവിതദീനതയിൽ ഈ ചിത്രങ്ങൾക്ക് അടുത്തു നില്ക്കുന്നുള്ളൂ. പക്ഷേ, പൊറ്റെക്കാട്ട് അധ്യാപകന്റെ അനുകമ്പനീയതയെ മാത്രം ആവിഷ്കരിക്കുമ്പോൾ, സ്വയം അധ്യാപകനായ കാരൂർ അയാളുടെ ദൗർബല്യങ്ങളെയും പരിഹാസ്യതയെയുമെല്ലാം ആവിഷ്കരിച്ചുകൊണ്ട് ആ അനുകമ്പനീയതയ്ക്കു സമ്പൂർണത ഉളവാക്കുന്നു. കുട്ടിയുടെ പൊതിച്ചോറു കട്ടുതിന്ന ഹെഡ്മാസ്റ്റർ ഒരു മനുഷ്യനു ചെയ്യാവുന്ന അധമപ്രവൃത്തികളുടെ അങ്ങേയറ്റത്തെ കൊള്ളരുതായ്മയാണ് കാണിച്ചത്. പൊറ്റെക്കാട്ടിന്റെ അധ്യാപകൻ പട്ടിണിമൂലം തലകറങ്ങി, 'കാണ്ടാമൃഗത്തിന് ഇക്കൊല്ലം എന്ത് ഗ്രാന്റ് കിട്ടും?' എന്ന അസംബന്ധം ചോദിക്കുന്ന നിലയിൽ മാത്രമേ എത്തിയുള്ളൂ. കാരൂരിന്റെ ഹെഡ്മാസ്റ്ററാകട്ടെ, കള്ളനായി. സ്വന്തം വിദ്യാർത്ഥിയുടെ ഭക്ഷണം മോഷ്ടിച്ചുതിന്ന നിന്ദ്യരിൽ നിന്ദ്യനായ കള്ളൻ. പക്ഷേ, അതേനിമിഷത്തിൽ അയാൾ ഒരു വലിയ ധീരനായി മാറുന്ന കഥയാണ്, 'പൊതിച്ചോറി'ന്റെ അവസാനരംഗം പറയുന്നത്. ഹെഡ്മാസ്റ്റർ കുറ്റം സമ്മതിച്ച് എഴുതിയ കത്ത് മാനേജർ വായിക്കുന്നു. അപ്പോഴാണ് യഥാർത്ഥ തസ്കരനെ നമുക്ക് പിടികിട്ടുന്നത്. പൊതിച്ചോറു തിന്ന വാദ്ധ്യാരല്ല കള്ളൻ, വാദ്ധ്യാന്മാരുടെ ശമ്പളം മോഷ്ടിച്ചു സമ്പന്നനായിക്കഴിഞ്ഞ മാനേജരാണ് ശരിയായ കള്ളൻ. ഒച്ചയോ അവയവമോ ഒന്നും

ഉയർത്താതെ, മൗനംകൊണ്ടു സാധിച്ച സത്യോദ്ഘോഷത്തിന്റെ കഥയാണ് 'പൊതിച്ചോറ്!'

ഇവിടെയൊക്കെ കാരൂരിലെ വാദ്ധ്യാർ വിജയിച്ചരുളുന്നു. ഒപ്പം കഥാകാരനും. ഇവർ തമ്മിൽ ഒട്ടും ഇടച്ചിലില്ല. എന്നാൽ, വാദ്ധ്യാർ കഥാകാരനെ തള്ളിമാറ്റുന്ന ചില കഥകളുണ്ട്. മറിച്ച് കഥാകാരൻ വാദ്ധ്യാരെ തള്ളിമാറ്റുന്ന കഥകളുണ്ട്. ആദ്യത്തെ വിഭാഗത്തിൽ പെടുന്നവ കഥകളെന്ന നിലയിൽ അല്പം പരാജയപ്പെടുമ്പോൾ രണ്ടാമത്തേവ തീർത്തും വിജയിക്കുന്നു. കാരൂർ വാദ്ധ്യാരുടെ ജീവിതത്തെക്കുറിച്ചെഴുതുമ്പോഴല്ല യഥാർത്ഥ വാദ്ധ്യാരായി പെരുമാറുന്നത്. വാദ്ധ്യാരെക്കുറിച്ച് വാദ്ധ്യാരല്ലാത്തവർക്കും എഴുതാമല്ലോ. വാദ്ധ്യാർക്ക് അനിവാര്യമായ ഒരു സ്വഭാവമുണ്ട്. അതു തത്ത്വോദ്ബോധനമാണ്. എവിടെയായാലും അയാൾ ഒരുഗ്രം ഒരുപദേശം തൊടുത്തുവിടും. അയാൾ കഥപറഞ്ഞു കഴിഞ്ഞാൽ സാരം (Moral) പറയും. മൊട്ട് വിടർന്ന് പൂവാകുമ്പോലെ വാദ്ധ്യാർക്ക് അത് അനിവാര്യമാണ്. കുട്ടികൾക്ക് അത്യാവശ്യമാണ്. സാരം പറഞ്ഞാലേ അധ്യാപകനാവുകയുള്ളൂ. സന്മാർഗബോധത്തിന്റെ വാവദൂകതയാണ് അത്. കാരൂരിന്റെ പല കഥകളിലും അധ്യാപകന്റെ ഈ തലനീട്ടൽ കാണാം. ശൈലിയിലും ഭാവത്തിലും ഒക്കെ ഈ തലനീട്ടലുണ്ട്. ശൈലിയിൽ അധ്യാപകൻ ഇടയ്ക്ക് - വളരെക്കുറച്ച് സന്ദർഭങ്ങളിൽ മാത്രം - തലനീട്ടി പ്രത്യക്ഷപ്പെട്ടാലും പെട്ടെന്ന് തല പിൻവലിച്ചുമറയുന്നു. ആ തലനീട്ടൽ കാണാൻ എളുപ്പമല്ലെങ്കിലും കണ്ടാൽ രസമാണ്. 'ചെകുത്താൻ' എന്ന കഥയിൽ കാരൂർ 'ആശുഗൻ' എന്ന വാക്ക് കാറ്റിന്റെ പര്യായമായി ഉപയോഗിച്ചിരിക്കുന്നു. അതുകണ്ട് ഞാൻപോലും എന്നു പറയട്ടെ - അമ്പരന്നുപോയിട്ടുണ്ട്. കാറ്റിന്റെ മറ്റേതു സംസ്കൃതപര്യായം പ്രയോഗിച്ചാലും ഇത്ര അത്ഭുതം തോന്നുകയില്ല. മാരുതനെന്നോ സമീരണനെന്നോ പ്രപഞ്ചനം എന്നുപോലുമോ പ്രയോഗിച്ചാലും സഹിക്കാവുന്നതേയുള്ളൂ. പക്ഷേ, ആശുഗൻ; എങ്ങനെ വന്നു ഈ വമ്പൻ? അവൻ വാദ്ധ്യാരുടെ 'പ്രൊഫഷനൽ ഇൻഡിഗ്നിറ്റി' ആണ് - തൊഴിലടയാളം. 'മരപ്പാവകൾ' എന്ന കഥയിൽ എന്യൂമറേറ്റർ ആയിച്ചെന്ന അധ്യാപകൻ, ഭർത്താവ് മരിച്ച യുവതി 'വിഭർത്തൃക' ആണെന്നു പറയുന്നുണ്ട്. അതും തൊഴിലിന്റെ വിരലടയാളമാണ്. അതുകേട്ട് അതുച്ചരിക്കാൻ ശ്രമിച്ച യുവതി 'വിദർഭ' എന്നു പറഞ്ഞ് മാറുമ്പോൾ, അതിലെ ഹാസം എന്യൂമറേറ്ററുടെ നേരെയെന്നതിനെക്കാൾ, തന്റെ നേരെയാണ് തിരിഞ്ഞുകൊള്ളുന്നതെന്നുപോലും കാരൂർ അറിയുന്നില്ല. അത്രയ്ക്കു മാതൃകാപരനായ വാദ്ധ്യാരാണ് അദ്ദേഹം.

ഈ ശൈലീസ്ഖലിതങ്ങൾ അങ്ങേയറ്റം ഒരു ചെറിയ നേരമ്പോക്കു മാത്രമേ ആകുന്നുള്ളൂ. എന്നാൽ, ഏത് വാദ്ധ്യാരിലും ഉറച്ചുകിടക്കുന്ന വേറെ ചില സ്വഭാവവിശേഷങ്ങൾ ഉണ്ട്. അവ കഥയിലേക്കു വലിഞ്ഞു കയറുമ്പോൾ, കഥയുടെ ചൈതന്യത്തിനുതന്നെ കോട്ടം തട്ടുന്നു. കാരൂരിന്റെ പല കഥകളിലും ഇതു സംഭവിച്ചുകാണാം. അദ്ദേഹത്തിന്റെ

കഥകളിൽ മുന്തിയതെന്ന് പൊതുവെ വിമർശകന്മാർ അംഗീകരിച്ചിട്ടുള്ള 'അമ്പലപ്പറമ്പിൽ' എന്ന കഥ ഒരുദാഹരണമാണ്. രോഗം പിടിച്ച ഭാര്യ വീട്ടിലിരിക്കെ, സുന്ദരിയായ കടലവില്പനക്കാരിയിൽ അഭിനിവേശം തോന്നിയ ശേഖരൻ, ഭർത്താവ് ദീനംപിടിച്ച് കിടക്കുന്നതുമൂലം ക്ലേശിക്കുന്ന ആ കടലക്കാരിപ്പെണ്ണ് നല്കുന്ന സദാചാരവിരുദ്ധമായ ഒരു നീണ്ട ഉപദേശത്തിലൂടെ പുതിയ പ്രകാശം കണ്ടെത്തുന്നു. രാഷ്ട്രീയസിദ്ധാന്തങ്ങളിലൂടെയോ പ്രേമഭാവനകളിലൂടെയോ സർവസാധാരണമായ സ്വാധീനതയിൽനിന്ന് തന്റെ കഥയെ മോചിപ്പിച്ചുനിർത്താൻ സാധിച്ച കാരൂർ, തന്റെ ഉള്ളിന്റെയുള്ളിൽ ഹൃദയസിംഹാസനത്തിലെ രാജാധിരാജനായി കുടികൊള്ളുന്ന വാദ്ധ്യാരുടെ മുമ്പിൽ പലപ്പോഴും വഴങ്ങിനിന്നുപോകുന്നു. 'അമ്പലപ്പറമ്പിൽ' എന്ന കഥ സദാചാരക്ലാസുകളിൽ ഭയാശങ്കകളെന്യേ പറഞ്ഞുകൊടുക്കാവുന്ന 'നല്ല' കഥയായിത്തീർന്നിരിക്കുന്നു. നമ്മുടെ പ്രമുഖ വിമർശകന്മാരുടെ ദൃഷ്ടിയിൽ വേണ്ടത്ര പെട്ടുകാണാത്ത ഒരു വൈകല്യമാണ് കാരൂർക്കഥകളിലെ ഈ വാദ്ധ്യാർമനോഭാവ പ്രാമാണ്യം. 'സേഫ്റ്റിപിൻ' എന്ന കഥയിലും ഒടുവിൽ അധ്യാപകന്റെ ആദർശമാതൃകയിൽനിന്ന് പുറപ്പെടുന്ന ഒരു ചെറിയ സത്യപ്രഖ്യാപനമുണ്ട്. കാരൂരിന്റെ നല്ല കഥകളിൽ ഒന്നെന്ന് പേരുനേടിയ 'ഉതുപ്പാന്റെ കിണറി'ലും അധ്യാപകന്റെ ഈ തീവ്രമായ ആദർശപ്രേമം ഒടുവിൽ പുഞ്ജീഭവിച്ചുനില്ക്കുന്നുണ്ട്. കിണർ കുഴിച്ച കൈകൊണ്ടുതന്നെ അതു നികത്തേണ്ടിവരുമെന്നോർത്ത് ആ കിണറ്റിൽ ചാടി മരിക്കുകയാണ് ഉതുപ്പാൻ. കാരൂർ തന്നിലുള്ള വാദ്ധ്യാരുടെ ആദർശപ്രേമം നല്ലൊരളവിൽ ഒഴിച്ച് കഥാ'പാത്രം' നിറച്ചതുകൊണ്ടാണ് ഇങ്ങനെയൊരവസരം സംഭവിക്കുന്നത് എന്നു വ്യക്തം. ഈ കഥ ഉൾപ്പെടുത്തി പ്രസിദ്ധീകരിച്ച 'മേൽവിലാസം' എന്ന സമാഹാരത്തെ വിമർശിക്കുമ്പോൾ, ഈ ആത്മഹത്യയുടെ ശരിയായ 'പ്രേരണാവിശേഷം' കഥാകൃത്ത് കാണിച്ചില്ല എന്ന് കുട്ടിക്കൃഷ്ണ മാരാർ കുറ്റപ്പെടുത്തുകയുണ്ടായി (മാരാരുടെ 'കൈവിളക്ക്' കാണുക). കാരൂർ ചൂണ്ടിക്കാണിച്ച ആദർശനിഷ്ഠ കഥാപര്യവസാനത്തെ നീതീകരിക്കുവാൻ പര്യാപ്തമായ ഔചിത്യപൂർണമായ കാരണമാകുന്നില്ല എന്നു തോന്നിയതുകൊണ്ടാവണമല്ലോ മാരാർ അങ്ങനെ അഭിപ്രായം പറഞ്ഞത്.

കഥയിൽ സംഭവിച്ച ഈ ചെറുതോൽവികളുടെ ഇടയിൽ കാരൂർ തന്നിലെ സ്വേച്ഛാചാരിയായ വാദ്ധ്യാർക്കെതിരെ നേടിയ ജനങ്ങളുടെ ചില കഥകളും ഇല്ലാതില്ല. മികച്ച കഥകൾ എന്നു പേരു നേടിയവയിലെല്ലാം കാരൂരിലെ കഥാകാരൻ വാദ്ധ്യാരുടെ പിടിയിൽനിന്ന് മുക്തനായിരിക്കുന്നു. 'ചെകുത്താൻ', 'പൂവമ്പഴം' തുടങ്ങിയ കഥകൾ ദൃഷ്ടാന്തങ്ങൾ. വാദ്ധ്യാരുടെ ധർമ്മാധർമ്മവിവേചനനിപുണമായ തൂലികയാണ് 'ചെകുത്താൻ' എഴുതിയിരുന്നതെങ്കിൽ, കഥയുടെ തലവാചകംതൊട്ട് എല്ലാം മാറിയേനെ. മലയാളത്തിലെ മികച്ച പത്ത് കഥകളിൽ ഒന്നെന്ന് അതിനെപ്പറ്റി എം.പി. പോളിന് സാഭിമാനം വിധിയെഴുതാൻ കഴിഞ്ഞത്, വാദ്ധ്യാരെ തോല്പിച്ച്

കഥയുടെ അധിപനായിരിക്കാൻ കാരൂരിലെ കഥാകാരന് കഴിഞ്ഞു എന്നതു മാത്രമാണ്. വീട്ടിലെ മഹാദാരിദ്ര്യവും ഭർത്താവിന്റെ രോഗവും മാറ്റാൻ ഒരു വഴിയും കാണാതെ വിഷമിക്കുന്ന ഒരു പാവപ്പെട്ട അമ്മയെ ചെകുത്താന്റെ അവതാരമെന്ന് പറയാവുന്ന ഒരു തള്ള തന്റെ പ്രായോഗികവേദാന്തം ഉപദേശിച്ചു സ്വന്തം മകളുടെ ചാരിത്ര്യഭംഗത്തിന് വഴിയൊരുക്കുന്ന ഒരു ക്രൂരവിധിയുടെ കഥയാണ് അത്. "എന്റെ കർത്താവേ, എന്നെപ്പോലെ ആർക്കും വരുത്തരുതേ" എന്ന് ആ അമ്മ കരയുമ്പോൾ, അത്ര കനമുള്ളൊരു വാക്യം അടുത്തൊന്നും വായിച്ചിട്ടില്ലെന്നു നമുക്കു തോന്നുന്നു. വാദ്ധ്യാർക്ക് അങ്ങനെയൊരു വാക്യം എഴുതാനോ, പിറ്റേന്ന് രോഗിയെ പരിശോധിക്കാൻ ഡോക്ടർ വന്നു എന്നു കഥ അവസാനിപ്പിക്കാനോ സാദ്ധ്യമല്ല. കഥാകാരൻ അധ്യാപകനെ ജയിച്ചിരിക്കുന്നു, ഇവിടെ.

"പൂവമ്പഴം' എന്ന കഥയുടെ വിജയവും ഇതുതന്നെ. വാദ്ധ്യാർ ഒരിക്കലും പറയാൻ ഇഷ്ടപ്പെടാത്ത വാക്യം കഥാകാരൻ കഥയിൽ എഴുതിച്ചേർത്തുകളഞ്ഞു. ഭർത്താവും മകനും മരിച്ച മധ്യവയസ്കയും മനോഹരിയുമായ ഒരന്തർജ്ജനത്തിന്, തന്റെ മകന്റെ പ്രായമുള്ള ചെറുപ്പക്കാരനോട് തോന്നുന്ന വാത്സല്യമോ സ്നേഹമോ എന്നു പറയാൻ പ്രയാസമുള്ള ആർദ്രമധുരമായ ഒരു വികാരം ആ കഥയെ, ഏതോ വാസന്തപരിമളം നിറഞ്ഞ പൂവനംപോലെ പൊതിഞ്ഞുനില്ക്കുന്നു. മനുഷ്യരെ അകറ്റുന്നതായി മഹാകവി ചൂണ്ടിക്കാണിച്ച സ്ഥാനമോ, പ്രഭുതയോ, ജാതിയോ, വംശമോ, ധാടിയോ ഒന്നും, തീയെന്നതുപോലെ ആ വികാരവും ഒട്ടും വകവെച്ചില്ല. എന്നിട്ടാണ് ആ മുനവെച്ച വാക്യം പുറത്തുചാടുന്നത്: "അപ്പുവിന് മര്യാദയൊന്നും നോക്കണ്ട. ഇഷ്ടമുള്ളതിലെ കേറാം." ഇത് കാരൂർ എന്ന കഥാകാരൻ എഴുതിയത്, കാരൂർ എന്ന അധ്യാപകന്റെ ശക്തമായ പ്രതിഷേധങ്ങളെ വകവെക്കാതെ തന്നെയായിരിക്കണം. ഏട്ടിലെഴുതിപ്പിടിപ്പിച്ച സാന്മാർഗ്ഗികങ്ങളായ വിലക്കുകളെ കൂസാത്ത ഹൃദയത്തിന്റെ പവിത്രവും സ്വച്ഛന്ദവുമായ വ്യാപാരങ്ങളെ പ്രത്യക്ഷപ്പെടുത്തിത്തരുന്നതിൽ ആ കഥ, കാരൂർ കഥാലോകത്തിൽ, അനാദൃശ്യമായ രീതിയിൽ വിജയിച്ചിട്ടുണ്ട്. അന്തർജനത്തെക്കൊണ്ട് അത്ര 'പച്ച'യായി കാരൂർ പറയിക്കേണ്ടിയിരുന്നില്ല എന്നു മാത്രമേ ഈ കഥയെപ്പറ്റി ദോഷം പറയാൻ തോന്നുന്നുള്ളൂ. എന്നാൽ, അന്തർജനം പറഞ്ഞ ഈ വാക്യത്തെ പലരും അനുമോദിച്ചു കണ്ടിട്ടുണ്ട്. ധ്വനിപ്രധാനമെന്നും മറ്റും. കുട്ടിപ്പെണ്ണുങ്ങളടക്കം നാട്ടിൻപുറത്തുള്ള എല്ലാ മനുഷ്യർക്കും മനസ്സിലാവുന്ന നേരിയ ഒരു അശ്ലീലത്തിന്റെ (തെറി എന്നും പറയാം) നിഴലാട്ടം കലർന്ന ആ വാക്യത്തെ ധ്വനിയെന്നൊക്കെ പറയുന്നതു സാഹസമാണ്. അതു ധ്വനിയല്ല, പ്രതിധ്വനി മാത്രമാണ് - നാട്ടുമ്പുറത്തെ സംഭാഷണത്തിൽ പ്രതിധ്വനിക്കുന്ന ഒരു ഫലിതം. ആ വാക്യത്തിൽ അസംസ്കൃതത്വം എന്നോ 'വൾഗാരിറ്റി' എന്നോ വിളിക്കാവുന്ന ഒരു അനൗചിത്യം തെല്ലുണ്ട്. അന്തർജനത്തിന്റെ

മറ്റേതെങ്കിലും വാക്കോ പ്രവൃത്തിയോ ഇത്ര വ്യക്തമായി കണ്ടിട്ടില്ല. ആ സ്ത്രീ അത്ര ശാലീനയാണ്. സുന്ദരമായ ഒരു ശരീരത്തിൽ ഒരൊറ്റ പുള്ളിക്കുത്തുപോലും വൈരൂപ്യം സൃഷ്ടിക്കുമെന്ന് ദണ്ഡി പറഞ്ഞതുപോലെ, ആ മനോഹരമായ കഥയിൽ ഈ ചെറിയ അതിവചനം ദോഷമായി തള്ളിനില്ക്കുന്നു. എങ്കിലും ഈ കഥ അനുപമമാണ്, അതിസുന്ദരമാണ്. ആ അന്തർജനത്തിന്റെ അന്തരാത്മാവിൽ അന്തർദ്യുതി ചൊരിഞ്ഞുനില്ക്കുന്ന ആ വികാരം ആരുടെ മനസ്സിലും പുളകം നിറച്ചുകൊണ്ട് എന്നും നില നിൽക്കുന്നതായിരിക്കും.

ആധുനിക വിമർശനത്തിന്റെ പേരിൽ ചിലർ ഇതിലെ വികാരത്തിന്റെ ഊരും പേരും അന്വേഷിച്ച് ഫ്രോയ്ഡിലും യുങ്ങിലും ഒക്കെ തപ്പിത്തടഞ്ഞ് എന്തെങ്കിലും പുതുസംജ്ഞ നമുക്കു സമ്മാനിച്ചെന്നു വരാം. അതുകൊണ്ട് ഒരു വിശേഷവുമില്ല. ആ കഥയിലെ കലാരസം ആസ്വദിക്കുവാൻ ആ ശ്രമങ്ങൾ വിഫലങ്ങൾ മാത്രമാണ്. അതു വെറും ഉപബോധത്തിലോ അബോധത്തിലോ മാത്രം ഒളിഞ്ഞുകഴിയുന്ന ഒരു 'അധോലോക' വികാരമല്ല. നീണ്ട വിയോഗദുഃഖത്തിന്റെയും പുത്രസദൃശനായ യുവാവിന്റെ സമീപസാന്നിധ്യത്തിന്റെയും പ്രേരണമൂലം പുത്രനോടുള്ള വാത്സല്യവും ഭർത്താവിനോടുള്ള പ്രേമവും സംസ്കരിച്ചെടുത്തു മനസ്സിൽ നിറഞ്ഞിരിക്കുന്ന ഒരു ആർദ്രഭാവമാണ് അത്. അതിനെ സാമാന്യമായി സ്നേഹം എന്നോ കുറച്ചുകൂടെ സൂക്ഷ്മമായി വാത്സല്യം എന്നോ വിളിച്ചാൽ തെറ്റില്ല. അതിനപ്പുറത്തുപോയി അത്, ആരോ എവിടെയോ ഉണ്ടെന്നു പറഞ്ഞ ഒരു 'കോംപ്ലെക്സ്' ആണ് എന്നു സമർത്ഥിച്ചിട്ട് ഒരു പ്രയോജനവുമില്ല. കഥാകാരൻ അതിന്റെ പേരും നാളും പക്കവും പറഞ്ഞിട്ടില്ലെങ്കിൽ, സഹൃദയനും അവയൊന്നും ആവശ്യമില്ല.

'മോതിരം' എന്ന കഥയും മനുഷ്യവികാരത്തിന്റെ അനിർവചനീയമായ അപൂർവസൗന്ദര്യത്തെ വിശദമായി കാട്ടിത്തരുന്നു. മനയ്ക്കലെ എഴുപത്തിനാലു വയസ്സായ ആനക്കാരൻ കുഞ്ചുനായരും അറുപത്തഞ്ചായ വിധവ കുഞ്ഞിക്കാവമ്മയും ജീവിതദിനാന്തത്തിൽ കണ്ടുപിടിച്ച ആത്മസൗഹാർദ്ദത്തിന്, പുസ്തകങ്ങളിൽ കൊടുത്ത പേരിട്ടു വിളിക്കുന്നതു പാപമാണ്. ആയിരം വർണ്ണവൈവിധ്യകാന്തികൾ കലർന്ന നീലനിറത്തെയും പച്ചനിറത്തെയും ചുവപ്പുനിറത്തെയും വെറും നീലയെന്നും പച്ചയെന്നും ചുവപ്പെന്നും പറഞ്ഞു വൈചിത്ര്യഭേദങ്ങളെ നിസ്സാരമാക്കിത്തള്ളുന്ന ഭാഷയുടെ അപൂർണ്ണത. ഇത്തരം അതിവിചിത്രങ്ങളായ ഹൃദയഭാവങ്ങളെ സമീപിക്കുമ്പോൾ സാഹിത്യവിമർശകൻ ഭിന്നത്വം പ്രകടിപ്പിക്കുന്നതു ശരിയല്ല. ശാസ്ത്രജ്ഞൻ അവയെ അപഗ്രഥിച്ചു പേരു വിളിച്ചു ലക്ഷണം കൊടുത്തുകൊള്ളട്ടെ. എഴുത്തുകാരൻ ആ പേരിന്റെ വാലിൽ തൂങ്ങി നിൽക്കരുത് എന്നു മാത്രം. 'പൂവമ്പഴ'ത്തിലെയും 'മോതിര'ത്തിലെയും അന്തർജനങ്ങൾ മനുഷ്യന്റെ അത്യന്തനിഗൂഢങ്ങളായ അന്തർഭാവങ്ങളുടെ

അജ്ഞേയതയ്ക്കുള്ള മോഹനപ്രതിരൂപങ്ങളായി നമ്മെ വശീകരിച്ചു നില്ക്കുന്നു.

'ഒടുക്കത്തെ മകൻ' എന്ന കഥയിലും മനുഷ്യനുണ്ടാക്കിയ വേലിക്കെട്ടുകൾക്കുള്ളിൽ നില്ക്കാത്ത സ്നേഹത്തിന്റെ അസാധാരണമായ സ്ഫുരണശേഷി നാം കണ്ടറിയുന്നു. തന്റെ കൈകൊണ്ടു പുറത്തെടുത്ത കുട്ടിയോട് പതിച്ചിക്കുള്ള സ്നേഹം, അതറിയാതെ വളർന്ന യുവാവിന്റെ തികഞ്ഞ ഉദാസീനഭാവത്തിന്റെ മുമ്പിലും അവളുടെ ഹൃദയത്തിലും നിറഞ്ഞുനില്ക്കുന്നു. ഇവിടെയും ചിലർ, 'അബോധമനസ്സിലെ കാമം' കണ്ടെന്നുവരാം. അബോധമനസ്സിലെ കാമമല്ല, മനുഷ്യജീവിതത്തിന്റെ ആത്മരഹസ്യമാണ് അത്. കാമം എന്ന് ഒരൊറ്റപ്പേരിൽ ഒതുക്കാവുന്നതാണോ ആ രഹസ്യം? കഥാകാരനും വിമർശകനും ശാസ്ത്രജ്ഞനെപ്പോലെ മനസ്സിലെ അഗാധരഹസ്യങ്ങൾക്കു പേരുകൊടുത്തു സംതൃപ്തരാക്കുകയല്ല വേണ്ടത്, പേരിനപ്പുറത്തു കിടക്കുന്ന ആഴങ്ങളെ ചൂണ്ടിക്കാണിക്കുക മാത്രമാണ്. നാമകരണം അല്പജ്ഞതയാണ്. ചൂണ്ടിക്കാണിച്ചു കൊടുക്കൽ സർവജ്ഞതയല്ലെങ്കിലും അതിനോടൊത്തു നിൽക്കുന്ന ജ്ഞാനവിനമ്രതയാണ്. കാരൂർ ഈ വിനമ്രത, വിനയം, കാട്ടുന്നു. പക്ഷേ, ഇതിൽനിന്നും പാഠം പഠിക്കാതെ, കഥാകാരനെക്കാൾ തങ്ങൾക്കു വിവരമുണ്ടെന്ന് തെളിയിക്കുന്നതിനാലാണ് പല വിമർശകന്മാരും മിടുക്കു കാട്ടുന്നത്.

എമിലി ബ്രോൺടെയെപ്പോലെ കാരൂർ ചെറിയ ഒരു ലോകത്തിന്റെ കഥയെഴുതി, സപ്തസാഗരങ്ങൾ തരണം ചെയ്ത സാഹസികന്മാർക്ക് ബാധിച്ചത്രതന്നെ, മനുഷ്യഹൃദയത്തിന്റെ നഭസ്സീമകളിലെ അജ്ഞാതപൂർവ്വകങ്ങളായ ജ്യോതിഷ്പഥങ്ങൾ നമുക്കു തുറന്നു കാട്ടിത്തരുന്നു. അധ്യാപകന്റെ പരിശീലനം നേടിയ അദ്ദേഹം കഥാകാരന്റെ ജന്മസിദ്ധമായ പ്രതിഭയുടെ വിജയത്തിൽ തന്റെ രചനാപ്രവർത്തനത്തെ പര്യവസാനിപ്പിച്ചു. ഇംഗ്ലീഷറിയാത്ത കാരൂർ ഇംഗ്ലീഷറിവുള്ള ഒരാചാര്യനും ശിഷ്യപ്പെട്ടില്ല. വിശ്വസാഹിത്യത്തിന്റെ വിദൂരചക്രവാളങ്ങൾ കണ്ടു മനസ്സിലാക്കാൻ അദ്ദേഹം ആരുടെ വിമാനത്തിലും കയറി സഞ്ചരിക്കാൻ മുതർന്നില്ല. ദേവേന്ദ്രൻ വിമാനം കൊണ്ടുവന്നാലും, കാരൂർ തന്റെ വഴിയിലൂടെയേ നടക്കുകയുള്ളൂ. തന്റെ പ്രതിഭയ്ക്കു വേണ്ട സൃഷ്ടിവിഭവങ്ങളുടെ സമൃദ്ധി താൻ ഊന്നിനില്ക്കുന്ന കാലടിമണ്ണിൽ ഒളിഞ്ഞുകിടപ്പുണ്ടെന്ന് ആ ഉൽഖനകന് അറിയാമായിരുന്നു. വിശ്വസാഹിത്യത്തിന്റെ കാനൽമരീചിക തേടി ആചാര്യസന്നിധികളിലും ഗ്രന്ഥപ്പുരകളിലും പോയ മഹാവീരന്മാരായ എഴുത്തുകാരും നാട്ടിൽത്തന്നെ ചമഞ്ഞുകൂടിയ വാദ്ധ്യാരും ഒടുവിൽ, 'ദശകുമാരചരിത'ത്തിലെ രാജകുമാരന്മാരെപ്പോലെ, കാനനവീഥിയിൽവെച്ചു കണ്ടുമുട്ടുമ്പോൾ, മറ്റവർ കാണാത്ത പലതും ഈ 'മഹാമാനസവീരൻ' കണ്ടിരിക്കുന്നുവെന്നു സഹൃദയലോകം മനസ്സിലാക്കിത്തുടങ്ങിയിരിക്കുന്നു. കഥാകാരന്റെ കടമ വിശ്വസാഹിത്യം വായിച്ചു

പണ്ഡിതനാകുകയല്ല, വിശ്വസാഹിത്യം സ്വയം രചിച്ച് കലാകാരനാവുകയാണെന്ന് കാരൂർ വിശ്വസിച്ചിരിക്കണം.

കഥാകാരൻ വാദ്ധ്യാരെ അടിപ്പെടുത്തിയിട്ടാണ് കാരൂർ തന്റെ പരമവിജയങ്ങൾ നേടിയതെങ്കിലും വിജയം നേടി ക്ഷീണിച്ചു തിരിച്ചുചെല്ലാൻ ഈ കഥാകാരന് ഒരു ആശ്രയമേയുള്ളൂ - വാദ്ധ്യാരുടെ വീടു മാത്രം. വാദ്ധ്യാരെ കഥാകാരൻ തോല്പിക്കുമ്പോഴും, വാദ്ധ്യാരില്ലാതാകുന്നില്ല. വാദ്ധ്യാരുണ്ട്. വാദ്ധ്യാർ എപ്പോഴും ഉണ്ട്. വാദ്ധ്യാരില്ലെങ്കിൽ കഥാകാരനില്ല. അതുകൊണ്ട് കാരൂർ കഥനശില്പിയായിത്തീർന്നു. കഥയിൽ സംഭവം, പാത്രം, അന്തരീക്ഷം, കഥനം തുടങ്ങി പല ഘടകങ്ങളുണ്ടെങ്കിലും കാരൂർ കഥനംകൊണ്ട് ഇതെല്ലാം സൃഷ്ടിച്ചെടുക്കും. 'കഥപറച്ചിൽ' എന്ന കഥ ഈ വൈഭവത്തിന്റെ നെറ്റിപ്പൊട്ടായി വിലസുന്നു. 'ഭൃത്യൻ' മറ്റൊരു മുന്തിയ ഉദാഹരണം. അതിൽ കഥനത്തിലൂടെ ഒരു വീടും അവിടത്തെ ആളുകളും എല്ലാം നമ്മുടെ മുമ്പിൽ വന്നു നൃത്തം ചെയ്യുന്നു. 'പിശാചിന്റെ കുപ്പായം' എന്ന ഒരു സാധാരണ കഥയുണ്ട്. അതിനെ കഥയാക്കുന്നത് വെറും കഥനമാണ്.

പ്രൊഫ. മുണ്ടശ്ശേരി ഒരിക്കൽ പറഞ്ഞു, സാഹിത്യ പ്രവർത്തക സഹകരണസംഘത്തിന്റെ പേരിലായിരിക്കും കാരൂർ ഓർക്കപ്പെടുക എന്ന്. സെക്രട്ടറിമാരായി വരുന്ന ഉദ്യോഗസ്ഥന്മാരെയെല്ലാം അനശ്വരന്മാരാക്കാനുള്ള വൈഭവം സംഘത്തിനുണ്ടെന്ന് എനിക്കഭിപ്രായമില്ല. വലിയൊരു വിമർശകൻപോലും വർത്തമാനകാലത്തിന്റെ മിഥ്യാപ്രൗഢികൾ കണ്ട് തെറ്റിദ്ധാരണയിൽ കുടുങ്ങിക്കിടന്നുപോകുമെന്ന് മുണ്ടശ്ശേരിയുടെ പ്രസ്താവം തെളിയിക്കുന്നു. സാഹിത്യപ്രവർത്തകസംഘം ഓർക്കപ്പെടുക, കാരൂർ അതിന്റെ സെക്രട്ടറിയായി എന്നതുകൊണ്ടാണെന്നു പറഞ്ഞാൽ കുറെക്കൂടി ശരിയായെന്നുവരാം. അതിനെക്കാൾ ശരി, കാരൂരിന്റെ ഇത്തരം കഥകൾ പ്രസിദ്ധീകരിച്ചതുകൊണ്ട് അത് അവിസ്മരണീയമായി നിൽക്കുന്നു എന്നു പറയുന്നതായിരിക്കും, 'കുട നന്നാക്കാനുണ്ടോ?' എന്ന കഥയിലെ കുട നന്നാക്കുന്നവനെ കാരൂർ ഓർമ്മിപ്പിക്കുന്നു. തന്റെ ചെറിയ ജോലി ഭംഗിയായി, കൃത്യമായി, നിഷ്ഠയോടെ കാരൂർ ചെയ്തു. കുട നന്നാക്കുന്നവനോട് അസൂയപ്പെട്ട കഥാപാത്രത്തെപ്പോലെ നാം കാരൂരിന്റെ കലാസിദ്ധിയിൽ അസൂയാലുക്കളായിത്തീരുന്നു. ഇത്ര ചെറിയൊരു അനുഭവപ്രപഞ്ചത്തിൽനിന്ന് ഇത്ര വലിയൊരു കഥാലോകത്തെ സൃഷ്ടിക്കാൻ കഴിഞ്ഞ മറ്റൊരു കഥാകൃത്ത് നമുക്കുണ്ടെന്ന് തോന്നുന്നില്ല.

കാരൂരിന്റെ അനുഭവങ്ങൾ മിതങ്ങളാണ് അഥവാ പരിമിതങ്ങളാണ്. മിതമാണ് അദ്ദേഹത്തിന്റെ കഥനരീതി. കലയിലെ മിതത്വത്തിന്റെ സൗന്ദര്യമാണ്. കാരൂർക്കഥയുടെ ഉത്കർഷം. 'മിതസുന്ദരം' എന്ന് അദ്ദേഹത്തിന്റെ കലയെ മുമ്പേ കുട്ടിക്കൃഷ്ണമാരാർ വിശേഷിപ്പിക്കുകയുണ്ടായി. ആ വിശേഷണം അർഹിക്കുന്ന എത്ര കഥാകാരന്മാർ നമുക്കുണ്ട്? ഒന്ന്, കാരൂർ നീലകണ്ഠപിള്ള. രണ്ട്...?

ഒരു രഘുവംശ ചർച്ച

ദിലീപിനെ ഉദാഹരിച്ചുകൊണ്ട് കാളിദാസൻ സൂചിപ്പിക്കുകയുണ്ടായി, മഹാനുഭാവന്മാരുടെ ഉദ്യമങ്ങൾ ഫലാനുമേയങ്ങളായിരിക്കുമെന്ന് - എന്നുവെച്ചാൽ കർമ്മമഹിമ ഫലമഹിമയിൽ അധിഷ്ഠിതമാണെന്ന്. മഹത്തായ കവിതയും ഫലമഹിമയെ ആശ്രയിച്ചിരിക്കുന്നു. കവിതയ്ക്ക് അനേകം ഫലങ്ങളുള്ളതിൽ, അതിന്റെ ഉത്തമഫലമായിരിക്കുന്നത് വിമർശനമാണ്. കവിത ഉത്കൃഷ്ടമാണെന്ന് അനുമാനിക്കാൻ സഹായിക്കുന്ന ഒരു തെളിവ് അതിനെപ്പറ്റിയുള്ള വിമർശനങ്ങൾ ഉത്കൃഷ്ടങ്ങളായിരിക്കുന്നു എന്നുള്ളതാണ്. ഇങ്ങനെ വിമർശനാധിഷ്ഠിതമായി കവിതയെ ആധുനികപണ്ഡിതന്മാർപോലും നിർവചിച്ചിട്ടുണ്ട് എന്നു കാണാം.

കാളിദാസകവിതയുടെ മഹത്ത്വം, ഈ മട്ടിൽ കാളിദാസവിമർശനങ്ങളിൽ പ്രതിബിംബിച്ചുകാണുന്നു. കാളിദാസസാഹിത്യം ഗ്രന്ഥസംഖ്യകൊണ്ട് അത്യന്തം പരിമിതമാണെങ്കിലും ആ അഞ്ചാറു കൃതിജ്യോതിസ്സുകളുടെ വിദൂരപരിവേഷസീമകളാൽ ഭാരതീയ സാഹിത്യാകാശം തീർത്തും ഒതുക്കപ്പെട്ടിരിക്കുന്നു. കാളിദാസൻ പ്രയോഗിച്ച ഓരോ പദത്തെയും ആയിരമായിരം പ്രാവശ്യം ആശ്ലേഷിച്ചു കടന്നുപോയിട്ടുണ്ട് പ്രാചീന പണ്ഡിതന്മാരുടെ വിമർശനപ്രതിഭകൾ. അങ്ങനെ ഇവിടത്തെ കുഞ്ഞുങ്ങളുടെ ഹൃദയത്തിൽപോലും കടന്നുകയറി ഉറച്ചിരിക്കുന്നു, കാളിദാസൻ സാരസ്വതശുദ്ധിയുടെ പര്യായമാണെന്ന വിശ്വാസം. ആ വിശ്വാസത്തിന് ഇന്നും ഉലച്ചിൽ തട്ടിയിട്ടില്ല. കാളിദാസന്റെ പദവാക്യങ്ങൾക്കും അവയുടെ സംവിധാനരീതിക്കും അനന്യസിദ്ധമായ ഒരു ഗുണവിശേഷമുണ്ട്. എത്ര ചീത്തയായാലും ആ ഗുണവിശേഷത്തിന്റെ തരിമ്പെങ്കിലും കാളിദാസീയമായ പ്രയോഗങ്ങളിൽ കാണും എന്നുതന്നെ സഹൃദയലോകം കണ്ണടച്ചുവിശ്വസിക്കുന്നു - സിംഹം എത്ര പരിക്ഷീണനായാലും അതിന്റെ സടാഗർജ്ജനപ്രൗഢി ഇല്ലാതെ വരില്ലല്ലോ.

കാളിദാസ മഹാകവിയുടെ കവിതാഗരിമയെക്കുറിച്ച്, അതിരുകടന്ന എന്നുതന്നെ പറയട്ടെ, മതിപ്പ് ഈ ലേഖകനുമുണ്ട്. കാളിദാസൻ സൃഷ്ടിച്ച ആ ദിവ്യലോകത്തിലൂടെയുള്ള വിനീതപ്രയാണങ്ങൾകൊണ്ട് കാളിദാസ പ്രതിഭ എത്ര വിശിഷ്ടമാണെന്നു മനസ്സിലാക്കാൻ എനിക്കും കുറച്ചെല്ലാം കഴിഞ്ഞിട്ടുണ്ട്. അതുകൊണ്ട്, കാളിദാസകൃതികളിലെ അകാളിദാസീയാതിക്രമങ്ങളോടു പണ്ടേ കടുത്ത വിരോധമുള്ളവനായിത്തീർന്നിട്ടുണ്ട് ഈ ലേഖകൻ. ആ കാളിദാസീയ ഭാഗങ്ങളെല്ലാം കണ്ടെടുക്കപ്പെട്ടിട്ടുണ്ടെന്നോ ഇന്നോളം പല വിദ്വാന്മാരാലും ചൂണ്ടിക്കാണിക്കപ്പെട്ട അകാളീദാസീയഭാഗങ്ങളെല്ലാം അകാളിദാസീയമാണെന്നോ, രണ്ടും എനിക്കു പക്ഷമില്ല. എന്നാൽ, കാളിദാസന്റെ പേരിൽ പ്രചരിക്കുന്ന കൃതികളും

(നളോദയാദികാവ്യങ്ങൾ) കൃതിഭാഗങ്ങളും (പ്രക്ഷിപ്ത ശ്ലോകങ്ങൾ) ആസകലം കാളിദാസന്റേതാണെന്നു കരുതുന്ന അന്ധമായ കാളിദാസ നാമപൂജയെക്കാൾ സ്തുത്യർഹം, കാളിദാസനെ വിവേചനബുദ്ധിയോടെ പഠിക്കാൻ നടത്തുന്ന വിമർശനത്വരയാണെന്ന് എല്ലാവരും സമ്മതിക്കു മല്ലോ.

ആ വിമർശനത്വരയുടെ അല്പമായൊരു സ്വതന്ത്രഫലമാണ് ഈ ഉപ ന്യാസം. ഇതിന്റെ സാഫല്യം കൂടുതൽ വിമർശനത്തിന്റെ സൃഷ്ടിയി ലാണ്, മറിച്ച് ഇത് അവിഹിതമായ ഒരു സാഹസമാണെന്നോ അപക്വ ചിന്തയാണെന്നോ ഒക്കെ തീരുമാനിച്ച് സ്വന്തം വിമർശബുദ്ധിയെ ഞെക്കി ക്കൊല്ലുന്നതിലല്ല, കാണേണ്ടത്.

എനിക്ക് സമർത്ഥിക്കാനുള്ള ആശയം ഇതാണ് – കാളിദാസമഹാകവി യുടെ 'രഘുവംശ'ത്തിന്റെ ആദ്യത്തെ പത്തു ശ്ലോകങ്ങളിൽ കാളിദാസന്റെ കവിത്വം പ്രതിഫലിച്ചുകാണുന്നില്ല; അവ കാളിദാസന്റേതല്ലെന്നു കരുതു ന്നതാണ് കൂടുതൽ ഔചിത്യപൂർവ്വം. പതിനൊന്നാം പദ്യം രഘുവംശ പ്രാരംഭപദ്യമാണെന്ന നിലയിൽ ആ മഹാകാവ്യം പഠിക്കുന്നത് കാവ്യ ഭംഗിയെ വളരെ വളർത്തുന്നതായി അനുഭവപ്പെടാതിരിക്കില്ല.

ഇതു വായിച്ചാൽ കാളിദാസവിദ്വാന്മാരുടെയും കാളിദാസവിദ്യാർത്ഥി കളുടെയും മാത്രമല്ല കാളിദാസനെന്നും രഘുവംശമെന്നും പേരു കേൾക്കുക മാത്രം ചെയ്തവരുടെയും പെട്ടെന്നുണ്ടാകാനിടയുള്ള പ്രതി കരണം മനസ്സിലാക്കാൻ അതുണ്ടായിക്കണ്ടിട്ടുതന്നെ വേണമെന്നില്ല. നേരത്തെ ഊഹിക്കാവുന്നതേയുള്ളൂ അത് – 'ഇതാ വന്നിരിക്കുന്നു പുതി യൊരു തട്ടിപ്പ്!' ഇപ്രകാരം ഒറ്റ വീർപ്പിനു തോന്നുവാനിടയുള്ളവരെ ഞാൻ ഒട്ടും കുറ്റപ്പെടുത്തുകയില്ല. മറ്റൊരാളാണ് ഇതാദ്യം പറഞ്ഞതെങ്കിൽ എനിക്കും ഇങ്ങനെയൊക്കെ തോന്നാനിടയുണ്ട്. കാരണം, പൂർവസൂരിക ളായ മല്ലിനാഥൻ, അരുണഗിരിനാഥൻ, ദിനകരമിശ്രൻ എന്നിവർ മാത്ര മല്ല, പുതിയ പ്രക്ഷിപ്തദർശികളായ കുഞ്ഞൻരാജ, കുട്ടിക്കൃഷ്ണമാരാർ എന്നിവർപോലും ചൂണ്ടിക്കാണിക്കാത്ത ഒരകാളിദാസീയോദ്ഭാവനം കേട്ട പടി പൊറുക്കാൻ എളുതല്ല. സൂക്ഷ്മദൃഷ്ടികളായ അവരുടെ പിടിയിൽ നിന്നും ഒഴിഞ്ഞ അകാളിദാസീയഭാഗങ്ങൾ ഇനിയും കിടക്കുന്നുവെന്ന് എങ്ങനെ കരുതും?

ഇതൊക്കെ ഞാനും സമ്മതിച്ചുതരാം. ആ നിലയ്ക്ക് എന്റെ വാദത്തിന് ഉപോദ്ബലകമായ ന്യായങ്ങളും തെളിവുകളും എന്തൊക്കെയാണെന്നു തിതിക്ഷയോടെ വായിച്ചുനോക്കണമെന്നു ഞാൻ അവരോട് അഭ്യർത്ഥി ച്ചുകൊള്ളട്ടെ. ഞാൻ സമാഹരിച്ച യുക്തികൾ ഇവയാണ്:

1. രഘുവംശത്തിലെ പരമ്പരാഗതമായ പ്രഥമപദ്യം നമസ്ക്രിയാരൂപ ത്തിലുള്ളതും പാർവ്വതീപരമേശ്വരന്മാരെ സ്തുതിച്ചു വന്ദിക്കുന്നതും അതി പ്രശസ്തവുമാണ്:

'വാഗാർത്ഥവിവ സംപൃക്തൗ
വാഗർത്ഥ പ്രതിപത്തയേ
ജഗതഃ പിതരൗ വന്ദേ
പാർവ്വതീ പരമേശ്വരൗ.'

സംസ്കൃതത്തിന്റെ 'ഹരിഃശ്രീ' നിശ്ചയമുള്ളവർക്കുകൂടി ഈ പദ്യം നിശ്ചയം കാണും. ഇതിലെ 'വാഗർത്ഥപ്രതിപത്തി' എന്ന പ്രയോഗത്തെ അവലംബമാക്കി മഹാകവിയുടെ കാവ്യസിദ്ധാന്തം എന്താണെന്നുപോലും പണ്ഡിതന്മാർ വിഭാവനം ചെയ്തുറപ്പിച്ചുവെച്ചിട്ടുണ്ട്. കാളിദാസ വാണിക്ക് ഉദാഹരണമായി പത്തു പദ്യം ഉദ്ധരിക്കണമെന്ന് ആവശ്യപ്പെട്ടാൽ നൂറിൽ തൊണ്ണൂറ്റൊമ്പതുപേരും ഉദ്ധരിക്കാൻ ഇടയുള്ള ഒരു പദ്യമാണ് ഇത്.

അത്യാദ്ധ്യമൊരു പദ്യത്തിന്റെ നേരെയാണ് എന്റെ ഔചിത്യവിചാരത്തിന്റെ ഖഡ്ഗം വീശേണ്ടിവന്നിട്ടുള്ളതെന്ന് ചെറിയൊരു വിറയലോടെ, ഞാൻ മനസ്സിലാക്കുന്നു. എങ്കിലും നിങ്ങൾ സദയം ആലോചിക്കുക, കാവ്യം നമസ്ക്രിയകൊണ്ട് ആരംഭിക്കുന്നത് കാളിദാസന്റെ രീതിയാണോ? കുമാരസംഭവവും മേഘസന്ദേശവും നേരെ വസ്തുനിർദേശംകൊണ്ട് ആരംഭിക്കുന്നു. ഋതുസംഹാരം കാളിദാസന്റേതാണെങ്കിലും - അല്ലെങ്കിലും! അതും നേരിട്ടു വിഷയപ്രവേശം നടത്തുന്നു. നമസ്ക്രിയ കാളിദാസന്റെ പതിവേയല്ല. നാടകങ്ങളിലെ പതിവ് ആശിസ്സാണ്, അതു ഭരതൻ വിധിച്ചതുമാണ്: 'പൂർവം കൃതാമയാ നാന്ദി ആശീർവചന സംയുധ' എന്നു നാട്യശാസ്ത്രം. ശാകുന്തളത്തിലും വിക്രമോർവ്വശീയത്തിലും മാളവികാഗ്നിമിത്രത്തിലും പ്രഥമപദ്യം - അതു നാന്ദിയായാലും അല്ലെങ്കിലും കൊള്ളാം - ആശീർവചനരൂപമാണ്. ഈ ആശീർവചനംപോലും വസ്തുനിർദ്ദേശഗർഭിതമായിരിക്കണം എന്നുമുണ്ട്. 'വ്യംഗ്യമായെങ്കിലും വേണം അതിൽ കാവ്യാർത്ഥസൂചനം' എന്നാണല്ലോ നമ്മുടെ പ്രമാണം.

ഇങ്ങനെ നോക്കിയാൽ കാളിദാസൻ വസ്തുനിർദ്ദേശമേ കാവ്യമുഖമായി കൈക്കൊണ്ടിട്ടുള്ളുവെന്നും ആശിസ്സ് അദ്ദേഹത്തിന്റെ നാടകങ്ങളിൽ വസ്തുനിർദ്ദേശപര്യവസിതമാണെന്നും നമസ്ക്രിയാരൂപമായ കാവ്യമുഖത്തെ അദ്ദേഹം തന്റെ സാഹിത്യപ്രപഞ്ചത്തിൽ മറ്റൊരിടത്തും അംഗീകരിച്ചിട്ടില്ലെന്നും സിദ്ധീകരിച്ചുപറയാമെന്ന് എനിക്ക് തോന്നുന്നു. പണ്ടും ഇന്നും മഹാകവികൾ ഋജുവായ കാവ്യവസ്തുപ്രവേശമാണ് അനുഷ്ഠിച്ചുവന്നിട്ടുള്ളത്. പക്ഷേ, മഹാകവികൾ എന്നും കുറവാണല്ലോ. കൂടുതലും അല്പന്മാരാണ്. അതിനാൽ രാമായണഭാരതങ്ങളുടെയും കാളിദാസകൃതികളുടെയും വസ്തുനിർദ്ദേശാത്മകമായ കാവ്യമുഖസങ്കേതം പരിമിതവിഭവരായ അവരുടെ പക്കൽനിന്നു കൈമോശം വരികയും തങ്ങളുടെ വിഭവപരിമിതിക്കു പരിഹാരമായി ദേവതാപ്രാർത്ഥനയെ അവർ കൂട്ടമായി കൈക്കൊള്ളുകയും അങ്ങനെ വന്നുവന്നു പിൽക്കാലത്തു വസ്തുനിർദ്ദേശം ഒരു മൂന്നാന്തരം കാവ്യോപക്രമരീതിയായി താഴ്ത്തപ്പെടുകയും കവിസമയദൃഷ്ടാക്കളായ ആചാര്യന്മാർ 'ആശീർന്നമസ്ക്രിയ വസ്തു

നിർദ്ദേശോവാപി തന്മുഖം' എന്നു മടികൂടാതെ വിധിക്കാനിടവരികയും ചെയ്തു. കാളിദാസനെ പിന്തുടർന്നു വന്ന ഭാരവി, മാഘൻ എന്നീ പ്രശസ്തരുടെ മഹാകാവ്യങ്ങളും കാവ്യമുഖ സംവിധാനത്തിൽ കാളിദാസ രീതിയെ അനുവർത്തിക്കുന്നു. പക്ഷേ, ഒടുവിലൊടുവിൽ ശ്രീരാമോദന്തക്കാരുടെ 'ശ്രീപതിംപ്രണിപത്യാഹം' എന്ന മട്ട് സംസ്കൃതസാഹിത്യത്തിൽ കൊടിയുയർത്തി. ആ പാരമ്പര്യത്തിൽപ്പെട്ട ആരോ ആകാം രഘുവംശത്തിൽ നമസ്ക്രിയയുടെ ഇല്ലായ്മകൊണ്ടുള്ള പോരായ്മ ഒഴിവാക്കാൻ ഒരു ശിവസ്തുതി സംഘടിപ്പിച്ചത്.

ഇങ്ങനെയൊക്കെയാവാമെങ്കിലും ഇനി കാളിദാസൻ ഇങ്ങിറങ്ങിവന്നു നിലവിളിച്ചുപറഞ്ഞാൽപോലും ആളുകൾ 'വാഗാർത്ഥാവിവ'യെ കൈവിടുമെന്നു കരുതാൻ പ്രയാസമുണ്ട്. യാഥാപുര്യത്തിന്റെ ആധിപത്യം അത്രയ്ക്കുണ്ട് ഇവിടെ. എങ്കിലും ചിന്തിച്ചുപോവുകയാണ്. ആപത്ത് അറിയുമെങ്കിലും അതിനെ തോല്പിക്കുന്ന രസം തോന്നുന്നതുകൊണ്ട്! ശിവപാർവതീസ്തുതി രഘുവംശത്തിൽ ചേർത്ത മഹാകവി, രഘുവംശത്തേക്കാളേറെ ഇതിവൃത്തവശാൽ കൂടുതൽ അതിന് അർഹതയുള്ള കുമാരസംഭവത്തിൽ എന്തുകൊണ്ട് അതു ചേർക്കാൻ വിട്ടുപോയി? കുമാരസംഭവത്തിൽ ശിവനമസ്ക്രിയയ്ക്കു പ്രസക്തിയുണ്ട്. അതിൽപ്പോലും അതു വേണ്ടെന്നുവെച്ച കവിയുടെ രഘുവംശത്തിൽ അതു വെച്ചുകെട്ടാണെന്നു കരുതാൻ ന്യായമില്ലേ?

2. ഇത്രയും പ്രഥമപദ്യത്തിന്റെ ബാഹ്യസങ്കേതത്തെ മുൻനിർത്തിയുള്ള എതിർപ്പ്. ഇനി അതിന്റെ അർത്ഥത്തിലേക്കു കടന്നാൽ, കാളിദാസ പദ്ധതിയിൽ സഞ്ചരിച്ചു ശീലമുള്ളവർക്ക് അപാകം തോന്നാൻ ധാരാളം വഴിയുണ്ട്.

വാഗർത്ഥപ്രതിപത്തിക്കുവേണ്ടി കവി ജഗത്പിതാക്കളായ പാർവതീപരമേശ്വരന്മാരെ വന്ദിക്കുകയാണ്. ആ ദേവദ്വന്ദ്വമാകട്ടെ, വാഗർത്ഥങ്ങളെപ്പോലെ സംപൃക്തരുമാണ്. പാർവ്വതീപരമേശ്വരന്മാരെ വന്ദിക്കുന്നതിനുള്ള സാമാന്യമായ കാരണമേ ആകുന്നുള്ളൂ അവർ ജഗത്പിതാക്കളാണെന്ന സത്യം. കാളിദാസൻ അവരെ രഘുവംശമഹാകാവ്യത്തിന്റെ പ്രക്രമത്തിൽ വന്ദിക്കുന്നതാവട്ടെ, അവർ ജഗദീശ്വരന്മാരാണെന്ന സാമാന്യഹേതു വെച്ചല്ല, മറിച്ച് ഒരു പ്രത്യേകമായ ഉദ്ദേശ്യത്തിനാണ് - അതേ, വാഗർത്ഥ പ്രതിപത്തിക്കുവേണ്ടി. അതു സാമാന്യലോകത്തിന്റെ ആവശ്യമല്ല, ഒരു മഹാകവിയുടെ ആവശ്യമാണ്. ഒരു കവിയുടെ സവിശേഷമായ ഈ ഉദ്ദേശ്യം നിറവേറുന്നതിനുവേണ്ടി പാർവതീപരമേശ്വരന്മാരെ നമസ്കരിക്കുന്നത് അവർ ജഗത്പിതാക്കളാണെന്നതുകൊണ്ടാവില്ലല്ലോ. പിന്നെ എന്തുകൊണ്ടാണ്? അവർ വാഗർത്ഥങ്ങളെപ്പോലെ സംപൃക്തരായതുകൊണ്ടാണ്. മറ്റൊരു വിധത്തിൽ പറയുകയാണെങ്കിൽ, കാവ്യോചിതമായ ശബ്ദാർത്ഥോപസ്ഥിതിക്കുവേണ്ടി കവി ശിവദമ്പതികളെ വന്ദിക്കുന്നതിനെ സാർത്ഥകമാക്കുന്ന വിശേഷണം 'ജഗതഃപിതരൗ' എന്നതല്ല. 'വാഗർത്ഥാ

വിവസംപൃക്തൗ' എന്നതാണ്. മഹാപണ്ഡിതനായ കൈക്കുളങ്ങര രാമവാരിയർവരെയുള്ള രഘുവംശവ്യാഖ്യാതാക്കളൊക്കെ ചൂണ്ടിക്കാണിച്ചിട്ടുള്ള വിശേഷണൗചിത്യമാണ് ഇത്.

പക്ഷേ, ചോദിക്കട്ടെ-ക്ഷമിച്ചാലും! ഇതെന്ത് ഔചിത്യമാണ്! ചിന്തിക്കുന്തോറും ഇതു പ്രകീർത്തിതമായ വിധത്തിൽ ഔചിത്യമല്ലെന്നും കവിഞ്ഞ (കാളിദാസൻ വരുത്താനിടയില്ലാത്ത) അനൗചിത്യമാണെന്നും എനിക്കു തോന്നുന്നു. വാഗർത്ഥങ്ങളെപ്പോലെ ചേർന്നവരായി എന്നതുകൊണ്ടു വാഗർത്ഥപ്രതിപത്തി ഉണ്ടാക്കാൻ കഴിവുള്ളവരായിരിക്കും എന്ന യുക്തി ബാലിശമാണ്. "സീതാരാമന്മാർ ഛായയും ദീപവുംപോലെ യോജിച്ചവരാകയാൽ ഛായാദീപബോധത്തിനായി സീതാരാമന്മാരെ ഭജിക്കുന്നു" എന്നു പറയുന്നതിലുള്ള യുക്ത്യാഭാസമല്ലാതെ മറ്റൊന്നും ഈ പദ്യത്തിലില്ല. ശബ്ദപ്രപഞ്ചം പാർവതിയും അർത്ഥപ്രപഞ്ചം പരമേശ്വരനുമാണെന്നു വായുപുരാണത്തിലുള്ളതുകൊണ്ട് (എന്നു പറയുന്നു ശ്രീ മാരാരുടെ വ്യാഖ്യാനത്തിൽ) വാഗർത്ഥപ്രതിപത്തിക്കുവേണ്ടി ശിവദമ്പതികളെ വന്ദിക്കുന്നു എന്നു രഘുവംശത്തിൽ പറയുന്നതിനു യുക്തിയാവുകയുമില്ലല്ലോ. ചുരുക്കത്തിൽ രഘുവംശത്തിലെ നമസ്കാരപദ്യത്തിലെ 'വാഗർത്ഥപ്രതിപത്തിക്കായി' വന്ദിക്കുന്നു എന്ന ആശയം ആ പദ്യത്തിൽ കൊടുത്തിരിക്കുന്ന രണ്ടു വിശേഷണങ്ങളാലും അനുഗ്രഹിക്കപ്പെടാതെ അനാഥമായിക്കിടക്കുകയാണ് ഇപ്പോൾ.

നമസ്ക്രിയകൊണ്ട് തന്റെ കാവ്യം തുടങ്ങിക്കളയാമെന്നുവെച്ചാൽപ്പോലും ആശയകല്പനയിൽ ഇത്തരമൊരു കുഴപ്പം കാളിദാസനു വന്നുപിണയില്ലെന്നു ശപഥം ചെയ്യാനാവശ്യമായ കാളിദാസകവിത്വവിശ്വാസം എനിക്കുണ്ട്. അതിനാൽ വളരെ വ്യസനത്തോടെ ഈ പ്രഥമ പദ്യത്തെ എന്റെ ആസ്വാദനമണ്ഡലത്തിൽനിന്നു ബഹിഷ്കരിക്കേണ്ടിവന്നിരിക്കുന്നു.

3. തുടർന്നുവരുന്ന ഒമ്പത് ഉദ്ഘാടകപദ്യങ്ങളുടെ കഥയെന്താണ്? തന്നെ, അതായതു തന്റെ കവിത്വത്തെ വളരെ ഇടിച്ചും ഇകഴ്ത്തിയും പൂർവകവികളെ അതിനു പാകത്തിൽ പെരുപ്പിച്ചും അതിവിനയംകൊണ്ട് മുഖം മിനുക്കിയുമുള്ള, ആത്മവിശ്വാസമില്ലാത്ത ഒരു ദുർബലകവിയുടെ ചിത്രത്തെയാണ് ആ പദ്യങ്ങൾ സമർപ്പിക്കുന്നത്. അത് ആരുടെ ചിത്രമായാലും ശരി, ശാകുന്തളാദി നാടകങ്ങളുടെയും കുമാരസംഭവാദി മഹാകാവ്യങ്ങളുടെയും സ്രഷ്ടാവായ ആ പ്രഗല്ഭന്റെ ചിത്രമല്ല. ഈ പ്രവേശക പദ്യങ്ങൾ അവതരിപ്പിക്കുന്ന കവിയുടെ ബുദ്ധി 'അല്പവിഷയ'മാണ്; സൂര്യവംശം വർണിക്കുക എന്ന കാര്യം പൊങ്ങുതടിയിലേറി കടലുകടക്കുന്നതുപോലെ 'മോഹ'ഫലമാണ്. മന്ദനായ ഒരു കവിയശഃപ്രാർത്ഥിയാണ് താൻ-നെടിയവർക്കെത്താവുന്ന പഴം കൊതിച്ചു കൈയുയർത്തുന്ന കുള്ളൻ, അങ്ങനെ അപഹാസ്യനും. വജ്രംകൊണ്ടു തുളച്ചിട്ടുള്ള രത്നത്തിനുള്ളിലൂടെ കടന്നുപോകുന്ന ഒരു വെറും ചരടാണ് ഞാൻ. തന്റെ

ഭാഗ്യത്തിന് രഘുവംശം പണ്ടേ വിദ്വാന്മാർ വർണ്ണിച്ചുവെച്ചിട്ടുണ്ട്. താൻ വലിയ വാഗ്വൈഭവമുള്ളവനല്ല. ക്ഷാത്രധർമ്മത്തിന്റെ ഉത്തമാവതാരങ്ങളായ രഘുവംശരാജാക്കന്മാരുടെ അപദാനങ്ങൾ കേട്ടുണ്ടായ ചാപല്യം കൊണ്ടു മാത്രമാണ് താൻ രഘുവംശകഥ പറയാൻ പോകുന്നത്.

ഇങ്ങനെയൊക്കെ തങ്ങളെപ്പറ്റി പറയുന്ന വിനയധനരായ കവികൾ ഉണ്ടായിരിക്കാം. പക്ഷേ, കാളിദാസൻ മറ്റൊരു ജനുസ്സാണ്. ആ ധീരരൂപം 'മാളവികാഗ്നിമിത്രം' എന്ന അപ്രഗല്ഭമായ നാടകത്തിന്റെ പ്രസ്താവനയിൽപ്പോലും തെളിഞ്ഞുവിളങ്ങിനില്ക്കുന്നുണ്ട്. 'പ്രഥിതയശസ്സു'കളായ ഭാസസൗമില്ലകവിപുത്രാദികളുടെ നാടകങ്ങളെക്കാൾ ഒട്ടും കീഴെയല്ല 'വർത്തമാനകവി'യായ തന്റെ നാടകമെന്നും പഴയതെല്ലാം മെച്ചമെന്നും പുതിയതൊക്കെ ചവറെന്നും കരുതുന്നത് ഭോഷ്കാണെന്നും ഉച്ചത്തിൽ വിളിച്ചുപറയുന്ന ഒരു വീരനായ കവിയാണ് അത്. 'രഘുവംശ'ത്തിന്റെ പ്രസ്താവനയിൽ ആ കവിക്ക് വന്നുചേർന്ന ഈ തേജോƒഭിഭൂതിയെ എങ്ങനെ വ്യാഖ്യാനിക്കും?

അതിരിക്കട്ടെ, 'മാളവികാഗ്നിമിത്ര'ത്തിലേക്കൊന്നും പോകാതെ രഘുവംശത്തിൽനിന്നുള്ള ആന്തരലക്ഷ്യങ്ങളെ പരിശോധിച്ചാൽ, കവിതന്നെ വളരെ അന്തസ്സോടെയും തലയെടുപ്പോടെയുമാണ് വ്യഞ്ജിപ്പിച്ചു കാണിച്ചിട്ടുള്ളതെന്ന് അറിയാറാകും.

പ്രഥമസർഗ്ഗത്തിലെ പതിനൊന്നാം പദ്യത്തിൽ കാളിദാസൻ ദിലീപിനെ വർണ്ണിക്കുന്നത് 'മനീഷികൾക്കു മാനനീയൻ' എന്നാണ്. എത്ര ചേതോഹരമായ വർണ്ണനം? താൻ അത്തരത്തിൽ ഒരു 'മനീഷി'യാണെന്ന് വ്യംഗ്യം. രഘുവംശരചനയിലൂടെ താൻ ആ മഹനീയ വ്യക്തിയെ മാനിക്കുകയാണെന്നും അല്പം പദ്യങ്ങൾക്കപ്പുറത്തു ദിലീപിനെത്തന്നെ കവി 'മനീഷി' എന്നു വിശേഷിപ്പിക്കുന്നുണ്ട്. (25-ാം പദ്യം നോക്കുക) ഇതിന്റെ വ്യംഗ്യം മഹാകവിയായ താൻ മഹാരാജാവിനൊപ്പം ഇരിക്കുന്നവനാണെന്നല്ലാതെ മറ്റെന്താണ്!

ഇത്രമാത്രം സ്വശക്തിബോധമുള്ള ഒരു കവിയുടെ പേരിൽ, മേല്പറഞ്ഞ വ്യംഗ്യങ്ങളൊന്നും തലയിലേറാത്ത ഏതോ ഒരു കവിബന്ധു എഴുതിപ്പിടിപ്പിച്ച മാനക്കേടുകൾ എന്തൊക്കെയാണ്? താൻ അല്പമതിയാണ്, മന്ദനാണ്, വാമനനാണ്, സൂത്രമാത്രനാണ്, അല്പവാക്കാണ്, ഇതിവൃത്തഭീതനാണ് എന്നെല്ലാം. പാപം ശാന്തമാവട്ടെ! രഘുവംശം എന്ന കാവ്യവസ്തു കണ്ടുപേടിച്ച് അതുമിതും പറയുന്ന ചപലമതിയല്ല കാളിദാസൻ. ഒരു മഹാവംശത്തിന്റെ ഉദയാസ്തമയങ്ങളെ മുഴുവൻ സ്വപ്രതിഭാഫലകത്തിൽ പ്രതിബിംബനം ചെയ്യിച്ചുകൊണ്ട്, ശ്രീ മാരാർ പ്രസ്താവിച്ചതുപോലെ, രാജധർമ്മത്തിന്റെ മഹനീയമായ ഒരു യോഗവിദ്യ വൈവസ്വതമനുവിൽനിന്നു പിറന്ന് അഗ്നിവർണ്ണനിലെത്തുമ്പോൾ നഷ്ടീഭവിക്കുന്നതിനെച്ചൊല്ലി, പൂർവ്വകവികളാരും ധൈര്യപ്പെട്ടിട്ടില്ലാത്ത മട്ടിൽ രഘുവംശ

പുരാണത്തിൽ ഒരു ദുരന്തകഥയുടെ ബാഷ്പാർദ്രത കലർത്തിയ നിസ്തുലനും അപൂർവനുമായ ഒരു കവിയെപ്പറ്റി ഈ കാവ്യത്തിലെ പ്രസ്താവനയിൽ തുന്നിപ്പിടിപ്പിച്ച അവമതിഹേതുകങ്ങളായ ഗർഹണീയഭണിതികളെ ഇത്രകാലം നമ്മുടെ സഹൃദയമണ്ഡലം സഹിച്ചതെങ്ങനെ എന്നെനിക്ക് മനസ്സിലാകുന്നില്ല. രഘുവംശനിർമിതിയുടെ പിന്നിലുള്ളത് ഏറ്റവും പരിപാകമിയന്ന ഒരു കവിപ്രതിഭയാണ്. അതിന്റെ തെളിവ്, ആ ബോധം ആ കവിക്കുതന്നെ ഉണ്ടെന്നുള്ളതാണ്.

4. ഈ ഒമ്പതു പദ്യങ്ങളിൽ നുരഞ്ഞുനില്ക്കുന്ന കാവ്യദോഷങ്ങൾ പരിശോധിക്കുമ്പോഴും ഇവ രചിച്ച തൂലിക കാളിദാസന്റേതല്ലെന്നു സമ്മതിക്കേണ്ടിവരും. അരുണഗിരിനാഥനെപ്പോലുള്ള വ്യാഖ്യാതാക്കൾ അവയിൽച്ചില ദോഷങ്ങൾ നേരത്തെ കണ്ടിരുന്നു, അത്രതന്നെ. രണ്ടാം പദ്യത്തിൽ 'അല്പവിഷയാമതിഃ' എന്നു പറഞ്ഞ കവി അതുതന്നെ ആവർത്തിക്കുന്നു, തുടരുന്ന പദ്യത്തിൽ 'മന്ദഃ' എന്ന്. ഒമ്പതാം പദ്യത്തിൽ അതുതന്നെ 'തനുവാഗ്വിഭവഃ' (ഉച്ചരിക്കാൻ പ്രയാസമുള്ള ഒരു കുനുഷ്ഠുവാക്ക്) എന്നു ചർവ്വിത ചർവണം ചെയ്യുന്നു. ഇതു വല്ലതും തെളിയിക്കുന്നുണ്ടെങ്കിൽ, ഈ പദ്യങ്ങൾ എഴുതിയത് ഒരു 'മന്ദനായ കവിയശഃപ്രാർത്ഥി'യാണെന്നും കാളിദാസനല്ലെന്നും മാത്രമായിരിക്കും.

ദോഷചിന്ത വേണമെങ്കിൽ ഇനിയും നീട്ടിക്കൊണ്ടുപോകാം. ദൃഷ്ടാന്തത്തിന്, രഘുവംശത്തെക്കുറിച്ചു സാഗരമെന്നു പറഞ്ഞ ഉടനെ, മഹിമാപോഷണത്തിനുവേണ്ടി പ്രാംശുലഭ്യഫലം എന്നും വിവരിച്ചത് അനൗചിത്യമയമാണ്. വർണ്ണ്യവസ്തുവിനു പ്രകർഷപതനം വരുത്താനേ ഈ വിവരണം ഉപകരിക്കുകയുള്ളൂ.

സർവ്വോപരി, 'വാഗർത്ഥപ്രതിപത്തി'ക്കുവേണ്ടി ഒരു കവി ഇഷ്ടദേവതാപ്രാർത്ഥന ചെയ്തുകഴിഞ്ഞാൽ, പിന്നെ തന്നെ വിലകെടുത്തുമാറു പച്ചയായി താൻ മന്ദനും ചപലനും മറ്റുമാണെന്നു പറയുന്നതെന്തിന്? വീണ്ടും താൻ മോശക്കാരനാണെന്നു വിലപിക്കുമ്പോൾ സ്വന്തം പ്രാർത്ഥനയിൽവരെ വിശ്വാസമില്ലാത്ത ആളാണ് കവി എന്നു വന്നുകൂടും. ആ പ്രാർത്ഥനയുടെ ധ്വനിയാണ് ആ ആത്മാവധീരണമെല്ലാം. പക്ഷേ, കഷ്ടമെന്നേ പറയേണ്ടൂ, താൻ ഉപയോഗിച്ച പദത്തിന്റെ വ്യംഗ്യംപോലും അറിയാൻ കെല്പില്ലാത്ത ഒരാളായിപ്പോയി ഈ പദ്യക്കൂട്ടം എഴുതിവിട്ടത്.

5. 'സോഹമാജന്മശുദ്ധാനാം' എന്നു തുടങ്ങി 'യോഗേനാന്തേ തനുത്യജാം' എന്നുവരെ ഒരു പദ്യകലാപത്തിലൂടെ ഈ 'പ്രസ്താവനാകവി' രഘുവംശചക്രവർത്തിമാരുടെ ഗുണങ്ങളെ സമഷ്ടിയായി ചിത്രീകരിച്ചിട്ടുണ്ട്. ഈ ഗുണങ്ങൾ മിക്കവാറും യോജിക്കുന്ന രാജാക്കന്മാർ രഘുവംശത്തിൽ ദിലീപൻ, രഘു തുടങ്ങി വളരെ ചുരുക്കംപേരേ ഉള്ളൂ. രഘുവംശത്തിലെ എല്ലാ രാജാക്കന്മാരും ആജന്മശുദ്ധന്മാരും ആഫലോദയകർമ്മാക്കളും ത്യാഗസംഭതാർത്ഥരും മറ്റും മറ്റുമല്ല. സത്യം പറഞ്ഞാൽ

ദിലീപഗുണങ്ങൾ വർണ്ണിക്കുന്ന യഥാർത്ഥ കാളിദാസന്റെ പത്തുപതിനഞ്ചു പദ്യങ്ങളുടെ സാരം അപ്പടി കുറുക്കിവെച്ചതുമാത്രമാണ് ഈ പ്രസ്താവനാപദ്യങ്ങൾ. 'തദന്വയേ ശുദ്ധിമതി പ്രസൂതഃശുദ്ധിമത്തരഃ' എന്ന കാളിദാസവാക്യത്തിൽനിന്ന് 'ആജന്മശുദ്ധാനാം' എന്നും 'ആരംഭസദൃശോദയഃ' എന്നും 'ഫലാനുമേയഃ പ്രാരംഭാഃ' എന്നുമുള്ള ഭാഗങ്ങളിൽനിന്ന് 'ആഫലോദയകർമ്മണാം' എന്നും 'പ്രജാനാമേവ ഭൂദ്യർത്ഥം സ താഭ്യോ ബലിമഗ്രഹീത്' എന്ന വാക്യത്തിൽനിന്ന് 'ത്യാഗായ സംഭൃതാർത്ഥാനാം' എന്നും (ഇങ്ങനെ മറ്റു സന്ദർഭങ്ങളും കണ്ടുകൊൾക) നമ്മുടെ കവിബന്ധു ആശയം സംഗ്രഹിച്ചുവെച്ചതാണെന്ന് ആർക്കും സ്പഷ്ടമാണ്. പക്ഷേ, ദിലീപനു ബാധകമായ ആ വർണ്ണനകൾ അജനും ദശരഥനും കുശനും അതിഥിക്കും അഗ്നിവർണ്ണനുമൊക്കെ ചേരുന്നതെങ്ങനെ? പഴയ ഛത്രിന്യായമനുസരിച്ചായാലും പുതിയ ഭൂരിപക്ഷവിധിയനുസരിച്ചായാലും പ്രസ്താവനയിലെ വിവരണം കാളിദാസൻ വർണ്ണിച്ച രാജാക്കന്മാർക്കു പൊതുവിൽ യോജിക്കുമെന്നു വിവരമുള്ളവർ പറയാനിടയില്ല. ഇതിനെപ്പറ്റി അധികമൊന്നും ചിന്തിക്കേണ്ട - സ്ത്രീലമ്പടത്വം നിമിത്തം രാജയക്ഷ്മാവ് ബാധിച്ച് അകാലമൃത്യുവടഞ്ഞ അഗ്നിവർണ്ണനെക്കൂടി മുൻനിർത്തിക്കൊണ്ട് കാളിദാസനെപ്പോലെ സത്യവാക്കായ ഒരു മഹാകവി ആജന്മശുദ്ധനെന്നോ ആഫലോദയകർമ്മാവെന്നോ ത്യാഗശാലിയെന്നോ പ്രജയ്ക്കുവേണ്ടി ഗൃഹമേധിയായ ആളെന്നോ വാർദ്ധക്യത്തിൽ മുനിവൃത്തിയെന്നോ യോഗമൃത്യുവെന്നോ വിളിച്ചു പറയുമെന്നു സ്വപ്നത്തിൽ പോലും കരുതാൻ നിവൃത്തിയില്ല.

കാളിദാസൻ 'രഘുവംശം' എഴുതിയതിന്റെ ഉദ്ദേശ്യം രാജധർമ്മക്ഷയത്തിന്റെ പരിണാമദയനീയമായൊരു ചിത്രം അവതരിപ്പിക്കുകയായിരുന്നുവെന്നു മുമ്പേ പറഞ്ഞല്ലോ. ആ കാവ്യഹൃദയത്തെ ഒട്ടും ഗ്രഹിക്കാതെ, ഇക്ഷ്വാകുവംശത്തിലെ എല്ലാ രാജാക്കന്മാരും മാനനീയരാണെന്ന് അന്ധമായ രാജഭക്തിമൂലം തെറ്റിദ്ധരിച്ചുപോയ ഒരു നിസ്സാര കവി എഴുതിക്കൂട്ടിയ നാലു പദ്യങ്ങളാണു നാം ഇക്കണ്ടത്. സ്തുത്യന്മാരെ സ്തുതിക്കുവാനല്ലാതെ, അപ്രശംസ്യരെ വാഴ്ത്താൻ ഉപയോഗിക്കപ്പെടുന്നതല്ല, കാളിദാ സസരസ്വതി. രഘുവിനെപ്പറ്റി വിവരിക്കുമ്പോൾ ഈ ആശയം കവി കടാക്ഷിച്ചുപോയിട്ടുണ്ടെന്ന് ഓർക്കുക:

> 'പരികല്പിതസാന്നിധ്യാ
> കാലേ കാലേ ച വന്ദിഷു
> സ്തുത്യം സ്തുതിഭിരർത്ഥ്യാഭി-
> രൂപതസ്ഥേ സരസ്വതീ.'

6. നമസ്ക്രിയയ്ക്കുശേഷമുള്ള ഇത്തരം പ്രസ്താവനാപദ്യങ്ങൾ കാളിദാസന്റെ മറ്റു കാവ്യങ്ങളിലൊന്നിലെങ്കിലും കാണപ്പെടാത്തതിനാലും രഘുവംശത്തിലെ ഈ പ്രാരംഭപദ്യങ്ങൾ കാളിദാസപദ്ധതിയിൽനിന്ന് അകന്നവയാണെന്ന് അനുമാനിക്കാം.

7. ഈ പത്ത് അനാവശ്യപദ്യങ്ങൾ തീരെയങ്ങു മാറ്റിനിർത്തി പതിനൊന്നാം പദ്യം മുതലങ്ങോട്ടു രഘുവംസം വായിച്ചുനോക്കുക. കുമാരസംഭവംപോലെയും 'മേഘസന്ദേശം'പോലെയും മനോഹരമായും ഔചിത്യപൂർണ്ണമായും ഈ കാവ്യമുഖം നമുക്ക് അനുഭവപ്പെടാതിരിക്കില്ല.

'വൈവസ്വതോ മനുർനാമ
മാനനീയോ മനീഷിണാം
ആസീന്മഹീക്ഷിതാമാദ്യഃ
പ്രണശ്ഛരവന്ദസാമിവ'

എന്നതാണല്ലോ ആ പദ്യം. പർവ്വതങ്ങളിൽ പ്രമുഖനായ ഹിമാലയത്തെ വർണ്ണിക്കുന്ന 'കുമാരസംഭവ'ത്തിലെ ഉപക്രമപദ്യത്തിന്റെ ലളിതോജ്ജ്വല ഗാംഭീര്യം, ചക്രവർത്തികളിൽ ആദ്യനായ വൈവസ്വതമനുവിനെ വർണ്ണിച്ചുതുടങ്ങുന്ന ഈ രഘുവംശപദ്യത്തിനുമുണ്ട്. പ്രണവശബ്ദപ്രയോഗംകൊണ്ട് ഉപക്രമപദ്യത്തിനാവശ്യമായ മംഗളാത്മകതയും ഇവിടെ സിദ്ധമായി.

നേരെമറിച്ച്, മുമ്പു നാം ചർച്ചചെയ്ത ഈ പദ്യദശകം ഇതിനുമുമ്പിൽ വരുമ്പോൾ, ചാക്കുസഞ്ചികൊണ്ടു തലമൂടിയ സുന്ദരിയുടേതുപോലെ, ഈ പദ്യത്തിന്റെ സുഷമാവിശേഷമാകെ നഷ്ടപ്പെട്ടതായി തോന്നിപ്പോകുന്നു.

പറഞ്ഞുപറഞ്ഞ് ഈ പത്തുപദ്യങ്ങളും പ്രക്ഷിപ്തങ്ങളാണെന്നു കരുതണമെന്നാണോ ലേഖകന്റെ അഭിസന്ധിയെന്നു വായനക്കാരൻ അന്വേഷിക്കുകയാവാം. എന്റെ വാദത്തിനടിസ്ഥാനം ഔചിത്യചർച്ചയാണ്; പ്രക്ഷിപ്തതയല്ല. പ്രാചീനഭാരതീയ സാഹിത്യത്തിൽ ആദർശഗ്രന്ഥങ്ങളുടെ വൈവിധ്യംമൂലം പാഠഭേദങ്ങൾ ധാരാളം വളർന്നുവരികയുണ്ടായി. വാല്മീകിവ്യാസകാളിദാസാദ്യരുടെ കൃതികൾക്കെല്ലാം ഈ ഭാഗ്യദോഷം ബാധകമായി. താനുപയോഗിച്ച ആദർശഗ്രന്ഥത്തിലുള്ള പാഠംമാത്രം ശരിയെന്നും മറ്റുള്ളതെല്ലാം പ്രക്ഷിപ്തമെന്നും ശഠിക്കുന്ന ഒരു കാവ്യനിർണയരീതി തന്മൂലം ഇവിടെ ഉദയംകൊണ്ടു.

ഇവരാരും തങ്ങളുടെ ത്യജനഗ്രഹണങ്ങൾക്ക് ആധാരമായി ആദർശഗ്രന്ഥങ്ങളെയല്ലാതെ ഔചിത്യചിന്തയെ പ്രതിഷ്ഠിച്ചവരായിരുന്നില്ല. അതിനാൽ അവരുടെ പ്രവൃത്തിയെ ഗവേഷണത്തിലല്ലാതെ വിമർശനത്തിൽ ഉൾപ്പെടുത്താൻ വയ്യ. ഔചിത്യവിചാരം ചെയ്തുകൊണ്ടു ഗ്രന്ഥങ്ങളുടെ ഉള്ളടക്കത്തെ പരിശോധിച്ചു യഥാർത്ഥ കർത്തൃത്വത്തെ അനാവരണം ചെയ്യുന്ന രീതി വിമർശനമാണ്, ഗവേഷണമല്ല. കുട്ടികൃഷ്ണമാരാർ ഇങ്ങനെ വിമർശിച്ച ഒരപൂർവ്വനാണ്. വിമർശകന് അങ്ങേയറ്റം പറയാവുന്നത്, ഇന്നയിന്ന കാരണങ്ങൾകൊണ്ട് ഈ ഭാഗം ഇന്ന കവിയുടേതാണെന്നു പറയാൻ വയ്യ എന്നു മാത്രമാണ്. അത്രയേ അയാൾ പറയേണ്ടുതാനും. ഇതു കവി എഴുതിയതല്ല, അതിനാൽ അതു തള്ളിക്കളയണം

എന്നു വിമർശകൻ പറയില്ല. അങ്ങനെ പറയലാണു പ്രക്ഷേപവാദം. ആകയാൽ പഴയ വ്യാഖ്യാതാക്കൾ കൈക്കൊണ്ട പ്രക്ഷേപവാദരീതി പുതിയ ഔചിത്യചിന്തകരായ വിമർശകന്മാർ കൈക്കൊള്ളുന്നതു യുക്തമാണെന്ന് എനിക്കു തോന്നുന്നില്ല. വിമർശകൻ 'അകാളിദാസീയം' എന്നു പറഞ്ഞാൽ 'കാളിദാസന്റെ പ്രതിഭയ്ക്ക് അനുഗുണമായിത്തോന്നാത്ത കാവ്യഭാഗം' എന്നേ അർത്ഥമുള്ളൂ. ഒരസംബന്ധാതിശയോക്തി പ്രയോഗം എന്നുമാത്രം ധരിച്ചാൽ മതി. കാളിദാസൻ എഴുതിയതല്ലെന്നും അതിനാൽ തിരസ്കാര്യമാണെന്നും അതിന് അർത്ഥമില്ല. ഏതായാലും ഈ അർത്ഥത്തിലാണ് ഈ ഉപന്യാസത്തിലെ പരാമർശങ്ങൾ എന്നും 'രഘുവംശ'ത്തിലെ ആദ്യപദ്യദശകം പ്രക്ഷിപ്തകോടിയിൽ തള്ളണമെന്ന് എനിക്കഭിപ്രായമില്ലെന്നും എടുത്തുപറഞ്ഞുകൊള്ളുന്നു.

ആ പദ്യങ്ങൾ കാളിദാസപ്രതിഭയുടെ പ്രകാശഭൂമാവിലല്ല വിലസുന്നതെന്ന് പല യുക്തികൾ ഉപയോഗിച്ച് ഞാൻ വാദിക്കുകയും സമർത്ഥിക്കുകയും ചെയ്തുവെന്നു സ്വയം സമാധാനിക്കട്ടെ. എങ്കിലും പൂർണസമാധാനം തോന്നുന്നില്ല. കാരണം, മഹാകവി പാടിയതുതന്നെ:

'ആപരിതോഷാദ്വിദുഷാം
ന സാധു മന്യേ പ്രയോഗവിജ്ഞാനം.'

നളിനി പാംസുലയോ?

'നല്ല' - എന്നിവെച്ചാൽ, വ്യാഖ്യാനകർത്താവിന്റെ സമ്യഗ് വിചിന്തിതമായ രീതിയിൽ പറയുകയാണെങ്കിൽ, 'മതസംബന്ധമായ മാഹാത്മ്യങ്ങളും രാമണീയകം, ശുദ്ധി മുതലായ ഗുണങ്ങളും ഉള്ള' - 'ഹൈമവതഭൂവിൽ ഏറെയായ്ക്കൊല്ലം അങ്ങൊരു വിഭാതവേളയിൽ' എന്ന അതിസമർത്ഥമായ സ്ഥലകാലനിർദ്ദേശത്താൽ മാത്രം പരിപാവനത്വത്തിന്റെ പരിവേഷം ചാർത്തിയ കുമാരനാശാന്റെ 'നളിനി' എന്ന സമ്മോഹനകാവ്യത്തിന്റെ ഭാവശുദ്ധിയെ ശക്തിയോടെ ചോദ്യം ചെയ്യുന്ന സുപ്രചരിതമായ ഒരു ഖണ്ഡനത്തിന്റെ അലകൾ സഹൃദയരായ നിങ്ങളുടെ ചെവികളിലും എത്തിക്കഴിഞ്ഞിട്ടുണ്ടായിരിക്കുമെന്ന് ഈ ലേഖകൻ വിശ്വസിക്കുന്നു. ആ കാവ്യത്തിലെ 35-ാം ശ്ലോകത്തിന്റെ അർത്ഥം, നായികയായ നളിനിയുടെ പംസുലാത്വത്തെ പ്രതീതി വിഷയമാക്കുന്നു എന്നത്രെ ഖണ്ഡനത്തിന്റെ പോക്ക്. ഈ പോക്കു ഭയങ്കരമാണ്. കാരണം കാവ്യത്തിന്റെ ആത്മാവിനെ സംബന്ധിക്കുന്ന ആക്ഷേപത്തെയാണ് ഇതു കുറിക്കുന്നത്. കാവ്യദേഹത്തെപ്പറ്റിയുള്ള ആക്ഷേപങ്ങൾ, ശരിയായാലും തെറ്റായാലും സഹിക്കാം. ഉദാഹരണത്തിന്,

'പ്രാണനായക, ഭവാന്റെ കൂടവേ
കേണുപോം ഹൃദയനീതനായഹോ?'

എന്ന പൂർവ്വാർദ്ധത്തിൽ (ശ്ലോകം 129) സമാസശൈഥില്യമുണ്ടെന്നോ

'പ്രാണനെന്ന വെടിയുന്നിതേ ജലം
താണുപോം ചിറയെ മത്സ്യമെന്നപോൽ'

എന്ന അതേ ശ്ലോകത്തിന്റെ ഉത്തരാർത്ഥത്തിൽ അലങ്കാരപരമായ അസ്വാഭാവികത്വമുണ്ടെന്നോ പറഞ്ഞാലും ആശാന്റെ കാവ്യാത്മാവ് പാർവണേന്ദുവെപ്പോലെ അബാധിതമായിരിക്കും. എന്നാൽ, മേല്പറഞ്ഞ ഖണ്ഡനവാദം ശരിയെങ്കിൽ, 'നളിനി'യിൽ ആശാന്റെ കാവ്യകലാദ്ധ്വജം തികച്ചും താഴ്ത്തപ്പെട്ടിരിക്കുന്നുവെന്നു വിചാരിക്കണം. എന്തുകൊണ്ടെന്നാൽ അതിശുഭ്രമായ ഹൈമവതഭൂവിന്റെ പ്രശാന്തമായ പശ്ചാത്തലത്തിൽപോലും തെളിഞ്ഞുമിന്നത്തക്കവണ്ണം പരിശുദ്ധതയുടെ പരവെൺകൊടിയിലെത്തിയ ഒരു വ്യക്തിജീവിതത്തെ ചിത്രീകരിക്കണമെന്നതായിരുന്നു കാവ്യരചനയിൽ ആശാന്റെ ഉന്നം. അത്തരമൊരു വ്യക്തിയായി നളിനി ഉയർന്നു നില്ക്കുന്നുണ്ടെന്നു കവി ആദ്യന്തം വിശ്വസിച്ചുവെന്നു കാവ്യത്തിലെ ഓരോ പദ്യവും അന്വക്ഷരം ഉദ്ഘോഷിക്കുന്നുണ്ട്. പാവനതയുടെ പര്യായപദമെന്നോണമാണ് ആശാൻ നളിനിയെപ്പറ്റി പാടുന്നത്. അദ്ദേഹത്തിന് അവൾ 'ഉഷസ്സന്ധ്യപോലെ പാവനാംഗിയാൾ' ആണ് (ശ്ലോ.16); അവളെ 'പാവനാംഗി' എന്ന് 56-ാം ശ്ലോകത്തിലും വിശേഷിപ്പിക്കുന്നുണ്ട്. ഈ ആശയപുനരാവൃത്തി സാകൂതമാണ്. പോരങ്കിൽ കവി നളിനിയെ 'സതി' (ശ്ലോ. 133, 144), 'പങ്കഹീന' (ശ്ലോ.139) എന്നെല്ലാം തുടർന്നു സമർപ്പിക്കുന്നുമുണ്ട്. ഇവയെല്ലാം ഒത്തുചേർന്നു. വിളംബരം ചെയ്യുന്നു നളിനിയുടെ സർവതോഭദ്രതയെ.

ശീതാതപാദികളെപ്പോലും വെന്ന അസാധാരണനായ ദിവാകരയതിക്കു സ്നേഹമെന്ന ഉദാരമായ ജീവിതസത്യത്തെ ആത്മാർപ്പണപുരസ്സരം പഠിപ്പിച്ച നളിനി എങ്ങനെ സദാരാദ്ധ്യയാവാതിരിക്കും? ദിവാകരന് നളിനി പാവനത്വത്തിന്റെ മൂർത്തീമദ്ഭാവമാണ്. 'ശുഭേ' എന്നു സുനിയന്ത്രിതവാക്കായ ആ യമി അവളെ വിളിക്കുന്നു; ഒരു ശ്ലോകത്തിലല്ല 67, 120, 122, 125 എന്നീ ശ്ലോകങ്ങളിലെല്ലാം അവളെ സംബോധന ചെയ്വാനായി അദ്ദേഹത്തിന്റെ രസനാണ്ഡലത്തിൽ നൃത്തംവയ്ക്കുന്ന പദങ്ങളൊക്കെ ഇതിനു തുല്യങ്ങളാണ് - മഹാവ്രതേ' (79) 'പാവനാംഗി' (135) 'അമലേ' (68, 136) എന്നിങ്ങനെ സജീവയായ നായികയുടെ മുമ്പിൽവെച്ചും 'സാധ്വി' (153), 'ഉത്തമേ' (156), 'കുലീനഗുണദീപികേ' (160), 'ജ്ഞാനിനി' (164), 'നിർമലേ' (165) എന്നിങ്ങനെ നായികയുടെ ജഡദേഹത്തെ സാക്ഷിയാക്കിവെച്ചുകൊണ്ടും ആ യോഗി ഹൃദയകവാടം തുറന്നു വെളിക്കുവിട്ട സംബുദ്ധികൾ മുഴുക്കെ നളിനിയെ അപാംസുലമായ വിശുദ്ധസ്വഭാവത്തിന്റെ എവറസ്റ്റ് ശൃംഗത്തിലാണ് ഉയർത്തിവെച്ചിട്ടുള്ളത്. 'നളിനിയുടെ ധ്യാനയോഗ്യചരിതം സ്മരിച്ച

നിജമാനസം പരിപവിത്രമായി' എന്നു 164-ാം ശ്ലോകത്തിൽ ദിവാകരൻ ആത്മഗതം ചെയ്യുകയും 'ലോകക്ഷേമോത്സുകനായ ആ യതീന്ദ്രനു ദേശാന്തരങ്ങളിൽ വെച്ച് നളിനീചിന്തയാൽ ശുദ്ധിയേറി' എന്ന് 172-ാം ശ്ലോകത്തിൽ കവി സ്വയം എഴുതുകയും ചെയ്തതും ഇവയോടൊപ്പം ഓർക്കണം.

നളിനിയുടെ ജീവസംരക്ഷാകർത്ത്രിയായ യോഗിനിക്കും അവൾ പാവനാംഗിയും ഉത്തമയു സാധ്വിയും ഒക്കെത്തന്നെയാണ്. അവളുടെ മൃതതനുദർശിച്ച യോഗിനി 'ഹത ശിശുവിനെ നോക്കി ദൂനയാം ധേനുപോലെ' (ശ്ലോ. 167) വാവിട്ടുകേണുവെന്നും 'മിളിതയമിവപുസ്സാ'യ ആ ജഡത്തെ അവർ 'കൈയാൽ ശാന്തിബിംബത്തിൽനിന്നും ഗളിതസുഷമമാം നിർമാല്യമാല്യം കണക്കെ' (ശ്ലോ. 168) എടുത്തുവെന്നുമുള്ള സാദൃശ്യോക്തികൾ നളിനിയുടെ ദൃഢരൂഢമായ ജീവിതശുദ്ധിയെയല്ലാതെ മറ്റെന്തിനെയാണു വ്യഞ്ജിപ്പിക്കുന്നത്? ശിശു, ദേവാർച്ചിതമാല്യം എന്നിവ വിമലതയ്ക്കുള്ള സനാതനപ്രതിരൂപങ്ങളാണല്ലോ.

ദിവാകരൻ, യോഗിനി എന്നിവരാൽ സവിസ്മയം സംഭാവനം ചെയ്യപ്പെട്ട നളിനിക്കു തന്നെപ്പറ്റി സ്വയം തോന്നിയ മതിപ്പും തത്ത്വാദൃശമാണെന്ന് കവി പ്രത്യക്ഷപ്പെടുത്താതിരുന്നിട്ടില്ല. ശുഭഭൂയിഷ്ഠമായ വനഭൂവിലെ സുരഭിലസരസ്സിന്റെ തീരത്തിൽവെച്ച് അവൾ തെന്നലോടു പാടിയതെന്താണെന്നു വായനക്കാർക്കറിയുമല്ലോ - അതേ, അവൾ പാടിയത് 'ഞാൻ മലിനമേനിയല്ലെടോ' എന്നായിരുന്നു! (ശ്ലോ.40) പാവനപാവനയായ ഈ നാകീയനായികയെ ദിവാകരയോഗിനിമാർ, ഗിരിജചേവടി ചേർത്ത ചൊല്പെറ്റ ദിക്കിൽ വരയോഗി യോഗ്യമായ നിലയിൽ സംസ്കരിച്ചുവെന്നു (ശ്ലോ. 170) വെറുതെയല്ല കവി അവസാനഘട്ടത്തിൽ എഴുതിയ്. ഗിരിജ അഥവാ പാർവതി, സതിയായ സതിയുടെ അവതാരമാണെന്ന കഥ ഇവിടെ അനുസന്ധേയം (കുമാരസംഭവം 1, 21)

'അഥാവമാനേന പിതുഃപ്രയുക്താ
ദക്ഷസ്യ കന്യാ ഭവപൂർവപത്നീ
സതീ സതീ യോഗവിസൃഷ്ടദേഹാ
താം ജന്മനേ ശൈലവധൂം പ്രപേദേ'.

നളിനിയുടെ അന്തിമവിശ്രമസ്ഥാനംപോലും പാതിവ്രത്യ മഹാപരിശുദ്ധിയുടെ വിളനിലം!

ആമരണവിശുദ്ധിയുടെ ഇരിപ്പിടമായ ഈ നായികയെ മുൻനിർത്തിയാണ് 'പാംസുലാത്വം' എന്ന ആക്ഷേപവാക്ക് ഉച്ചരിക്കാൻ ചില വിമർശകന്മാർ ധൈര്യപ്പെടുന്നത്. ശ്ലോകാനുശ്ലോകം നായികയുടെ സുനിർമലതയെയും ചാരിത്ര്യത്തെയും പ്രദ്യോതിപ്പിച്ച ഒരു മഹാകവിയുടെ വെറുമൊരു ശ്ലോകമുദ്ധരിച്ചുകൊണ്ട് ദുരർത്ഥപ്രകടനത്തിനു തുനിയുന്ന അവർ സഹൃദയത്വത്തിനാകമാനം അപമാനഭാരങ്ങളാണ് എന്നു പറയുന്ന എന്നെ നിങ്ങൾ പൊറുക്കണം! പ്രസ്തുത പദ്യത്തിൽ അനുഭവവൈകവേദ്യമായ

കാവ്യരസുണ്ടെന്നു പറഞ്ഞ ഒരു മാന്യവിമർശകനെയും കവിയോടൊപ്പം അവർ പുച്ഛിച്ചുകളയുന്നു. 'ഒരു പോളിന്റെ തൂവൽകൊണ്ടു തോണ്ടിയാൽ നീങ്ങുന്നതല്ല. ഇതിൽ തിങ്ങിനില്ക്കുന്ന വ്യംഗ്യാർത്ഥം.' എന്ന നിരൂപക വാക്യം നോക്കുക.[1] ഒരു പ്രശസ്ത ലേഖകനായ ശ്രീ കുറുവാന്തോടി ശങ്കര നെഴുത്തച്ഛനും എഴുതുകയുണ്ടായി, "ഈ പദ്യം നളിനിയിൽ ഇല്ലാതിരുന്നെങ്കിൽ എത്ര നന്നായിരുന്നു" എന്ന്.[2] പക്ഷേ, ശ്രീ എഴുത്തച്ഛൻ ആശാന്റെ കവിഹൃദയം വളരെയേറെ അടുത്തുകണ്ട ഒരാളായതിനാലാവാം, ഇത്രകൂടി സാശങ്കം എഴുതിയിട്ടേ തന്റെ ഖണ്ഡനത്തെ വിരമിപ്പിച്ചുള്ളൂ. 'അലങ്കാരങ്ങളുടെയും പദപ്രയോഗങ്ങളുടെയും ഭംഗി മാത്രമല്ല ദൂരവ്യാപകമായ അർത്ഥഗൗരവത്തെക്കുറിച്ചു കൂടി വേണ്ടതുപോലെ ചിന്തിച്ചിരുന്ന ഒരു കവിയായിരുന്നു ആശാനെന്നതിന് നളിനിയിലെ പല ഭാഗങ്ങളും ഉദാഹരണമായി ചൂണ്ടിക്കാണിക്കാവുന്നതാണ്. അപ്രശസ്തനായ ഒരു കവിയുടെ കവിതയിലല്ല പ്രസ്തുത പദ്യം കണ്ടതെങ്കിൽ ആരും അതിനെപ്പറ്റി അത്ര ശ്രദ്ധിക്കുകയില്ല. ആശാന്റെ കവിതയിലാകുമ്പോൾ അതനുപപന്നമായിപ്പോയി എന്നു പറയുവാനും ധൈര്യം വരുന്നില്ല. പക്ഷേ, ഉപപത്തികൾ എന്തെല്ലാമാണെന്നാണ് അറിഞ്ഞുകൂടാത്തത്. മഹാകവിയെക്കുറിച്ചുള്ള ഈ വിനയാലുത്വം ഏതു നിരൂപകനും ഭൂഷണമത്രെ. ഇന്ന് അന്യവിമർശകദുർലഭമായ പ്രസ്തുത ഗുണം ഉണ്ടായിട്ടുപോലും എഴുത്തച്ഛൻ എഴുതിയല്ലോ. 'ആശാൻ ആ പദ്യം എഴുതേണ്ടിയിരുന്നില്ല' എന്ന ആ ആർജവത്തെ നമുക്ക് മാനിക്കുക. നായികയുടെ പാവനതയുടെ ആമ്രേഡിതാകവിതയിൽ സർവ വശങ്ങളിലും, അതിലൊരു മൂലയിൽ പാംസുലാത്വം എന്നതിൽ പ്രതീതിപരമായ ഒരു ലഘുപ്രവണതയും - എന്നിട്ടും ആ ശിഥിലമായ ചായ്‌വിനെയാണ് പ്രബലമായ നന്മയെയല്ല വിമർശകർ ആഞ്ഞുപിടിക്കുന്നത്. ഇവർ ഇത്രകാലത്തോളം തർജ്ജനി കാട്ടിച്ചൂണ്ടിയ ആ ശ്ലോകമാവട്ടെ പരമാർത്ഥം പറഞ്ഞാൽ, എത്ര നിരുപദ്രവമായ ഒന്നാണ്! സുപ്രസിദ്ധം:

'സന്തതം' മിഹിരസാത്മശോഭയും
സ്വന്തമാം മധു കൊതിച്ച വണ്ടിനും
ചന്തമാർന്നരുളി നിൽക്കുമോമലേ
ഹന്ത, ധന്യമിഹ നിന്റെ ജീവിതം!'

ഇതിൽ ഉപദ്രവം മുഴുവൻ അവർ കാണുന്നത് കവിസങ്കേതപ്രഥിതമായുള്ള നളിനീ-ദിവാകരന്മാരുടെ ഭാര്യാഭർത്തൃബന്ധത്തിലും പുഷ്പമധുപങ്ങളുടെ കാമിനീകാമുകബന്ധത്തിലും ആണുപോൽ. ഈ ബന്ധങ്ങളുടെ വെളിച്ചത്തിലാണ് 'സൂര്യനു സദാ ആത്മശോഭയും വണ്ടിനു മധുരസവും നല്കുന്ന താമരപ്പൂവിന്റെ ജീവിതം ധന്യമാണ്' എന്ന നായികയുടെ

1. പാരിജാതം - 1123 മീനം
2. അരുണോദയം, പു. 1, ല. 2-9.7.50

ആലാപത്തിന്റെ താത്പര്യാർത്ഥത്തെ അവർ നിർണയിക്കുന്നത്. 'താമരപ്പൂവിൽ താനുപദർശിച്ച ജീവിതധന്യത തനിക്കു ലഭിച്ചില്ലല്ലോ' എന്നതാണ് ഇവിടെ നളിനിയുടെ അഭിസന്ധിയെന്ന് ആർക്കും അതിരോഹിതമാണ്. താമരയുടെ അഭികാമ്യമായ ജീവിതധന്യതയാണെങ്കിലോ, ഏകകാലത്തു മിഹിരന് ആത്മശോഭയും വണ്ടിനു മധുവും ഉപഹാരം ചെയ്കയാകുന്നു എന്നും അത്രതന്നെ വ്യക്തം. അതിനാൽ വാച്യാർത്ഥത്തെ സംബന്ധിച്ച തർക്കമേയില്ല ഇവിടെ. 'കഞ്ജിനീതടമണഞ്ഞ നായികയുടെ കഞ്ജലീനഖഗരാഗംപോലെയുള്ള മഞ്ജുഗാനത്തിന്റെ വ്യഞ്ജിതാശയ'ത്തെപ്പറ്റി മാത്രമാണ് തർക്കം. ദുരർത്ഥദർശനനിപുണരായ വിമർശകർക്ക് കവിസങ്കേതഭ്രമാന്ധ്യംമൂലം, മിഹിരൻ താമരയുടെ ഭർത്താവും വണ്ട് കാമുകനുമായിത്തീർന്നു. ഇങ്ങനെ അനേക കമിതാക്കളുടെ ഉപഭോഗത്തിന് ആത്മസമർപ്പണം ചെയ്യുവാൻ വെമ്പുന്ന പാംസുലയായ ഒരു നായികയാണ് നളിനിയെന്നു സമർത്ഥിക്കാൻ സാധിച്ചതോർത്തു സംതൃപ്തിയുമായി അവർക്ക്. കാവ്യദേഹമായ വാച്യത്തെയല്ല കാവ്യാത്മാവായ വ്യംഗ്യത്തെ ലക്ഷ്യമാക്കുന്ന ഈ ആക്ഷേപത്തിനു സമാധാനമെന്താണെന്നാണ് ഇവിടെ നാം ചിന്തിക്കേണ്ടത്.

മറ്റു മിക്ക കവികളുടെയും കാര്യത്തിൽ ഒരുവേള ശരിയാവാനിടയുള്ള കാവ്യസങ്കേതപ്രമാണാനുസാരിയായ ഈവക വിമർശം, കുമാരനാശാന്റെ കാര്യത്തിൽ യോജിച്ചുനില്ക്കുമെന്നു കരുതിയതിൽ അവർക്കു പ്രമാദം പറ്റിപ്പോയി. ബഹുപയുക്തമായ സരണികൾ വിട്ട് അക്ഷുണ്ണതലങ്ങളിലേക്ക് ആഞ്ഞുപാഞ്ഞുപോയ കേരളീയകവികളിൽ കനിഷ്ഠികാധിഷ്ഠിതനാണ് ആശാനെന്നു വിസ്മരിച്ചവർ വിമർശനത്തിൽ വിജയിക്കാൻ പോകുന്നില്ല ചെരിപ്പുതോൽപോലെ തഴഞ്ഞു നിർജീവസങ്കേതങ്ങളുടെ പിമ്പുറം നോക്കി നടക്കുകയല്ല, ആത്മപ്രതിഭാദീപ്തിയാർന്നു സുശക്തസങ്കേതങ്ങളെ സൃഷ്ടിച്ച് അവയെ കാവ്യനഭസ്സിൽ പാറിക്കുകയാണ് ആശാൻ ചെയ്തത്. വണ്ടുപുഷ്പത്തിന്റെ കാമുകനാണെന്ന ചിരചർവ്വിതമായ പൂർവകവിസങ്കേതത്തെ 'നളിനി' രചിക്കുന്നതിനുമുമ്പുതന്നെ അനുസരിക്കാതിരുന്ന ധീമാനാണ് കുമാരനാശാൻ. 'കില്ലില്ലയേ! ഭ്രമരവര്യനെ നീ വരിച്ചു' എന്നു വീണപൂവിൽ (ശ്ലോകം 12) എഴുതിയ നിമിഷത്തിൽ ആശാൻ പുഷ്പഭ്രമരങ്ങളെ സംബന്ധിച്ച് സ്വകീയമായ ഒരു പ്രത്യഗ്രസങ്കേതം സൃഷ്ടിച്ചുകഴിഞ്ഞു. 'സ്വന്തമാം മധുകൊതിച്ച വണ്ടിനും' എന്ന് നളിനിയിൽ ലേഖനം ചെയ്തപ്പോൾ, ആ വിപ്ലവം നയിച്ച 'വീണപൂവി'ന്റെ വിഖ്യാതമായ സങ്കേതപദ്ധതിയെയാണ് മഹാകവി സ്വീകരിച്ചത്. സർവരും തലയിൽവെച്ച് ആകൃതി പൊയ്പോയ ചട്ടത്തൊപ്പിപോലുള്ള പഴയ സങ്കേതത്തെയല്ല. ഒരുപക്ഷേ, ഈ വ്യതിയാനത്തിനു സർവതന്ത്രസ്വതന്ത്രനായ കാളിദാസൻ ചൂണ്ടുവിരൽ നീട്ടിയത് കവി നോക്കിപ്പഠിപ്പിച്ചതാവും– 'പദം സഹേത ഭ്രമരസ്യ പേലവം ശിരീഷ പുഷ്പം ന പുനഃ പതത്രിണഃ' എന്നു ദൃഷ്ടാന്താലങ്കാരത്തിൽ (കു. സം 5,4) ഭ്രമരത്തിനു

ശിരീഷപുഷ്പത്തോടുള്ള ബന്ധം കാമുകപരം എന്നതിനെക്കാൾ ഭർത്തൃപരം അല്ലയോ എന്നെനിക്കൊരു തോന്നൽ. അതങ്ങനെയിരിക്കട്ടെ.

വണ്ടെന്നു നായിക ഗാനം ചെയ്തത് നായകന്റെ ഭർത്തൃപദത്തെ നിഗിരണം ചെയ്താണെന്നത് സമ്മതമായാൽ പിന്നെ മിഹിരനിലെ അധ്യവസായം എന്തെന്നു ചിന്തിക്കാനെളുപ്പമായി. മിഹിരൻ കാമുകനാവുമോ? 'അഭ്യഹിതം പൂർവം' എന്ന പാതഞ്ജലന്യായം മുൻനിർത്തി നോക്കിയാൽ, ഭർത്തൃത്വത്തെക്കാൾ അഭ്യർഹിതത്ത്വം വളരെക്കുറഞ്ഞ ജാരകാമുകത്വത്തെപ്പറ്റി അഭിജ്ഞനായ കവി, പ്രഥമ പാദത്തിൽ പറയുമെന്നു വിചാരിച്ചുകൂടാ. മറിച്ചാണ് വിചാരിക്കേണ്ടത് – അതായത്, ദ്വിതീയ പാദത്തിൽ പ്രസ്താവിക്കപ്പെട്ട ഭർത്തൃസംബന്ധത്തെക്കാൾ കൂടുതൽ അഭ്യർഹിതത്ത്വമുള്ള ഒന്നിനെപ്പറ്റിയായിരിക്കണം കവി ഒന്നാംവരിയിൽ സൂചിപ്പിച്ചിട്ടുള്ളത് എന്ന്.

ദ്വിതീയപാദത്തിലെ ഭർത്തൃഭാവസൂചനയെക്കാൾ അഭ്യർഹിതതരമായ ഒന്നിനെയാണ് പ്രഥമപാദത്തിൽ കവി സൂചിപ്പിച്ചതെന്ന ചിന്തയിൽ ഉറച്ചുനിന്നുകൊണ്ടാണ് 'നളിനി' വ്യാഖ്യാനകർത്താവ് മുതൽക്കിങ്ങോട്ടുള്ള പല ലേഖകരും ആ ഒന്നാംവരിയിലെ 'മിഹിരൻ' ഈശ്വരനാണ് എന്നു വാദിച്ചത്. നളിനീ-ദിവാകരന്മാരുടെ പേരുകൾക്ക് ഭാര്യാഭർത്തൃഭാവസൂചനാശക്തി സാങ്കേതികമായി ലഭിച്ചിട്ടുണ്ടെന്നു പറഞ്ഞ്, ഈശ്വരപരമായ ഈ അദ്ധ്യവസായാർത്ഥത്തെ നിന്ദിക്കുന്നത് ചിന്തിച്ചിട്ടുവേണം. കാരണം, സൂര്യനും നളിനത്തിനും (താമരപുഷ്പം) ഭർത്തൃഭാര്യാബന്ധം രൂഢമായുണ്ടെങ്കിലും സൂര്യനും നളിനിക്കും അതേ താൽപര്യം ലഭിക്കുമോ എന്നെനിക്കു സംശയമുണ്ട്. നളിനി താമരപുഷ്പമല്ല, താമരപ്പൊയ്കയാണ്. ആശാൻതന്നെ, തെറ്റിദ്ധാരണ നീങ്ങട്ടെ എന്നു കരുതിയാവാം സ്വകാവ്യത്തിൽ താമരപ്പൊയ്ക എന്ന അർത്ഥത്തിലാണ് നളിനീപര്യായങ്ങളായ 'സരോജിനി', 'കഞ്ജിനി' എന്നീ വാക്കുകൾ ഉപയോഗിച്ചുകാണുന്നത് (ശ്ലോകങ്ങൾ 10, 41 എന്നിവ ക്രമത്തിൽ വീക്ഷിക്കുക). താമരപ്പൊയ്കയുടെ ഭർത്തൃപദം സൂര്യനിൽ ആരോപിക്കുന്ന ഒരു സങ്കേതവും സംസ്കൃതസാഹിത്യത്തിൽ പ്രചാരമുണ്ടെന്നു തോന്നുന്നില്ല. താമരപ്പൊയ്കയുടെ കമിതാവായിട്ട് ആനയെ ചിത്രീകരിച്ചിട്ടുണ്ട് കാളിദാസൻ; സൂര്യനെയില്ല. 'നഹികമലിനീം ദൃഷ്ട്വാഗ്രാഹമവക്ഷതേ മതം ഗജ' (മാളവികാഗ്നിമിത്രം അങ്കം: 3). 'താമരക്കൂട്ടം' എന്ന സമുച്ചയാർത്ഥത്തിൽ നളിനീപദം പ്രയോഗിക്കാറുണ്ട് എന്ന് വിസ്മരിച്ചിട്ടല്ല ഇതെഴുതുന്നത് – 'ഹിമസേകവിപത്തിരത്രമേ നളിനി പൂർവനിദർശനം മതാ' എന്ന കാളിദാസപദ്യം ദൃഷ്ടാന്തം (രഘുവംശം 8). പക്ഷേ, അപ്പോഴും സൂര്യന്റെ ഭർത്തൃപദം അംഗീകരിക്കത്തക്ക നിലയിലല്ല നളിനീപദത്തിന്റെ അർത്ഥത്തിന്റെ കിടപ്പ്. ഭാവപ്രകാശത്തിലൂടെയല്ലാതെ അന്ധപാണ്ഡിത്യതമസ്സിലൂടെ ഗർവ്വോടെ സഞ്ചരിച്ച ഹർഷകവിയുടെ 'നൈഷധ'ത്തിലും മറ്റും സരോജിനിയുടെ ഭർത്താവെന്ന മട്ടിൽ സൂര്യനെപ്പറ്റി പറഞ്ഞതിനെ വകവെക്കാതെയാണ്

ഇതെഴുതുന്നത്. അതിനാൽ നളിനീദിവാകരന്മാരുടെ ഭാര്യാഭർത്തൃ ഭാവത്തെ പ്രസ്തുതീകരിച്ചുകൊണ്ടാണ് 'സന്തതം മിഹിരനാത്മശോഭയും' എന്ന പാദത്തിന്റെ അർത്ഥഗതിയെന്നു കരുതിയാൽ തെറ്റും. ഞാൻ ആദ്യം എഴുതിയതുപോലെ, ഈ മിഹിരൻ ഈശ്വരനത്രെ. അതിനുമുമ്പുള്ള ശ്ലോകത്തിൽ രവിയെ താമരപ്പൂവിന്റെ 'സ്വാമി'യായിട്ടു ചിത്രീകരിച്ചുകാണാം:

'സ്വാമിയാം രവിയെ നോക്കി നിൽക്കുമെൻ

താമരേ!.......'

സ്വാമീപാദത്തിന് ഈശ്വരൻ എന്ന അർത്ഥംകൂടിയുണ്ടെന്നു ധരിച്ചാൽ നന്ന്- 'സ്വാമിനീശ്വരഃ' എന്ന് അമരകോശത്തിൽ.

ഈ രണ്ടു ശ്ലോകങ്ങളുടെയും പ്രകരണം മനസ്സിലാക്കിയാൽ ഈശ്വരപരമായ താൽപര്യനിർണയത്തിൽ ആരും ഒട്ടും വിപ്രതിപത്തി പ്രകടിപ്പിക്കുകയില്ല. പ്രകരണവിസ്മൃതിയോടെ അർത്ഥം പറഞ്ഞൊപ്പിക്കുമ്പോഴാണ് ദുഷ്പ്രതീതികൾക്കിടവരിക. ഈ ശ്ലോകങ്ങൾ രണ്ടും നളിനിയുടെ ശബ്ദവിചാരമിശ്രമായ അന്തർഗതങ്ങളുടെ ബഹിഃപ്രകടനമാണല്ലോ. ശുഭരമ്യമായ ഹൈമവതഭൂവിലെ ഒരു വികസ്വരസരസ്സിലെ കമലപുഷ്പത്തെ നോക്കിക്കൊണ്ട്, നീർചിന്തുമീറനോടുകൂടി നിന്ന നായികയുടെ ദുഃഖഭരിതമായ ഹൃദന്തത്തിൽനിന്നു പൊട്ടിപ്പുറപ്പെട്ട വാക്കുകളാണിവയിൽ ഉള്ളത്. അവളുടെ ദുഃഖഭരിതസ്ഥിതിക്ക് എന്താണ് ഹേതു? മുമ്പേ സംഭവിച്ച ഒരു പ്രേമഭംഗത്തിനുശേഷം ആരംഭിച്ച തപോമൃദിതമായ ജീവിതം തുടർന്നുപോയിട്ടും 'ഭഗവദംഘ്രിപങ്കജ ധ്യാനധാര'യിൽ അവൾക്കു മനസ്സുറയ്ക്കുകയുണ്ടായില്ല. ജീവിതത്തിലെ ആവിലതകൾ പോക്കുന്നതിനായിരുന്നു അവൾ അത്തരത്തിൽ 'ദേവദേവപദസേവ' ചെയ്തത്. ഇങ്ങനെ സകല ലോഭനീയമായ സ്വജീവിതത്തെ വ്രതവിശീർണ്ണമാക്കിയതിലല്ല അവളുടെ ഖേദം. 'മനോജ്ഞമാം പൂവുതാൻ ഭഗവതർച്ചനാർഹമാം' എന്ന തത്ത്വത്തിന്മേൽ. മാനവജീവിതത്തിന്റെ ഈശ്വരസമർപ്പിതത്വത്തെപ്പറ്റി അവൾക്കേതും പരിഭവമില്ല. തന്റെ ചിത്തത്തിന് എന്നിട്ടും പരിശാന്തി കൈവരാത്തതിലേ ഖേദമുള്ളൂ അവൾക്ക്. ആ ഖേദചിന്തകളോടുകൂടെ നില്ക്കുമ്പോഴാണ്, അവൾ കാണുന്നത് തന്റെ മുമ്പിൽ ഒരു തണ്ടലർ. 'ഖിന്നഭാവമകറ്റി മാനസം പിന്നേയും പ്രതിനിവൃത്തമാക്കുവാൻ' ശ്രമിക്കുന്ന നായികയ്ക്ക് ആ സരോജത്തിന്റെ ജീവിതത്തിൽ തനിക്ക് സുദുർലഭമായ ഒരു ധന്യതയാണ് കാണുവാൻ കഴിയുന്നത്. ആ പുഷ്പമുണ്ട്, ഏകകാലത്ത് സൂര്യന് ആത്മശോഭയും വണ്ടിനു തേനും നല്കുന്നു! ആയത് അതിന്റെ ധന്യതതന്നെ. നായികയ്ക്കാണെങ്കിൽ അതുപോലെ ഈശ്വരഭക്തിയോടൊപ്പം ഭർത്തൃസപര്യ നടത്താൻ സാധിച്ചിട്ടില്ല. ഇതാണ് അവളുടെ അധന്യത. ഖേദം. ഭക്തിയും പ്രേമവും പരസ്പരവിരോധികളല്ല എന്ന മഹാസത്യത്തെ ആ നളിനം നളിനിയെ പഠിപ്പിച്ചു.

പ്രകരണഭേദം വരുത്താതെ ചിന്തിച്ചാൽ ഇങ്ങനെയൊക്കെയായിരിക്കും സഹൃദയൻ കവിഹൃദയത്തിലേക്കു കടന്നുചെല്ലുക. അല്ലാതെ, സങ്കേതങ്ങളുടെ കണ്ടകങ്ങളും മറ്റും ചവിട്ടിപ്പോകുന്നവർക്കു കവനത്തിന്റെ ഭാവസ്ഫുരണലക്ഷ്യത്തിൽ എത്താനാവുകയില്ല. അയുക്തികതകളുടെ അന്ധകൂപത്തിലായിരിക്കും അവരവസാനം ചെന്നുവീഴുക. ദൃഷ്ടാന്തത്തിന് ഒന്നു പറയാം. എത്ര സമർത്ഥയായ വാരനാരിക്കും ഒരേസമയത്തു ഭർത്താവിനെയും കാമുകനെയും തൃപ്തിപ്പെടുത്താനാവില്ലല്ലോ. കവി പറയുന്നതാണെങ്കിൽ, മിഹിരനെയും വണ്ടിനെയും ഒരേ സമയത്തു താമരപ്പൂവ് സംപൂജനം ചെയ്യുന്നുവെന്നാണ്. മിഹിരൻ ഭർത്താവും വണ്ടു കാമുകനുമാണെങ്കിൽ വരുന്ന അനുപപത്തിയാണിത്. ഇത് ഇല്ലായ്മ ചെയ്യണമെങ്കിൽ മിഹിരൻ ഈശ്വരനും വണ്ട് ഭർത്താവും ആണെന്നവണ്ണം അർത്ഥം പറയേണ്ടിയിരിക്കുന്നു. സമർച്ചനം എല്ലായ്പോഴും സന്തതം നടക്കണമെങ്കിൽ അത് ഈശ്വരപരമല്ലാതെ മറ്റൊരു തരവുമാവുകയില്ലെന്നു പറയാം. അതിനാൽ ഇവിടെ മിഹിരൻ ഈശ്വരന്റെ അദ്ധ്യവസതിപദമാണ്.

ഐശ്വര്യഭക്തിസാന്ദ്രമായ ഈ മനോഗതിയുടെ അനുരണനം ശ്രവിച്ചതിനാലാകുന്നു സംയമിയായ ദിവാകരയോഗി.

'വാക്കിലും പൊരുളിലും രസസ്രവം
വായ്ക്കുമാ മധുരശബ്ദം...

(ശ്ലോ. 37)

എന്നും

'ബദ്ധരാഗമിഹ നീ മൊഴിഞ്ഞൊരാ-
ശുദ്ധവാണി...'

(ശ്ലോ. 159)

എന്നും ആ നളിനീഗാനത്തെപ്പറ്റി വിചാരം പൂണ്ടത്. ബഹുകാമുകോപഭോഗാല്കയായ ഒരു പാംസുലയുടെ പാപചിന്തകളെ കാറ്റുകൊള്ളിക്കുന്ന വാക്കുകളാണ് നളിനി പാടിയതെങ്കിൽ, ഒരു യതീന്ദ്രന് അവയെ ഇത്രയൊക്കെ സ്തുതിക്കാനെന്താണുള്ളത് എന്ന് അനുവാചകന്മാർ ചിന്തിച്ചു നോക്കേണ്ടതാണ്.

ആകയാൽ നളിനി ഹിമവാനിലെ ഉഷസ്സന്ധ്യയ്ക്കു സമമാണെന്നും അവളെ സൃഷ്ടിച്ച കവി മനുഷ്യസ്വഭാവത്തിലെ നിത്യശുദ്ധതയുടെ ഗൗരീശങ്കരത്തെയാണ് അവതരിപ്പിച്ചതെന്നും നമുക്കു ഹൃദയപൂർവ്വം വിശ്വസിക്കാം. പങ്കവും പാപവും പാംസുലതയും ദിവ്യഭൂഷകളണിഞ്ഞു തിമർത്തു തുള്ളുന്ന കാവ്യദുർദേവതകൾ നിറഞ്ഞ കേരള സാഹിത്യവേദിയിൽ 'നളിനി'യെപ്പോലുള്ള അഭംഗുരമരീചികളായ കുലീനഗുണദീപികകൾ ഇനി ഉണ്ടായിവരികയില്ലയോ എന്ന ദുശ്ശങ്ക മാത്രം ആ ദൃഢവിശ്വാസത്തെ ഇന്നു ദുർഭരമാക്കിത്തീർക്കുന്നു.

ഭാഗം അഞ്ച്

സാഹിത്യ വിഭാവനം

പുരോഗമനസാഹിത്യം ഇന്നലെയും നാളെയും

കേരളത്തിലെ പുരോഗമനസാഹിത്യപ്രസ്ഥാനം ഇന്ന്, ദുന്ദുഭിയുടെ തലപോലെ നിർജ്ജീവമായ ഒരു മഹാചലവസ്തുവായി മലയാളിയുടെ മുമ്പിൽ ഉണങ്ങിപ്പൊരിഞ്ഞു കിടക്കുകയാണ്. സഹൃദയന്മാർ ശ്രീരാമൻ ചെയതതുമാതിരി, പെരുവിരൽ ഒന്നനക്കിയാൽ മതി അത് അകലെപ്പോയി വീണുകൊള്ളും. "വീണിതല്ലോ കിടക്കുന്നു ധരണിയിൽ ശോണിതവുമണിഞ്ഞയ്യോ ശിവ ശിവ!" എന്ന് അതിന്റെ ഇന്നത്തെ കിടപ്പു കണ്ടാൽ ആർക്കും വിലപിക്കുവാൻ തോന്നിപ്പോകും. ഇരുപതോളം കൊല്ലം മുമ്പ് ഇന്നാട്ടിൽ പിറന്ന, വൈദേശികരക്തം കലർന്ന, ആ പ്രസ്ഥാനശിശു ഈറ്റില്ലത്തിലെ ശുശ്രൂഷകന്മാരുടെ തീവ്രങ്ങളായ സംഘട്ടനങ്ങളാൽ ഞെക്കിഞെരുക്കപ്പെട്ടു മുറിവേറ്റവനായി കഷ്ടിച്ച് കൗമാരം പിന്നിട്ടതേയുള്ളൂ, പ്രതീക്ഷിതമായ ചരമം അതിനെ വന്നു പിടികൂടി. "നിന്റെയാഭൂതിയെങ്ങു, പുനരെങ്ങു കിടപ്പിതോർത്താൽ?" എന്നുകൂടി നമുക്ക് വിലപിക്കുക!

ഇന്ന് എന്ന ഒന്നും ഒട്ടും അവകാശപ്പെടാൻ ഇല്ലാത്ത പുരോഗമനസാഹിത്യത്തിന്റെ ഇന്നലത്തെ അല്പവിഭൂതികളെപ്പറ്റിയും നാളത്തേക്ക് അതു നല്കുവാൻ ഇടയുള്ള പാഠങ്ങളെപ്പറ്റിയും മാത്രമേ നാമിപ്പോൾ ചിന്തിക്കേണ്ടതുള്ളൂ. 'പുരോഗമന സാഹിത്യം-ഇന്നലെയും നാളെയും' എന്ന തലക്കുറിപ്പ് കൈക്കൊള്ളുവാൻ ലേഖകനെ പ്രേരിപ്പിച്ചത് അതിന്റെ വർത്തമാനപ്രാഭവശൂന്യതയാണ്. മധ്യകാലരഹിതമായ ഉഭയകാലപ്രാധാന്യമേ പുരോഗമന സാഹിത്യപ്രസ്ഥാനത്തിന് ഇവിടെയുള്ളൂ. ഈ പ്രാധാന്യം പോലും വേണ്ടവണ്ണം കുറെ ചെത്തിതുറയ്ക്കൽ നടത്തിയാൽ, വെറും ഭൂതകാല പ്രാധാന്യമായി ചുരുങ്ങിപ്പോകും. കാരണം, പുരോഗമന സാഹിത്യപ്രസ്ഥാനം ഭാവിക്കുവേണ്ടി നല്കുന്ന പാഠങ്ങൾക്ക്

അഭ്യൂഹികമായ വിലയല്ലാതെ മറ്റൊന്നുമില്ല. ആ പാഠങ്ങൾ ഫലിച്ചാലായി, അത്രമാത്രം. ഇപ്രകാരം വർത്തമാനം പൂർണ്ണമായും ഭാവി ഭാഗികമായും നഷ്ടപ്പെട്ട പുരോഗമന സാഹിത്യം അതിന്റെ കഴിഞ്ഞ കാലത്തിലെ ചരിത്രത്തിന്റെ ഉറപ്പുകൊണ്ടുമാത്രം ഓർമ്മിക്കപ്പെടുന്ന ഒരു ശിഥിലമായ മൺപുറ്റായി തീർന്നിരിക്കുന്നു.

അതിന്റെ ചരിത്രം? മഹാസംഭവങ്ങളുടെ ആഗമനത്തെ മുൻകൂട്ടി സൂചിപ്പിക്കുന്ന നഭഃപ്രകാശങ്ങളോ മേഘനിർഘോഷങ്ങളോ ഒന്നും ഉണ്ടായില്ലെങ്കിലും സംഭവത്തിനുശേഷം ചില വെളിച്ചങ്ങളും ഒച്ചകളും ഉണ്ടായി മങ്ങിപ്പോയ ദയനീയമായ കഥയാണ് കേരളത്തിലെ പുരോഗമനസാഹിത്യപ്രസ്ഥാനം ഇന്ന് നമ്മോട് വിക്കിവിക്കിപ്പറയുന്നത്. ഈ പ്രസ്ഥാനത്തിന്റെ ഉൽപത്തിക്ക് അഖിലഭാരതീയമായ ഒരു പശ്ചാത്തലം ഉണ്ടെന്ന് ചിലർ പറയുന്നു. അത് ശരിയാണെങ്കിലും ആ പശ്ചാത്തലത്തിന്റെ സ്വഭാവം അവ്യക്തമാണ്. അതെന്തായാലും പ്രശസ്ത ഹിന്ദി സാഹിത്യകാരനായ മുൻഷി പ്രേംചന്ദിന്റെ അധ്യക്ഷതയിൽ 1935ൽ ലക്നോവിൽ ചേർന്ന ഒരു യോഗത്തിൽവെച്ചാണ് അഖിലേന്ത്യാ പുരോഗമന സാഹിത്യസംഘടന ആവിർഭവിച്ചത്. ഇംഗ്ലീഷിൽ 'പ്രോഗ്രസീവ്' എന്ന് വിളിക്കപ്പെടുന്ന ഉൽപതിഷ്ണുത്വ പ്രമുഖമായ ആശയങ്ങൾ ഉൾക്കൊള്ളുന്ന സാഹിത്യത്തെ വളർത്തിക്കൊണ്ടുവരികയായിരുന്നു അതിന്റെ ഉന്നം. 1937ൽ അതിന്റെ കേരളശാഖ ഉടലെടുത്തു. പക്ഷേ, ചെറിയൊരു ആശ്ചര്യമെന്നു പറയട്ടെ, അതിന്റെ പേര് ഉൽപതിഷ്ണു സാഹിത്യസംഘമെന്നോ പുരോഗമന സാഹിത്യസംഘമെന്നോ ആയിരുന്നില്ല. ജീവൽസാഹിത്യസംഘം എന്നായിരുന്നു. പിന്നീട് പേര് മാറ്റാൻ വേണ്ടിയായിരുന്നില്ലെങ്കിൽ, ഈ പേരിനു വിശേഷിച്ച് ഔചിത്യമൊന്നുമില്ല, ഇരിക്കട്ടെ, പേരിലെന്തിരിക്കുന്നു എന്നു നമുക്കു വെക്കാം.

ജീവൽസാഹിത്യസംഘം പിറന്ന ഉടനെ ഏറ്റവും പ്രധാനമായി ചെയ്തത് പഴയ സാഹിത്യകാരന്മാരുമായി ശബ്ദകോലാഹലത്തോടുകൂടി നീണ്ടൊരു വാദപ്രതിവാദത്തിൽ ഏർപ്പെട്ടതായിരുന്നു. അതിന് അതിന്റെ വില - അതായത്, ആശയപ്രചാരണമൂല്യം-ഉണ്ടായിരുന്നു. സമ്മേളനങ്ങൾ നടത്തുകയായിരുന്നു ജീവൽസാഹിത്യകാരന്മാരുടെ പ്രധാനപ്പെട്ട തൊഴിൽ. എന്നാൽ വാദപ്രതിവാദങ്ങൾക്കും സമ്മേളനങ്ങൾക്കും അപ്പുറത്ത്, മികച്ച സാഹിത്യകൃതികൾ നിർമ്മിക്കുക എന്ന കാര്യം എല്ലാവരും വിസ്മരിച്ചതുപോലെ തോന്നി. പഴഞ്ചന്മാർക്ക് അത് വയ്യെന്ന് പുതിയവർ പറഞ്ഞുകൊണ്ടേയിരുന്നു. പുതിയവർക്കു കഴിഞ്ഞോ? ഗ്രന്ഥങ്ങൾ നിർമ്മിക്കപ്പെടുന്നുണ്ടായിരുന്നു. തീരെ ഇല്ലെന്നല്ല വാദം. പക്ഷേ, ജീവൽസാഹിത്യസംഘം ഉടലെടുത്തിരുന്നില്ലെങ്കിൽപോലും അന്നത്തെ പഴയവരും പുതിയവരുമായ സാഹിത്യകാരന്മാർ എന്തൊക്കെ എഴുതുമായിരുന്നുവോ അതിൽക്കവിഞ്ഞൊരു വരി സൃഷ്ടിക്കുവാൻ ഈ പുതിയ 'ഹിരണ്യഗർഭ'ത്തിന് സാധിച്ചില്ല. ധാരാളയും പുകയും സ്വല്പം തീയും ഉണ്ടായെന്നു

ചുരുക്കിപ്പറയാം. അതോടൊപ്പം തീയുടെ പ്രകാശമാനമായ ലോലകണികകളെ, ആഞ്ഞടുത്ത പുകച്ചുരുളുകൾ പൊതിഞ്ഞുകെടുത്തുകയും വാദപ്രതിവാദത്തിൽ ഏർപ്പെട്ടവരുടെ കണ്ണും മൂക്കും വായയും മൂടുമാറ് പുക പെരുത്തു സാഹിത്യജീവിതം ദുസ്സഹമാവുകയും ചെയ്തു.

തീ കെട്ടടങ്ങിയതോടുകൂടി ക്രമത്തിൽ പുകച്ചുരുൾ അകന്നു. സാഹിത്യാന്തരീക്ഷം വീണ്ടും പ്രസന്നവും ശാന്തവും ആയിത്തീർന്നു. മറ്റൊരു രീതിയിൽ പറഞ്ഞാൽ, ജീവൽസാഹിത്യസംഘം മൃതമോ മൃതപ്രായമോ ആയിക്കഴിഞ്ഞിരുന്നു. ജീവൻ ആ പേരിൽ മാത്രമായിച്ചുരുങ്ങി! പിന്നെ അത് സപ്രാണീകരണം സാധിച്ചത് പുരോഗമന സാഹിത്യസംഘടന എന്ന പുതുരൂപം കൈക്കൊണ്ടിട്ടായിരുന്നു. 1944 ജനുവരിയിൽ ഷൊർണൂരിൽ വെച്ചു കൂടിയ ഒന്നാം പുരോഗമനസാഹിത്യ സമ്മേളനത്തോടുകൂടി നാമാന്തരധാരിയായ ജീവൽസാഹിത്യം നവജീവൻ ഉൾക്കൊണ്ട് പുരോഗമന സാഹിത്യം ആയിത്തീർന്നു. ഒരു നിലയ്ക്കെങ്കിലും ഈ മാറ്റം ആശാസ്യമായിരുന്നു - ഇന്ത്യയിലും യൂറോപ്പിലും പ്രചാരത്തിൽ ഉണ്ടായിരുന്ന 'പ്രോഗ്രസീവ് ലിറ്ററേച്ചർ' എന്ന സംജ്ഞയുമായി ഇണക്കമുള്ള പുരോഗമനസാഹിത്യം എന്ന പ്രയോഗം അതോടുകൂടി നടപ്പിലായി. ആശയക്കുഴപ്പം അത്രയെങ്കിലും കുറഞ്ഞുവല്ലോ! ഗുരുതരങ്ങളായ മറ്റ് ആശയക്കുഴപ്പങ്ങൾ പരിഹരിക്കുവാൻ സംഘടന മാനിഫെസ്റ്റോവുകൾ എന്നറിയപ്പെടുന്ന ആശയപ്രകടനപത്രങ്ങളും ലഘുലേഖകളും ഇറക്കിത്തുടങ്ങി. പക്ഷേ, നിർഭാഗ്യവശാൽ, മറിച്ചായിരുന്നു ഫലം. സംഘടനയ്ക്കുള്ളിൽത്തന്നെ ആശയസംഘർഷങ്ങൾ മൂത്തുമൂത്ത് 1948-ൽ പുരോഗമന സാഹിത്യസംഘടന മുമ്പ് ജീവൽസാഹിത്യസംഘം ആയിത്തീർന്നതു പോലെ, മൃതമോ മൃതപ്രായമോ ആയിത്തീർന്നു. സംഘടനയ്ക്ക് വന്നുചേർന്ന മരണതുല്യമായ ഈ ഗതികേടിനെപ്പറ്റി അതിന്റെ ഔദ്യോഗിക രേഖകൾ ഉപയോഗിക്കാറുള്ള പദം 'സ്തംഭനം' എന്നാണെന്ന് ഇവിടെ ഓർമ്മിപ്പിച്ചുകൊള്ളട്ടെ.

കാലക്രമത്തിൽ സ്തംഭനം കൂടുകയല്ലാതെ ഒട്ടും കുറഞ്ഞില്ല. 1954-ൽ എറണാകുളത്തുവെച്ച് കേരള പുരോഗമന സാഹിത്യസമിതിയുടെ പ്രവർത്തക കമ്മിറ്റി സംഘനയ്ക്കുള്ളിലെ അഭിപ്രായവ്യത്യാസങ്ങൾ ലഘൂകരിക്കുവാനും സാഹിത്യകാരന്മാർക്ക് ലക്ഷ്യപ്രാപകമായ ഒരു സുധീര നേതൃത്വം കൊടുക്കുവാനുമായി. ഒരു മാനിഫെസ്റ്റോ അംഗീകരിക്കുകയുണ്ടായി. അതു വന്നപ്പോൾ അതിനെച്ചൊല്ലിയായി അടിപിടി. വെളുക്കാൻ തേച്ചത് പാണ്ടായി എന്ന് പറഞ്ഞകൂട്ടത്തിൽ, ഇതോടുകൂടി ആശയവൈരുദ്ധ്യങ്ങൾ മൂർച്ഛിക്കുകയും സംഘടന വീണ്ടും കടുത്ത സ്തംഭനാവസ്ഥയിൽ നിപതിക്കുകയും ചെയ്തു. ഇന്ന് ആ കിടപ്പാണ് - ചിറകുമുറിഞ്ഞ ജടായുവിന്റെ കിടപ്പ്. എപ്പോഴെങ്കിലും വാർഷികാഘോഷം എന്നും മറ്റുമുള്ള പേരിൽ ഞരക്കങ്ങളോടുകൂടിയ ചില അനക്കങ്ങൾ ഉണ്ടാക്കുവാനല്ലാതെ, ക്രിയാപ്രസക്തിയുള്ള ഒരു ശക്തിയെന്ന നിലയിൽ കേരളത്തിലെ

സാഹിത്യകാരന്മാർക്കോ സഹൃദയന്മാർക്കോ മാർഗ്ഗദർശനം ചെയ്യുവാൻ പുരോഗമന സാഹിത്യസംഘടനയ്ക്ക് ഇന്ന് കഴിയുന്നില്ല.* പരിതാപകരമായ ഈ നിശ്ചേതനതയാണ് സംഘടനയുടെ ഇന്നത്തെ ആത്മമുദ്ര. അനേകം പ്രാവശ്യം മരിക്കുന്നത് ഭീരുക്കളാണ് എന്ന് ഷെയ്ക്സ്പിയർ പറഞ്ഞിട്ടുണ്ടെങ്കിൽ, ചുരുങ്ങിയത് മൂന്നു പ്രാവശ്യം മരിച്ച കേരള പുരോഗമന സാഹിത്യസംഘടനയെപ്പറ്റി എന്താണാവോ പറയേണ്ടത്?

കേരളത്തിലെ പുരോഗമന സാഹിത്യസംഘടനയ്ക്ക് വന്നുചേർന്ന സ്ഥൂലപരിണാമങ്ങളുടെ രേഖാമയമായ ഒരു ചിത്രം മാത്രമാണ് ഇത്. ഇതിനെ വലുതാക്കി ചരിത്രസംഭവങ്ങളുടെ ഓരോ ഘട്ടത്തെയും കുറെക്കൂടി നിഷ്കൃഷ്ടമായി പഠിക്കുവാൻ സാഹിത്യകാരന്മാർക്ക് കടപ്പാടുണ്ട്. മേൽവിവരിക്കപ്പെട്ട ചരിത്രം സൂക്ഷ്മമായി നോക്കിയാൽ, പുരോഗമനപ്രസ്ഥാനത്തിൽ വ്യക്തമായ മൂന്ന് ഘട്ടങ്ങൾ ഉണ്ടെന്ന് കാണാം: 1. ആരംഭദശ അഥവാ ജീവൽസാഹിത്യഘട്ടം. 2. അഭിവൃദ്ധിദശ അഥവാ പുരോഗമനഘട്ടം. 3. അപചയദശ അഥവാ സംഘടനാശൈഥില്യഘട്ടം. ആരംഭദശ 1937ൽ ജീവൽ സാഹിത്യസംഘം ഉടലെടുത്ത കാലംതൊട്ട് 1944-ൽ പുരോഗമനസാഹിത്യ സംഘടന രൂപംകൊള്ളുന്നതുവരെയും അഭിവൃദ്ധിദശ 1944 തൊട്ട് എറണാകുളം മാനിഫെസ്റ്റോവിന്റെ കാലമായ 1954 വരെയും അപചയദശ അതിനിപ്പുറവും വ്യാപിച്ചുകിടക്കുന്നുവെന്ന് മൊത്തത്തിൽ കണക്കാക്കാം.

ആരംഭദശയുടെ ഉല്പത്തിപ്രകൃതികളെപ്പറ്റി ഇനി നമുക്കു പഠിക്കാം. പൊതുവിൽ രാഷ്ട്രീയരംഗത്തുള്ള വാമചാരിത്വത്തിൽനിന്ന് ഉറന്നൊഴുകിയതായിരുന്നു ഇന്ത്യയിലെയും കേരളത്തിലെയും പുരോഗമന പ്രസ്ഥാനം. കമ്മ്യൂണിസ്റ്റ് കക്ഷിയും അതുപോലുള്ള ഇടതുപക്ഷങ്ങളും ഇന്ത്യയിൽ വേരൂന്നിത്തുടങ്ങിയ കാലമാണല്ലോ 1930 തൊട്ടുള്ള ദശാബ്ദം. മനുഷ്യജീവിതത്തിന്റെ സാമ്പത്തികമായ ഭദ്രതയിൽനിന്നു മാത്രമേ എല്ലാ അനുഗ്രഹങ്ങളും ഉദയംകൊള്ളുകയുള്ളൂവെന്നും അതിനാൽ വേലയെടുത്തു കഷ്ടപ്പെടുന്ന തൊഴിലാളികളുടെയും കൃഷിക്കാരുടെയും ജീവിതത്തെ ഭൗതികരംഗങ്ങളിൽ ഉയർത്തുവാനുള്ള ഉപായമായി സാഹിത്യം തുടങ്ങിയ സുന്ദരകലകളെ ഉപയോഗപ്പെടുത്തേണ്ടതാണെന്നും കല കലയ്ക്കുവേണ്ടിയല്ലെന്നും സൗന്ദര്യാവിഷ്കരണത്തെക്കാൾ സമൂഹപുരോഗതിയാണ് സാഹിത്യകാരന്റെ ലക്ഷ്യമെന്നും പ്രാചീനസാഹിത്യകൃതികൾക്കു പൊതുവിൽ ഈ വീക്ഷണം ഇല്ലാതിരുന്നതിനാൽ അവ നിന്ദ്യങ്ങളാണെന്നുമുള്ള അഭിപ്രായങ്ങൾ, മാർക്സിസത്തിന്റെ മേൽപ്പടി ചേർത്തുകൊണ്ട്, നമ്മുടെ സാഹിത്യകാരന്മാർ സേവിച്ചുതുടങ്ങിയത് അക്കാലത്തായിരുന്നു. ജീവൽസാഹിത്യസംഘം ഈ പുത്തൻ ചരക്കുമായാണ് നമ്മുടെയിടയിൽ ചാഞ്ചല്യമില്ലാതെ കടന്നുവന്നത്. വരുകയും കാണുകയും ചെയ്ത ഉടനെ

* സംഘടനയെ പുനരുദ്ധരിക്കാൻ ഈയിടെ നടന്ന ചില ശ്രമങ്ങളും ഫലിച്ചതായറിവില്ല.

കീഴടക്കുകയും ചെയ്യാമെന്നു റോമാസേനാധിപതിയെപ്പോലെ അതിന്റെ നേതാക്കൾ പ്രതീക്ഷിച്ചുകാണണം. എന്നാൽ ആ പ്രതീക്ഷ ഉടനെതന്നെ നിഷ്പ്രഭമായി നശിച്ചുപോവുകയാണുണ്ടായത്. എം.പി. പോൾ, കേശവദേവി, തകഴി തുടങ്ങി പ്രാപ്തന്മാരായിരുന്നു ഈ സംഘത്തെ നയിച്ചിരുന്നതെങ്കിലും ഒന്നും കീഴടക്കുവാൻ അവർക്ക് സാധിച്ചില്ല. ഒച്ചപ്പാട് ധാരാളമുണ്ടായിരുന്നുവെന്ന് സമ്മതിക്കാം. പക്ഷേ, അർത്ഥമില്ലാത്ത ഒച്ചപ്പാടായിരുന്നു മിക്കതും. വടക്കുംകൂറിനെപ്പോലുള്ള പഴയതരക്കാരായ സാഹിത്യകാരന്മാരുടെ എതിർപ്പിനെക്കാൾ കൂടുതൽ സഞ്ജയനെപ്പോലുള്ള നൂതന ചിന്താശാലികളുടെ ആക്രമണം ജീവൽ സാഹിത്യപ്രസ്ഥാനത്തിന്റെ വീര്യം കെടുത്തിക്കളഞ്ഞു.

ജീവൽസാഹിത്യത്തിന്റെ ദീനദീനമായ ഈ പരാജയം ജീവൽസാഹിത്യകാരന്മാർതന്നെ പലപാട് സമ്മതിച്ചുകഴിഞ്ഞതാണ്. 'പുരോഗമനസാഹിത്യം പുരോഗമിക്കാൻ' എന്ന ബഹുകർത്തൃകമായ ലഘുലേഖയിൽ ഇതിനെക്കുറിച്ച് ഇപ്രകാരം എഴുതപ്പെട്ടിരിക്കുന്നു.* "പക്ഷേ, അവരുടെ പ്രക്ഷോഭം പൊതുവിൽ അന്ന് സാഹിത്യകാരന്മാരെന്നറിയപ്പെട്ടവരിൽ ഭൂരിഭാഗത്തെയും വെറുപ്പിക്കുകയാണ് ചെയ്തത്. ഇതിനു കാരണം ഒരു വശത്ത് ഈ സാഹിത്യകാരന്മാരുടെ യാഥാസ്ഥിതികമനോഭാവമായിരുന്നുവെങ്കിൽ, മറുഭാഗത്തു പുരോഗമനവാദികളുടെ ആശയങ്ങൾക്കുള്ള അവ്യക്തത കൂടിയായിരുന്നു."

വെറുപ്പു കുറയ്ക്കുവാൻവേണ്ടി എഴുതപ്പെട്ട ഈ ലഘുലേഖയിലെ 'സാഹിത്യകാരന്മാരെന്നറിയപ്പെട്ടവർ' എന്ന പ്രയോഗം ചിന്തിക്കത്തക്കതാണ്. വടക്കുംകൂറിനെയും സി.എസ്. നായരെയും സഞ്ജയനെയും പോലുള്ളവർ യഥാർത്ഥ സാഹിത്യകാരന്മാരല്ലെന്നും ലഘുലേഖകന്മാരായ തങ്ങളാണ് ശരിയായ എഴുത്തുകാരുടെ മാതൃകകളെന്നും, ഈഷൽ പരിഹാസം സ്ഫുരിക്കുന്ന ആ പ്രയോഗത്തിനു താല്പര്യം ഇല്ലായ്കയില്ല. വെറുപ്പുണ്ടായാലും ഈ നേരമ്പോക്ക് ആലോചിച്ച് എങ്ങനെ ചിരിക്കാതിരിക്കും?

ആശയങ്ങൾ അവ്യക്തമായിരുന്നതുകൊണ്ട് സാഹിത്യകാരന്മാർക്ക് വെറുപ്പുണ്ടായി എന്നെഴുതിയതിന് അടിസ്ഥാനമില്ല. ജീവൽ സാഹിത്യകാരന്മാരുടെ എഴുത്തിനുള്ള പ്രധാനമായ ഗുണം വ്യക്തതയായിരുന്നു. തങ്ങളുടെ ആശയങ്ങൾ ആർക്കും വ്യക്തമാകുന്ന നാടൻഭാഷയിലാണ് അവർ പ്രചരിപ്പിച്ചത്. മറ്റൊന്നായിരുന്നു വെറുപ്പിനു ഹേതു. പുതിയ സമൂഹസംബന്ധിയായ ദർശനം ആവശ്യമാണെന്നു പറഞ്ഞതോടൊപ്പം പഴയതെല്ലാം ചുട്ടുകരിച്ചു കുഴിച്ചുമൂടണമെന്നും രാമായണം തുടങ്ങിയവ തുപ്പൽക്കോളാമ്പി സാഹിത്യമാണെന്നും ഇതുപോലെ ഞെട്ടിക്കുന്ന

* ഇ.എം.എസ്., കെ. ദാമോദരൻ, എം.എസ്. ദേവദാസ് തുടങ്ങിയ ആറുപേരാണ് ഈ ലഘുലേഖയിൽ ഒപ്പിട്ടവർ.

മറ്റനേകം അന്ധതാവിലസിതങ്ങളും നാടുനീളെ പരത്തിക്കൊണ്ട് അവർ നടന്നപ്പോൾ, പ്രാചീനസാഹിത്യത്തിന്റെ ശാശ്വതമൂല്യത്തിലുള്ള അചഞ്ചല വിശ്വാസം ശ്വാസവായുവിൽപ്പോലും ഉൾക്കൊണ്ടിരുന്ന ഭൂരിഭാഗം സാഹിത്യകാരന്മാർക്കും 'സാഹിത്യകാരന്മാർ എന്നറിയപ്പെട്ടവർക്കും' അവരോടു ജുഗുപ്സപോലും തോന്നി. അങ്ങനെ ഈ ബഹളക്കാർ അശ്രദ്ധേയരായി തള്ളപ്പെട്ടു. 'ചുട്ടെരിക്കിൻ' എന്ന മുദ്രാവാക്യം ചുണ്ടിലേന്തി പഴയ സാഹിത്യത്തെ പാട്ടിലും വാക്കിലും പഴിച്ചു നടന്ന ചങ്ങമ്പുഴയ്ക്കും കേശവദേവിനും കൂടി ഈ ലാഘവം നേരിട്ടു. സാഹിത്യത്തെ ജീവിതോൽക്കർഷത്തിന് ഉപയുക്തമാകുമാറ് സംവിധാനം ചെയ്യുന്നത് ആദരണീയം തന്നെയാണെന്ന് അന്നത്തെ 'അറിയപ്പെട്ട സാഹിത്യകാരന്മാർക്ക്' അഭിപ്രായമായിരുന്നു. കുറച്ചു ശതാബ്ദങ്ങൾക്ക് മുമ്പ് ആശാൻ, വള്ളത്തോൾ എന്നീ മഹാകവികൾ ആ പാഠം അവർക്ക് നന്നായി ഉപദേശിച്ചുറപ്പിച്ചു കൊടുത്തിട്ടുണ്ടായിരുന്നു. പക്ഷേ, അവരാരും സ്വാശ്രയ സ്ഥാപനത്തിനു വേണ്ടി പൂർവ്വകവികളെ പാടേ ധ്വംസിച്ചുകളയണമെന്ന വെല്ലുവിളിയും കയ്യാങ്കളിയുമായിട്ടല്ല പുറപ്പെട്ടത്. എന്നിട്ടിപ്പോൾ, അവരുടെ അത്യുച്ചമായ പ്രതിഭാവൈഭവം ഉണ്ടെന്നു പറഞ്ഞുകൂടാത്ത ഉച്ചവാക്കുകളായ കുറെ ആളുകൾ വന്നു പൗരാണിക സാഹിത്യനിഷേധം പ്രസംഗിച്ചു നടന്നാൽ അവർക്കുണ്ടോ ഇന്നാട്ടിൽ സഹാനുഭൂതിയോടുകൂടിയ ഒരു ശ്രോതൃസമൂഹത്തെ കിട്ടുന്നു? പാരമ്പര്യപ്രൗഢിയുള്ള ഒരു ദേശത്തിന്റെ വൈകാരിക തേജസ്സിന്റെ നേരെ കണ്ണടച്ച് അതിനെ പഴി പറയുന്നവർ ആരായാലും പ്രമത്തരാണ്. അവരുടെ പ്രസ്ഥാനം ഏതായാലും ആ നാട്ടിൽ വിളയുകയില്ല. സ്വയംകൃതമായ ഈ പരാജയമാണ് കേരളത്തിൽ ജീവൽ സാഹിത്യ സംഘടനയ്ക്കു നേരിട്ടത്.

പുരോഗമന സാഹിത്യപ്രസ്ഥാനത്തിന്റെ ദ്വിതീയഘട്ടത്തിൽ ഈ തെറ്റ് തിരുത്താൻ പരിശ്രമമുണ്ടായി. മാനിഫെസ്റ്റോകളും മറ്റും മുറയ്ക്ക് പുറപ്പെട്ടുതുടങ്ങി. പഴമയോടുള്ള യുദ്ധത്തിൽ എല്ലൊടിഞ്ഞുപോയ പുരോഗമനവാദികൾ പഴമ മുഴുവൻ വരണീയമാണെന്നുവരെ പറഞ്ഞ്, അതിന് സിംഹാസനംകൊടുത്ത് പൂജ നടത്തി. കാഞ്ഞ വെള്ളത്തിൽ വീണ പൂച്ചയുടെ കഥ ആവർത്തിക്കപ്പെട്ടു. "സോവിയറ്റ് റഷ്യയിൽപ്പോലും മഹാഭാരതം തർജ്ജമ ചെയ്തുവരുന്നുണ്ട്" എന്നെല്ലാമുള്ള പ്രശംസകൾ നാടെങ്ങും പരന്നത് ഈ രണ്ടാംഘട്ടത്തിൽ ആയിരുന്നു. മുമ്പുദ്ധരിച്ച ലഘുലേഖ ഈ ഉദാരമനോഭാവത്തെയും എതിർത്തിട്ടുണ്ട്. അതെന്തായാലും, പ്രസ്തുത സൗമ്യരീതിയുടെയും മറ്റും ഫലമായിരിക്കാം, കേരളത്തിലെ പ്രമുഖസ്ഥാനീയരായ എഴുത്തുകാരിൽ പലരും പുരോഗമനത്തിന്റെ ശിബിരത്തിലേക്ക് മാറിപ്പാർപ്പ് തുടങ്ങി. ശ്രീ കുട്ടിക്കൃഷ്ണമാരാരെപ്പോലുള്ള ചുരുക്കം ചില ധീരന്മാർ അപവാദങ്ങളായുണ്ടായിരുന്നു. പോൾ തുടങ്ങിയ പഴയ നേതാക്കൾക്കു പുറമെ നവാഗതരായ ജോസഫ് മുണ്ടശ്ശേരി, ഗുപ്തൻനായർ, ശങ്കരക്കുറുപ്പ്, എൻ.വി. കൃഷ്ണവാരിയർ തുടങ്ങി പലരും

സംഘടനയുടെ നേതൃസ്ഥാനത്തിലെത്തിച്ചേർന്നു. ഇവരിൽ ചിലരെങ്കിലും മുമ്പ് ജീവൽസാഹിത്യവിക്രമങ്ങളെ കളിയാക്കുകയോ എതിർക്കുകയോ ചെയ്തവരായിരുന്നു. എങ്കിലും ഇതിന്റെ ഫലമായി സംഘടന അഭൂതപൂർവ്വമാമ്മാറ് പുഷ്ടിപ്രാപിച്ചു. 'പുരോഗമന സാഹിത്യം എന്തിന്? എന്ന 1945–ലെ കോട്ടയം പുരോഗമനസാഹിത്യ സമ്മേളന റിപ്പോർട്ട് വായിച്ചാൽ അക്കാലത്തെ സംഘടനയുടെ വ്യാപ്തി എത്രമാത്രമുണ്ടായിരുന്നുവെന്ന് മനസ്സിലാക്കാം.

നേതൃബഹുത്വം വന്നതോടുകൂടി സംഘടന മൂന്നാമത്തെ ദിശയിലേക്ക് നീങ്ങിത്തുടങ്ങി. 1954–ൽ ആണ് അപചയദശ വ്യക്തമായ ആകൃതി പൂണ്ടതെങ്കിലും 1948–ലെ തൃശൂർ പുരോഗമന സാഹിത്യസമ്മേളനത്തിൽവെച്ചുതന്നെ അത് - അസ്പഷ്ടമായിട്ടായിരിക്കാം - ആരംഭിച്ചുകഴിഞ്ഞിരുന്നു. മാനിഫെസ്റ്റോകളിൽ ഉപരിപ്ലവമായി പല തത്ത്വങ്ങളും സിദ്ധാന്തങ്ങളും കിടപ്പുണ്ടായിരുന്നു. ഉദാഹരണത്തിന് 1954–ലെ മാനിഫെസ്റ്റോവിലെ ഒരു ഭാഗം ഇവിടെ ഉദ്ധരിക്കാം: "പുരോഗമനം എന്ന വാക്കിന്റെ വ്യാപ്തി എന്താണെന്ന് ചിലർ സംശയിക്കുന്നുണ്ട്. ഭൗതികവും മാനസികവുമായ മണ്ഡലങ്ങളിൽ ജനതയുടെ സർവ്വതോന്മുഖമായ അഭിവൃദ്ധിയാണ് പുരോഗതി എന്ന വാക്കുകൊണ്ട് വിവക്ഷിക്കുന്നത്. നമ്മുടെ നാട്ടിൽ ഇന്നും നിലനിൽക്കുന്ന ജീർണ്ണിച്ച സാമ്പത്തിക ബന്ധങ്ങൾ ഉടച്ചുവാർക്കുക, കൃഷിവ്യവസായങ്ങളെ യന്ത്രവൽക്കരിച്ചു വളർത്തുക, പുതിയ വ്യവസായങ്ങൾ ഉദ്ഘാടനം ചെയ്യുക, ഭരണം തികച്ചും ജനകീയഹസ്തങ്ങളിലേക്ക് പകരുക, പ്രാദേശിക ഭാഷകളിൽതന്നെ വിദ്യാഭ്യാസവും ഭരണകാര്യങ്ങളും നിർവ്വഹിക്കുക, നിരക്ഷരത്വം നീക്കുന്നതിന് വമ്പിച്ച ബഹുജനപ്രസ്ഥാനങ്ങൾ ആസൂത്രണം ചെയ്തു നടപ്പിൽ വരുത്തുക, കല, സാഹിത്യം, ശാസ്ത്രം മുതലായവയ്ക്ക് വിപുലമായ തോതിൽ പരിപോഷണം നല്കുക, മതപരവും സാമുദായികവുമായ ഇടുങ്ങിയ ചിന്താഗതികൾക്കും അന്ധവിശ്വാസങ്ങൾക്കും എതിരായി ജീവിതത്തിന്റെ എല്ലാ തുറകളിലും ശാസ്ത്രീയവീക്ഷണഗതിയെ പ്രോത്സാഹിപ്പിക്കുക. ഇങ്ങനെ ജനതയ്ക്ക് വളരാനും വികസിക്കാനുള്ള അവകാശവും സൗകര്യവുമാണ് പുരോഗതിയിൽക്കൂടി വിവക്ഷിക്കുന്നത്." എന്തെല്ലാം വിളിച്ചുപറഞ്ഞു വളർന്നുകഴിഞ്ഞ ഒരു രാഷ്ട്രീയ കക്ഷിയുടെ മാനിഫെസ്റ്റോവിൽ ഉൾപ്പെടുത്താവുന്ന സംഗതികൾ മുഴുവൻ! സംഘടനയിലെ എല്ലാ അംഗങ്ങൾക്കും ഇവയോടെല്ലാം യോജിക്കാൻ കഴിഞ്ഞില്ലെങ്കിൽ അതിൽ അത്ഭുതപ്പെടാനുണ്ടോ?

മാത്രമല്ല, ഇവയെല്ലാം തലങ്ങും വിലങ്ങും കുത്തിനിറച്ചുകൊണ്ട് രൂപസൗന്ദര്യം തൊട്ടുതെറിപ്പിച്ചിട്ടില്ലാത്ത വികൃതസൃഷ്ടികൾ പുരോഗമന സാഹിത്യബന്ധുക്കളുടെ തളരാത്ത തൂലികകളിൽനിന്ന് പുറപ്പെട്ടു തുടങ്ങിയപ്പോൾ, പ്രസ്ഥാനത്തിലെ വിവേകശാലികളായ ചില അനുശാസിതാക്കളുടെ കണ്ണ് തുറന്നു. സാഹിത്യത്തിന്റെ പുരോഗതിക്ക് രൂപഭദ്രത

അനുപേക്ഷണീയമാണെന്ന് അവർക്ക് മെല്ലെമെല്ലെ തോന്നുകയുണ്ടായി. വെറും രാഷ്ട്രീയ സിദ്ധാന്തങ്ങൾ സാഹിത്യകാരനെ വിലയ്ക്കെടുക്കുന്നത് ഗർഹണീയമാണെന്നും അവർ ശക്തിപൂർവ്വം വാദിച്ചു. എം.പി. പോൾ, ജോസഫ് മുണ്ടശ്ശേരി എന്നിവർ സംഘടനയിലെ ഈ പുതിയ പ്രതിരോധത്തിന്റെ മുന്നണിപ്പടയാളികളായി മാറി. മാരാരും മറ്റും പണ്ടേ ഉയർത്തിപ്പിടിച്ച സാഹിത്യതത്ത്വങ്ങളുടെ അസന്ദിഗ്ദ്ധമായ അനുവാദമായിരുന്നു ഇത്. ഈ ശുദ്ധീകരണവാദികളും സംഘടനയിലെ തനി കമ്മ്യൂണിസ്റ്റ് വിഭാഗവും തമ്മിൽ അനിവാര്യമായ സംഘട്ടനം നടന്നു. 1954-ൽ അംഗീകരിക്കപ്പെട്ട പ്രകടനപത്രികയ്ക്ക് ശേഷവും അന്തഃഛിദ്രം വലുതായിക്കൊണ്ടുവന്നു. ആദ്യമാദ്യം ചായക്കോപ്പയിലെ കൊടുങ്കാറ്റെന്ന് തോന്നിയ ഈ കുഴപ്പത്തിൽപ്പെട്ട് അവസാനം പുരോഗമനപ്രസ്ഥാനം കൊടുങ്കാറ്റിലെ ചായക്കോപ്പയായിത്തീർന്നു.

അവ്യവസ്ഥയുടെ കാലമായിരുന്നു അത്. ആരാണ് പുരോഗമന സാഹിത്യകാരൻ എന്ന് ആർക്കും വ്യക്തമായിരുന്നില്ല. പുരോഗമനപ്രസ്ഥാന വിരോധിയായ കുട്ടിക്കൃഷ്ണമാരാർപോലും, വേണമെങ്കിൽ താൻ പുരോഗമനസാഹിത്യകാരനാണെന്ന് വാദിച്ചാൽ ചോദ്യം ചെയ്യാൻ ആർക്കും അന്ന് സാധിക്കുമായിരുന്നില്ല. സംഘടനയുടെ ചൈതന്യാസ്തമയമായിരുന്നു ഇതിന്റെ അന്തിമഫലം. സംഘടന നാമമാത്രമായി എവിടെയെങ്കിലും കിടന്നുകൊള്ളട്ടെ എന്ന ഉദാസീന മനോഭാവത്തോടെ പലരും പുരോഗമനസാഹിത്യത്തിന്റെ മൗലികതത്ത്വങ്ങളെത്തന്നെ എതിർത്തും (ഉദാ. എൻ.വി. കൃഷ്ണവാരിയർ) സജീവമായ രാഷ്ട്രീയ പ്രവർത്തനത്തിൽ പങ്കെടുത്ത് സാഹിത്യത്തെ ഉപേക്ഷിച്ചും (ഉദാ. മുണ്ടശ്ശേരി) സാഹിത്യപരിഷത്തിന്റെ പോഷണമാണ് കൂടുതൽ അഭികാമ്യമെന്ന് കരുതിയും (ഉദാ. ശങ്കരക്കുറുപ്പ്) കേരള സാഹിത്യ അക്കാദമിയിലും മറ്റും അംഗങ്ങളായും (ഉദാ. കെ. ദാമോദരൻ) വഴിമാറിപ്പോയ്ക്കളഞ്ഞു. ഇരുമ്പുകൊടി കാന്തത്തിന്മേൽ പറ്റിപ്പിടിച്ചാൽപ്പിന്നെ മണൽത്തരിയും മരപ്പൊടിയും മറ്റും കടലാസിൽ ബാക്കിനിൽക്കുന്നതുപോലെ, പുരോഗമനസാഹിത്യസംഘടനയിൽ ആരെല്ലാമോ പിന്നീട് അവശേഷിച്ചു. ആ പ്രസ്ഥാനം ഇന്ന് ഒരു ദുരന്തകഥയുടെ മൂർത്തരൂപമായി, കിളി പറന്നുപോയ കൂടിനൊപ്പം, ആടിയാടി നിൽക്കുന്നു.

ആകപ്പാടെ നോക്കുമ്പോൾ പുരോഗമനസാഹിത്യ പ്രസ്ഥാനംകൊണ്ട് ഒരു നേട്ടവും കൈരളിക്കുണ്ടായില്ലേ എന്ന ചോദ്യം പ്രസക്തമാണ്. തൊട്ടുകാണിക്കത്തക്കവണ്ണം തെളിഞ്ഞ നേട്ടങ്ങളൊന്നും ഈ ലേഖകന്റെ ദൃഷ്ടിയിൽപെട്ടിട്ടില്ല. 1940-നുശേഷം കേരളത്തിൽ ഗ്രന്ഥങ്ങളുടെ പ്രസിദ്ധീകരണത്തിന്റെയും പാരായണത്തിന്റെയും കാര്യത്തിൽ വന്നുചേർന്ന വമ്പിച്ച മുന്നേറ്റത്തെ ഇതിന്റെ ഒരു നേട്ടമായി പലരും കണക്കാക്കിയിട്ടുണ്ട്. മുമ്പുദ്ധരിച്ച ആ ലഘുലേഖയും മാനിഫെസ്റ്റോയും വായിച്ചു നോക്കുക. പ്രസ്ഥാനമുണ്ടായിരുന്നില്ലെങ്കിൽ എന്തു സംഭവിക്കുമായിരുന്നു എന്ന ചർച്ച

ഊഹമാത്രനിഷ്ഠമാണെങ്കിലും, പുരോഗമനസാഹിത്യകാരന്മാർ തങ്ങളുടെ നേട്ടമായി ചൂണ്ടിക്കാണിക്കുന്ന മുന്നേറ്റം, അവരുടെ പ്രസ്ഥാനമില്ലെങ്കിലും, അന്യഥാ സംഭവിക്കാനിടയുള്ളതത്രെ. പൊതുവിൽ കേരളത്തിൽ വർദ്ധിച്ചു വരുന്ന വിദ്യാഭ്യാസത്തിന്റെ തോതും യുദ്ധകാലത്തുണ്ടായ പണപ്പെരുപ്പവും ഇവിടുത്തെ എഴുത്തുകാരനും വായനക്കാരനും കരുത്തുറ്റ പ്രചോദനങ്ങളായിരുന്നു. മുന്നേറ്റത്തിൽ അവയ്ക്ക് അവകാശപ്പെട്ട അംശം ഓഹരി വെച്ചുകൊടുത്തു കഴിഞ്ഞാൽ പുരോഗമന സാഹിത്യ പ്രസ്ഥാനത്തിന് അഭിമാനിക്കത്തക്ക വല്ലതും അവശേഷിക്കുമോ എന്ന് സന്ദേഹിക്കേണ്ടി വരും. കേരളത്തിലെന്നപോലെ പുരോഗമന പ്രസ്ഥാനം അഭിവൃദ്ധിപ്പെട്ടിട്ടില്ലാത്തതും തീരെ വളർന്നിട്ടില്ലാത്തതുമായ പ്രാന്തീയഭാഷാസാഹിത്യങ്ങളിലും എഴുത്തിന്റെയും വായനയുടെയും കവിഞ്ഞ പുരോഗതി പ്രത്യക്ഷമാണ്. അതിനാൽ ഈ മുന്നേറ്റത്തിന്റെ നിദാനമായി ആ പ്രസ്ഥാനത്തെ ചൂണ്ടിക്കാട്ടുന്നത് കൂടുതൽ ആലോചിച്ചു വേണ്ടതാണ്.

ഇനി വേറൊരു നേട്ടമായി എടുത്തുപറയാറുള്ളത്, പുരോഗമനവാദികൾ സാഹിത്യത്തിനും ജീവിതത്തിനും തമ്മിലുള്ള നിതാന്തനിരന്തരമായ ബന്ധത്തെപ്പറ്റി ഇടതടവില്ലാതെ പറഞ്ഞ് അതിന്റെ സർവ്വാതിശായിയായ പ്രാധാന്യത്തെ സാഹിത്യകാരന്മാർക്കും അവഗണിക്കുവാൻ കഴിയാത്ത വണ്ണം ജനങ്ങളുടെയിടയിൽ ഉറപ്പിച്ചുവെച്ചുവെന്നതാണ്. നല്ലൊരു കാര്യം! പരമാർത്ഥം പറയുകയാണെങ്കിലോ, ഇവർ വരുന്നതിനു മുമ്പുതന്നെ ആ ബന്ധം ഇവിടെ ഉറപ്പിക്കപ്പെട്ടു കഴിഞ്ഞതാണ്. ആശാനും വള്ളത്തോളും ഗ്രന്ഥപ്രണയനമാർഗ്ഗത്തിലൂടെ നിർദ്ദേശിച്ച ജീവിതസാഹിത്യബന്ധത്തിന്റെ ഒരു വെറും തുടർച്ചയാണ് പുരോഗമന സാഹിത്യകാരന്മാർ പ്രസംഗവിഷയമാക്കിയ ആ തത്ത്വം. ആശാൻ 'ലീല'യിൽ

> "ക്ഷിതിയിലഹഹ! മർത്ത്യജീവിതം
> പ്രതിജനഭിന്നവിചിത്രമാർഗ്ഗമാം
> പ്രതിനവരസമാമതോർക്കുകിൽ
> കൃതികൾ മനുഷ്യകഥാനുഗായികൾ."

എന്നും 'പ്രരോദന'ത്തിൽ

> "ഏകാന്തം, സുഖമിങ്ങു, നിത്യമഴലാം
> താഴെത്തമോഭൂമിയിൽ,
> പോകാസക്തി തമഃപ്രകാശശബള
> ശ്രീയൊത്ത മദ്ധ്യോർവ്വിയിൽ,
> ചേരകാത്മാ ചല ഭോഗഭൂവിൽ നിമിഷം
> തോറും രസോന്മേഷിയാം,
> ശ്രീകാളും രസകാമധേനു രസയാ
> മോർക്കിൽ കവിക്കെന്നുമേ"

എന്നും 'മണിമാല'യിൽ "ലോകാനുഗ്രഹപരയായെഴുംകലേ" എന്നും പാടിയത് എല്ലാവർക്കും അറിവുള്ളതാണല്ലോ. വിവിധാനുഭവസമ്പന്നവും

ഭൗമവും ആയ മനുഷ്യജീവിതത്തിൽനിന്ന് വേറിട്ട് കവിതയ്ക്ക് നിലനില്പില്ലെന്നും അത് വിശ്വക്ഷേമോൽസുകമായി പ്രവർത്തിക്കുന്നുവെന്നും കവിക്ക് ഉലയാത്ത അഭിപ്രായമുണ്ട്. ഇതിന്റെ മനോഹരവിളംബരങ്ങൾ ആയിരുന്നു അദ്ദേഹത്തിന്റെ ഉത്തമകൃതികൾ എല്ലാം. വള്ളത്തോളും കവിത 'ജഗൽസൗഹിത്യത്തിനു ലാലസിപ്പൂ' എന്ന് മടികൂടാതെ പാടിയിട്ടുണ്ട്. ആ മഹാകവിയുടെ നിർഭരജീവിതഗന്ധികളായ കാവ്യങ്ങൾ തെളിവിന് നമ്മുടെ മുമ്പിൽ കൂമ്പാരമായി കിടക്കുകയും ചെയ്യുന്നു.

ഇതിന്റെ സ്വാഭാവികമായ അനുബന്ധം മാത്രമാണ് പുരോഗമന സാഹിത്യപ്രസ്ഥാനം ഉന്നയിച്ച ജീവിതസാഹിത്യബന്ധം. പക്ഷേ, ഇവയ്ക്കു തമ്മിൽ ഗണനീയമായ ഒരു വ്യത്യാസമുണ്ട്. നമ്മുടെ ഇരുമഹാകവികളും കണ്ട ജീവിതം സമഗ്രജീവിതമായിരുന്നു. രാഷ്ട്രീയസിദ്ധാന്തങ്ങളോ സാമ്പത്തിക തത്ത്വങ്ങളോ അവയ്ക്ക് അതിർവരമ്പുകൾ ആയിരുന്നില്ല. തുടർന്നു വന്നവരാകട്ടെ, സിദ്ധാന്താദികളെക്കൊണ്ട് വളച്ചിട്ടു മുൾവേലികെട്ടിയ അതിപരിമിതമായ ഒരു ജീവിതത്തെപ്പറ്റിയാണ് ബഹളം കൂട്ടിയത്. ആദ്യത്തെ ജീവിതവീക്ഷണത്തെക്കാൾ എത്രയോ ചെറുതായിരുന്നു രണ്ടാമത്തേത്. ഏതാണ് സാഹിത്യപുരോഗതിക്ക് ഉതകുക എന്ന കാര്യത്തിൽ കേരളീയർക്ക് സംശയമുണ്ടായിരുന്നില്ല. കടലിൽ കുളിച്ചു ശീലിച്ച നമ്മെ ഇടുങ്ങിയാഴംകുറഞ്ഞ ഒരു പൊട്ടക്കുളത്തിൽ പിടിച്ചിട്ടതിനാണോ നാം പുരോഗമന സാഹിത്യത്തിന് കടപ്പെട്ടിരിക്കുന്നത്?

ഇന്നലെയുടെ ഈ വൃത്താന്തകഥനം നമ്മെ നാളെയിലേക്ക് എത്തിക്കുന്നു. പഞ്ചതന്ത്രകഥകളിൽനിന്ന് കുട്ടികൾ മനസ്സിലാക്കാറുള്ളമാതിരി ഇതിൽനിന്ന് നാം എന്തു 'സാര'മാണ് മനസ്സിലാക്കുന്നത്? ഭാവിയിലെ സാഹിത്യപ്രവർത്തനങ്ങൾക്ക് വഴികാട്ടിയായി രണ്ടു പാഠങ്ങൾ പുരോഗമനസാഹിത്യത്തിന്റെ പരാജയചരിത്രത്തിൽനിന്ന് പഠിക്കാനുണ്ടെന്ന് എനിക്കു തോന്നുന്നു. (സംഘടനയും സാഹിത്യസൃഷ്ടിയും തമ്മിലുള്ള പൊരുത്തക്കേട്, സാഹിത്യത്തെ സിദ്ധാന്താധീനമാക്കുന്നതിന്റെ അനാശാസ്യത എന്ന രണ്ട് തത്ത്വങ്ങളാണ് അവ.)

സംഘടനയും സാഹിത്യസൃഷ്ടിയും പൊരുത്തപ്പെട്ടില്ല എന്നു പറഞ്ഞതു തെറ്റിദ്ധരിക്കാൻ എളുപ്പമുള്ള ഒരാശയമാണ്. ഭാഷാപോഷിണിസഭ തുടങ്ങിയ സംഘങ്ങൾ പണ്ടും സാഹിത്യ അക്കാഡമി തുടങ്ങിയവ ഇന്നും സാഹിത്യ പരിഷത്തു തുടങ്ങിയവ രണ്ടു കാലഘട്ടങ്ങളിലും ജീവിച്ചവയോ ജീവിച്ചുകൊണ്ടിരിക്കുന്നവയോ ആണല്ലോ. പല പ്രയോജനങ്ങളും അവയിൽനിന്നു മലയാള സാഹിത്യത്തിനു കിട്ടിയിട്ടുണ്ട്. സാഹിത്യകാരന്മാർക്ക് കൂടിച്ചേരാനുള്ള സന്ദർഭങ്ങൾ അവ ഉണ്ടാക്കി. സാഹിത്യകാരന്മാരെ കൂടുതൽ നിർമ്മാണത്തിനു പ്രേരിപ്പിക്കുന്ന സമ്മാനദാനം, ഗ്രന്ഥകർത്താക്കൾക്കു പ്രസിദ്ധീകരണസൗകര്യം ഉണ്ടാക്കിക്കൊടുക്കൽ എന്നിങ്ങനെ സമഷ്ടയത്നം ആവശ്യമായ പരിപാടികളുടെ നിർവ്വഹണവും ആ സംഘങ്ങൾ അനുഷ്ഠിച്ചു. അല്ലാതെ, രൂപഭാവപാകം വന്ന ഉൽകൃഷ്ട

സാഹിത്യകൃതികൾ സൃഷ്ടിക്കുക എന്നതായിരുന്നില്ല അവയുടെ ഉദ്ദേശ്യം. ഉത്തമസാഹിത്യസൃഷ്ടി വ്യക്തിപ്രതിഭയെ ആശ്രയിച്ചിരിക്കുന്നു. ആ മണ്ഡലത്തിലാവട്ടെ, സംഘടന തികച്ചും നിഷ്ക്രിയമാണ്. ഈ സത്യത്തെ നോക്കി പൊട്ടിച്ചിരിച്ചുകൊണ്ടായിരുന്നു പുരോഗമനസാഹിത്യസംഘടന കേരളത്തിൽ പ്രവർത്തിച്ചുപോന്നത്. പക്ഷേ, മുന്തിയ കൃതികൾ രചിക്കുവാൻ അവർക്കു കഴിഞ്ഞില്ല. തകഴിയോ ദേവോ ചില നല്ല കൃതികൾ ഉണ്ടാക്കിയെങ്കിൽ അതിനു പുരോഗമനസാഹിത്യസംഘടന നേരിട്ട് ഉത്തരവാദിത്വം വഹിക്കുന്നില്ല. അവർ, അല്ലെങ്കിലും, സ്വന്തം വെളിച്ചത്തിൽ എഴുതുമായിരുന്നു. അജാഗളസ്തനപ്രായമായ സംഘടന പിന്നെയെന്തിനാണ് എന്നാണ് ചോദ്യം.

അതിന്റെ ആവശ്യം മറ്റൊന്നായിരുന്നു. പുരോഗമനസാഹിത്യസംഘടനയുടെ മേൽവിലാസമല്ലാതെ മറ്റൊന്നും കൈമുതലായിട്ട് ഇല്ലാതിരുന്ന ഒരു കൂട്ടം എഴുത്തുകാർ കാട്ടിക്കൂട്ടിയതെല്ലാം മേത്തരം സാഹിത്യമാണെന്നു വരുത്തിത്തീർക്കുവാൻ സംഘടന വളരെയേറെ പാടുപെടുകയുണ്ടായി. മാനസസരസ്സിലെ പറവകളെല്ലാം കളഹംസങ്ങളാണെന്ന് അഹങ്കരിക്കുന്നതുപോലെയുള്ള പല കപടനാട്യങ്ങളും ഇവിടെ നടന്നു. എന്നാൽ എത്ര കാലമാണ് കാപട്യം സത്യത്തിന്റെ മൂടുപടമിട്ടു നടക്കുക? അവരുടെ കേരള ഗോർക്കിമാരുടെയും ആക്ടിങ് ഗോർക്കിമാരുടെയും ഉള്ളുരുകി വളരെ വേഗം വെളിച്ചത്തായി. സംഘടന ഇവിടെയും പരാജയമടഞ്ഞു.

വ്യക്തിശക്തിയാണ് സാഹിത്യനിർമ്മാണത്തിന്റെ അടിത്തറയെന്ന തത്ത്വത്തെ സംഘടന അവഗണിച്ചുവെങ്കിലും തത്ത്വം സംഘടനയെ ഒട്ടും അവഗണിച്ചില്ലെന്ന് സാരം. ആ ശിലാകഠിനമായ തത്ത്വത്തിന്മേൽ തല ചെന്നടിച്ചു പ്രസ്തുത സംഘടന തരിപ്പണമായ ഈ അവസരത്തിൽ, യുക്തമായ പാഠം പഠിക്കാത്തവർ ഭോഷന്മാർ മാത്രമായിരിക്കും.

പുരോഗമനസാഹിത്യസംഘടനയുടെ ദോഷം സംഘടനാരൂപംകൊണ്ടു വന്നുചേർന്നതു മാത്രമല്ല, അത് ഒരു സവിശേഷമായ രാഷ്ട്രീയസാമ്പത്തിക സിദ്ധാന്തത്തെ പ്രചരിപ്പിക്കുവാനുള്ള ഉദുതോപകരണമായി ഉപയോഗിക്കപ്പെട്ടു എന്നതുകൊണ്ടുകൂടി ഉണ്ടായതാണ്. തങ്ങൾക്ക് വിശേഷിച്ചൊരു സിദ്ധാന്തപക്ഷപാതം ഇല്ലെന്ന് കേരളത്തിലെ പുരോഗമന സാഹിത്യകാരന്മാർ മുക്തകണ്ഠം ആണയിട്ടു പറഞ്ഞിരുന്നുവെന്നത് സത്യമാണ്. അതുതന്നെ കാപട്യത്തിന്റെ ലക്ഷണമായിരുന്നു. കേൾക്കുക, എറണാകുളം മാനിഫെസ്റ്റോവിന്റെ വാക്കുകൾ: “പുരോഗമനസാഹിത്യ സംഘടന ഒരു രാഷ്ട്രീയ പാർട്ടിയല്ല. ഏതെങ്കിലും രാഷ്ട്രീയപാർട്ടിയുടെ സാംസ്കാരികവിഭാഗവുമല്ല.” ഈ സാഹിത്യപ്രതിജ്ഞകൾ ഒക്കെയുണ്ടായിട്ടും പ്രസ്ഥാനത്തിന്റെ രാഷ്ട്രീയവർണ്ണം എല്ലാ കണ്ണുകൾക്കും സുവ്യക്തമായിരുന്നു. പ്രതിജ്ഞ ചെയ്തവർക്കുതന്നെ അതിന്റെ സത്യത്തിൽ വിശ്വാസമുണ്ടായിരുന്നില്ല. കാരണം അതേ മാനിഫെസ്റ്റോവിൽ അവർ ഈ

നാട്ടിലെ ജീർണ്ണിച്ച സാമ്പത്തികബന്ധങ്ങൾ ഉടച്ചുവാർക്കുവാനും കൃഷി വ്യവസായങ്ങളെ യന്ത്രവൽക്കരിക്കുവാനും ഭരണം തികച്ചും ജനകീയ ഹസ്തങ്ങളിലേക്കു പകരുവാനും മറ്റും ഉദ്ബോധിപ്പിക്കുന്നുണ്ട്. ഇവയെപ്പറ്റിയെല്ലാം അഭിപ്രായവ്യത്യാസങ്ങൾ ഉണ്ടാവാം. ഇപ്പറഞ്ഞതിന്റെ ഉദ്ദേശ്യംതന്നെ പലതാകാം. ഇന്ത്യയ്ക്കു സ്വാതന്ത്ര്യം കിട്ടി ജനാധിപത്യ വ്യവസ്ഥ നാട്ടിലെങ്ങും നടപ്പിലായ ഒരു ഘട്ടത്തിൽ 'ഭരണം തികച്ചും ജനകീയഹസ്തങ്ങളിലേക്ക്' എന്ന മുദ്രാവാക്യം അത്ര സ്ഥാനത്താണെന്ന് പറയുന്നവരാവില്ല ഈ നാട്ടിൽ കൂടുതൽ ഉണ്ടായിരിക്കുക. ഒരു രാഷ്ട്രീയ കക്ഷിക്ക് ആ രീതിയിൽ ചിന്തിക്കാം. ഒരു സാഹിത്യസംഘടന അങ്ങനെ ചിന്തിച്ചുതുടങ്ങിയാലോ? സാഹിത്യത്തിന്റെ ജീവിതബന്ധവും സമൂഹ പ്രയോജനവും മാത്രമേ പ്രസ്ഥാനത്തിനു ലക്ഷ്യങ്ങളായിട്ട് ഉണ്ടായിരുന്നുള്ളുവെങ്കിൽ, അതിന്റെ മാനിഫെസ്റ്റോകളിൽ വ്യാപിച്ചുകിടക്കുന്ന രാഷ്ട്രീയവും സാമ്പത്തികവുമായ പല വിചാരങ്ങളും അനാവശ്യമായിരിക്കും. നേരെമറിച്ച് അവ ആവശ്യമാണെങ്കിൽ, വ്യക്തിത്വമുള്ള ഏതോ രാഷ്ട്രീയ കക്ഷിയുടെ സാംസ്കാരികമുഖം എന്ന നിലയിൽക്കവിഞ്ഞു മറ്റൊരു സ്ഥാനവും അതിനില്ലെന്നു സമ്മതിക്കേണ്ടിവരും. പുരോഗമനസാഹിത്യകാരന്മാർ അതു സമ്മതിച്ചോ ഇല്ലയോ എന്നത് മറ്റൊരു ചോദ്യമാണ്. തോറ്റാലും വാദിക്കുന്നവരുണ്ടെന്ന് ഗോൾഡ്സ്മിത്ത് പറഞ്ഞിട്ടുണ്ട്.

പുരോഗമനപരമായും വിപ്ലവപരമായും എഴുതുന്ന സാഹിത്യകാരൻ കമ്മ്യൂണിസ്റ്റ് സാഹിത്യകാരൻ മാത്രമാണെന്ന് ഹവാർഡ് ഫാസ്റ്റും വർഗ്ഗത്തിന്റെയും പാർട്ടിയുടെയും രാഷ്ട്രീയാവശ്യങ്ങൾക്ക് വിധേയമാണ് സാഹിത്യം എന്ന് മാവ്-സെ തൂങ്ങും* എഴുതിയത് വായിക്കുമ്പോൾ, കേരളത്തിലെ പുരോഗമനസാഹിത്യ പ്രസ്ഥാനത്തിന്റെ യഥാർത്ഥസ്വഭാവത്തെപ്പറ്റി നമുക്കാർക്കും സംശയം ഉണ്ടാകുന്നതല്ല.

കക്ഷിപരമായ ഈ സ്ഥിതിവിശേഷം വന്നപ്പോൾ സംഘടനയിൽ വിഭിന്നാഭിപ്രായങ്ങൾ നൈസർഗികമായിത്തന്നെ പൊട്ടിയുയരുവാൻ പറ്റിയ സാഹചര്യമായി. സാഹിത്യകാരന്മാർക്ക് ഒന്നുകിൽ സംഘടനയുടെ ശക്തി നിലനിർത്താൻ അതിന്റെ ചട്ടങ്ങൾക്ക് വഴങ്ങി സ്വന്തം അഭിപ്രായങ്ങളെ അമർത്തി നിർത്തുകയോ, അതല്ലെങ്കിൽ സ്വാഭിപ്രായങ്ങളെ സംഘടനയ്ക്കുവേണ്ടി ബലികൊടുക്കാതെ അതിൽനിന്ന് വിമോചനം തേടുകയോ ചെയ്യണം എന്ന നില വന്നു. കേരളത്തിൽ ഒന്നിനു പിറകെ മറ്റൊന്നായി ഈ രണ്ട് അവസ്ഥകളും ഉണ്ടായി. ആദ്യമാദ്യം സാഹിത്യകാരന്മാർ സംഘടനയുടെ ആശയഗതിക്ക് അടിമപ്പെട്ട് സ്വാഭിപ്രായങ്ങൾ പൂഴ്ത്തിവയ്ക്കാനും

* ഹവാർഡ് ഫാസ്റ്റ് 1937-ൽ കമ്മ്യൂണിസ്റ്റ് കക്ഷിയുമായുള്ള ബന്ധം വെടിഞ്ഞ് അദ്ദേഹത്തിന്റെ പഴയൊരു കൃതിയായ 'സാഹിത്യവും യാഥാർത്ഥ്യവും (Literature and Reality) എന്നതിലാണ് ഈ ആശയമുള്ളത്. മാവ്-സെ-തൂങ്ങിന്റെ ആശയം 'കലയും സാഹിത്യവും' എന്ന ഒരു മലയാള പരിഭാഷയിൽനിന്ന് എടുത്തതാണ്.

അമർത്തി നിർത്താനും ഉദ്യമിച്ചു. പക്ഷേ, സ്വച്ഛന്ദഭാവനാശാലിയായ സാഹിത്യകാരന് എത്രമാത്രം ഈ പരാധീനസ്ഥിതിയിൽ ആത്മാവിൽ വിലങ്ങുമായി ഇരിപ്പുറപ്പിക്കുവാൻ സാധിക്കും? അങ്ങനെ സംഘടനയിൽ കേശവദേവ് തുടങ്ങിയവരുടെ വിരുദ്ധശബ്ദങ്ങൾ പെരുകിവരികയും, വൈരുദ്ധ്യപാരമ്യത്തിൽ എത്തിയപ്പോൾ, സംഘടന നടുവെ പിളർന്നുപോവുകയും ചെയ്തു. മാനിഫെസ്റ്റോകളാകുന്ന തുണിക്കഷണങ്ങൾ കൊണ്ട് ഇതിനു 'ബേൻഡേജ്' കെട്ടുവാൻ ശ്രമങ്ങൾ ഉണ്ടായിരുന്നു. എന്നാൽ അവ പിളർപ്പു വർദ്ധിപ്പിക്കുകയാണുണ്ടായത്. മാനിഫെസ്റ്റോകൾ കുറഞ്ഞതായിരുന്നില്ല, അവ കൂടിപ്പോയതായിരുന്നു പുരോഗമന സാഹിത്യസംഘടനയുടെ ക്ഷയത്തിന് ഒരു കാരണം. സാഹിത്യനിർമാണത്തിനു പലപ്പോഴും സംഘടനയും മാനിഫെസ്റ്റോയും പ്രതിബന്ധങ്ങളത്രെ.

ചുരുക്കട്ടെ: കേരളത്തിലെ പുരോഗമനസാഹിത്യപ്രസ്ഥാനം സാഹിത്യനിർമ്മാണത്തിന്റെ രണ്ടു മൗലികപ്രേരണകളെ-വ്യക്തിപ്രഭയെയും വ്യക്തിസ്വാതന്ത്ര്യത്തെയും-നിഷേധിച്ചു പ്രവർത്തിച്ചതുകൊണ്ടാണ് നശിച്ചുപോയത്. എണ്ണയും തിരിയും നശിപ്പിച്ചുകൊണ്ട് വിളക്കിനെ സംരക്ഷിക്കുവാൻ തുനിയുന്നതുപോലെ മൗഢ്യമാണല്ലോ പ്രതിഭയെയും സ്വാതന്ത്ര്യത്തെയും നിരാകരിച്ചുകൊണ്ടുള്ള സാഹിത്യപുരോഗമനം. സാഹിത്യത്തിനുതന്നെ എതിരായ ഒരു നിലപാടായിരുന്നു അത്. കോപിച്ച അതിന്റെ അന്തശ്ശക്തികൾ പിളർന്നുവെച്ച വായ പുരോഗമനസാഹിത്യ സംഘടനയുടെ ശവക്കുഴിയായി മാറി. പുരോഗമന സാഹിത്യം കേരളത്തിൽ വീണുമരിച്ച ആ ആഴക്കുഴിയിൽ സാഹിത്യപരിഷ്കർത്താക്കൾ ചെന്നു ചാടാൻ മേലിലെങ്കിലും തുനിയാതിരിക്കട്ടെ!

കണ്ണും ചെവിയും സാഹിത്യവും

സാഹിത്യം കണ്ണിന്റെ കലയോ ചെവിയുടെ കലയോ? അഥവാ രണ്ടും അല്ലെന്നതോ ശരി? പുതിയൊരു ചോദ്യം പിറന്നിരിക്കുന്നു. സാഹിത്യം കണ്ണിന്റെ കലയാണെന്ന് ആരും ഗൗരവത്തോടുകൂടി വാദിച്ചിട്ടുണ്ടെന്നു തോന്നുന്നില്ല. നേരെ എതിരായി, സാഹിത്യം ചെവിയുടെ മാത്രം കലയാണെന്നു വളരെ ഗൗരവത്തോടുകൂടി പണ്ടുമുതൽ വാദിക്കപ്പെട്ടുപോന്നിട്ടുണ്ട്. എന്നാലും സാഹിത്യഭരണത്തിൽ നേരിയ ന്യൂനപക്ഷം മാത്രമുള്ള ഒരു എതിർകക്ഷിയുടെ സ്ഥാനമാണ് അന്നേ ഈ വാദത്തിനുണ്ടായിരുന്നത്. എങ്കിലും അന്നുമുതൽ ഇന്നുവരെ അനുസ്യൂതതയോടുകൂടി അതു ബഹളം ഉണ്ടാക്കിക്കൊണ്ടിരുന്നിട്ടുണ്ട്. കണ്ണിനെതിരായിട്ട് അതുയർത്തിയ കലാപം സാഹിത്യം ഉണ്ടായ ദിശയിൽ രൂപപ്പെട്ടതല്ല. അക്കാലത്തു

സാഹിത്യത്തിലെ ശ്രവണവാദികൾ ദർശനവിരോധികൾ ആയിരുന്നില്ല. എന്നാൽ, ലിപിവ്യവസ്ഥയും അച്ചടിയും ആകൃതികൊണ്ടപ്പോൾ അവർ കണ്ണിനുനേരെ ശാപവാക്കുകളുമായി തിരിഞ്ഞു, കാരണം, മുമ്പു ചെവിയിലും നാവിൻതുമ്പത്തും കുടികൊണ്ടിരുന്ന സാഹിത്യം ഇപ്പോൾ കണ്ണിലും കടലാസ്സിലും കളിയാടിത്തുടങ്ങിയിരിക്കുന്നു. പുതിയൊരു ശത്രു വന്നുവെന്ന അസ്വാസ്ഥ്യാവഹമായ ഒരു തോന്നൽ അവരിൽ കയറിക്കൂടി. അതുകൊണ്ടാണ് ഇടങ്ങാറുണ്ടാക്കുന്ന ഈയൊരു ചോദ്യം ഇപ്പോൾ നമ്മെ നേരിട്ടിരിക്കുന്നത്: 'സാഹിത്യം കണ്ണിന്റെ കലയോ ചെവിയുടെ കലയോ?'

ഇവരുടെ പഴയ ശത്രു മറ്റൊന്നായിരുന്നു-അർത്ഥം. 'ആലോചനാമൃത'മായ അർത്ഥം. ശ്രവണവാദികളുടെ ഏറ്റവും ഭയങ്കരങ്ങളായ പടകൾ നടത്തപ്പെട്ടിരുന്നത് അർത്ഥവാദികൾക്കെതിരായിട്ടായിരുന്നു. ഈ യുദ്ധത്തെപ്പറ്റി സാഹിത്യരസികന്മാർ എല്ലാവരും കേട്ടുകാണും. ആ പടകളിൽ തീരെ പരാജയമടഞ്ഞുവെങ്കിലും കീഴടങ്ങാതെ, അവശവും വ്രണിതവുമായ തന്റെ ശരീരത്തെ ഏതോ ഒരു മൂലയിൽ ഒളിപ്പിച്ചുകൊണ്ടു ശ്രവണനാദം കഴിഞ്ഞുകൂടിക്കൊണ്ടിരിക്കുമ്പോഴാണ് സാഹിത്യലോകത്തിൽ ദർശനവാദം എന്നൊരു പൈതൽ പിറന്നിട്ടുണ്ടെന്ന് അത് സങ്കല്പിച്ചത്. അങ്ങനെയൊന്നു വാസ്തവത്തിൽ ജന്മമെടുത്തിരുന്നില്ല. ആർത്തികൊണ്ടും ക്ഷീണംകൊണ്ടും മസ്തിഷ്കം ചൂടിപിടിച്ച ഒരു ദുർബലവാദത്തിന്റെ മിഥ്യാസങ്കല്പം മാത്രമായിരുന്നു അത്. മിഥ്യയായാലെന്ത്, അതിനെതിരെ പോർ തുടങ്ങി! പക്ഷേ, ആ യുദ്ധത്തിൽ ഉപയോഗിക്കപ്പെട്ട ഉണ്ടകൾ മുഴുവൻ ചെന്നുകൊണ്ടത് സാഹിത്യത്തിൽ നിസ്സപത്നമായി വാണുപോരുന്ന അർത്ഥപക്ഷത്തിന്റെ നെഞ്ചത്തായിരുന്നു. അസ്തിത്വമില്ലാത്ത ഒരു ദർശനവാദത്തെ മാത്രം മുറിപ്പെടുത്തുന്നതായിരുന്നെങ്കിൽ കണ്ടില്ലെന്നും കേട്ടില്ലെന്നും നടിക്കാമായിരുന്ന ഈ പോരിൽ അർത്ഥപക്ഷത്തിനും കുറച്ചു പരിക്കുപറ്റിയ നിലയ്ക്ക് സാഹിത്യത്തിലെ സ്ഥിരമൂല്യങ്ങളെ ബഹുമാനിക്കുന്ന സഹൃദയന്മാർക്ക് അനങ്ങാതിരിക്കുക സാധ്യമല്ലല്ലോ. ആ നിലയ്ക്കുണ്ടായ ചെറിയൊരനക്കമായി ഈ പ്രബന്ധത്തെ കണക്കാക്കിയാൽ മതി.

അർത്ഥത്തിന്റെ കലയായ സാഹിത്യത്തിൽ എങ്ങനെയാണ് ചെവിയും കണ്ണും സ്ഥാനം നേടിയത്? വളരെ വിപുലമായ ഒരു വിചാരവിഷയമാണ് ഇത്. ചെവിയും കണ്ണും സാഹിത്യത്തിലേക്കു കടന്നുവന്ന വഴിയുടെ പേരു നമുക്കെല്ലാം ഏറ്റവും പരിചയമുള്ളതാണ്- ഭാഷ. കടൽ ജലമയമെന്നതുപോലെ സാഹിത്യം ഭാഷാമയമാണ്. എന്നാൽ, എല്ലാ വെള്ളവും കടൽ ആവാത്തതുപോലെ ഭാഷയുടെ എല്ലാ പ്രയോഗങ്ങളും സാഹിത്യം ആവുന്നില്ല. എല്ലാ ഭാഷകളെയും ഉണ്ടാക്കിയിരിക്കുന്നത് ശബ്ദങ്ങളാണ്. ശബ്ദങ്ങൾ എന്നുവെച്ചാൽ, ഉച്ചരിതശബ്ദങ്ങൾ, വാഗിന്ദ്രിയംകൊണ്ട് ഉത്പാദിപ്പിക്കപ്പെടുന്ന ശബ്ദങ്ങൾ അല്ലാതെ മറ്റു പ്രാകൃതികശബ്ദങ്ങൾ ഭാഷയോടു ബന്ധപ്പെടുന്നില്ല. ശബ്ദത്തോടുള്ള ഭാഷയുടെ ഈ സമവായ

ബന്ധം ചരിത്രാരംഭകാലത്തിനു മുമ്പുതന്നെ വെളിപ്പെട്ടുതുടങ്ങിയിരുന്നു എന്നാണ് പ്രശസ്ത നരവംശശാസ്ത്രജ്ഞനായ ഇ.ബി. ടെയ്‌ലറുടെ അഭിപ്രായം. അങ്ങനെ ഭാഷയെന്നു പറഞ്ഞാൽ അതു ശാബ്ദികമാണെന്ന് എല്ലാവരും ഇന്നു കരുതുന്നു.

പക്ഷേ, ഭാഷയ്ക്ക് ശബ്ദത്തോടുള്ള ബന്ധം സർവഥാ നിയതമല്ല എന്ന് ഓർക്കേണ്ടതുണ്ട്. മിക്കവരും മറന്നുപോകാനിടയുള്ള ഒരു സത്യമായതുകൊണ്ട് ഇത് വിശേഷിച്ച് ഇവിടെ എടുത്തുപറയുന്നതാണ്. ശബ്ദംകൊണ്ടേ ഭാഷ സൃഷ്ടിച്ചുകൂടൂ എന്നില്ല. ഒരുദാഹരണം പറയാം: ഏകദേശം മൂന്നു നൂറ്റാണ്ടിനു മുമ്പ് ആസ്ട്രിയക്കാരുടെ ഒരു സൈനികനായ കേപ്റ്റൻ ജോൺ സ്മിത്ത് തുർക്കികളുമായുള്ള ഒരു യുദ്ധത്തിൽ, രാത്രി സവിശേഷമായ ഒരു രീതിയിൽ ചൂട്ടുകൾ കത്തിച്ചു എന്ന് ചരിത്രമുണ്ട്. ദീപശിഖകളുടെ മിന്നിക്കലിന്റെ ആ വിന്യാസമുണ്ടല്ലോ അതും ഭാഷയാകുന്നു. അതേ, ശാബ്ദികമാവാതെതന്നെ ഭാഷയാകുന്നു!

എന്തുകൊണ്ടെന്നാൽ അത് അന്തർഗതത്തെ പ്രകടിപ്പിക്കുവാൻ ശക്തിയുള്ള ഒരു ക്രിയാസമ്പ്രദായമാണ്. ഭാഷയുടെ ധർമ്മത്തിന്റെ മർമ്മം അന്തർഗതപ്രകടനക്ഷമത്വം അത്രെ. മനസ്സിൽ ഉറഞ്ഞുകിടക്കുന്ന ആശയങ്ങളുടെ അഥവാ അർത്ഥങ്ങളുടെ ബഹിഃപ്രകാശനത്തിനുള്ള കഴിവാണ് ഭാഷയുടെ പ്രാണൻ. അപ്പോൾ ഭാഷ ആശയത്തിൽ അധിഷ്ഠിതമാണെന്നു വന്നുചേരുന്നു. ആശയശൂന്യതയിൽ ഉക്തിയില്ല. ഭാഷകളിലെ ശബ്ദങ്ങൾ ജീവൻവെക്കുന്നത് ആശയത്തെ അവയിൽ അടിച്ചേല്പിക്കുന്നതുകൊണ്ടാണ്. ഈ അടിച്ചേല്പിക്കലിനെ വേണമെങ്കിൽ അദ്ധ്യാസം എന്നു വിളിക്കാം. അദ്ധ്യസ്തമായ ആശയത്തിന്റെ പരിവേഷമണിഞ്ഞിട്ടാണ് ശബ്ദം പ്രകാശം നേടുന്നത്. സ്വയമേ അതിനു പ്രകാശമില്ല. 'ബ്രഹ്മം' എന്ന വാക്ക് ഉദാഹരണമായി നോക്കാം. ബ്, ര്, അ, ഹ്, മ്, അ, മ് എന്നീ വർണ്ണങ്ങളുടെ കൂട്ടായ ശബ്ദമായ ആ വാക്ക് സംസ്കൃതമോ മറ്റു ഭാരതീയഭാഷകളോ അറിയുന്നവർക്കു മാത്രമാണു സത്യജ്ഞാനാനന്ദധാമമായ ഒരു ശക്തിയെ കുറിക്കുന്നത്. അല്ലാത്തവർക്ക് അത് വെറുമൊരു ശബ്ദമാണ്. ഭാരതീയർ പ്രസ്തുത ശബ്ദത്തിൽ അത്തരമൊരർത്ഥം ഉൾക്കൊള്ളിച്ചു പഠിച്ചതുകൊണ്ടും മറ്റുള്ളവർ അപ്രകാരം ചെയ്യാത്തതുകൊണ്ടുമാണ് ഈ വ്യത്യാസം സംഭവിക്കുന്നത്. ഇങ്ങനെ നോക്കിയാൽ ശബ്ദസ്വരൂപമായ ഭാഷ ഒരു സങ്കീർണ്ണമായ 'സിംബലിസം' ആണെന്നു തെളിയും. ഏതു പദമെടുത്ത് അപഗ്രഥിച്ചാലും അത് 'സിംബൽ' ആണെന്നു കാണാം. മിന്നുന്നത് മാൻ–നിഷ്പാദനം ശരി. പക്ഷേ, 'മിന്നുക' എന്ന പദത്തിന് അത്തരത്തിൽ ഒരർത്ഥം എങ്ങനെ സിദ്ധിച്ചു? ആ ശബ്ദത്തിന് സ്വതസ്സിദ്ധമായുള്ള അർത്ഥം അല്ലല്ലോ അത്. ആ അർത്ഥം നാം അതിൽ ആരോപിച്ചതാണ്. മറ്റു ഭാഷകൾ സംസാരിക്കുന്നവർ ആ ശബ്ദത്തിൽ ആ അർത്ഥം ആരോപിച്ചിട്ടില്ലാത്തതുകൊണ്ട് 'മിന്നുക' എന്നു കേട്ടാൽ അവർക്ക് ഒന്നും മനസ്സിലാവുകയില്ല. ഇന്ന ശബ്ദത്തിന് ഇന്ന

അർത്ഥം എന്ന നിയമം ശബ്ദങ്ങളുടെ പ്രകൃതിസിദ്ധമായ മാന്ത്രിക ശക്തിമൂലം നിലവിലുണ്ടായിരുന്നെങ്കിൽ ലോകത്തിൽ പല ഭാഷകൾ ഉണ്ടാവാൻ പാടില്ല. ഭാഷ ഒന്നേ പാടുള്ളൂ. മറ്റൊരു യുക്തിയും പറയാം ഇവിടെ. അതു പ്രൊഫസർ ഗോർഡൻ ചൈൽഡ് പറഞ്ഞിട്ടുണ്ട്: 'വാക്കുകൾക്കുള്ള അർത്ഥങ്ങൾ തികച്ചും സാമ്പ്രദായികമാകയാലാണു കുട്ടികളെ സംസാരിക്കുവാൻ പഠിപ്പിക്കേണ്ടിവരുന്നത്.'

ഭാഷയിലും സാഹിത്യത്തിലും ശബ്ദം കടന്നുകൂടിയത് ഈ മട്ടിലാണ്. ഇവയിൽ ശബ്ദത്തിനുള്ള സ്ഥാനം അർത്ഥത്തിന്റെ സൂചകം എന്നതു മാത്രമാണ്. അർത്ഥത്തോടുള്ള അടുപ്പം വിട്ടാൽ കാറ്റുപോയ ബലൂൺ പോലെ ശബ്ദം വെറുങ്ങലിച്ചു താഴെ വീഴും. ഇനി നമുക്കു കണ്ണിനുള്ള സ്ഥാനത്തെപ്പറ്റി ചിന്തിക്കാം. ഭാഷയിലും സാഹിത്യത്തിലും അതിനുള്ള പ്രസക്തി എന്താണ്?

ഭാഷയിലെ ശബ്ദം ആശയത്തിന്റെ പ്രതിരൂപം ആണെങ്കിൽ ആ പ്രതി രൂപത്തിന്റെ പ്രതിരൂപത്തെ നാം ലിപി എന്നു വിളിക്കുന്നു. ലിപി ശബ്ദ പ്രതിരൂപത്തിന്റെ ദൃശ്യപ്രതിരൂപമാണ്. ശബ്ദത്തിനു പ്രാണവായുവായി വർത്തിക്കുന്ന അർത്ഥം തന്നെയാണു ലിപിയുടെ പ്രാണവായു. ഇരുമ്പു കമ്പിയോടു ചേർത്തുവെച്ച ചെമ്പുകമ്പിയിലൂടെ വിദ്യുച്ഛക്തി പ്രവഹിക്കു ന്നതുപോലെ ശബ്ദത്തോടു ചേർത്തുവെച്ച ലിപിയിലൂടെയും അർത്ഥം ഒഴുകുകതന്നെ ചെയ്യുന്നു. ദാസദാസന്യായം ഇവിടെ പ്രവർത്തിക്കുന്നു വെന്നു സാരം. അർത്ഥത്തിനുള്ള പ്രതിരൂപങ്ങൾ ഒന്നോ രണ്ടോ അല്ല; അവ ഒരു വലിയ കുടുംബം തന്നെയാണ്. ലിപി ശബ്ദപ്രതിരൂപമാണെന്നു പറഞ്ഞു. അതിനുപോലും വേറെ പ്രതിരൂപമുണ്ട്. ബിന്ദുവും രേഖയും ഉപയോഗിച്ചുകൊണ്ടുള്ള സാമുവൽ മോഴ്സിന്റെ കോഡ് ആംഗലലിപി യുടെ പ്രതിരൂപങ്ങളുടെ ഒരു ഭാഷയാണ്. മൂലകന്ദമായ ആശയവുമായുള്ള ബന്ധം വിടാത്തതുവരെ ഏതുതരം പ്രതിരൂപങ്ങളും കൊള്ളാം. ലിപി എന്ന പ്രതിരൂപം ശബ്ദപ്രതിരൂപങ്ങളിൽവെച്ച് വളരെയേറെ അഭിവൃദ്ധി പ്രാപിക്കുകയും ഭാഷയുടെ അവിഭാജ്യഘടകം എന്ന നിലവരെ വികസി ക്കുകയും ചെയ്തു. കടലാസ്സിൽ എഴുതാവുന്നതും കണ്ണുകൊണ്ടു കാണാ വുന്നതുമായ ശബ്ദചിഹ്നമാണല്ലോ ലിപി. ചെവിയിലൂടെ കേൾക്കാവുന്ന ശബ്ദംകൊണ്ടു മാത്രമല്ല, കണ്ണുകൊണ്ടു കാണാവുന്ന ലിപികൊണ്ടും ആശയപ്രപഞ്ചത്തിലേക്ക് എത്തിച്ചേരാം എന്ന സ്ഥിതിയിലാണ് ഭാഷ ഇപ്പോൾ ഉള്ളത്.

ഈ ലിപിയെയും ഭാഷാസാഹിത്യങ്ങളുടെ ദൃശ്യാത്മകതയെയുമാണ് സാഹിത്യത്തിലെ കർണ്ണപക്ഷക്കാർ ഇപ്പോൾ എതിർത്തുതുടങ്ങിയിരി ക്കുന്നത്. ശബ്ദത്തിനും ശ്രവ്യാത്മകതയ്ക്കും ഇവയെ അപേക്ഷിച്ച് എന്തോ ദൈവികത്വം ഉള്ളതുപോലെ തോന്നും ഈ എതിർപ്പു കാണു മ്പോൾ. അങ്ങനെയൊന്നുമില്ലെന്ന് നാം കണ്ടുകഴിഞ്ഞു. ശബ്ദവും ലിപിയും, രണ്ടും അർത്ഥപ്രതിരൂപങ്ങൾ മാത്രമാണ്. ഒച്ചയും വരയും

അർത്ഥശൂന്യമാകുമ്പോൾ ബാലചാപല്യങ്ങളായേ കണക്കാക്കപ്പെടുകയുള്ളൂ. അർത്ഥത്തിന്റെ വക്കാലത്തുള്ള സാഹിത്യകാരൻ ശബ്ദത്തിന്റെയോ ലിപിയുടെയോ ഭാഗത്തുനിന്നു സംസാരിക്കുന്നതു യുക്തിയുക്തമല്ല. ഡോ. ഭാസ്കരൻനായരുടെ 'ധന്യവാദം' എന്ന പ്രബന്ധസമാഹാരത്തിലെ 'എഴുതിയ സാഹിത്യം' എന്ന ഉപന്യാസത്തിൽ ശബ്ദത്തിന്റെ വക്കാലത്തു പിടിച്ചുകൊണ്ടുള്ള അതിശക്തിമത്തായ ഒരു വാദം കേൾക്കാം. സാഹിത്യം കണ്ണിന്റെ കലയല്ലെന്നും ചെവിയുടെ കലയാണെന്നും 'ചെവിത്തകെട്ട' മനുഷ്യർക്കു കവിത്വമുണ്ടാവുകയില്ലെന്നും ചെവിയുടെ കാര്യം വിഗണിക്കുകയാൽ സാഹിത്യത്തിൽനിന്നു ലഭിക്കാവുന്ന അനുഭവബോധങ്ങളെയും ആനന്ദചാരിതാർത്ഥ്യങ്ങളെയും നാം പരിത്യജിച്ചിരിക്കയാണെന്നും ലിപിയുടെ ശാപശക്തിയിൽ ശിഥിലീഭവിക്കാത്ത ഒരു സാഹിത്യപാരമ്പര്യമാണ് നമുക്കുള്ളതെന്നും സാഹിത്യത്തെ അച്ചടിച്ച താളുകളിൽനിന്നു വീണ്ടെടുത്തു വീണ്ടും നാവിൻത്തലപ്പിന്മേലും ശ്രോത്രപുടത്തിലും പ്രതിഷ്ഠിക്കേണ്ടതാണെന്നും, കാന്താസമ്മിതമായ കാവ്യലക്ഷ്മിയുടെ കാൽത്തളക്കിലുക്കങ്ങൾക്കു പകരം ദൃശ്യബോധാത്മകങ്ങളായ ചിന്താരൂപങ്ങളും ലിപിമാത്രനിഷ്ഠങ്ങളായ ആശയബാലിശതകളും ആണ് നമ്മെ ഇന്ന് ആകർഷിച്ചുകൊണ്ടിരിക്കുന്നതെന്നും കൃതികൾ അച്ചടിച്ചു പൊതിഞ്ഞുകെട്ടി അലമാരകളിൽ സൂക്ഷിച്ചാൽ അവ ഒരു തലമുറകൊണ്ടുതന്നെ വിസ്മരിക്കപ്പെട്ടുപോകുമെന്നും മറ്റും അന്ധമായ ഒരു വികാരാവേശതീവ്രതയോടെ, അദ്ദേഹം എഴുതിപ്പോകുന്നത് വായിക്കുമ്പോൾ ആളുകൾ അമ്പരന്നുപോകും. വേണ്ടത്ര ആലോചിക്കാത്ത വായനക്കാരുണ്ടെങ്കിൽ അവർ ആർത്തുവിളിച്ചേക്കാം: 'എവിടെ ആ ലിപികളും അച്ചുകളും അച്ചുകൂടങ്ങളും പുസ്തകങ്ങളും കടലാസ്സും മഷിയും പേനയും? എല്ലാം ചുട്ടുകളയുക! ഇൻക്വിലാബ്, സിന്ദാബാദ്!'*

വരികൾക്കിടയിലൂടെ സൂക്ഷിച്ചുവായിച്ചാൽ ഈ ചുട്ട എതിർപ്പ് ലിപികൾക്കോ അച്ചടിച്ച പുസ്തകങ്ങൾക്കോ നേരെ ഉന്നംവെച്ചിട്ടുള്ളതല്ലെന്നും സാഹിത്യത്തിന്റെ സംഗീതാത്മകത്വത്തെ പുനഃസ്ഥാപിക്കാനും അതുവഴി സാഹിത്യത്തിന്റെ അർത്ഥപ്രാധാന്യത്തെ നിഷേധിക്കാനും ഉന്നയിച്ചിട്ടുള്ളതാണെന്നും മനസ്സിലാക്കാം. സംഗീതാത്മകത്വത്തിനു തടസ്സമുളവാക്കുന്ന അതിരുവരെ മാത്രമേ എതിർപ്പു ലിപികളെയും പുസ്തകങ്ങളെയും അതായത്, സാഹിത്യത്തിന്റെ ദൃശ്യാത്മകതയെ-ബാധിക്കുന്നുള്ളൂ. അതിനാൽ ഇവയെപ്പറ്റി ഇനി ഏറെപ്പറയണമെന്നില്ല. എങ്കിലും മനുഷ്യജീവിതം ശ്രവ്യബോധാത്മകത്വത്തിലെന്നതിനെക്കാൾ ദൃശ്യബോധാത്മകത്വത്തിൽ നിലയുറപ്പിച്ചിരിക്കുന്നതുകൊണ്ട്, ചെവിക്കുവേണ്ടി കണ്ണിനെ പഴി പറയുന്ന സ്വഭാവം ശരിയല്ലെന്ന് ഇവിടെ ചൂണ്ടി

* ഡോക്ടർ ഭാസ്ക്കരൻനായരുടെ 'കലയും കാലവും' എന്ന പുസ്തകത്തിലും ഈ ശബ്ദപ്രകീർത്തനവാദം കേൾക്കാം.

ക്കാണിക്കേണ്ടിയിരിക്കുന്നു. സാഹിത്യത്തിന്റെ പേരിലായാലും ഈ പഴി പറച്ചിൽ ശരിയാണെന്നു തോന്നുന്നില്ല. എന്തുകൊണ്ടെന്നു സ്വല്പം വിശദമാക്കിക്കൊള്ളട്ടെ.

പ്രപഞ്ചത്തെ സംബന്ധിച്ച ബോധം മനുഷ്യന് ഉണ്ടാക്കുവാൻ പ്രകൃതീശ്വരി അവനു സമ്മാനിച്ച അഞ്ചു മികച്ച ഉപകരണങ്ങളാണല്ലോ ത്വക്ക്, നാക്ക്, മൂക്ക്, ചെവി, കണ്ണ് എന്നിവ. ഇവയിൽവെച്ച് ബോധമാർജ്ജിക്കുന്നതിൽ ഏറ്റവും വികസിച്ച ഇന്ദ്രിയമാണ് കണ്ണ്. വിവിധ വർണ്ണങ്ങളെ വേർതിരിച്ച് നാമനിർദ്ദേശം ചെയ്യുവാൻ മനുഷ്യനു കഴിഞ്ഞിട്ടുണ്ട്. പച്ച, മഞ്ഞ, നീല, ചുവപ്പ് എന്നിങ്ങനെ നമുക്ക് വർണ്ണപരമായ വിവേചനം വളരെ സൂക്ഷ്മമായി ലഭിച്ചിട്ടുണ്ട്. എന്നാൽ, ഒച്ചയുടെയോ മണത്തിന്റെയോ കാര്യത്തിൽ അറിവിന് ഇത്രത്തോളം സൂക്ഷ്മത നമുക്ക് ഇനിയും കൈവന്നുകഴിഞ്ഞിട്ടില്ല. ശരീരചർമ്മം മുഴുക്കെ നയനതുല്യമായ അവയവവിശേഷങ്ങളുണ്ടെന്ന് ജൂൾസ്റോ മെയിൻസ് എന്ന ശാസ്ത്രജ്ഞൻ പറയുന്നു. മനോമണ്ഡലത്തിൽ ചിന്തകൾ ഉദയംകൊള്ളുന്നതു ദൃശ്യബിംബങ്ങളുടെ രൂപത്തിലാണെന്നു മനഃശാസ്ത്രവും പ്രസ്താവിക്കുന്നു. 'മനസ്സിൽ ശുദ്ധഭാവനകൾപോലും ഗ്രഹിക്കപ്പെടുന്നതു ദർശനാത്മകമായ ബിംബത്തിന്റെ രൂപത്തിലാകുന്നു' എന്നാണ് ഹെൻറിവുഡ്സിന്റെ പക്ഷം. മാത്രമല്ല, ശബ്ദങ്ങളെവരെ കാണാൻ കഴിയുമെന്നു മനഃശാസ്ത്രത്തിന്റെ ഒരു വിഭാഗം 'ഗെസ്റ്റാൾട്ട് മനോവിജ്ഞാനീയം' വാദിക്കുന്നുണ്ട്. ഇവയെല്ലാം തെളിയിക്കുന്നത് കണ്ണിന്റെ സർവോത്തരത്വത്തെയാണ്. ഇതരേന്ദ്രിയങ്ങളെ അപേക്ഷിച്ച് നേത്രത്തിന്റെ ത്രാണനത്തിനാണു പ്രകൃതി ചില വിദഗ്ധോപായങ്ങൾ പ്രയോഗിച്ചുകാണുന്നത്. നമ്മുടെ കണ്ണുകൾ മൂടുവാൻ എത്ര സൂക്ഷ്മശക്തിയോടുകൂടിയ മാംസപേശികളുടെ കവാടങ്ങളെയാണു പ്രകൃതി ഘടിപ്പിച്ചിട്ടുള്ളതെന്നു നോക്കുക. മറ്റൊരിന്ദ്രിയത്തെയും പ്രകൃതി ഇത്രമാത്രം രക്ഷണീയമായിക്കണ്ടില്ല എന്നല്ലെ ഇതിനർത്ഥം? മനഃശക്തിയുടെ ശാസ്ത്രങ്ങളായ 'മെസ്മറിസം', ഹിപ്നോട്ടിസം തുടങ്ങിയവയിൽ പ്രവേശം നേടിയവർക്കുപോലും അറിയാം, മനുഷ്യന്റെ അന്തശ്ചൈതന്യത്തിന്റെ ബഹിഷ്ക്രമണം കണ്ണുകളിലൂടെയാണ് ഏറ്റവും കൂടുതൽ സംഭവിക്കുന്നതെന്ന്. 'യത്ര യത്ര ഗതാ ദൃഷ്ടിഃ മനസ്തത്ര പ്രഗച്ഛതി' എന്നു 'ഘേരണ്ഡസംഹിതാകാരൻ' വെറുതെ പറഞ്ഞതല്ല.

കണ്ണിന്റെ അപദാനങ്ങളെ ഇത്രത്തോളം വിസ്തരിച്ചത് ചെവിക്കുവേണ്ടി കണ്ണിനെ പഴിപറഞ്ഞത് അശാസ്ത്രീയമാണെന്നു തെളിയിക്കുവാനാണ്. ഭാഷയും സാഹിത്യവും തുടക്കത്തിൽ ശബ്ദാത്മകമായിരുന്നെങ്കിലും പിന്നീട് അവ ദർശനമണ്ഡലത്തിലേക്കു കൂടുതൽ കൂടുതൽ നീങ്ങിപ്പോയത് സ്വാഭാവികം മാത്രമാകുന്നു. കണ്ണിന്റെ സ്വാധീനപരിധിയിൽനിന്ന് അകന്നുനിൽക്കുവാൻ മനുഷ്യന്റെ ഒരു പ്രവർത്തനത്തിനും സാധ്യമല്ല.

'ഇദമണ്ഡം തമഃ കൃത്സനം
ജായതേ ഭുവനത്രയം
യദി ശബ്ദാഹ്വയം ജ്യോതി-
രാചന്ദ്രാർക്കം ന ദീപ്യതേ'

എന്ന ദണ്ഡിയുടെ ശബ്ദസ്തുതിപരമായ ചൊല്ലിൽപോലും ദർശനവിഷയമായ ജ്യോതിസ്സുമായാണ് ശബ്ദത്തിന് അഭേദം കല്പിച്ചിട്ടുള്ളതെന്ന് ഓർമ്മിക്കുന്നത് നന്നായിരിക്കും.

ലിപിയും അച്ചടിയും പുസ്തകവും സാഹിത്യത്തെ നശിപ്പിച്ചുവെന്ന വാദം കേവലം പരിഹാസ്യമാണ്. മനുഷ്യചരിത്രത്തിന്റെ ഏറ്റവും ആദിമമായ ഘട്ടത്തിൽ ലിപിവ്യവസ്ഥ ഭാഷകളിൽ ഉണ്ടായിരുന്നില്ല. എങ്കിലും പരിഷ്കാരത്തിന്റെ ആരംഭത്തോടുകൂടി ലിപിയും തുടങ്ങിയെന്ന് കരുതാം. ക്രിസ്തുവിന് മുമ്പ് 2500 വർഷങ്ങൾക്കപ്പുറം പ്രതിഷ്ഠ നേടിയ സൈന്ധവ സംസ്കാരത്തിന്റെ അവശിഷ്ടങ്ങളായി കണ്ടുപിടിക്കപ്പെട്ട ചിത്രഫലകങ്ങൾ ലിപികളാണെന്നും ക്രിസ്തുവിനുമുമ്പ് 450–500 കൊല്ലങ്ങളിൽ പുലർന്ന യഹൂദന്മാരുടെ മഹത്ത്വം ഒരു ലിഖിതഗ്രന്ഥ സമുച്ചയം സൃഷ്ടിച്ചുവെച്ചതാണെന്നും ഇന്ന് നമുക്കറിയാം. പണ്ട് ഇന്ത്യയിൽ ഭൂർജപത്രങ്ങളിലും മറ്റും എഴുത്ത് നടപ്പിലുണ്ടായിരുന്നു. ലിപികൾ ഇല്ലാതെ ചെവിയോടുചെവി വളരുന്ന ഭാഷകൾ ഇന്നും വികാസമില്ലാതെ മുരടിച്ചു കഴിയുന്നവയാണ്. മലയാളത്തിന്റെ അയൽപക്കക്കാരായ കൊങ്ങിണി, തുളു എന്നീ ഭാഷകളെ നോക്കിയാൽ ഇത് തെളിയും. അവ ലിപിയില്ലാത്ത ഭാഷകളാണ്. തെക്കെ ഇന്ത്യയിലെ ഏറ്റവും അപരിഷ്കൃതങ്ങളായ ഭാഷകളുടെ മുൻപന്തിയിലാണ് അവ. അതുകൊണ്ടാണ് ടെയ്ലർ എഴുതുന്നത്: 'അപരിഷ്കൃതത്വത്തിൽനിന്ന് പരിഷ്കാരത്തിലേക്ക് ഉയരുവാൻ മനുഷ്യസമുദായത്തെ സഹായിച്ച ഒരു മഹാസംഭവം ആയിരുന്നു ലേഖനവിദ്യയുടെ കണ്ടുപിടുത്തം. അതിന്റെ ഫലം എത്ര വിശാലമായിരുന്നു എന്ന് നന്നായി മനസ്സിലാക്കുവാൻ, ലേഖനവിദ്യ അറിഞ്ഞുകൂടാതെ ഇന്നും ജീവിക്കുന്ന വർഗക്കാരുടെ താണനില നോക്കിയാൽ മതി.'*

അച്ചടി കണ്ടുപിടിച്ച പേരറിയപ്പെടാത്ത ചൈനക്കാരനും പ്രിന്റിങ്പ്രസ് കണ്ടുപിടിച്ച ഗുട്ടൻബർഗ് എന്ന ജർമൻകാരനും അതു പ്രചരിപ്പിച്ച കാക്സ്റ്റൻ എന്ന ഇംഗ്ലീഷുകാരനും വിശ്വസംസ്കാരത്തിന്റെ സ്ഥിരീകരണത്തിനുവേണ്ടി പ്രവർത്തിച്ച മൂന്ന് മഹാപുരുഷന്മാരാണ്. രാമായണം, ഇലിയഡ് തുടങ്ങിയ അതിപ്രാചീനകൃതികൾ അവയുടെ നിർമ്മാണ കാലത്തുതന്നെ അച്ചടിക്കപ്പെട്ടിരുന്നുവെങ്കിൽ അന്ന് പ്രചരിച്ചതിൽ കൂടുതൽ ലോകത്തിൽ പ്രചരിക്കുമായിരുന്നു. അന്ന് അച്ചടി ഇല്ലാതിരുന്നതിനെപ്പറ്റി നമുക്ക് ഖേദിക്കുക. പക്ഷേ, അച്ചടി കണ്ടുപിടിക്കപ്പെട്ടു

* Anthropology, Vol. I,P. 142

പോയതിൽ ഖേദിക്കുന്ന ആളുകളെയാണ് നമുക്കിന്ന് കിട്ടിയിരിക്കുന്നത്. എന്നാൽ, അത്തരക്കാർ അധികമില്ലെന്നോർത്ത് നമുക്ക് സന്തോഷിക്കുകയും ചെയ്യാം. അന്യഥാ ചീത്തയായ പുസ്തകങ്ങൾ മനുഷ്യശബ്ദത്തിൽ പകർത്തിവെച്ചതുകൊണ്ടുമാത്രം നന്നായിത്തീരുന്നതല്ല. മറിച്ച്, അന്യഥാ നല്ല പുസ്തകങ്ങൾ അച്ചടിക്കപ്പെട്ടതുകൊണ്ട് ചീത്തയായിത്തീരുന്നതുമല്ല. മനുഷ്യശബ്ദത്തിൽ പകർത്തിവെച്ച അനേകം ഗ്രന്ഥങ്ങൾ ഒരു തലമുറകൊണ്ടുതന്നെ വിസ്മരിക്കപ്പെട്ടിട്ടുണ്ടെന്ന് ഊഹിക്കണം. ഇപ്പോൾ അവശേഷിച്ചു കാണുന്ന ഒരു രാമായണമോ ഒരു ഭാരതമോ മനസ്സിൽവെച്ചുകൊണ്ട്, അക്കാലത്തു വേറെ കൃതികൾ ഉണ്ടായിരുന്നില്ലെന്ന് കരുതുന്നത് തെറ്റായിരിക്കും. മുദ്രണം ചെയ്യപ്പെട്ട കൃതികൾ എല്ലാം പൊടുന്നനെ മറക്കപ്പെട്ടിട്ടുമില്ല. മുദ്രിതരൂപങ്ങളായ 'ഗീതാഞ്ജലി' ആദിയായ കൃതികൾ ഒരു പുരുഷാന്തരംകൊണ്ട് വിസ്മൃതമായോ? ലിപിലീനതയോ ഉക്തിനിഷ്ഠതയോ അല്ല, പ്രതിഭാസ്ഫുരിതമായ രസോത്ഥാപകശക്തിയാണ് സാഹിത്യകലയുടെ മൃതസഞ്ജീവനി.

ആ രസോത്ഥാപകതയിൽ വാക്കിന്റെ നാദാത്മകമായ ചൈതന്യത്തിന് ഒരു പങ്കുണ്ട്. അത് ലിഖിതസാഹിത്യത്തിന്റെ ദൃശ്യരൂപമായ ലിപിക്കുള്ളതിനെക്കാൾ വലുതാണ്. ലിപിക്ക് സാഹിത്യത്തിന്റെ രസോത്ഥാപകത്വത്തിൽ വിശേഷിച്ച് ഒരു പങ്കുമില്ല. ശബ്ദം അങ്ങനെയല്ല. അതു രസത്തെ തൊട്ടുരുമ്മിക്കിടക്കുന്നു. കലാത്വമില്ലാത്ത സാധാരണതരം എഴുത്തുകളെ സംബന്ധിച്ചിടത്തോളം ശബ്ദം അർത്ഥത്തെ സൂചിപ്പിക്കുന്നേയുള്ളുവെങ്കിലും സാഹിത്യകലയിലെത്തുമ്പോൾ അത് അർത്ഥത്തെ ഒരതിരുവരെ പോഷിപ്പിക്കുന്നുമുണ്ട്. ആദ്യത്തെ ബന്ധത്തെ ഗമ്യഗമകബന്ധം എന്നു പറയാമെങ്കിൽ രണ്ടാമത്തേത് പോഷ്യപോഷകബന്ധം ആണ്. സാഹിത്യം അല്ലാത്ത എഴുത്തിൽ അർത്ഥത്തിന് ഗമകമാണ് ശബ്ദം; അർത്ഥം ഗമ്യവും. സാഹിത്യത്തിലാവട്ടെ, അർത്ഥത്തിന് ശബ്ദം പോഷകംകൂടിയാണ്. അർത്ഥമാണ് പോഷ്യം. അർത്ഥത്തിനും അതിന്റെ ഭാവാത്മകത്വത്തിനും ഒത്തുകൊണ്ട് ഉചിതങ്ങളായ പദങ്ങളെ നിബന്ധിച്ച് ശബ്ദപശ്ചാത്തലം സൃഷ്ടിക്കേണ്ടത് ഏത് സാഹിത്യകാരന്റേയും കടമയാണ്. ശൃംഗാരരസം പ്രതിപാദിക്കപ്പെടുന്നേടത്ത് പുരുഷവ്യഞ്ജനങ്ങൾ ഉപയോഗിക്കുവാൻ പാടില്ല എന്നു തുടങ്ങിയ രീതിനിയമങ്ങൾ സംസ്കൃതാലങ്കാരികന്മാർ വെച്ചത് ഈ ഔചിത്യബോധത്തെ സംതൃപ്തിപ്പെടുത്തുവാൻ മാത്രമാകുന്നു. സാഹിത്യത്തിൽ പൊതുവിൽ ദീക്ഷിക്കപ്പെടേണ്ട ഈ ഔചിത്യം കാവ്യത്തിലാണ് അങ്ങേയറ്റം പരിപാലിക്കപ്പെടേണ്ടത്. ഏത് മഹാകവിയുടെയും കൃതികൾ ഈ ഔചിത്യത്തിനു തെളിവുകളായിരിക്കും. ഉദാഹരണത്തിന് 'ലാളിച്ചുപെറ്റ ലത' എന്നു തുടങ്ങുന്ന പദ്യത്തിലെ ലളിതമായ ശബ്ദസൗഭാഗ്യത്തിന്റെ മൂല്യം എന്താണെന്നു ചിന്തിച്ചാൽ മതി. അതികോമളമായ ഒരു ലതികാസന്താനത്തിന്റെ ശൈശവമാണല്ലോ ആ ചതുഷ്പദിയിലെ വിഷയം. അതിഖരങ്ങളോ ഘോഷങ്ങളോ ആയ

വർണ്ണങ്ങളെക്കൊണ്ട് നിബന്ധിക്കപ്പെട്ട പദങ്ങൾ മൃദുലമായ ആ ബാല്യത്തെ വർണ്ണിക്കുവാൻ പറ്റിയതല്ല. അത്തരം പദങ്ങൾ ആ ആശയത്തെ ക്ഷതപ്പെടുത്തുകയേ ഉള്ളൂ. മറിച്ച് ആശാൻ പ്രയോഗിച്ച വാക്കുകൾ അതിനെ വിടർത്തിക്കാട്ടുന്നു. അപ്പോൾ, ആ ശബ്ദസൗന്ദര്യം വെറും അലങ്കാരമാണ്. സുന്ദരശബ്ദങ്ങളാൽ അണിയിക്കപ്പെട്ട ആ ആശയമാണ് അലങ്കാര്യം. സാഹിത്യം അലങ്കാര്യപ്രധാനമാണ്. അലങ്കാരപ്രധാനമല്ല. മറ്റൊരു രീതിയിൽ പറഞ്ഞാൽ, ശബ്ദമായ ആത്മാവിനെ കാണാനല്ല നാം മഹത്തായ സാഹിത്യം പാരായണം ചെയ്യുന്നത്, ശബ്ദത്തിന്റെ ആത്മാവായ അർത്ഥത്തെ സാക്ഷാത്കരിക്കുവാനാണ്. 'കാവ്യം വാഗ്‌വൈവിധ്യപ്രധാനമാണെങ്കിലും രസംതന്നെയാണ് അതിന്റെ ജീവിതം' എന്ന് മിക്കവാറും ഏകസ്വരത്തിൽ, ഇന്ത്യയിലെ സാഹിത്യചിന്തകന്മാർ പ്രഖ്യാപിച്ചതിന്റെ കാരണം ഇതിൽനിന്ന് തെളിഞ്ഞിരിക്കുമെന്ന് വിശ്വസിക്കുന്നു.

ശബ്ദത്തിന് അർത്ഥത്തെ ഒരളവുവരെ പോഷിപ്പിക്കുവാൻ ശക്തിയുണ്ടെന്ന് പറഞ്ഞുവല്ലോ. എഴുതിയ സാഹിത്യം പ്രചരിച്ചുതുടങ്ങിയപ്പോൾ ഈ ശബ്ദശക്തിയെ കണക്കാക്കാതെ സഹൃദയന്മാർ കൃതികൾ മൗനമായി നോക്കി വായിച്ചിട്ടുണ്ടായിരിക്കാം. എഴുത്ത് പ്രചാരത്തിലില്ലാത്ത കാലത്തും ആളുകൾ കവിത ഉച്ചത്തിൽ ചൊല്ലിത്തന്നെ സദാ ആസ്വദിച്ചിരുന്നു എന്നൂഹിക്കുന്നത് സ്വല്പം കടന്നകൈ ആയിരിക്കും. അന്നും മനസ്സിൽ കവിത ഉരുവിടുന്നതിന് ആളുകൾക്ക് ഒരു പ്രതിബന്ധവും ഉണ്ടായിരുന്നില്ല. ശാസ്ത്രീയമായി തിട്ടപ്പെടുത്തി കണക്കു പറയാൻ കഴിയാത്ത സന്ദർഭങ്ങളാണ് ഇവ. ഇവയെ മുൻനിർത്തി വിശ്വാസമാത്രനിഷ്ഠങ്ങളും സന്ദേഹഗ്രസ്തങ്ങളുമായ ഊഹങ്ങൾ പരത്തിവിടുവാൻ എളുപ്പമാണ്, രസവുമായിരിക്കും. പക്ഷേ, ആ ഊഹങ്ങളെ ഉറച്ച സത്യങ്ങൾ എന്ന നിലയിൽ പ്രചരിപ്പിക്കുന്നത് ആപൽക്കരമാണ്. പണ്ടും ഇന്നും സാഹിത്യം മൗനമായി ആസ്വദിച്ചവരുടെ ശരിയായ കണക്കെടുക്കുക അസാധ്യമായിരിക്കുന്ന കാലത്തോളം ഇന്ന് സാഹിത്യാസ്വാദനം തരംകെട്ടുപോയെന്നും മറ്റും വിലപിച്ച് അമ്പരപ്പ് വളർത്തുന്നത് നീതിയല്ല.

ഈ നീതികേടു സാരമില്ലല്ലോ, ശബ്ദമാണു വാങ്മർമ്മമെന്ന വാദത്തിലെ നീതികേടിന്റെ മുമ്പിൽ! ശബ്ദമാണ് വാങ്മർമ്മമെങ്കിൽ അർത്ഥമില്ലാത്ത വെറും പാഴൊച്ചകൾകൊണ്ടു നിർമ്മിക്കപ്പെട്ട ഏതെങ്കിലും സാഹിത്യകൃതി കാളിദാസശാകുന്തളംപോലെ ഉത്തമകോടിയിൽവെച്ചു പൂജിക്കപ്പെടേണ്ടിയിരിക്കുന്നു; ഭാഗ്യവശാൽ, അങ്ങനെ ഇതുവരെ ഉണ്ടായിട്ടില്ല. വെറും ശബ്ദത്തിന്റെ സംഗമോപഗമങ്ങളുടെ കലയെ നാം സാഹിത്യമെന്നല്ല, സംഗീതം എന്നാണു വിളിക്കാറ്. സാഹിത്യത്തെയും സംഗീതത്തെയും കൂട്ടിക്കുഴയ്ക്കുന്നതു പ്രമാദംമാത്രം. പോൾ വെർലിയൻ എന്ന ഫ്രഞ്ചുകവി അപ്രകാരം സാഹിത്യത്തിന്മേൽ സംഗീതത്തെക്കൊണ്ട് 'കുതിര കയറ്റിയ' ഒരു സാഹിത്യകാരനായിരുന്നു. 'സംഗീതം, എല്ലാറ്റിനും മുമ്പെ സംഗീതം' എന്ന് അദ്ദേഹം ആർപ്പുവിളി കൂട്ടി. പക്ഷേ,

അതുകൊണ്ടു സാഹിത്യത്തിനോ സംഗീതത്തിനോ ഒരു മേന്മയും ഉണ്ടായില്ല. അർത്ഥനിരപേക്ഷമായ രചനാമാധുരികൊണ്ടു പ്രയോജനം ഒന്നുമില്ലെന്നതിനു മലയാളകവികളിൽ പലരുടെയും മധുമയഭണിതികൾ കേരളീയർക്കു പാഠമായുണ്ട്. അവരുടെ വഴിവെടിഞ്ഞ നമ്മുടെ വിവേകശാലിത്വം വെർലിയനിന്റെ പിന്നാലെ പോകുമെന്നു വിചാരിക്കാൻ ഒട്ടും ന്യായമില്ല.

മനുഷ്യകണ്ഠത്തിലും ശ്രവണേന്ദ്രിയത്തിലുമാണ് സാഹിത്യമൂല്യത്തിന്റെ നാഡീസ്പന്ദനം സംഭവിക്കുന്നതെന്ന വാദം രാമായണാദികൃതികളുടെ മുമ്പിൽ തകർന്നുപോകാനേ ഉള്ളൂ. ഏതു കർക്കശസ്വരനും ചെകിടനും അവ നൂറുശതമാനവും ആസ്വദിക്കാം. ചൊല്ലിക്കേൾക്കുന്നത്, നന്നായി ചൊല്ലിക്കേൾക്കുന്നത് നന്ന് എന്നുമാത്രം. ബാധിര്യത്തിനു കവിതാസ്വാദനം മാത്രമല്ല, കവിതയുമുണ്ട്. ഇല്ലെങ്കിൽ കേരളത്തിലെ അമരകവികളിൽ ഒരാളായ വള്ളത്തോൾ നമുക്കു നഷ്ടപ്പെട്ടുപോകുമായിരുന്നു. കാവ്യത്തിന്റെ മധുരക്വണിതങ്ങളാണു ഹൃദയത്തെ ആർദ്രമാക്കുന്നതെങ്കിൽ,

‘തം വീക്ഷ്യ വേപഥുമതീ സരസാംഗയഷ്ടിർ-
നിക്ഷേപണായപദമുദ്ധൃതമുദ്വഹന്തീ
മാർഗാചലവ്യതികരാകുലിതേവ സിന്ധുഃ
ശൈലാധിരാജതനയാ ന യയൗ ന തസ്ഥൗ’

എന്ന ‘കുമാരസംഭവ’പദ്യത്തെക്കാൾ,

‘രതിസുഖസാരേ ഗതമഭിസാരേ
മദനമനോഹരവേശം
ന കുരു നിതംബിനി ഗമനവിളംബന-
മനുസര തം ഹൃദയേശം’
എന്ന ‘ഗീതഗോവിന്ദ’ ഗാനവും,
‘മഴുവും മാനും പുരിമുടിജടയതി-
ലൊഴുകും സുരനദി തന്നുടെ നിരയതിൽ
മുഴുകും ചന്ദ്രക്കലയും തുമ്പയും-
മളികൾനടെ തിരുമിഴിയുടെ വടിവും
തിരുനാസികയും തൃക്കണ്ണിണയും
തിരുമുഖവും മൃദുമന്ദസ്മിതവും’

എന്നുതുടങ്ങി ‘ധന്യവാദ’കർത്താവിനാൽ നിതരാം സംസ്തുമായ ആ തുള്ളൽവരികളെക്കാൾ,

‘എങ്ങുനി, ന്നെങ്ങുനി, ന്നെങ്ങുനിന്നീ
മഞ്ജീരശിഞ്ജിതമുത്ഭവിപ്പൂ?
മംഗലമാധുരി വാർന്നിടുമി-
സ്സംഗീതസങ്കേതമേതു രംഗം?’

എന്ന 'ബാഷ്പാഞ്ജലി' കർത്താവിന്റെ ഈണമേറുന്ന ഈരടികളും ഉത്കൃഷ്ടങ്ങളായ ശില്പങ്ങളാണെന്നു സമ്മതിക്കേണ്ടിവരും. പല ആപത്തുമുണ്ട്, ഇങ്ങനെ. ഇവയെപ്പറ്റിയൊക്കെ ഒട്ടും ഓർക്കാതെ പുത്തൻ വാദങ്ങൾ ഇറക്കുന്നതു കഷ്ടംതന്നെ!

ഈ ആപത്തിലൊന്നിലും കുടുങ്ങാതിരിക്കാൻ ഒരു വഴിയേയുള്ളൂ. സാഹിത്യം കണ്ണിന്റെയോ ചെവിയുടെയോ കലയല്ലെന്നു ധരിക്കുകയാണ് ആ വഴി. പ്രാചീനഭാരതീയർതൊട്ടു നവീനപാശ്ചാത്യർവരെ വിശ്വസിച്ചു പോരുന്നതിൻവണ്ണം സാഹിത്യം ആലോചനാത്മകമായ ഒരു കലയാണ്. അത് അർത്ഥത്തിൽനിന്നുണ്ടായി അർത്ഥത്തിൽ വളർന്ന് അർത്ഥത്തിൽ വിലയിക്കുന്നു. അർത്ഥം എന്നുവെച്ചാൽ, ഭാവസ്ഫുരിതമായ അർത്ഥമാണെന്നും ധൈഷണികമായ ആശയമല്ലെന്നും ധരിച്ചാൽ ഉത്തമമായി.

പിഴച്ച കാലത്തിന്റെ കവിതയോ അല്ല...?

ഐൻസ്റ്റീന്റെ ആപേക്ഷികതസിദ്ധാന്തത്തെപ്പറ്റി പറയാറുള്ളതുപോലെ, ആധുനികകവിത എന്താണെന്നു ശരിക്കു പിടിയുള്ളവരെ വിരലിലെണ്ണാമെന്നു പറയാം. കവിതയെന്താണെന്നു പിടിയുള്ളവരുടെ എണ്ണംതന്നെ ചുരുങ്ങിച്ചുരുങ്ങി വരുന്ന ഒരു പിഴച്ചകാലത്തിൽ ഇതും ഇതിലപ്പുറവും നടക്കും. ഈ പിഴച്ച കാലത്തിന്റെ കവിതയാണ് ആധുനിക കവിത എന്ന് ഏറ്റവും ചുരുക്കിപ്പറയട്ടെ.

'പിഴച്ച കാലത്തിന്റെ കവിത' എന്നാണു പറഞ്ഞത്; 'കാലത്തിന്റെ പിഴച്ച കവിത' എന്നല്ല. കാലമാണ് കവിതയല്ല, പിഴച്ചത് എന്നു സാരം. ആധുനിക കവിതയെന്താണെന്നു വ്യക്തമായി മനസ്സിലാകാത്തവർ ഇന്നത്തെ കവിതയ്ക്കാണു പിഴവ് എന്നു ധരിച്ചുപോയിട്ടുണ്ട്. അവരുടെ ധാരണയ്ക്കു ബലം കൂടുമാറ് പിഴച്ച കവിത എഴുതിക്കൂട്ടുന്നവരുടെ എണ്ണം ഒട്ടും കുറവല്ലതാനും. ആധുനികകവി കവിതയെ വഴിപിഴപ്പിക്കുന്നുണ്ടെങ്കിൽ അതിനെ ധർഷിക്കുവാനും അയാളുടെ പിഴയ്ക്കാത്ത കവിതയെ ആദരിക്കുവാനും സജ്ജമായ ഒരു ആധുനികകവിതാബോധം സാഹിത്യമണ്ഡലത്തിൽ വ്യാപിക്കേണ്ടിയിരിക്കുന്നു. കാരണം, കവിയിലും ആസ്വാദകനിലും ഉപഗുപ്തമായിക്കിടക്കുന്ന കവിതാവബോധത്തിന്റെ പ്രതിച്ഛായ മാത്രമാണു കവിത. കവിതയ്ക്കു വഴി തെളിയിച്ചുകൊടുക്കേണ്ടത് അതാണ്.

ആ അവബോധത്തെ വ്യക്തവും യുക്തിഭരിതവുമായൊരു രൂപത്തിൽ ആവിഷ്കരിക്കുക എളുപ്പമല്ല. കാരണം, ആധുനിക കവിത ഒരു സാഹിത്യ പ്രസ്ഥാനമല്ല. റൊമാന്റിസിസം, സിംബലിസം മുതലായ സാഹിത്യപ്രസ്ഥാനങ്ങളെപ്പോലെയല്ല അത്. കാരണം, അവയൊന്നും

സൂക്ഷ്മത്തിൽ കാലവിധേയങ്ങളല്ല. അവയ്ക്ക് എക്കാലത്തും അവതാര യോഗ്യതയുണ്ട്. എന്നാൽ, ആധുനികകവിത തികച്ചും കാലനിയമിതമാണ്. ആധുനികത്വം എന്നുള്ളതു നഗ്നമായൊരു കാലസങ്കല്പമാണല്ലോ. അതു നിത്യചഞ്ചലമായൊരു സത്തയാണ്. അതിനാൽ ഇന്നത്തെ ആധുനികത്വ മാവില്ല നാളത്തെ ആധുനികത്വം; ഇന്നലത്തെ ആധുനികത്വം ഇന്നത്തേ തിൽനിന്നും നാളത്തേതിൽനിന്നും വ്യത്യസ്തമായിരിക്കും. റൊമാന്റി സിസം തുടങ്ങിയ പ്രസ്ഥാനങ്ങൾ ഏതുകാലത്ത് ഉദ്ഭിന്നങ്ങളായാലും അവയിൽപ്പെടുന്ന സാഹിത്യകൃതികൾക്ക് ഒരു വർഗ്ഗസാധർമ്മ്യം കാണാം. ഈ നിലയിലൂടെ ചിന്തിച്ചാൽ 'ആധുനികം' എന്ന വിശേഷണം അത്ര ഉപപന്നമല്ല എന്നു സമ്മതിക്കേണ്ടിവരും.

എന്നാൽ, ആധുനികകവിത അനന്യാദൃശമാണ്. അത് ഒരു സാമാന്യ വർഗ്ഗത്തിലെ അംഗവ്യക്തിയല്ല. അതിനു വർഗ്ഗമില്ല എന്നതാണു സത്യം. ഇന്നത്തെ ആധുനികകവിതകൾ അടുത്ത യുഗത്തിലെ ആധുനിക കവിതകളോടു രീതിമാർഗ്ഗാദികളിലൊന്നിലും അടുപ്പമുള്ളവയാവണമെ ന്നില്ല. ആധുനികം എന്ന വിശേഷണത്തിൽ മാത്രമേ അവയ്ക്കു സംബ ന്ധമുള്ളൂ. പക്ഷേ, ആ വിശേഷണസംബന്ധം അവയെ തമ്മിൽ അടുപ്പി ക്കുവാനല്ല, അകറ്റുവാനാണ് ഉപകരിക്കുന്നത്. വർത്തമാനകാലത്തിന്റെ ഏറ്റവും സവിശേഷമായ ചിത്തപ്രവണതകളെ ഉൾക്കൊള്ളുന്ന കവിത യാണ് ആധുനികകവിതയെന്നു നിർവചിക്കാമെങ്കിൽ, ഓരോ കാലഘട്ട ത്തിന്റെയും ആത്മമുദ്രയണിയുന്ന ഓരോതരം കവിത ഉണ്ടായിരിക്കണ മെന്നു വ്യക്തമാണല്ലോ. ഇതിനുള്ള ഏറ്റവും രസികൻ തെളിവ്, ആധു നികകവിത എന്നു ശരിക്കു വിളിക്കപ്പെടുന്ന കവിത, യൂറോപ്പിലും അമേരി ക്കയിലും എങ്കിലും ഇന്നത്തെ കവിതയല്ല, ഇന്നലത്തെ കവിതയാണ് എന്ന താണ്.

ആധുനികകവിത സാഹിത്യപ്രസ്ഥാനമല്ലെന്നു നാം കണ്ടുകഴിഞ്ഞു. എന്നാൽ, മറ്റെന്താണ് അത്? പ്രത്യേകമായ ഒരു വർത്തമാനദശയുടെ വ്യക്തിത്വത്തെ അന്യകാലഘട്ടങ്ങളുടെ വ്യക്തിത്വങ്ങളിൽനിന്നു വ്യാവർത്തനം ചെയ്യുന്ന, പ്രാതിസ്വികകാലധർമ്മങ്ങളെ സംവഹിക്കുന്ന, കവിത ഒരവസ്ഥയാണ്, പ്രസ്ഥാനമല്ല. ഉദാഹരണത്തിന്, യൗവനം ഒരവ സ്ഥയാണ്. ആര്യനും ദ്രാവിഡനും എല്ലാം യുവാവാകുന്നതിനു തടസ്സമില്ല. അതുപോലെ പഴയ സാഹിത്യപ്രസ്ഥാനങ്ങളുടെയെല്ലാറ്റിന്റെയും പ്രാണ വായുക്കൾ ആധുനിക കവിതയുടെ സ്വേദബിന്ദുക്കൾക്കുമേൽ വീശുന്നു. ആധുനികകവിത സാഹിത്യപ്രസ്ഥാനങ്ങളുടെ ഒരു കൂട്ടുകൃഷിയോ തുടർച്ചയോ ആണ്. ഈ സങ്കരത്വം കാരണം ഇതു പഴയ പ്രസ്ഥാന ങ്ങളുടെ നിഷേധമാണെന്നുവരെ പറഞ്ഞുവെച്ചവരും ഉണ്ട്. ആധുനിക കവിതയുടെ നല്ല വിശദീകർത്താക്കളായ എഡ്മണ്ട് വിൽസനും കോഹനും അതു സിംബലിസ്റ്റ് പ്രസ്ഥാനത്തിന്റെ തുടർച്ചയാണെന്നു വാദി ക്കുന്നവരത്രെ. എലിയട്ടിന്റെ കൃതികളിൽ ക്ലാസ്സിസത്തിന്റെ ചൈതന്യം

സുലഭമാണ്; റോബർട്ട് ഫ്രോസ്റ്റിന്റേതിൽ റൊമാന്റിസിസത്തിന്റേതും. ഇതെല്ലാം കണ്ടു വ്യാമുഗ്ദ്ധനായ സി.എം. ബൗറയ്ക്കു തോന്നിയത്, ആധുനികകവിത പഴയ ജീർണകവനപാരമ്പര്യത്തിന്റെ നിഷേധമെന്നാണ്. സത്യമില്ലാതില്ല, ഈ കേട്ട അഭിപ്രായങ്ങളിലെല്ലാം. പക്ഷേ, ആധുനിക കവിത പ്രസ്ഥാനമല്ലെന്നും ഒരവസ്ഥ മാത്രമാണെന്നും മനസ്സിലാക്കിയാൽ ആധുനികകവിതയുടെ ഗോത്രശുദ്ധിയെച്ചൊല്ലി തർക്കിക്കേണ്ടി വരില്ല.

ആധുനികകവിത എന്നു പറയുമ്പോൾ 'ഇന്നത്തെ ആധുനികകവിത' എന്നു വിശേഷിപ്പിക്കപ്പെട്ടേ ഈ ഉപന്യാസത്തിൽ ധരിക്കാൻ പാടുള്ളൂ. കേവലമായ ഒരാധുനിക കവിതയില്ലാത്ത നിലയ്ക്ക് ഇന്നത്തെ ആധുനിക കവിത എന്ന പ്രയോഗത്തിലെ പ്രത്യക്ഷമായ ഇരട്ടിപ്പ് അനാവശ്യമല്ലെന്നു മാത്രമല്ല, അത്യാവശ്യംകൂടിയാണ്. ആധുനികകവിത വ്യാപിച്ചുകിടക്കുന്ന ഇതിന്റെ പരിധി വളരെ ചെറുതല്ല. മുക്കാൽ നൂറ്റാണ്ടോളം ഉണ്ടാവും അത്. ബോദലയറിന്റെ 'തിന്മയുടെ പൂക്കൾ' എന്ന കവിതാസമാഹാരത്തിലാണ് വ്യക്തമായ ആധുനികത്വധ്വനി ആദ്യമായി പ്രതിഫലിച്ചതെന്ന കോഹന്റെ അഭിപ്രായം ശരിയെങ്കിൽ, ആധുനികകവിതയുടെ പ്രാദുർഭാവം കുറച്ചു പഴയതുതന്നെയാണെന്നു ഗ്രഹിക്കാം. 'മോഡേണിസം' എന്ന പദം ആദ്യമായി ഉപയോഗിക്കപ്പെടുന്നത് 1858-ൽ ആണെന്നു കണ്ടുപിടിക്കപ്പെട്ടിട്ടുണ്ട്. 1908 വരെ ഏറെക്കുറെ ഫ്രാൻസിൽ ഒതുങ്ങിനിന്ന ആ കവനപ്രവണത ഇരുപതാം നൂറ്റാണ്ടിന്റെ ദ്വിതീയദശകത്തോടെ എല്ലാ പാശ്ചാത്യ ദേശങ്ങളിലും പ്രചരിച്ചുതുടങ്ങി. എന്നാൽ, 1870 മുതൽക്കാണ് കവിതയുടെ ആധുനിക വ്യതിയാനം ഉണ്ടായിത്തുടങ്ങിയത് എന്നാണ് വിത്സന്റെ അഭിമതം. തുടക്കത്തെപ്പറ്റി പക്ഷാന്തരങ്ങൾ ഉണ്ടെങ്കിലും ഈ കാവ്യവീചി അസ്തമിച്ച കാലത്തെപ്പറ്റി അതിലില്ല. 1930-ഓടുകൂടി ആധുനികകവിതയുടെ വേലിയേറ്റം തീർന്നുവെന്ന പക്ഷക്കാരാണ് മിക്കവാറും എല്ലാ വിമർശകരും. അപ്പോൾ സാമാന്യമായി, 1910 മുതൽ 1930 വരെയുള്ള രണ്ടു ദശാബ്ദമാണ് ആധുനികകവിതായുഗം എന്നു വിളിക്കാവുന്ന കാലമെന്നും അതിനുമുമ്പിൽ ഒരരനൂറ്റാണ്ടോളം അത് ഏകദേശമായി നിലനിന്നിരുന്നുവെന്നും പ്രസ്താവിക്കാം എന്നു തോന്നുന്നു. പക്ഷേ, ഈ കാലഘട്ടത്തിനുശേഷം ഉണ്ടാവുന്ന കവിതയെയും ആധുനികം എന്നുതന്നെ വിശേഷിപ്പിച്ചുകാണുന്നു. ഇന്നിപ്പോൾ ആധുനികം എന്ന വാക്കിനുതന്നെ അർത്ഥമില്ലാതായിരിക്കുന്നു.

ഈ കാലത്തിൽ വിശേഷിച്ച് ആധുനികകവിതയുടെ മൂർച്ഛാകാലമായ ആ രണ്ടു ദശാബ്ദങ്ങളിൽ കവിതയിൽ ഒരു പുതിയ ദർശനം ഉളവാകത്തക്കവിധം എന്തുണ്ടായി ലോകത്തിൽ? വല്ലതും ഉണ്ടായിട്ടുണ്ടെങ്കിൽത്തന്നെ, അതു വർത്തമാനകാലഘട്ടങ്ങളിലെല്ലാം ഉണ്ടാകാറുള്ളതരം മാറ്റങ്ങളല്ലാതെ അതിൽക്കൂടുതൽ എന്തെങ്കിലും ആണോ? എല്ലാവരും ഒരിക്കൽ കുഞ്ഞായിരിക്കും എന്നു പറഞ്ഞതുപോലെ, എല്ലാ കാലവും ഒരിക്കൽ ആധുനികം ആയിരിക്കുമല്ലോ. എന്നിട്ടും അന്നൊന്നും

ഇങ്ങനെയൊരു അപൂർവ്വ കവിതാപ്രതിഭാസം ഉണ്ടായിരുന്നതായി സാഹിത്യചരിത്രം ഒരിടത്തും പറഞ്ഞിട്ടില്ല. അപ്പോൾ, ഇന്നത്തെ ഈ പുതിയ ആധുനിക കവിതാപ്രതിഭാസം വെറുമൊരു പേരാണോ, അല്ല അതിൽ നാമാതിവർത്തിയായ വല്ല സാരവും അടങ്ങിയിട്ടുണ്ടോ?

ഇല്ലെന്നു തോന്നുന്നവരുടെ സംശയങ്ങളാകയാൽ, ഉണ്ടെന്ന് അവർക്കു തോന്നത്തക്കവണ്ണം ഇവിടെ സമാധാനം പറയേണ്ടിയിരിക്കുന്നു - എല്ലാ വർത്തമാനകാലവും പൂർവ്വകാലത്തിൽനിന്ന് വ്യത്യസ്തമാണെങ്കിലും മനുഷ്യനെയും ലോകത്തെയുംകുറിച്ചുള്ള ധാരണകളും സങ്കല്പങ്ങളും വിശ്വാസങ്ങളും അടിമുടി ഭേദപ്പെടുത്തേണ്ട ഒരവസ്ഥ പത്തൊമ്പതാം നൂറ്റാണ്ടിന്റെ പൂർവ്വാർദ്ധംവരെ സാഹിത്യകാരനെ നേരിട്ടിരുന്നില്ല. ഈ അവസ്ഥയെ ഉത്പാദിപ്പിക്കാൻ പ്രധാനമായി രണ്ടു കാരണമുണ്ടായിരുന്നു-വൈജ്ഞാനികവും ചരിത്രപരവും. വൈജ്ഞാനിക പശ്ചാത്തലത്തെപ്പറ്റി ഒന്നാമതു പറയാം; ജീവശാസ്ത്രം, നരവംശശാസ്ത്രം, മനഃശാസ്ത്രം എന്നിവയിൽ ആവിർഭവിച്ച ഉപപ്ലവകരങ്ങളായ ഉപജ്ഞാനങ്ങൾ പഴയ മനുഷ്യനെ ആകെ മാറ്റി ഒരിളക്കിപ്രതിഷ്ഠ നടത്തുകയുണ്ടായി. ഭൂമിയിലെ ദേവതയായി, പാറപോലെ ഇളകാത്ത മനസ്സോടുകൂടിയ മനുഷ്യൻ ഉള്ളുപിളർന്നൊരു മൃഗമായിക്കലാശിച്ചു. നിയതസ്വഭാവനായ ഒരു മനുഷ്യൻ വെറുമൊരു മിഥ്യയാണെന്നു വന്നുകൂടി. അവന്റെ നന്മ പ്രാകൃതത്വവും സങ്കീർണ്ണതയുമാണെന്നു തെളിയിക്കപ്പെട്ടു. ഈ വിജ്ഞാന സ്ഫോടനത്തിന്റെ ദാഹകമായ പ്രഭയിൽ സാഹിത്യകാരൻ തന്റെ വീക്ഷണത്തെയും ലോകത്തെയും അഴിച്ചുകൂട്ടിത്തുടങ്ങി. പഴയതരം സ്ഥിരമാനസരായ കഥാപാത്രങ്ങളെ മേലിൽ സൃഷ്ടിക്കാൻ വയ്യെന്ന് എഴുത്തുകാരനു ബോധ്യമായി. ധീരനായ രാമൻ എന്ന മാതൃകാരാജാവല്ല, ദശമുഖനായ രാവണൻ എന്ന രാക്ഷസരാജാവാണ് മനുഷ്യന്റെ തഥ്യം എന്ന് അവൻ കണ്ടു. ആ വിശ്വാസപ്രഭഞ്ജനത്തിന്റെ വേളയിൽ ഡോസ്റ്റോവ്സ്കി വിളിച്ചുപറഞ്ഞു: "ഞാൻ രണ്ടായി പകുക്കപ്പെട്ടവനാണെന്നു തോന്നുന്നു." ലോറൻസ് വിളംബരം ചെയ്തു: "സ്വാഭാവസ്ഥിരത്വമുള്ള പഴയ കഥാപാത്രത്തെ നിങ്ങൾ എന്റെ പുസ്തകത്തിൽ നോക്കരുത്."

ചിന്താലോകത്തിൽ വമ്പിച്ച അധരോത്തരവ്യതിക്രമങ്ങൾ വരുത്തിവെച്ചുകൊണ്ട് ഉദ്ഘാടനം ചെയ്യപ്പെട്ട ഈ നവവിജ്ഞാനയുഗത്തിന്റെ അണുപ്രസരം വഹിച്ച മനുഷ്യചരിത്രവും സാഹിത്യകാരനെ മുഗ്ദ്ധനാക്കിത്തീർത്തു. പഴയ മോഹനമായ മനുഷ്യസങ്കല്പം തകർന്നതോടൊപ്പം സാഹിത്യകാരന് അനുഭവപ്പെട്ടു, അന്നുവരെയുള്ള മനുഷ്യസംസ്കാരവും പരാജയപ്പെട്ടുവെന്ന്. ഒന്നാംലോക മഹായുദ്ധത്തോടുകൂടി ആ പരാജയബോധം അത്യന്തം മൂർച്ഛിച്ചു. മനുഷ്യൻ ആത്മോന്നതിക്കായി സൃഷ്ടിച്ച സംസ്കാരം ആത്മനാശത്തിന്റെ ആയുധമായി മാറിയപ്പോൾ എഴുത്തുകാരന്റെ ഉള്ളു പിളർന്നു. സ്വന്തം യന്ത്രസൃഷ്ടികളിൽനിന്ന് അകന്നകന്നു

പോയി ഒടുക്കം വെറും നിഴലായി അസ്തമിക്കുന്ന മനുഷ്യന്റെ പരിഷ്കാരം വെറും മിഥ്യയാണെന്ന് അവനു തോന്നി.

അങ്ങനെ ഡാർവിൻ, ഫ്രോയിഡ്, ലോകമഹായുദ്ധം, മഹാത്മാഗാന്ധി - അതേ, ഗാന്ധിജിപോലും ഈ ആധുനികത്വത്തിന്റെ ചിത്രത്തിൽ വരുന്നുണ്ടെന്നു പറയുന്നു. പെൻഗ്വിൻ ആംഗലസാഹിത്യചരിത്രത്തിന്റെ ആധുനികവിഭാഗത്തിൽ ജി.എച്ച്. ബാന്റോക്ക്-എന്നിങ്ങനെ അനേകം വിലക്ഷണങ്ങളായ പ്രേരകശക്തികൾ കൂടിച്ചേർന്നു പുതിയ എഴുത്തുകാരന്റെ അന്തർമണ്ഡലത്തിൽ പ്രകമ്പനങ്ങൾ ഉയർത്തിവിട്ടു. ആധുനികകവികളെപ്പറ്റി വിമർശനാത്മകമായ ഒരു പഠനം എഴുതിയ റോസന്താൾ ഈ അവസ്ഥയെ എഴുത്തുകാരന്റെ 'പേർസനാലിറ്റി ക്രൈസിസ്' എന്നു വിളിക്കുന്നു - വ്യക്തിത്വത്തിന്റെ ഒരു പ്രതിസന്ധിഘട്ടമായിരുന്നു അത്. താൻ ഊന്നിനിന്ന മരക്കൊമ്പു പൊട്ടിവീണ കിളിക്കുഞ്ഞിനെപ്പോലെ അവൻ അമ്പരന്നുപോയി. അമ്പരപ്പ് അല്പമൊന്ന് നീങ്ങിയപ്പോൾ അവന് ഈ വ്യവസ്ഥയോട് ആകമാനം കടുത്ത മടുപ്പും തോന്നി. ഈ അമ്പരപ്പും മടുപ്പും സാഹിത്യകാരനു മുമ്പ് അത്ര പ്രകടമായി തോന്നിയിരുന്ന ഭാവങ്ങളല്ല. കാളിദാസനിലും ഷെയ്ക്സ്പിയറിലും ഓമർഖയ്യാമിലും ഇവയോടടുപ്പമുള്ള പര്യുത്സ്യുകത്വാദിഭാവങ്ങളെപ്പറ്റി പരാമർശമുണ്ടെന്ന് ഒട്ടും മറന്നിട്ടില്ല. പക്ഷേ, അവ ഏറിയകൂറും വൈയക്തികമായ കാരണങ്ങളാൽ ജന്മംകൊണ്ടവയായിരുന്നു. പോരെങ്കിൽ അവ ദുർലഭങ്ങളുമായിരുന്നു. എന്നാൽ, പുതിയ ഘട്ടത്തിൽ പ്രപഞ്ചത്തെയും മനുഷ്യനെയും പറ്റിയുള്ള ശാസ്ത്രബോധത്തിന്റെ വെളിച്ചത്തിൽ, നിസ്സഹായനായി അന്ധാളിക്കുന്ന മനുഷ്യനെപ്പറ്റി മാത്രം ധാരാളമായി തുരുതുരെ സാഹിത്യകാരന്മാർ എഴുതുകയാണ്. വൈജ്ഞാനികവും ചരിത്രപരവുമായ ഈ പശ്ചാത്തലത്തിൽ സാഹിത്യകാരനിൽ ഉദയംകൊണ്ട, അപൂർവ്വമെന്നു വിശേഷിപ്പിക്കാവുന്ന ഈ വിചിത്രഭാവങ്ങളാണ് ആധുനികകവിതയുടെ മുഖ്യപ്രമേയം. അടിത്തട്ടിൽ ഇതു വിഷാദാത്മകവുമാണ്.

ഈ പ്രമേയം കണ്ടെത്തുന്നതിന് ചരിത്രപരവും വിജ്ഞാനപരവുമായ ഹേതുക്കൾ സാഹിത്യകാരനെ എത്രത്തോളം പ്രേരിപ്പിച്ചുവോ ഏതാണ്ട് അത്രതന്നെ സാഹിത്യത്തിലെ പഴയ ശൈലിപ്രയോഗങ്ങളോടുള്ള മടുപ്പും വെറുപ്പും അയാൾക്കു പ്രചോദനമായിട്ടുണ്ടെന്ന് ബൗറ മുതലായ വിമർശകന്മാർ വാദിക്കുന്നു. സത്യത്തിന്റെ വാലല്ലാതെ തല ഈ വാദത്തിലുണ്ടെന്നു സമ്മതിക്കാൻ വയ്യ. പുതിയ പ്രമേയം വന്നപ്പോൾ അതിനു നാവു നല്കാൻ പഴയ ശൈലി പര്യാപ്തമാകാതെ വന്നതുമൂലമാണ് പഴയ ശൈലിയോടുള്ള വിരോധവും പുതിയതിനുവേണ്ടിയുള്ള അന്വേഷണവും ആരംഭിച്ചത്. ശൈലിക്കുവേണ്ടിയുള്ള യുദ്ധത്തിൽ പ്രമേയത്തെ കിട്ടുകയല്ല. പ്രമേയത്തിനുവേണ്ടിയുള്ള അന്വേഷണത്തിൽ ശൈലിയെ കണ്ടെത്തുകയാണു സാഹിത്യത്തിലെ ക്രമം.

ഈ പ്രമേയത്തിന്റെ രൂപീകരണത്തിൽ പ്രപഞ്ചവിശാലമായ വിജ്ഞാന ചരിത്രമഹാശക്തികൾ പ്രവർത്തിച്ചിട്ടുണ്ടെന്നു നാം കണ്ടുകഴിഞ്ഞു. എങ്കിലും പാശ്ചാത്യദേശങ്ങളിൽ ഓരോന്നിലും ഓരോ പ്രത്യേകമായ ജീർണ്ണതയുടെ നേരെയുള്ള പ്രതിഷേധം എന്ന നിലയ്ക്കാണ് ആധുനിക കവിതയുടെ നാദം ലോകം കേട്ടുതുടങ്ങിയത്. ഫ്രാൻസിൽ ബൂർഷ്വാ മനഃസ്ഥിതിക്കെതിരെയും ഇംഗ്ലണ്ടിൽ വിക്ടോറിയനിസം എന്നു പറയപ്പെടുന്ന യാഥാസ്ഥിതികത്വത്തിനെതിരായും അമേരിക്കയിൽ അതിഭൗതികത്വത്തിനെതിരായും എഴുത്തുകാരൻ ഉയർത്തിയ സ്വരത്തിനിടയിൽനിന്നാണ് മണലിനിടയിൽനിന്നു സ്വർണ്ണകണികയെന്നപോലെ, പുതിയ കവിതയുടെ ഹൃദയരാഗം പൊന്തിവന്നത്. തന്റെ കാലഘട്ടത്തിന്റെ നാഡീസ്പന്ദനം സശ്രദ്ധം ശ്രവിക്കുന്ന സാഹിത്യകാരന്റെ സ്വരം അതായിത്തീരാൻ പ്രയാസമില്ല. ആ സ്വരമേ സാഹിത്യകാരനും പാടുള്ളൂ എന്ന് ആരും വാദിക്കുകയുമില്ല. ആധുനികകവിതകളുടെ മുന്തിയ മാതൃകകൾ പഠിക്കുന്ന ഒരു വിദ്യാർത്ഥിക്കു മുൻപറഞ്ഞ ആ അമ്പരപ്പിനും മടുപ്പിനും അപ്പുറത്തു വേറെയും പല ഉപസ്വരങ്ങളും കേൾക്കാൻ കഴിയും.

ഉദാഹരണത്തിന് സംശയാത്മകത, ധൈഷണികത്വം, കാല്പനിക തീവ്രത, വിപ്ലവപരത്വം എന്നീ സ്വഭാവങ്ങൾ വളരെ സങ്കീർണ്ണമാണ് ആധുനികത്വാവച്ഛേദകമായ പ്രമേയത്തിന്റെ ഗുണഭാവാദികൾ എന്നു കാണിക്കാനാണ് ഇത്രയും ഞാൻ പറഞ്ഞത്. ആധുനികമനോഭാവത്തിനു ദൃഷ്ടാന്തീകരിക്കാവുന്ന എഴുത്തുകാർ ആരൊക്കെയെന്ന് 'ദി മോഡേൺ മൂവ്മെന്റ്' എന്ന പുസ്തകത്തിൽ സിറിൽ കൊണോളി കൊടുത്ത ആ നീണ്ട പട്ടിക ശ്രദ്ധേയമാണ്. ആധുനികതയുടെ വിസ്തൃതിയിലേക്കുള്ള ഒരു ചൂണ്ടുവിരലാണ് അത്. ബോദലർ, ഓഡൻ, എലിയട്ട്, അപ്പോളിണിയർ, സ്പെൻസർ, ഡയ്ലാൻതോമസ് എന്നീ കവികളെയും ലോറൻസ് സാർത്രെ, ഹെമിങ്‌വെ എന്നീ നോവലെഴുത്തുകാരെയും മാത്രമല്ല, ജോസഫ് കോൺറാഡ്, ഇ.എം.ഫോസ്റ്റർ, സോമർസെറ്റ് മോം മുതലായവരെപ്പോലും ആ കൂട്ടത്തിൽ അദ്ദേഹം പെടുത്തിയിട്ടുണ്ട്. ആധുനികതയെ ഇത്ര ഉദാരമായി വ്യാഖ്യാനിച്ചാൽ, ആധുനികകാലത്ത് എഴുതുന്നവരെല്ലാം ആധുനികസാഹിത്യകാരന്മാരാണെന്നു വന്നുകൂടും. അങ്ങനെയായാൽ ഒരു തരക്കേടുമില്ല, ഒന്നൊഴിച്ച്-ആധുനികത്വം ഒരു സവിശേഷ മനോഭാവത്തിന്റെ സന്തതിയാണെന്ന വാദം ഇപ്പോൾ തകർന്നുപോയേക്കും! (നമ്മൾ എങ്ങനെ ചിന്തിക്കുമ്പോഴും വേതാളത്തെപ്പോലെ ഈ പേരിന്റെ അനൗചിത്യം നമ്മുടെ ചുമലിൻമേൽനിന്നു വിട്ടുമാറുന്നില്ല.)

അത്ര ഉദാരമായി പോകാതെ, സീമാബദ്ധമായ ഒരു മനോഭാവത്തിന്റെയും ധൈഷണികാവസ്ഥയുടെയും ഫലമാണ് ആധുനികത്വം എന്ന സാങ്കേതിക വ്യാഖ്യാനമാണ് ഇവിടെ കൈക്കൊണ്ടിരിക്കുന്നത്. ആ നിലയ്ക്ക് എലിയട്ട്, യീറ്റ്സ് തുടങ്ങിയവരുടെ വീക്ഷണം മറ്റു പലരിലുമില്ലാത്തതാണെന്നു പറയാം. യീറ്റ്സിന്റെ 'ബൈസാന്റിയം' തുടങ്ങിയ

കൃതികളിൽ ആധുനിക മനുഷ്യനിൽ അവ്യാകൃതമോ അജാഗരിതമോ ആയി കിടക്കുന്ന മോഹഭംഗവൈവശ്യാദികൾ ഒരു സങ്കല്പലോകത്തിൽ പരിഹൃതങ്ങളായിത്തീരുന്നതു കാണാം. എലിയട്ടിന്റെ സ്വീനി, പ്രൂഫോക്ക്, അപ്പോള്ളിനാക്സ്, ഗറോൻടിൽ തുടങ്ങിയ ഛായാത്മകമായ കഥാപാത്രങ്ങൾ ആധുനികമായ വിശ്വനിരാശയുടെയും വൈക്ലബ്യത്തിന്റെയും ഉത്തമപ്രതിരൂപങ്ങളാണ്. 'ജനനവും മൈഥുനവും മരണവും-ഞാൻ മടുത്തിരിക്കുന്നു' എന്ന ആ സ്വീനി പ്രഖ്യാപനം നോക്കുക. റോസന്താൾ ചൂണ്ടിക്കാണിക്കുന്നതുപോലെ ഈ മനോഭാവം രുഗ്മണമാണെന്നു ചിലർക്കു തോന്നാമെങ്കിലും അതു ലോകത്തിന്റെ യഥാർത്ഥ ചിത്രം തരുന്നില്ലെന്നു നമുക്ക് എങ്ങനെ ഉറപ്പിച്ചു പറയാം? ഉറപ്പു പറയാൻ പ്രയാസമുണ്ട്. ഈ സംശയത്തിന്റെ ബലത്തിന്മേലാണ് ആധുനികകവിത നിലനിൽക്കുന്നത് എന്ന് എനിക്കു തോന്നുന്നു.

ഈ പ്രമേയചൈതന്യമാണ് ആധുനിക കവിതയുടെ അടിസ്ഥാനം. പക്ഷേ, ആധുനികകവികൾ എന്നറിയപ്പെടുന്ന മിക്കവരും ഉദ്ദിഷ്ടഭാവത്തെ നിഷ്കൃഷ്ടമായി സാക്ഷാത്കരിക്കാനാവാതെ ആവിഷ്കരണത്തിൽ തോറ്റ് ധൈഷണികവും ശൈലീപരവുമായ ഒരു അന്ധത തമസ്സിനെ സൃഷ്ടിച്ച് അതിനിടയിൽ ചാരിതാർത്ഥ്യമടയുകയാണ്. ഇത് 'പിഴച്ച കാലത്തിന്റെ കവിത' ആവില്ല. 'കാലത്തിന്റെ പിഴച്ച കവിത'യേ ആവുകയുള്ളൂ. ആധുനികകവിതയുടെ മേൽശാന്തിയായി അറിയപ്പെടുന്ന എലിയട്ടിന്റെ ആ മഹാകാവ്യത്തിന്റെ മേന്മ അതിന്റെ സംവിധാനശില്പമാണ്. എന്നാൽ കാവ്യാർത്ഥത്തിന്റെ ആവശ്യത്തിൽ കവിയുന്ന ശൈലീവക്രതയും പാണ്ഡിത്യവിളംബനവും അതിനെ അത്രകണ്ടു ചീത്തയാക്കുവാനേ സഹായിച്ചിട്ടുള്ളൂ. മറ്റെന്തിനും മാപ്പുകൊടുത്താലും അതിന്റെ ഒടുക്കം സംസ്കൃതപദങ്ങൾ ഇറക്കുമതി ചെയ്തതിന് എലിയട്ടിനു മാപ്പുകൊടുക്കാൻ സാധ്യമല്ലെന്ന്, ആധുനികകവിതയ്ക്കു നല്ലൊരു വിദ്യാർത്ഥിമിത്രമായെടുക്കാവുന്ന പിന്റോ ക്ഷോഭിച്ചെഴുതുകയുണ്ടായി. അദ്വൈതവേദാന്തത്തിന്റെ ജീവിതതത്ത്വശാസ്ത്രം മുഴുവൻ ആവഹിക്കുന്ന ശാന്തിത്രയമന്ത്രത്തെ അർത്ഥം ശരിക്കറിയാതെ തർജ്ജമചെയ്തതിന് ലീവിസും എലിയട്ടിനെ പ്രഹരിച്ചിട്ടുണ്ട്. പാണ്ഡിത്യഭാരംകൊണ്ടു സ്വകവിതയെ ക്ഷയിപ്പിച്ച എസ്രാ പൗണ്ടിന്റെ പ്രേതം എലിയട്ടിനെപ്പോലെ ഒരു മഹാകവിയെ ഇത്രമാത്രം ഉപദ്രവിച്ചിട്ടുണ്ടെങ്കിൽ വിഭവദരിദ്രരായ മറ്റു കവികൾക്ക് അത് എത്രമാത്രം മാരകമാവില്ല! എലിയട്ടിന്റെ നേർശിഷ്യനായ എംപ്സന്റെ മൂന്നരപേജുള്ള 'ബാക്കസ്' എന്ന കവിതയ്ക്ക് ആറുപേജാണ് നോട്ട് - പുരയെക്കാൾ വലിയ പടിപ്പുര! ഇതുപോലെതന്നെ കമ്മിങ്സ് തുടങ്ങി അമേരിക്കൻ കവികൾ പ്രയോഗിച്ചുനോക്കി വിശേഷഫലമില്ലെന്നു തെളിഞ്ഞ അക്ഷരപദാദിവിന്യാസവൈചിത്ര്യങ്ങളും ഒക്കെയാണ് ആധുനികകവിത എന്നു വിഭ്രമിച്ചിരിക്കുന്നവർ, അതിന്റെ ജീവൻ മേല്പറഞ്ഞ പ്രമേയത്തിന്റെ ഭാവഗഹനതയിൽ അടങ്ങിയിരിക്കുന്നുവെന്ന് മനസ്സിലാക്കി

വരാൻ കാലതാമസം പിടിക്കും. നമുക്കു ക്ഷമിക്കാം. കവിതയ്ക്കുവേണ്ടി കാത്തിരുന്നിട്ടു മനുഷ്യൻ ഒരിക്കലും മുഷിഞ്ഞെഴുന്നേറ്റു പോയിട്ടില്ലല്ലോ.

ആധുനികകാലത്തെ സമസ്തകവികളും ഈ പ്രമേയത്തിന്റെ ശാസനത്തിനു വഴങ്ങി കവിത എഴുതിക്കൊള്ളണം എന്നൊന്നുമില്ല. ആധുനിക കവിതയുടെ കൊടി പറക്കുമ്പോൾ നല്ല പഴഞ്ചൻ കാല്പനിക കവനങ്ങൾ എലിയട്ടിന്റെ നാട്ടിൽപോലും ഉണ്ടാകാതിരുന്നിട്ടില്ല. അതിനാൽ ഇവിടത്തെ കവികൾ അത്തരം കാവ്യങ്ങൾ രചിക്കുമ്പോൾ, വഞ്ചിതഗർഭിണികളെപ്പോലെ, നാണിക്കുകയോ ദുഃഖിക്കുകയോ വേണ്ടതില്ല. കവിതയിൽ പ്രമേയത്തിനുള്ള പ്രാധാന്യം കവിതയുടെ അന്തർവീക്ഷണത്തിന്റെ അവലംബം എന്നതു മാത്രമാണ്. അതു പ്രതിഭയ്ക്കു നിദാനമോ ശില്പശ്രീനു നിയാമകമോ അല്ല. ആധുനികപ്രമേയമാവട്ടെ കാലംതോറും മാറുന്നു; സംസ്കാര വ്യത്യാസം അനുസരിച്ചും അതു മാറും. 1930-നു ശേഷം, രണ്ടാം ലോകമഹായുദ്ധത്തിന്റെയും അണുവിപ്ലവത്തിന്റെയും ചരിത്രം അങ്ങനെ കൺമുമ്പിലൂടെ നീങ്ങിമറഞ്ഞുകൊണ്ടിരിക്കുന്ന ഈ യുഗത്തിൽ, എലിയട്ടിനെയും യീറ്റ്സിനെയും പൗണ്ടിനെയും സവിശേഷമായി ആകർഷിച്ച അന്നത്തെ ആധുനിക വീക്ഷണം മാറിപ്പോയിരിക്കുന്നു. ഇന്ന് സംസ്കാരനാശമല്ല, മനുഷ്യവംശനാശമാണ് മുഖ്യപ്രശ്നം. ആ പ്രശ്നത്തെ നേരിടാൻ പഴയ ശൈലീരീതികൾ പ്രഗല്ഭങ്ങളാകുമോ? ഇതൊക്കെയാവും പാശ്ചാത്യദേശത്തെ എഴുത്തുകാരനെ വിഷമിപ്പിക്കുന്ന പ്രഹേളികകൾ.

എന്നാൽ, നമ്മുടെ നാട്ടിൽ എലിയട്ടുപ്രഭൃതികൾ അന്നു സാക്ഷാൽക്കരിച്ച ആ ദർശനംപോലും അപ്പടി സ്വാംശീകരിക്കാവുന്ന സംസ്കാരപശ്ചാത്തലമോ ചരിത്രസ്ഥിതിയോ അല്ല ഉള്ളത്. ആധുനികത്വം അവസ്ഥയാണെന്നു പറഞ്ഞതിൽനിന്ന്, അത് ഒരു കാലത്തിൽനിന്നു മറ്റൊരു കാലത്തിലോ ഒരു ദേശത്തിൽനിന്ന് മറ്റൊരു ദേശത്തിലോ അതേപടി ഇറക്കുമതി ചെയ്യാൻ വയ്യാത്തൊരു ചരക്കാണെന്നു വ്യക്തമായിരിക്കും. അതിനാൽ മേലും കീഴും നോക്കാത്ത അനുകരണം ആധുനികകവിതയുടെ സ്വതന്ത്രനാമത്തിൽ നടത്തിയാലും കാവ്യമാരണംതന്നെ. ഏതു പുതിയ സാഹിത്യപ്രസ്ഥാനമോ പ്രവണതയോ വന്നാലും ഇവിടെ പണ്ടുമുതലേ അതിനോടുള്ള ആദരം കാണിക്കപ്പെട്ടിരുന്നത് സഹൃദയർ അത് പഠിച്ചു മനസ്സിലാക്കിക്കൊണ്ടായിരുന്നില്ല. കവികൾ അതപ്പടി പകർത്തിവെച്ചിട്ടായിരുന്നു. ആധുനികകവിത ഇവിടെ ജന്മമെടുത്തില്ലെങ്കിലും കൊള്ളാം. അത്തരം ദുർഭഗസൃഷ്ടികളായ കപടാനുകരണങ്ങൾ ഇവിടെ ഉണ്ടാകരുത് എന്നു നമുക്കു നിർബന്ധം വേണം. വിശ്വപശ്ചാത്തലത്തിൽ ഒരു ഭാരതീയ കവിക്കോ കേരളീയ കവിക്കോ വർത്തമാനകാലത്തിന്റെ അന്യാദൃശമായ അനുഭവസാരമെന്നു തോന്നുന്ന ഒരു വീക്ഷണവിശേഷത്തെ വികസ്വരമാക്കി അവതരിപ്പിക്കുന്ന തരം ആധുനികകവിതകളാണ് നമ്മുടെ അഭീഷ്ടം.

ഭാഗം ആറ്

ഇന്ത്യൻ കാഴ്ചകൾ

സത്യത്തിന്റെ ഉദയാസ്തമയങ്ങൾ

ഇന്ത്യയെപ്പറ്റി ആര് പറയാൻ തുടങ്ങിയാലും എന്ത് പറഞ്ഞാണ് തുടങ്ങുക എന്ന് ഇന്ന് നമുക്ക് ഏകദേശം ഊഹിക്കാമെന്ന നില ആയിട്ടുണ്ട്. പറയുന്ന ആൾ പണ്ഡിതനായാലും പാമരനായാലും പൗരസ്ത്യനായാലും പാശ്ചാത്യനായാലും യാഥാസ്ഥിതികനായാലും വിപ്ലവവാദിയായാലും ഞാനായാലും നിങ്ങളായാലും തുടക്കം ഏറെക്കുറെ ഒരുപോലെയിരിക്കും. ധാരാളം പുസ്തകങ്ങളും പ്രബന്ധങ്ങളും വായിച്ചും, എത്രയോ പ്രഭാഷണങ്ങൾ കേട്ടും ഉണ്ടായ അനുഭവമാണ് ഇപ്പറയുന്നത്. ഇന്ത്യയുടെ വൈവിധ്യത്തെയും അതിനിടയിലുള്ള ഐക്യത്തെയും കുറിച്ച് പറയാതെ, ഇന്ത്യയെപ്പറ്റി ആർക്കും ഒന്നും പറയാൻ ആവില്ലെന്ന് തോന്നുന്നു. ഏറ്റവും പുതിയ എൻസൈക്ലോപീഡിയാ ബ്രിട്ടാനിക്കയുടെ ഇന്ത്യാപഠനം തുടങ്ങുന്നത് ഈ മന്ത്രം ഉച്ചരിച്ചുകൊണ്ടാണ് – ഇന്ത്യയുടെ വൈവിധ്യത്തിലെ ഐക്യം. വിൽഡ്യൂറന്റിന്റെ ഇന്ത്യാപഠനവും തഥൈവ. നെഹ്റു ഇന്ത്യയിൽ കണ്ടെത്തിയത് അതാണ്. മഹാകാവ്യത്തിൽ നഗരാർണവശൈലാദി വർണ്ണനകൾ വേണം എന്നതുപോലെ ഇന്ത്യാപഠനത്തിന്റെ ഏകതാനമായ പല്ലവിയായി ഇത് തീർന്നിരിക്കുന്നു. രണ്ടായിരത്തഞ്ഞൂറു കൊല്ലത്തിനപ്പുറത്ത് ഭഗവാൻ ബുദ്ധൻ ആനന്ദനോട് വൈശാലിയിൽവെച്ച് ചുറ്റും കണ്ണോടിച്ച്, "ഭാരതം ചിത്രമായിരിക്കുന്നു. ഇവിടത്തെ മനുഷ്യരുടെ ജീവിതം മനോഹരംതന്നെ." എന്ന് അനുഗ്രഹബുദ്ധിയോടെ പറഞ്ഞ വാക്കുകൾ നമ്മെ കഷ്ടപ്പാടുകൾക്കിടയിലും ഒരു പുണ്യസ്മൃതിയായി പിന്തുടർന്നുപോരുന്നു.

ഇന്ന് ആ വാക്കുകൾ, നാം നിരന്തരം നടത്തുന്ന അവയുടെ ആവർത്തനങ്ങൾ, ഏതോ വിദൂരമായ ഒരു മാറ്റൊലിപോലെ ചെവിയിൽ എത്തിയിട്ടും ചിന്തയിൽ ഊന്നാത്തതുപോലെ തോന്നുന്നില്ലേ? വാക്കുകൾക്ക് യുഗംതോറും ജീവൻ കൊടുക്കേണ്ട കടമയുണ്ട് ഒരു ജനതയ്ക്ക്. ഇന്ത്യ

കാലഗതിയിൽ യഥാവിധി അതും ചെയ്യാത്തതുകൊണ്ട്, വാക്കിന്റെ ജീവൻ നഷ്ടപ്പെടുകയും നിരാധാരമായ വാക്കുകൾ ഉച്ചരിക്കുന്നവരും കേൾക്കുന്നവരും നാണംകെടുകയും ചെയ്യുന്ന സ്ഥിതിയിൽ നാം എത്തിക്കഴിഞ്ഞിട്ടുണ്ട്. ഇന്ത്യയുടെ പ്രാകൃതികവും ചരിത്രപരവും സംസ്കാരപരവും വിശ്വാസപരവും എല്ലാമായ അനന്തവൈവിധ്യം അനുഗ്രഹം എന്നതിനു പകരം ഇന്ന് ശാപമായിത്തീർന്നിരിക്കുന്നു. വൈവിധ്യം വൈരുദ്ധ്യമാകുന്നതാണ് ചുറ്റും നാം കാണുന്നത്. വൈവിധ്യം ഏകത്വമാകുന്നത് എങ്ങും കാണാനില്ല. ഇന്ത്യ വൈവിധ്യത്തിനടിയിൽ ഏകത്വത്തിന്റെ നാടാണ് എന്ന് ചുമ്മാ പറയുന്നവർ സൂക്ഷിക്കണം! ഇന്ത്യയുടെ ഇന്നത്തെ ദേശീയവ്യാകരണം ആ വാക്യം തെറ്റാണെന്ന് വിധിക്കുകതന്നെ ചെയ്യും.

വൈരുധ്യത്തിന്റെ വ്യാകരണം ഐക്യത്തിന്റെ വ്യാകരണത്തെ എല്ലാവശങ്ങളിലും മറികടന്നിരിക്കയാണ്. സഹവർത്തിത്വത്തിന്റെയും സഹിഷ്ണുതയുടെയും ഭാഷയുടെ സ്ഥാനം പരസ്പരമത്സരത്തിന്റെയും അവിശ്വാസത്തിന്റെയും ഭാഷ കൈയേറിക്കഴിഞ്ഞിരിക്കുന്നു. ഐക്യത്തിന്റെ ഉപാധികൾ എല്ലാം അനൈക്യത്തിന്റെ ഉപായങ്ങളായി മാറിപ്പോയി. ദേശീയ ജീവിതത്തിലെ ഓരോ ഘടകത്തിനും അതതിന്റെ പ്രകൃതിയിലും ഗുണത്തിലും വന്നുപെട്ട മാറ്റത്തിന്റെ കഠോരത ചിന്തിക്കുന്നവനെ ഞെട്ടിക്കും.

ഭാരതത്തിലെ മഹാപ്രഭാവങ്ങളായ പ്രകൃതിപ്രതിഭാസങ്ങളെ ഉദാഹരണമായി പരിശോധിക്കാം. ഇന്ത്യയുടെ മഹിമയെക്കുറിച്ചോർക്കുമ്പോൾ ഹിമാലയം നമ്മുടെ മനസ്സിന്റെ ഇറയത്ത് ഓടിയെത്തും. ഇന്ത്യാചരിത്രത്തിന്റെ കാവൽക്കാരൻ എന്ന് ഇഖ്ബാൽ വർണ്ണിച്ച ഹിമാലയപർവതത്തിന്റെ പ്രാന്തപ്രദേശങ്ങൾ എല്ലാം ഇന്ത്യയുടെ ഐക്യത്തിന്റെ ശ്മശാനങ്ങളായി മാറുകയാണോ എന്ന് ഭയപ്പെടേണ്ടിവന്നിരിക്കുന്നു. വടക്കുപടിഞ്ഞാറ് കാറക്കോറം മലനിരതൊട്ട് വടക്കുകിഴക്കറ്റത്ത് മിഷ്മിക്കുന്നുകൾ വരെ ഉയർന്നുകിടക്കുന്ന ഇന്ത്യയുടെ ശിരോഭാഗം മുഴുവൻ മുറിവേറ്റ് കഴിഞ്ഞുകൂടിയിരുന്ന ഋഷിതപോവനങ്ങൾ എവിടെയാണോ വിലസിയിരുന്നത്, ആ ഗംഗാനദീതടങ്ങളിൽ ഇന്ന് ഹിന്ദുക്കളും മുസ്ലിങ്ങളും വിശ്വാസത്തിന്റെ പേരുംപറഞ്ഞ് തീരാത്ത കലാപങ്ങൾ ആളിക്കത്തിക്കൊണ്ടിരിക്കുന്നു. ഇന്ത്യയുടെ രക്ഷയ്ക്കുവേണ്ടി ഉയർത്തപ്പെട്ട ചുരുട്ടിയ മുഷ്ടിയെന്ന് ചരിത്രകാരന്മാരാൽ വാഴ്ത്തപ്പെട്ട പഞ്ചാബ് ഹിന്ദുക്കളുടെയും സിക്കുകാരുടെയും മുസ്ലിങ്ങളുടെയും എല്ലാം ചോരയൊഴുക്കിക്കൊണ്ട് 'ഷഡാപ'മായിത്തീർന്നിരിക്കുന്നു!

പ്രകൃതിയുടെ ഈ നാശത്തിന്റെ ശൂന്യഭൂമിയിലാണ് മതവിരോധത്തിന്റെ കലഹങ്ങൾ കത്തിയെരിഞ്ഞുകൊണ്ട് നിൽക്കുന്നത് എന്നോർക്കണം. അർത്ഥമറിയാതെ വേദംചൊല്ലി ഭേദം വളർത്തുന്നവർ ഒരു വശത്ത്, മനുഷ്യസാഹോദര്യത്തെ മതഭ്രാന്തിൽ മുക്കിക്കൊല്ലുന്നവർ മറ്റൊരു

വശത്ത്. ഈ സ്പർധയെ കക്ഷിതാൽപര്യത്തിന്റെ തീച്ചൂളയിലിട്ട് ആളിക്കത്തിച്ച്, ആ തീയിൽനിന്ന് തന്റെ ഒരുനേരത്തെ ഭോജനം പാകം ചെയ്യാൻ ഓടിച്ചാടിക്കളിക്കുന്ന രാഷ്ട്രീയാഭ്യാസികൾ വേറൊരു വശത്ത്. ഇവരെല്ലാംകൂടെ വളർത്തിയെടുക്കുന്ന ധൂമപ്പരപ്പിൽപെട്ട് കണ്ണു തുറക്കാനാവാതെ പിടിച്ചുവലിക്കുന്നവന്റെ കൂടെപ്പോകാനും അവൻ കൈയിൽ പിടിപ്പിക്കുന്ന കഠാരി ചുഴറ്റി സ്വന്തം സഹോദരനെയും അയൽപക്കക്കാരനെയും വെട്ടിവീഴ്ത്താനും വേണ്ടി കലികയറിയ മനുഷ്യക്കൂട്ടങ്ങൾ തെരുവുകളിൽ അരാജകത്വം സൃഷ്ടിക്കുന്നു. എങ്ങനെ നോക്കിയാലും ഈ കാഴ്ചകൾ കാണാതെ ഒഴിഞ്ഞുമാറാൻ നമുക്കിന്ന് സാധ്യമല്ല.

ഒന്നിച്ച് ജീവിക്കാൻ കഴിയില്ലെന്ന് വന്നാൽ പിന്നെ സംഭവിക്കാതിരിക്കാൻ നിർവാഹമില്ലാത്തതെന്തോ അതാണിന്ന് ഇവിടെ സംഭവിച്ചുകൊണ്ടിരിക്കുന്നത്. ജീവിക്കണമെങ്കിൽ ഒന്നിച്ചുതന്നെ ജീവിക്കണം. ഭിന്നിച്ചുജീവിക്കാൻ ആവില്ല. ഭിന്നിപ്പിക്കുന്നവർ ജീവിതത്തെയല്ല, മരണത്തെയാണ് പ്രീതിപ്പെടുത്തുന്നത്. ഞാൻ മാത്രം ജീവിക്കേണ്ടവൻ എന്ന അന്ധത തത്ത്വശാസ്ത്രമാകുമ്പോൾ ഞാനൊഴികെ എല്ലാവരും മരിക്കേണ്ടവരായിത്തീരുന്നു. അപ്പോൾ ഞാനും നീയും അവനും എല്ലാം പരസ്പരം കൊല്ലുന്നവരും കൊല്ലപ്പെടുന്നവരും ആയിത്തീരുകയും ചെയ്യുന്നു. സ്വാതന്ത്ര്യം കിട്ടിയതിനുശേഷം കഴിഞ്ഞുപോയ ദശകങ്ങളിലൂടെ ഇവിടത്തെ രാഷ്ട്രീയകക്ഷികളും അവയോട് കൂട്ടുചേർന്ന് മതരാഷ്ട്രീയം കളിച്ച മതനേതാക്കളും എല്ലാം ചേർന്നുകൊണ്ടാണ് ഈ കൊലപാതകത്തിന്റെ തിരഞ്ഞെടുപ്പിൽ ഇന്ത്യയെ ഒട്ടാകെ തള്ളിവീഴ്ത്തിയിരിക്കുന്നത്. ഇന്ത്യാചരിത്രത്തിൽ മതത്തിന്റെ നാമത്തിൽ മതങ്ങൾ തമ്മിൽ പോരടിച്ചതായി ഏറെ ദൃഷ്ടാന്തങ്ങളില്ല. സാമ്രാജ്യമോഹംകൊണ്ട് ഭിന്നമതസ്ഥരായ രാജാക്കന്മാർ തമ്മിൽ പോരാട്ടം നടന്നിരിക്കാം. അത്തരമൊരു രാഷ്ട്രമോഹംമൂലം ഇന്ത്യ പാക്കിസ്ഥാനും ബാക്കിസ്ഥാനുമായി വിഭജിക്കപ്പെട്ടുകൊണ്ടായിരുന്നു നമുക്ക് സ്വാതന്ത്ര്യം ലഭിച്ചതുതന്നെ. ഇസ്ലാമിലുള്ള മതപരമായ വിശ്വാസത്തിന്റെ നേർത്തൊരു ഉറുമാൽ കീശയിൽനിന്ന് പുറത്തെടുത്ത് പൊതുയോഗങ്ങളിലും ഘോഷയാത്രകളിലും മുഖം തുടച്ചിരുന്ന ജിന്ന, അങ്ങേയറ്റത്തെ മതഭ്രാന്തൻപോലും മനസ്സിൽ കരുതാത്ത ഒരു മഹാപാപം ചെയ്തു. ഇന്ത്യാവിഭജനം എന്ന ഘോരപാതകം! മതം ഇവിടെ രാഷ്ട്രീയനേതാവ് ആത്മരക്ഷയ്ക്കുപയോഗിക്കുന്ന ബന്ദി (Hostage) ആണ്. അത് ആർക്കും ഇന്ന് ഒരു ലക്ഷ്യമല്ല, വെറും ഉപകരണം മാത്രം. വിഭക്തഭാരതത്തിൽ അവശേഷിച്ച മുസ്ലിങ്ങൾ ആണ് ആ വിഭജനത്തിലടങ്ങിയ അസംബന്ധത്തിന്റെ ഏറ്റവും നീണ്ട ചൂണ്ടുവിരലുകൾ എന്നെനിക്ക് തോന്നുന്നു. എല്ലാ പൗരാവകാശങ്ങളോടുംകൂടെ, ന്യൂനപക്ഷമർദനം എന്നൊന്ന് അറിയാതെ വളരുന്ന ഇന്ത്യൻ മുസ്ലിങ്ങളുടെ സന്താനങ്ങൾ തങ്ങളുടെ പൂർവികർ ഇന്ത്യയെ മുറിച്ചതെന്തിനാണെന്ന ചോദ്യം എന്നെങ്കിലും ഉയർത്താതിരിക്കില്ലെന്ന് എനിക്ക് വിശ്വാസമുണ്ട്.

പാക്കിസ്ഥാനിലെ ഹിന്ദുക്കളും വിഭജനത്തിന്റെ അർത്ഥശൂന്യതയുടെ കാഹളങ്ങളായി വർത്തിക്കുന്നു. ഇത് വേറൊരു വിധത്തിലാണ്. പാകിസ്ഥാനിലെ ഭൂരിപക്ഷം സമുദായത്തിനുള്ള അവകാശങ്ങളിൽ പലതും നിഷേധിക്കപ്പെട്ട ഈ ഹതഭാഗ്യമായ ഹിന്ദുസമൂഹം ഇന്ത്യയിലെ ഹിന്ദുക്കളുടെ ന്യൂനപക്ഷ മർദകത്വം എന്ന അങ്ങില്ലാപ്പൊങ്ങിന്റെ ഭീഷണിയുയർത്തിക്കൊണ്ട് സൃഷ്ടിക്കപ്പെട്ട പാകിസ്ഥാന്റെ ഉൽപത്തിയിലടങ്ങിയ യുക്തിരാഹിത്യത്തിന്റെ ശാശ്വതമായ തെളിവായി, പാകിസ്ഥാനെതിരെയുള്ള ചരിത്രത്തിന്റെ മായാത്ത ചോദ്യചിഹ്നമായി അവിടെ നിലനിൽക്കുന്നതായിരിക്കും.

ഒന്നിച്ചു ജീവിക്കുകയേ ഗതിയുള്ളൂ-ഇന്ത്യക്കാർക്കും പാകിസ്ഥാൻകാർക്കും മാത്രമല്ല, ലോകത്തിലെ ജനങ്ങൾക്കാകെത്തന്നെ-ഇന്ത്യ ലോകത്തിനു സംഭാവന ചെയ്ത ഒരു മഹാദർശനം ഇതത്രേ. ഒരേയൊരു സത്യത്തിൽനിന്ന് ആവിർഭവിച്ചതാണ് ചരാചരപ്രപഞ്ചം മുഴുവൻ എന്ന് വേദകാലത്ത് ഋഷികൾ ഉപദർശിച്ചു. നാലു വേദങ്ങളിൽ നിരന്തരമായും ഏകതാനമായും തരംഗിതമായി കേൾക്കുന്നത് ആ സത്യത്തിന്റെ ശംഖനാദമാണ്. രാജ്യത്തെ ഈ വചനം രക്ഷിക്കും എന്ന് അവർ പ്രവചിച്ചു - “വിശ്വാമിത്രസ്യരക്ഷതി ബ്രഹ്മേദം ഭാരതം ജനം.” എത്രയെത്ര സൂക്തങ്ങളിൽ ഈ ഭാരതജനരക്ഷകമായ സത്യം ഋഷികൾ വിളിച്ചുപറഞ്ഞില്ല! പുരുഷസൂക്തം, ഹിരണ്യഗർഭസൂക്തം, ദീർഘതമസൂക്തം, സുവർണസൂക്തം, ഹംസവതീമന്ത്രം, അദിതിമന്ത്രം, നാസദീയസൂക്തം എന്നിവ ഋഗ്വേദത്തിലും തദ്ദേശസൂക്തം യജുസ്സിലും സ്തംഭസൂക്തം, ഉച്ചിഷ്ടസൂക്തം മുതലായവ അഥർവത്തിലും സർവൈക്യസന്ദേശത്തെ മുഖരിപ്പിച്ചുകൊണ്ട് തിളങ്ങിനിൽക്കുന്നു. ഈ സത്യക്കാഴ്ചയെ, ഇന്ത്യയിലെയും ലോകത്തിലെയും എല്ലാ മനുഷ്യരുടെയും സാമ്യസുന്ദരമായ വചനൈക്യത്തിലും ഗണൈക്യത്തിലും മാനസൈക്യത്തിലും എത്തിച്ചേരാനുള്ള തികച്ചും പ്രായോഗികമായ ഒരു അഭിവാഞ്ഛ അന്നത്തെ ഋഷികൾക്ക് അതിരില്ലാതെ ഉണ്ടായിരുന്നു. അങ്ങനെയൊരു സർവസമുദായൈക്യ പ്രാർത്ഥനയോടുകൂടിയാണ് ഋഗ്വേദം സാഞ്ജലിയായി ഉപസംഹരിക്കപ്പെടുന്നത്. സംവാദസൂക്തം, സംജ്ഞാനസൂക്തം എന്നെല്ലാം ഈ അന്തിമപ്രാർത്ഥന അറിയപ്പെടുന്നു. പല രാജ്യങ്ങളിലുമുള്ള പണ്ഡിതന്മാർ മാത്രമല്ല, രാഷ്ട്രീയനേതാക്കൾപോലും ലോകത്തിന്റെ ഭാവിയെപ്പറ്റി ചിന്തിക്കുന്ന ചർച്ചകളിൽ ഇതിലെ മന്ത്രങ്ങൾ ഉദ്ധരിച്ചതായി വായിച്ചിട്ടുണ്ട്.

സമുദായത്തിന്റെ ആന്തരമായ ഐക്യത്തെ ഉപദർശിക്കാൻ വേദങ്ങളിൽ പൊതുവേ ഉപയോഗിക്കപ്പെട്ട ഒരു പദമുണ്ട്- അതാണ് ‘സമാനം’. തുല്യം എന്നതിൽ കവിഞ്ഞുള്ള ഒരു നിഗൂഢാർത്ഥം ആ പദത്തിന്നുണ്ടെന്ന് ശ്രീ അരവിന്ദൻ ചൂണ്ടിക്കാണിക്കുകയുണ്ടായി. ഇന്ത്യയുടെ മനസ്സിന്റെ പല അറകളിൽ, വിശ്വമംഗളത്തിനായി സമർപ്പിക്കപ്പെട്ട ഒരു തേജോബിന്ദുവിൽ ഈ പദം, ഈ രാജ്യത്തിന്റെ മഹാസ്മൃതിയിലെ

അസ്പഷ്ടവിഭൂതികളിൽ ഒന്നായി, യുഗങ്ങളിലൂടെ സന്നിധാനം ചെയ്തു കൊണ്ടിരിക്കുന്നു. സൂക്ഷിച്ചുനോക്കുന്നവർക്ക് ഇത് കാണാൻ കഴിയും. അത് അശോകൻ കണ്ടെടുത്തു. കലിംഗത്തെ കരയിച്ച ചണ്ഡാശോകൻ ആ സത്യം കണ്ടപ്പോഴാണ് ലോകത്തെ ഉദ്ധരിച്ച ധർമാശോകനായത്. വേദത്തിലെ 'സമാനം' അശോകന് 'സമവായം' ആയിരുന്നു. സമവായം മാത്രമേ സാധുവായുള്ളൂ എന്ന് ഇന്ത്യയിലും ലങ്കയിലും ഉടനീളം കാലത്തിന് മായ്ക്കാനാവാത്തവിധം അദ്ദേഹം കൊത്തിവെച്ചു. പക്ഷേ, പിന്നീടു വന്ന നൂറ്റാണ്ടുകളിൽ പലപ്പോഴും ആ സത്യം ഇന്ത്യയുടെ ഹൃദയശിലയിൽനിന്ന് മാച്ചുകളയുവാൻ എത്രയോ ശ്രമങ്ങൾ ഉണ്ടായി. എങ്കിലും ഇന്ത്യ ഭരിച്ച ഒരു മുസ്ലിം ചക്രവർത്തി ആ വെളിച്ചം എങ്ങനെയോ കണ്ടെത്തുകയും ദൽഹിയിൽ ഇന്നു നിലനിൽക്കുന്ന ഒരു സർവദേവതാരാധാനാലയത്തിന്റെ അവശിഷ്ടങ്ങളിലൂടെ തന്റെ ഹൃദയമഹത്ത്വവും ഭാരതീയ ദർശനത്തിന്റെ ഉദാരതയും തെളിയിച്ചുകൊണ്ടിരിക്കുകയും ചെയ്യുന്നു.

ഇന്ത്യയുടെ മനസ്സിൽ ഉറച്ചുനില്ക്കുന്ന കള്ളറകളെക്കുറിച്ച് പറഞ്ഞല്ലോ. ഒരു ദേശമെന്ന നിലയിൽ ഇന്ത്യയുടെ മനസ്സ് ഇന്നും രൂപപ്പെട്ടിട്ടില്ല. സത്യദ്രഷ്ടാക്കളുടെ ക്വാചിൽക്കമായ മനസ്സിന്റെ പ്രതിഭാസം എന്ന നിലയ്ക്ക് അത് അങ്ങിങ്ങ്, അപ്പപ്പോൾ പ്രത്യക്ഷപ്പെട്ടതേയുള്ളൂ. ഇന്ത്യയിൽ ഒരിക്കലും ഉദയത്തിനുശേഷം അധികനേരം സത്യബോധം പ്രകാശിച്ചുനിന്നില്ല. ഏത് സത്യത്തിന്റേയും ഉദയം ചരിത്രഗതിയിൽ കുറേക്കഴിയവേ അസ്തമിച്ചേക്കും. പക്ഷേ, ഇന്ത്യയിൽ സത്യം ഉദിച്ച ഉടനെ അസ്തമിക്കുന്നു എന്നതാണ് വാസ്തവം. യോഗവിദ്യ ഇന്ത്യയിൽ നഷ്ടപ്പെട്ടതിനെപ്പറ്റി ഗീതാകാരൻ ദുഃഖിക്കുന്നത് ശ്രദ്ധിക്കുക. നീണ്ടകാലംകൊണ്ടാണ് യോഗവിദ്യ നശിച്ചുപോയതെന്ന് ഭഗവാൻ പറയുന്നു. പക്ഷേ, സത്യം അതിലും കഠോരമായിരുന്നു. ശ്രീകൃഷ്ണൻ ഉപദേശിച്ച് അതുപ്രകാരം കുരുക്ഷേത്രയുദ്ധം നടത്തി വിജയിച്ച വിജയൻതന്നെ, അല്പകാലം കഴിഞ്ഞപ്പോൾ അത് അപ്പടി മറന്നുകളഞ്ഞു. 'അനുഗീത'യിൽ ഈ ശോകകഥ മുഴുവൻ നാടകീയ തീവ്രതയോടെ വ്യാസദേവൻ വിവരിക്കുന്നുണ്ട്. മനസ്സ് ഇളകിപ്പോയതുകൊണ്ട് ('ഭ്രഷ്ടചേതസ്സ്' എന്ന്) ഗീതോപദേശം മുഴുവൻ ('തൽസർവം' എന്ന്) നഷ്ടപ്പെട്ടുപോയെന്നാണ് അർജുനന്റെ കുമ്പസാരം. ശ്രീകൃഷ്ണൻ പറയാത്ത ശകാരമില്ല ഇതു കേട്ടപ്പോൾ. തനിക്ക് അർജുനനോടുള്ള കോപം കുറച്ചൊന്നുമല്ലെന്ന് ('സുമഹദപ്രിയം' എന്ന്) ഭഗവാൻ പല പല വാക്കുകളിലൂടെ ശിഷ്യനെ ധരിപ്പിച്ചു.

ഇന്ത്യയിൽ സത്യം ഉദിക്കുന്നത് അടുത്ത നിമിഷത്തിൽ അസ്തമിക്കാനാണ്. വേദത്തിൽ ഉദിച്ച ഏകദർശനം ബ്രാഹ്മണങ്ങളിലൂടെ ജാതിയും യാഗവുമായി ഇവിടെ അസ്തമിച്ചു. ഈ അസ്തമയത്തിലെ ഇരുട്ടാണ് ഇന്ത്യയിൽ വീണ്ടും വീണ്ടും ഇന്നും ഉദിച്ചുകൊണ്ടിരിക്കുന്നത്. ഉദയത്തിന്റെ പ്രകാശം വെറും ക്ഷണികങ്ങളായ മിന്നലാട്ടങ്ങളാണ്. ഉപനിഷത്തുകൾ, ബുദ്ധൻ, ശങ്കരൻ, കബീർ, വിവേകാനന്ദൻ, ഗാന്ധിജി, ശ്രീനാരായണൻ

അങ്ങനെ മരുപ്പരപ്പിലെ മരുപ്പച്ചകൾ ചിലതുമാത്രം. ഇരുട്ട് കീറുന്ന മിന്നാമിനുങ്ങുകൾ. ഇവരെ 'വജ്രസൂചികൾ' എന്നു വിളിച്ച് നമുക്ക് അർച്ചന ചെയ്യാം. പക്ഷേ, ഇരുട്ടാണ് ഇന്ത്യയിൽ നിലനിൽക്കുന്ന ഏക സത്യം. അത് ജനഹൃദയങ്ങളെ എന്നും ഭരിക്കുന്നു. ഈ സത്യം ദുഃഖത്തോടെ മനസ്സിലാക്കിയതുകൊണ്ടാണ് പഴയ ഋഷി "ഇരുട്ടിൽനിന്ന് വെളിച്ചത്തിലേക്ക് നയിച്ചാലും" എന്ന് ആർത്തസ്വരത്തിൽ വിലപിച്ചത്. ആ ഇരുട്ട് മരണമായത് എന്നും അദ്ദേഹം കണ്ടു - "മൃത്യോർമാ..."

രണ്ട് ഇന്ത്യക്കാർ

ഇന്ത്യ എത്രയുണ്ട് എന്നൊരു ചോദ്യമുണ്ടല്ലോ. വേദകാലംതൊട്ട് ഇന്നുവരെ ആ ചോദ്യമാണ് ഇന്ത്യാചരിത്രത്തിന്റെ ഇടനാഴികളിൽ മുഴങ്ങിക്കേൾക്കുന്നത്. ഏകസത്യം ദർശിച്ച ഋഷികളുടെ കാലത്തും ഇന്ത്യ രണ്ടുണ്ട് എന്ന് തെളിയിക്കപ്പെട്ടു. സത്യത്തിന്റെ ഏകത്വം കണ്ട മനസ്സ് ഇന്ത്യയുടെ മനസ്സിന്റെ ഒരു ഭാഗം മാത്രമായിരുന്നു. അതാകാം വലിയ മനസ്സ്. പക്ഷേ, അത് ചെറിയ മനസ്സുമാണ്. കൂടുതൽ ഇന്ത്യക്കാരുടെ മനസ്സിന്റെയും ഇന്ത്യക്കാരുടെ മനസ്സിന്റെ കൂടുതൽ ഭാഗത്തിന്റെയും ആധിപത്യം അനൈക്യത്തിന്റേതാകയാൽ ആ മനസ്സിനെ പ്രത്യക്ഷദൃഷ്ടിയിൽ വലിയ മനസ്സ് എന്നു വിളിച്ചാൽ തെറ്റില്ല. എന്നാൽ ലോകത്തെ മുഴുവൻ ഉൾക്കൊള്ളുവാൻ വേണ്ടത്ര വലിപ്പം ഉള്ള മനസ്സ് ഐക്യത്തിന്റെ മനസ്സാകയാൽ അതാണ് വലിയ മനസ്സെന്ന് പറയുന്നതാവും തത്ത്വത്തിൽ ശരി. ആ മനസ്സാണ് പുരുഷസൂക്തത്തിലും ഉപനിഷത്തിലും ഗീതയിലും ആത്മോപദേശശതകത്തിലും പ്രതിധ്വനിച്ചത്. ആ മനസ്സാണ് ബുദ്ധനിലും അശോകനിലും ശങ്കരനിലും അക്ബറിലും ഗാന്ധിജിയിലും പ്രതിബിംബിച്ചത്. ആ മനസ്സാണ് മനുഷ്യന്റെ സ്വദേശം ഭുവനത്രയമാണെന്ന് ഘോഷിച്ചത്. ആ മനസ്സുതന്നെയാണ് ഇന്ത്യയിൽ നെഹ്റുവിന്റെയും അംബേദ്കറുടെയും വിചാരങ്ങളുടെ പ്രചാരത്തിൽ 'സെക്കുലറിസം' കൊണ്ടുവന്നതും.

പാശ്ചാത്യചിന്ത മതത്തിനോട്-വിശേഷിച്ച് ക്രിസ്തുമതത്തിന്റെ മധ്യകാലാചാരങ്ങളോടും രാഷ്ട്രീയ സമീപനങ്ങളോടും-ശക്തിയോടെ ഏറ്റുമുട്ടിയപ്പോൾ രൂപംപൂണ്ട ഒരു പ്രതികരണമാണ് സെക്കുലറിസം. പള്ളിയുടെ അധികാരികൾ രാജ്യഭരണത്തിൽ നിയന്ത്രണവും സ്വാധീനവും ചെലുത്തുന്നതിനെതിരെയുയർന്ന ഒരു വിമോചനപ്രസ്ഥാനമായി ഇത് കലാശിച്ചു. ക്രിസ്തുമതത്തിലെ അധികാരിവർഗ്ഗത്തിന്റെ കാഴ്ചപ്പാടിലൂടെ ശാസ്ത്രവും രാഷ്ട്രഭരണവും സദാചാരവും നീങ്ങിക്കൊള്ളണമെന്ന പ്രബലമായ ധാരണയെ ഗലീലിയോവും മാക്കിയവെല്ലിയും റൂസ്സോവും തകർത്തുകളഞ്ഞു. നെഹ്റുവും അംബേദ്കറും 'സെക്കുലർ' എന്ന ആ പദം ഇന്ത്യൻ സന്ദർഭത്തിനൊത്ത വിധത്തിൽ ഉപയോഗപ്പെടുത്തുകയാണുണ്ടായത്. പടിഞ്ഞാറ് ഈ ആശയത്തിന് മതവിരോധത്തിന്റെ അല്ലെങ്കിൽ,

മതവിമുഖതയുടെ ഒരു സ്പർശമുണ്ടായിരുന്നു. എന്നാൽ, ഭാരതീയാവസ്ഥയിൽ അത് ഫലപ്രദമായില്ലെന്ന് വ്യക്തമാണല്ലോ. ഡോ. രാധാകൃഷ്ണൻ നമ്മുടെ നാടിന്റെ പാരമ്പര്യം ഉൾക്കൊണ്ടുകൊണ്ട് പ്രസ്താവിച്ചു. ഇന്ത്യയുടെ സെക്കുലറിസത്തിൽ മതവിരോധം ഒരു ഘടകമല്ല, മറിച്ച് അത് സത്യത്തിന്റെ ഏകമുഖ നിഷേധവും സർവസംഗ്രഹകതയുമാണ് എന്ന്. നമ്മുടെ സെക്കുലറിസത്തിന്റെ പൈതൃകം അദ്ദേഹം ഉപനിഷത്തിലും ബുദ്ധനിലും കണ്ടു. പാശ്ചാത്യചിന്തകനായ വിൽഡ്യൂറന്റ് മതവൽക്കരണത്തിന് എതിരായ ഒരു പ്രസ്ഥാനമായി 'സെക്കുലറൈസേഷ'നെ കാണുമ്പോൾ, പൗരസ്ത്യചിന്തകനായ രാധാകൃഷ്ണൻ അതിനെ മറ്റൊരു അർത്ഥബന്ധത്തിൽപെടുത്തി സംസാരിക്കുന്നത് കേൾക്കാൻ രസമാണ്. മതവിരോധമല്ല, മതാന്തരവിരോധം ആണ് ഇന്ത്യയുടെ സെക്കുലറിസം-മതേതരത്വം. മതഭ്രാന്തിൽനിന്ന് മുക്തമായ യഥാർത്ഥമതത്തിന്റെ ഉദാരവീക്ഷണമാണ് അത്. ഈ മനോഭാവത്തിനല്ലാതെ ഇന്ത്യയെ രക്ഷപ്പെടുത്താൻ വയ്യ. ഉന്നതമായ ഇന്ത്യയുടെ ഹൃദയഭാവമാണ് അത്. ഇതായിരിക്കണം ഇന്നത്തെ ഇന്ത്യയുടെ ദേശീയ വ്യാകരണം.

ഈ ഇന്ത്യയെയാണ് നിലനിർത്താൻ നാം പ്രതിജ്ഞാബദ്ധത കാട്ടേണ്ടത്. നമ്മുടെ 'മാതൃകാസ്ഥാനം' ഇതാണ്. ശ്രീനാരായണൻ ദർശിച്ച ആദർശലോകം അതത്രേ- "ജാതിഭേദം, മതദ്വേഷം" എന്നിവയില്ലാത്ത ലോകം. പക്ഷേ, ഈ മനസ്സിനെ വളർത്തിയെടുക്കുന്ന ശക്തികൾ ഇന്ന് ഇന്ത്യയിൽ വളരെ കുറവാണ്. ഇവിടെ ഉദ്ധരിച്ച പേരുകളെല്ലാം പഴയ പേരുകളാണ്. ഊർധ്വവും ശ്രേഷ്ഠവുമായ ഏകമനസ്സിന്റെ പ്രതിനിധികളായി പ്രവർത്തിക്കുന്ന വ്യക്തികളെ ഇന്ന് പേർവിളിക്ക് കിട്ടുന്നില്ല. അധമവും അവരവുമായ ഇന്ത്യയുടെ ശബ്ദം എങ്ങും ആർപ്പുവിളി കൂട്ടുന്നു. നമ്മുടെ രാഷ്ട്രീയകക്ഷികളും മതശക്തികളും തങ്ങളുടെ ഉത്കൃഷ്ട സ്വഭാവങ്ങളെ കളഞ്ഞുകുളിച്ചുകൊണ്ടുണ്ടാക്കിയ പുതിയ ഐക്യമുന്നണി, ഇന്ത്യയുടെ ചീത്തമനസ്സിന്റെ പ്രഘോഷകരായി പ്രവർത്തിക്കുന്നു. ഈ രണ്ട് ഇന്ത്യകൾ തമ്മിലാണ് യഥാർത്ഥ സംഘട്ടനം. ചരിത്രത്തിൽ ഉടനീളം അത് നടന്നുകൊണ്ടിരുന്നു. എന്നാൽ ഇന്നത്തേതുപോലെ ശ്രേഷ്ഠചിത്തത്തിന്റെ ശക്തികൾ ദുർബലമായ അവസരം മുമ്പുണ്ടായിട്ടില്ല. ആ മുന്നണിക്ക് ഇന്ന് നേതാക്കളില്ല, അനുയായികളുമില്ല. ഒരു അരൂപമായ സുഭഗസ്വപ്നമായി അത് എല്ലാവരുടെയും മനസ്സിൽ എവിടെയോ ഒളിഞ്ഞു കിടക്കുന്നു.

ആ സ്വപ്നത്തിന്റെ സംരക്ഷയ്ക്കായി നില്ക്കേണ്ട ശക്തികൾ ഇന്ത്യയിലെ മതങ്ങളാണ്. മതം യഥാർത്ഥത്തിൽ ആ സ്വപ്നമാണ്. അതിനെ മതം എതിർക്കുമ്പോൾ അത് മതമല്ലാതാവുന്നു. ഇന്ന് ഇന്ത്യയിൽ സംഭവിച്ചുകൊണ്ടിരിക്കുന്നത് അതാണ്. രാമജന്മഭൂമി കലാപവും ഹിന്ദു നിർവചനവിവാദവും എല്ലാം ഈ മതശോഷണത്തിന്റെ സ്ഫുടീകരണങ്ങളാണ്. യേശുക്രിസ്തു സർവേശ്വരന്റെ അവതാരമാണ് എന്നു ഘോഷിക്കാൻ

ധീരതയുള്ള ഒരു ഹിന്ദു സന്ന്യാസിയോ മുസ്ലിം നേതാവോ ഇന്നുണ്ടോ? അത്രത്തോളം മതം അതിന്റെ ദിവ്യസരണിയിൽനിന്ന് ഭ്രഷ്ടമാണ്. രണ്ടു വിശ്വാസങ്ങൾ. ഇന്ത്യയിൽ ഇന്ന് ഒരു തെരുവിലൂടെ സഞ്ചരിക്കണമെങ്കിൽ പോലീസോ പട്ടാളമോ വേണം. ഇന്ത്യയിൽ മതമില്ല. ഉള്ളത് പോലീസിന്റെ മതം മാത്രം. രണ്ടു വിശ്വാസങ്ങൾ അടുത്തുകഴിയുമ്പോൾ മൂന്നാമത് പ്രത്യക്ഷപ്പെടുന്നത് രണ്ടിനെയും നശിപ്പിക്കുന്ന ഭയങ്കരമായ അവിശ്വാസമാണ്. അവിശ്വാസത്തിന്റെ മതം ഇന്ത്യയിൽ താണ്ഡവമാടുന്നു. ഗാന്ധിജി ഈ നാശം പണ്ടേ കണ്ടു. ഹസ്രത്ത് മൊഹാനി എന്ന ഒരു തീവ്രവാദിയെക്കുറിച്ച് അദ്ദേഹം പറഞ്ഞ വാക്കുകൾ തനിരൂപത്തിൽ ഞാനിവിടെ പകർത്തട്ടെ:"To do irreligion in the name of religion is the religion of Hazrat Mohani."

ഗാന്ധിജി മറ്റൊന്നുകൂടി അക്കാലത്ത് പറയുകയുണ്ടായി. മതത്തിന്റെ നേതൃത്വം ജനങ്ങളുടെ കൈയിൽ എത്തുമ്പോൾ മതവും ഇന്ത്യയും നശിക്കുമെന്ന്. പ്രവാചകന്റെ പൊള്ളുന്ന വാക്കുകൾ! ആ നാശം ഇന്ന് തുടങ്ങിക്കഴിഞ്ഞില്ലേ? കാലാതീതനായ ദൈവത്തിന്റെ പേരിനെ ഓർമ്മിപ്പിക്കുന്നു സിക്കുകാരിലെ 'അകാലി' വിഭാഗം. ഇന്ന് അവർ മതത്തിനുവേണ്ടി അക്രമങ്ങൾ ചെയ്തും ചെയ്യപ്പെട്ടും കാലറ്റ് വീണ്ടും അകാലികളായിത്തീർന്നുകൊണ്ടിരിക്കുന്ന തമാശകൾ കാണുമ്പോൾ ഗാന്ധിജിയുടെ ഫലിതം നമുക്കു കൂടുതൽ ആസ്വദിക്കാൻ കഴിഞ്ഞേക്കാം. ആംഗല സാഹിത്യകാരനായ സ്വിഫ്റ്റ് ഖേദിക്കുകയുണ്ടായി, സ്നേഹിക്കാൻ പഠിപ്പിക്കുന്ന മതങ്ങൾ ഇല്ലാതെ പോയല്ലോ എന്ന്. ഇന്ത്യ ആ ദുഃഖത്തിനും അപ്പുറത്തുള്ള വികാരവിക്ഷോഭങ്ങളെ ഇന്ന് സൃഷ്ടിക്കുന്നു. സഹജീവിതത്തിന്റെ ചക്രവാളത്തെ മറ്റേത് ശക്തിയെക്കാൾ വികസിപ്പിക്കാൻ ദൈവത്താലും ആചാര്യന്മാരാലും നിയുക്തരായ വൈദികന്മാർ ഇന്ന് രാജ്യത്തിന്റെ സഹമരണത്തെ ത്വരിതപ്പെടുത്തുവാൻ, വിശ്വാസിസംഘങ്ങളെ അക്രമപ്രസ്ഥാനങ്ങൾക്കൊത്ത വിദ്വേഷവായ്പോടുകൂടെ തെരുവിലൂടെ അട്ടഹസിച്ച് നയിച്ചുകൊണ്ടുപോകുന്നു. മോക്ഷവും നിർവാണവും സന്ന്യാസവും ആട്ടിടയനും ദൈവകൃപയും താലബും തൗഹീദും ഇതുപോലെ ഗുണ്ടകൾക്ക് പിടികിട്ടാത്ത വാക്കുകളെല്ലാം ഇന്ന് മതത്തിന്റെ ശബ്ദകോശത്തിൽനിന്നു നീക്കംചെയ്യപ്പെട്ടിരിക്കുന്നു. ന്യൂനപക്ഷം, ഭൂരിപക്ഷം, അധികാരം, പ്രാതിനിധ്യം തുടങ്ങിയുള്ള രാഷ്ട്രീയശൈലികളാണ് പുതിയ മതഗ്രന്ഥങ്ങളിലെ പ്രചാരമേറിയ പദങ്ങൾ.

ഏകത്വദർശനം, സമവായം, ദിൻ ഇലാഹി, തിയോക്രാസിയ തുടങ്ങിയ പല പേരുകളിൽ യുഗംതോറും അറിയപ്പെട്ട ഭാരതീയ സംസ്കാരത്തിന്റെ വിവേകമാണ് ഇന്ന് മതേതരത്വം എന്ന സാർവജനീന സംഭാവനയായി നമ്മുടെ രാഷ്ട്രീയപ്രവർത്തനത്തിന്റെ അടിസ്ഥാനമായി പ്രതിഷ്ഠിച്ചിരിക്കുന്നത്. അതിന്റെ ഏറ്റവും കടുത്ത പരീക്ഷണം ഇപ്പോൾ നടന്നുകൊണ്ടിരിക്കുന്നു. ഈ പരീക്ഷണങ്ങളിലും ഇന്ത്യ വിജയിക്കുമെന്നത് ഒരു

ആശാങ്കുരം മാത്രമാണ്. അത് നമ്മുടെ വിശ്വാസമാകുന്നില്ല; വസ്തുത ആയിത്തീരുന്നുമില്ല.

ഇന്ത്യ പാവനമായ ജംബുദ്വീപത്തിന്റെ ഭാഗമാണെന്ന് പുരാണ പ്രശസ്തിയുണ്ട്. പക്ഷേ, ഇന്നത്തെ ചരിത്രം ഇന്ത്യയെ ഏതോ നികൃഷ്ടമായ ജംബുകദ്വീപത്തിന്റെ ഭാഗമാക്കിത്തീർത്തിരിക്കുന്നു. ജംബുദ്വീപമോ ജംബുകദ്വീപമോ ഏതാണ് ശേഷിക്കുക എന്ന് നമുക്ക് കണ്ടറിയുക എന്നു പറഞ്ഞ് ഈ പ്രബന്ധം അവസാനിപ്പിക്കാൻ എളുപ്പമാണ്. കണ്ടുനില്ക്കുകയല്ല, ജംബുദ്വീപത്തിന്റെ സൈനികനായി സർവരംഗങ്ങളിലും സമവായത്തിന്റെ പ്രചാരകനായി പ്രവർത്തിക്കുകയാണ് വേണ്ടത്. നാം ഏത് ഇന്ത്യയുടെ കൂടെ നില്ക്കുന്നു എന്നതാണ് പ്രധാനം. ഏത് ഇന്ത്യയാണ് നമ്മുടെ ആത്മാവിന്റെ മാതൃഭൂമി എന്ന് തീരുമാനിക്കേണ്ട സമയമാണ് ഇത്.

ചെന്തീകെടുത്തുവാൻ

ഇന്ന് നമ്മുടെ നാട്, ആസേതുഹിമാചലം ആളിക്കത്തിക്കൊണ്ടിരിക്കുകയാണ്. പുകഞ്ഞും എരിഞ്ഞും നിന്നിരുന്ന കാലത്ത് തീകെടുത്താൻ ആരും മുന്നോട്ടു വന്നില്ല. ഇപ്പോൾ കേരളത്തിലെങ്കിലും കത്തുന്നത് തീ തന്നെയാണെന്നും ഉടനെ കെടുത്തിയില്ലെങ്കിൽ എല്ലാം പൊടുന്നനേ എരിഞ്ഞു തീരുമെന്നും രാഷ്ട്രീയനേതാക്കൾ മനസ്സിലാക്കിയതുപോലെ തോന്നുന്നു. എത്രനാളത്തേക്ക് ഈ തിരിച്ചറിവ് നിലനില്ക്കുമെന്ന് കണ്ടറിയണം. ഇന്നോളം നാം ഇന്ത്യയിൽ കണ്ടുപരിചയിച്ചത് നേതാക്കൾതന്നെ ദൂരെ നിന്ന് തീ കായുകയും ആളുകളെ കാണുമ്പോൾ തീ കെടുത്തുന്നതായി നടിക്കുകയും ആളില്ലാത്തപ്പോൾ തീയൂതി വളർത്തുകയും ചെയ്യുന്ന ദേശീയനാടകത്തിലെ ചിട്ടപ്പെടുത്തിയ വ്യാജാഭിനയങ്ങളായിരുന്നു. ഇക്കൂട്ടരുടെ ഏതു പ്രതിജ്ഞയും പ്രഖ്യാപനവും അവരുടെ അവിശ്വാസ്യതയുടെ പുതിയ പ്രകടനമായിട്ടേ ജനങ്ങൾ കാണുന്നുള്ളൂ. ഇന്ത്യയാകെ ചെന്തീ പരന്നത് ദശാബ്ദങ്ങൾക്കുമുമ്പ് ഇവിടത്തെ ക്രാന്തദർശികൾ കണ്ടിരുന്നു. തീപ്പൊരികൾ എമ്പാടും പാറുന്നത് കണ്ടിട്ടും അത് മിന്നാമിനുങ്ങുകളാണെന്നു പറഞ്ഞ് അനങ്ങാതിരുന്ന രാഷ്ട്രധുരന്ധരന്മാരെ നോക്കി ഒരു കവി (പി. കുഞ്ഞിരാമൻനായർ 'അമ്പലം കത്തുമ്പോൾ') തുറന്നുപാടി:

"അമ്പലം കത്തുന്നു, പള്ളിയും കത്തുന്നു
ചെന്തീ കൊടുത്താത്തതെന്തേ?"

സമുദായങ്ങൾ തമ്മിൽ എത്ര കടുത്ത കലഹങ്ങൾ ഉണ്ടായാലും നമ്മുടെ നേതാക്കൾ അവ ഒട്ടും ഗൗരവമായി എടുത്തില്ല. അവർക്കിതെല്ലാം നല്ലൊരു കളിയായിരുന്നു. ഇന്ത്യയിലെ സമുദായസ്പർദ്ധകളുടെ അടിയിൽ

ചരിത്രത്തിലെ രണ്ടുമൂന്നു തലങ്ങളിൽനിന്ന് പൊങ്ങിവരുന്ന സമ്മർദ്ദങ്ങൾ പ്രവർത്തിക്കുന്നുണ്ടെന്ന് അവർ മനസ്സിലാക്കാൻ കൂട്ടാക്കിയില്ല. സമുദായ കലാപങ്ങളെ ഇന്നാട്ടിൽ ഗൗരവമായി കണ്ട് അവയുടെ ആന്തരപരിഹാരത്തിനു ശ്രമിച്ച ഒരേയൊരു നേതാവ് ഗാന്ധിജിയായിരുന്നു. ഏത് കലഹത്തെയും മറ്റു നേതാക്കൾ, സ്വാതന്ത്ര്യസമരാനന്തരം വിശേഷിച്ചും നിസ്സാരമെന്ന് പറഞ്ഞ് തള്ളിക്കൊണ്ടിരുന്നു. ഇന്ത്യ സമുദായസൗഹാർദ്ദത്തിന്റെ വിളനിലമാണ്, ഇവിടെ വൈവിധ്യത്തിനിടയിൽ ഏകത്വം പുലരുന്നു-നമ്മുടെ പാരമ്പര്യം സമന്വയത്തിന്റേതാണ്-ഇമ്മാതിരി അർത്ഥം നശിച്ച വിഫലവിചാരങ്ങളുടെ ബലൂണുകൾ പറപ്പിക്കുകയായിരുന്നു ഇവരുടെ രീതി. 'നാനാത്വത്തിൽ ഏകത്വം' എന്ന് അലസമായി മൂളുന്നതിന്റെ പൊള്ളത്തരം അവർക്കേ മനസ്സിലാക്കാൻ കഴിയാതെയുള്ളൂ. പരസ്പരശത്രുത്വം രംഗം പിടിച്ചടക്കിയ സമയത്ത് നാനാത്വത്തിനോ ഏകത്വത്തിനോ ഒരർത്ഥവുമില്ലാതാവുന്നു. ഏകത്വം എന്നു പറയുമ്പോൾ ശത്രുത്വം പുലരുകയാണ്. ചരിത്രത്തിൽനിന്ന് ഇതുവരെ നാം വിസ്തരിച്ചുപഠിച്ചത് നാം എങ്ങനെ യോജിച്ചു കഴിഞ്ഞു എന്നായിരുന്നു. തെറ്റായ പാഠമായിരുന്നില്ലേ അത്? ഈ ആകാശപുഷ്പപ്രായമായ ഏകത്വം ചരിത്രത്തിൽ ഒരു പരീക്ഷണഘട്ടത്തിലും നമ്മെ രക്ഷിച്ചില്ല. ഉരുവിട്ടു പഠിക്കേണ്ടിയിരുന്ന പാഠം ഇതിന്റെ മറുവശമായിരുന്നു. അതായത്, നാം എങ്ങനെ അകലാനിടയായി എന്ന ചരിത്രപാഠം. ആ പാഠം പഠിച്ചാലേ, നാം ഇനിയെങ്കിലും ഇതിലപ്പുറവും അകലാതിരിക്കുകയുള്ളൂ. അപ്പോഴേ നാനാത്വത്തിലെ ഏകത്വം കരഗതമാവുകയുള്ളൂ. 'നാനാത്വത്തിലെ ഏകത്വം' എന്നത് പറയാൻ എളുപ്പമായ ഒരു സുന്ദരശൈലിയാണ്. അതുകൊണ്ട് അതു പറച്ചിലിൽ നില്ക്കുന്നു. അത് ജീവിച്ചു ഫലിപ്പിക്കാൻ ഏറ്റവും പ്രയാസമാണ്. ജീവിതത്തിലുള്ള തോൽവിയെ പറച്ചിലിന്റെ ശക്തിയും ആവർത്തനവുംകൊണ്ട് മൂടിവെക്കാൻ മാത്രമേ ഈ വാഗ്വ്യവസായംകൊണ്ട് ഇതുവരെ കഴിഞ്ഞിട്ടുള്ളൂ. ഈ സ്ഥിതി മാറണമെന്ന് ആശിക്കുന്നവർ, ഭാരതീയ മനസ്സിന്റെ ആഴങ്ങളിൽ ഒളിഞ്ഞുകിടക്കുന്ന കരിനിഴലുകളേതൊക്കെയെന്ന് വേർതിരിച്ചറിയാൻ വൈകിയിരിക്കുന്നു.

ഇന്ത്യയുടെ മനസ്സിൽ ഇന്ന് ഈ നിഴലുകളാണ് നിറഞ്ഞിരിക്കുന്നത്. ഏകത്വത്തിന്റെയും സത്യത്തിന്റെയും സ്വാതന്ത്ര്യത്തിന്റെയും സമത്വത്തിന്റെയും മരീചികണികകൾപോലും മരിച്ചുപോയിരിക്കുന്നു. വേദവാക്യങ്ങളുടെ സ്ഥാനത്ത് ഭേദവാക്യങ്ങൾ പുരോഹിതന്മാർ ഉരുവിടുമ്പോൾ പണ്ഡിതന്മാർ മടികൂടാതെ താളംപിടിക്കുന്നു. ആത്മനാശത്തിന്റെ രോഗം ഭാരതത്തെ പിടികൂടിയിരിക്കുന്നു. രോഗം കൃച്ഛ്റ സാധ്യമല്ല, അസാധ്യം എന്നുതന്നെ ഭിഷഗ്വരന്മാർ വിധിച്ചുകഴിഞ്ഞു.

എന്നാലും ആശയൊടുങ്ങാതെ ഈ രോഗത്തിന്റെ ആഗമവും വളർച്ചയും എങ്ങനെ സംഭവിച്ചുവെന്ന് നമുക്കു പരിശോധിക്കാം. ഭാരതത്തിന്റെ ചരിത്രം ആവിർഭവിക്കുമ്പോൾ തന്നെ, ചെറുതോതിലാണെങ്കിലും

മനുഷ്യരെ തമ്മിൽ തമ്മിൽ വേർതിരിക്കുന്ന ഒരു സ്വഭാവം ഇവിടെ രൂഢമൂലമായിക്കഴിഞ്ഞിരുന്നു. ദേശാഭിമാനത്തിന്റെ പേരിൽ ഈ ലജ്ജാകരമായ വസ്തുത ഇനിയും മൂടിവെച്ചിട്ടു കാര്യമില്ല. ഋഷികൾ ഒരേയൊരു സവിതാവിന്റെ ധീപ്രചോദകമായ ഭർഗത്തിനുവേണ്ടി പ്രാർത്ഥിച്ചപ്പോഴും ഋഷിവചനങ്ങളിന്മേൽ മഷിതേച്ച കൈകൾ ഇവിടെ പൊങ്ങിയിരുന്നു. കവഷ ഐലൂഷനെ ബ്രാഹ്മണ പുരോഹിതന്മാർ പീഡിപ്പിച്ച കഥ നോക്കുക. അവർ തന്നെ ഈ വിദ്രോഹകഥ ബ്രാഹ്മണങ്ങളിൽ (ഐതരേയം രണ്ടാമധ്യായത്തിലും കൗഷീതകിയിൽ പതിനൊന്നിലും) ആഖ്യാനം ചെയ്തു വെച്ചിട്ടുണ്ട്. കവഷൻ ഹീനജാതിക്കാരനായിരുന്നു. ഭൃഗു മുതലായ മാമുനിമാരാണ് ആ ഋഷിയെ പീഡിപ്പിച്ചതെങ്കിൽ ദേവന്മാരാണ് അദ്ദേഹത്തെ സംരക്ഷിച്ചത്. വൈദിക കാലത്ത് ജാതിയുടെ ദംഷ്ട്രകൾ പുറത്തുവരാൻ തുടങ്ങിയിരുന്നുവെങ്കിലും അതിനോട് പ്രബലമായ എതിർപ്പും ഉണ്ടായിരുന്നു. കവഷനെപ്പോലെ പീഡിതനായ മറ്റൊരു മഹാപുരുഷനായിരുന്നു ഐതരേയ ബ്രാഹ്മണ ആരണ്യകങ്ങളുടെ കർത്താവായി വിളികൊള്ളുന്ന മനിദാസ ഐതരേയൻ (ഇതര എന്ന ശൂദ്രസ്ത്രീയുടെ മകൻ) അച്ഛൻ ബ്രാഹ്മണനെങ്കിലും അമ്മ ഹീനജാതിയാകയാൽ ഈ മകൻ പീഡിപ്പിക്കപ്പെട്ടു. ഭൂമിദേവി ഇവനെ കനക സിംഹാസനത്തിലിരുത്തി അനുഗ്രഹിച്ചുവെന്നാണ് കഥ. കവഷന്റെ ചരിത്രം വീണ്ടും ആവർത്തിക്കപ്പെടുന്നു.

ഇന്ത്യയുടെ മനസ്സ് നേരിട്ട ആദ്യത്തെ ധർമസങ്കടത്തിന്റെ കഥ ഈ വിവരണങ്ങളിൽനിന്ന് നാം മനസ്സിലാക്കുന്നു. ഉപനിഷൽ കാലത്തും ഈ ആന്തരസംഘട്ടനത്തിലൂടെ ഇന്ത്യ കടന്നുപോയി. ജാതിയെ അടിമുടി ചോദ്യം ചെയ്തുകൊണ്ട് ഒരു മുഴുഉപനിഷത്ത് എഴുതപ്പെട്ടു - വജ്രസൂചികോപനിഷത്ത് (ഡോ. രാധാകൃഷ്ണന്റെ 'The Principal Upanishads' കാണുക) അതേകാലത്ത് ബുദ്ധൻ ഈ സമരം അതിശക്തിയോടെ ഏറ്റെടുത്തു. പക്ഷേ, ഇന്ത്യ പുരോഹിതന്റെയും സ്മൃതികാരന്മാരുടെയും വഴിയിലേക്ക് മാറിപ്പോവുകയും വേദോപനിഷത്തുക്കളുടെയും ബുദ്ധശങ്കരാചാര്യന്മാരുടെയും മാർഗ്ഗം തള്ളപ്പെടുകയും ചെയ്തു. വേദമന്ത്രങ്ങൾ അർത്ഥം അറിയാത്തവരുടെ കൈയിൽ അകപ്പെട്ടുവെന്ന് നാരായണഭട്ടതിരിപോലും വിലപിച്ചു. അവഗണയുടെ നൂറ്റാണ്ടുകളിലൂടെ കടന്നുപോയ ഉപനിഷത്തുക്കളെ പുനരുദ്ധരിക്കാൻ ഒടുവിൽ ഒരു മുസ്ലീം രാജകുമാരനും ഒരു ഫ്രഞ്ച് പാതിരിയും വേണ്ടിവന്നു. ബുദ്ധൻ രാജ്യഭ്രഷ്ടനായി. ശങ്കരനെ പൂജിച്ചിരുത്തി, ഇന്ത്യയുടെ മനസ്സ് തികച്ചും ജാതിഭേദത്തിന്റെ പിടിയിലമർന്നു.

ഇന്ന് ജാതി ഭാരതീയ മനസ്സിന്റെ ഏറ്റവും ആഴങ്ങളിൽ ഏതോ പാതാള നീരാളിയെപ്പോലെ ബീഭത്സമഹാകാരമായി, അന്ധകാരചക്രവർത്തിയായി, പരമാധിപത്യം സ്ഥാപിച്ചിരിക്കുന്നു. ഹിന്ദുമതത്തിൽ പണ്ടുപണ്ടേ ഒരു ചെകുത്താനുണ്ടായിരുന്നുവെന്നും അതിന്റെ വിസർജനം (excrescence)

ആണ് ജാതിയെന്നും ഗാന്ധിജി പ്രസ്താവിച്ചത് ശ്രദ്ധിക്കണം. ഇന്ത്യൻ മണലിന്റെ ഭാഗമാണ് ജാതിബോധം. ഗാന്ധിജിയും ശ്രീനാരായണനും അംബേദ്ക്കറുമെല്ലാം ഈ അന്തർഭൂതത്തോട് ഏറ്റുമുട്ടി തോറ്റുപോയി. ജാതിയുടെ കോട്ടയ്ക്ക് ഇളക്കം തട്ടുമ്പോൾ എന്നും ഇന്ത്യയിൽ ആളുകൾ - വയസ്സന്മാരല്ല. യുവാക്കൾ-ആത്മഹത്യ ചെയ്യുന്നു. ഹീനജാതിക്കാരെ കൂട്ടംകൂട്ടമായി വെട്ടിക്കൊന്ന് തീയിട്ട് ചാമ്പലാക്കുന്ന സുണ്ടൂറുകൾ ഇന്ത്യയിൽ സ്വാതന്ത്ര്യലബ്ധിക്കുശേഷം നൂറുനൂറുണ്ടായി. ഉയർന്ന ജാതിക്കാരന്റെ ആത്മഹത്യ ഉണർത്തിവിട്ട നടുക്കം ഹീനജാതിക്കാരന്റെ കൂട്ടക്കൊല ഇവിടെ ഇന്നും ഉയർത്തുന്നില്ല. നമ്മുടെ മനസ്സിന്റെ വലിയൊരു ഭാഗത്തെ ജാതി കാർന്നുതിന്നിരിക്കുന്നു. നമ്മുടെ ഹൃദയത്തിന്റെ അനുസ്പന്ദനക്ഷമതയെ നശിപ്പിക്കാൻ അതിനു കഴിഞ്ഞു.

മനുഷ്യന്റെ ഉള്ളിന്റെ ഉള്ളിൽ ഒരു സാഡിസ്റ്റ് ഒളിച്ചിരിപ്പുണ്ടല്ലോ. അതുകൊണ്ടാണ് അവൻ ഏതുകാലത്തും മറ്റു മനുഷ്യരെ മർദ്ദിക്കുന്നതിൽ അവാച്യമായ സുഖം കാണുന്നത്. ഇന്ത്യ ഇപ്പോൾ എത്രമാത്രം സാംസ്കാരികമായി മാറി എന്ന് നാം അവകാശപ്പെടുന്നുണ്ടെങ്കിലും ജാതി എന്ന സംസ്കാരരാഹിത്യം മാറാതെ, വേഷം മാത്രം മാറ്റി, ഇന്നും ഇവിടെ നമ്മുടെ ബോധതലങ്ങളെ ഗ്രസിച്ചിരിക്കുന്നത് മനുഷ്യന്റെ ഈ മൗലികമായ മർദ്ദനപ്രീതി തന്നെയാണ്. ലോകം ഇന്നുവരെ കണ്ടുപിടിച്ച ഏത് മർദ്ദനസംവിധാനത്തെക്കാളും ജാതി, അന്തർനിഷ്ഠവും മർദ്ദിതനുപോലും സമ്മതവും അതിനാൽ തികച്ചും മനഃശാസ്ത്രാധിഷ്ഠിതവും പ്രത്യക്ഷത്തിൽ ഹിംസാസ്വഭാവം ഇല്ലാത്തതും കാലത്തിനുപോലും അഭേദ്യമായ സാമൂഹികഘടനയിൽ ഉറച്ചുനില്ക്കുന്നതുമാണ്. അതുകൊണ്ട് അത് ഇന്ത്യയിലെ ഏത് പരിഷ്കരണോദ്യമങ്ങളെയും അതിജീവിച്ചുനില്ക്കുന്നു. ഓരോ യുഗത്തിലും അത് പുരുരൂപത്തിൽ അവതരിക്കുന്നു. ഇന്ത്യയിലെ ഏറ്റവും ശാശ്വതീകമായ പ്രസ്ഥാനം ജാതിയാണ്.

ഇതിന്റെ ഒരു തെളിവ് ചൂണ്ടിക്കാട്ടിയാൽ ആരും വിശ്വസിക്കില്ല. ഹിന്ദുവിനോട് സമ്പർക്കമുള്ള ഏത് അന്യസമൂഹവും കാലം കഴിയവേ ഹൈന്ദവ ജാതിയുടെ മാസ്മരാകർഷണത്തിൽപ്പെട്ട് തങ്ങൾക്ക് അന്യമായ ജാതിയുടെ സ്വഭാവങ്ങൾ പലതും പകർത്തിയിരിക്കുന്നു. ബ്രിട്ടീഷുകാരൻ ഇന്ത്യയിൽ ഒരു അത്യുന്നത ജാതിയായിട്ടാണല്ലോ കഴിഞ്ഞത്. തങ്ങൾ ഏറ്റവും ഉയർന്ന ജാതിയാണെന്ന് ബ്രിട്ടീഷുകാരൻ നാനാരീതികളിലൂടെ സ്ഥാപിച്ചെടുത്തു. അങ്ങനെ അതുവരെ ഇന്ത്യയിലെ ഏറ്റവും ഉയർന്ന ജാതിയായ ബ്രാഹ്മണൻപോലും ഇംഗ്ലീഷുകാരനെ തങ്ങൾക്കും മേലെയുള്ള ജാതിയായി അംഗീകരിച്ചു. ബ്രിട്ടന് ഇന്ത്യയിൽ ഒരു ഉറച്ച ആധാരം ലഭിക്കാൻ അവരുടെ ജാതിവൽക്കരണം കുറച്ചൊന്നുമല്ല സഹായിച്ചത്. തങ്ങളുടെ കുഞ്ഞുങ്ങളെ ഇന്ത്യയിൽ പഠിപ്പിച്ച് വർഗ്ഗമിശ്രണം വരുത്താതെ ഇംഗ്ലണ്ടിലേക്കയച്ചും ശില്പകലയുടെ വ്യത്യാസമുള്ള ബംഗ്ലാവുകളിൽ താമസിച്ചും തങ്ങൾക്കുമാത്രം പാർക്കുന്നതിനു പട്ടണങ്ങളിൽനിന്ന് മാറി

കന്റോൺമെന്റുകൾ സ്ഥാപിച്ചും ആംഗലജാതി ഇന്ത്യയിൽ സർവാധിപത്യം നിലനിർത്തി. (ക്ലോഡെ അൽവാരസ്സിന്റെ 'Decolonizing History' എന്ന പുസ്തകം ആറാം അധ്യായം നോക്കുക) താൻ കീഴ്ജാതിയാണെന്നു തെളിഞ്ഞതോടെ, ബ്രാഹ്മണൻ മേൽജാതിയായ സായ്പിന് സേവാവൃത്തി സമർപ്പിക്കാൻ ഓട്ടം തുടങ്ങുകയും ചെയ്തു.

മേൽവിവരിച്ച പ്രകാരം അകമേ പൊട്ടിത്തകരുകയും വെളിയിൽ ഹൈന്ദവജനത എന്ന ഏകശിലാസ്തംഭമായി പൊങ്ങിനിൽക്കുകയും ചെയ്ത ഒരു സമൂഹത്തിലാണ് കാലഗതിയിൽ, ഭിന്ന ഘട്ടങ്ങളിൽ ഇസ്ലാമും ക്രിസ്തുമതവും കടന്നുവന്നത്. ഈ മതസംഗമത്തിന്റെ ആദിമാധ്യായങ്ങളിൽ ചിലത് സുന്ദരവും ചിലത് വികൃതവും ആയിരുന്നു. പാഴ്സികൾ ആദ്യമായി ഗുജറാത്തിലെ സഞ്ജാനിൽ എത്തിയപ്പോൾ, ഈ പുതിയ സമൂഹം ജനസമൃദ്ധിയുള്ള തന്റെ രാജ്യത്തിൽ എങ്ങനെ കഴിഞ്ഞുകൂടും എന്ന് പാഴ്സിത്തലവനോടു രാജാവ് ചോദിച്ചതായി ഒരു കഥയുണ്ട്. നിറഞ്ഞ ഒരു പാത്രത്തിൽ കുറെ പഞ്ചസാരയിട്ട് കാണിച്ച തലവൻ, ഭാരതീയ സമൂഹത്തിൽ പാഴ്സികൾ അലിഞ്ഞുചേരുമെന്ന് ഭംഗിയായി സൂചിപ്പിച്ചു. അവർ ഇവിടെ അലിഞ്ഞുതന്നെ നിലനിന്നു. ഇന്ത്യയുടെ സ്വാതന്ത്ര്യസമരത്തിൽ ആ ചെറിയ സമൂഹം ദാദാബായ് നവറോജി, ഫെറോസ് ഷാ മേത്ത മുതലായ നേതാക്കന്മാരിലൂടെയും മറ്റും ചെയ്ത മഹാസേവനങ്ങൾ ഈ രമ്യമായ ഉദ്ഗ്രഥനത്തെ ഉദാഹരിക്കുന്നു. അക്ബറിന്റെ മതസമന്വയപരീക്ഷണങ്ങളുടെ കഥയും ഇവിടെ ഓർക്കപ്പെടേണ്ടതാണ്. കേരളത്തിൽ സ്ഥാണുരവിചക്രവർത്തിയും വീരരാഘവ ചക്രവർത്തിയും ക്രൈസ്തവ മാഹമ്മദ സംഘങ്ങളുടെ അധിനിവേശത്തിനുവേണ്ടി എത്ര ഉദാരമായ രീതിയിലാണ് നയം രൂപപ്പെടുത്തിയതെന്ന് ചരിത്രം തെളിവുതരുന്നു.

ഈ മതസമാഗമത്തെ അതിരുകടന്ന ശുഭവിശ്വാസത്തോടെ കാല്പനികവികാരങ്ങൾ കലർത്തിക്കാണുന്നതും ശരിയല്ല. ബാഹ്യാചാരങ്ങളിലും വിശ്വാസപ്രമാണങ്ങളിലും ധാരാളം ഭിന്നതകൾ പ്രകടമായിരിക്കുന്ന ഹിന്ദുസമൂഹവും ഇസ്ലാമിന്റെയും ക്രൈസ്തവമതത്തിന്റെയും നവവിശ്വാസികളടങ്ങിയ സംഘങ്ങളും തമ്മിൽ പരിപൂർണ്ണമായ സ്വരച്ചേർച്ച ഉണ്ടായിരുന്നു എന്ന് ഭാവിക്കേണ്ടതില്ല. ആദിഘട്ടങ്ങളിൽ ഇന്ത്യയിൽ ധന-രാജ്യലോഭത്തോടെ ആക്രമണം നടത്തിയ മുസ്ലീം സൈന്യനായകന്മാർ ചെയ്തതെല്ലാം ശരിയായിരുന്നില്ല. മതപരിവർത്തനവും നടന്നിരിക്കണം. അമ്പലങ്ങളും പള്ളികളും തകർക്കപ്പെട്ടിരിക്കാം. മതമർദ്ദനങ്ങളും ഉണ്ടായിരിക്കാം. പക്ഷേ, ഒരു പൊരുത്തത്തിനുവേണ്ടി നടന്ന ആരംഭദശയിലെ കൂട്ടിയുരസലുകൾ കാലക്രമത്തിൽ സ്നേഹത്തിൽ നില്ക്കുന്ന ഒരു അയൽപക്ക സംസ്കാരത്തെ ഇന്ത്യയിൽ രൂപപ്പെടുത്തുകയുണ്ടായി എന്നതും നിർവിവാദമാണ്. സിപ്പായിലഹള എന്ന പേരിൽ അറിയപ്പെടുന്ന വിഫലമായ സ്വാതന്ത്ര്യസമരത്തിൽ ഹിന്ദുക്കളും മുസ്ലീങ്ങളും ഒന്നിച്ചുനിന്ന ചരിത്രം, ഇന്ത്യ ആവിഷ്കരിച്ച മതസൗഹാർദ്ദത്തിന്റെ നല്ലൊരു മാതൃകയത്രേ.

മതഭേദങ്ങളെ കവച്ചുവെച്ച്, യഥാർത്ഥ മതത്തിന്റെ ആത്മാവിനെക്കണ്ടെത്തിയ കബീർ, നാനാക്ക്, രാമാനന്ദൻ മുതലായ സിദ്ധന്മാരുടെ ആത്മീയ സംസ്കാരം ഇതിന് എത്രയോ മുമ്പ് ജനഹൃദയങ്ങളെ വശീകരിച്ച് മതാതീതമായ ഒരു ഏകമതത്തിന്റെ ഉദയസംസ്കാരം ഇവിടെ തുടങ്ങിവെച്ചിരുന്നുവെന്ന് നാം മറക്കരുത്.

എങ്കിലും ഉള്ളിൽ ശങ്കയും അവിശ്വാസവും എവിടെയോ ഈ മതാനുയായികൾക്കിടയിൽ ഒളിഞ്ഞുകിടന്നിരുന്നു. വെളിയിൽ ചിരിക്കുമ്പോഴും ഉള്ളിൽ കത്തി ഒളിപ്പിച്ചവരായിരുന്നു മതനേതാക്കൾ. സാധാരണ ജനങ്ങൾ ദൈനംദിന ജീവിതത്തിന്റെ സാധാരണ താളത്തിൽ മതഭേദബോധത്തെ അതിവർത്തിച്ച് ജീവിച്ചുപോന്നു. മതനേതാക്കളും പുരോഹിതന്മാരും തോക്ക് പുറത്തെടുത്തില്ലെങ്കിലും വെടിമരുന്ന് തണുപ്പിക്കാതെ സൂക്ഷിച്ചുപോന്നു. അമ്പലംപൊളിക്കലും പള്ളിതകർക്കലും മതം മാറ്റലും ഒക്കെ ഈ അന്തശ്ശങ്കയുടെ ബഹിഃസ്ഫുരണങ്ങളായിരുന്നു. പക്ഷേ, അക്കാലത്ത് രാജാക്കന്മാർ-ഹിന്ദുക്കളും മുസ്ലിങ്ങളും-പൊതുവെ തങ്ങളുടെ പ്രജകളുടെ യോഗക്ഷേമത്തിൽ വളരെ താത്പര്യം ഉള്ളവരായിരുന്നു. അതിനാൽ സാമാന്യ ജീവിതാവശ്യങ്ങളുടെ ഒഴുക്കിൽ ഇത്തരം സ്ഫോടനങ്ങൾ വേഗംതന്നെ നിലച്ചു. അറംബസീബും ശിവാജിയും ടിപ്പുവും മാർത്താണ്ഡവർമയും എല്ലാം ഈ സ്വഭാവത്തിന് ഉദാഹരണങ്ങളാണ്. അറംഗസീബ് സ്വന്തം സഹോദരന്മാരോട് കാണിച്ച കൊടുംക്രൂരത ഹിന്ദുക്കളോടു കാണിച്ചുവെന്ന് ആരും ആക്ഷേപിക്കില്ല (The Columbia History of the World കാണുക). മതത്തിനുവേണ്ടിയല്ല, അധികാര സംരക്ഷണത്തിനുവേണ്ടിയാണ് അക്കാലത്ത് രാജാക്കന്മാർ മിക്കവാറും അന്യമതദ്രോഹം നടത്തിയത്. ഇത്തരം സംഭവങ്ങളെ ഇന്ന് കാണുമ്പോൾ അക്കാലത്തിന്റെ കണ്ണടയാണ് ഇക്കാലത്തിന്റെ കണ്ണടയല്ല ഉപയോഗിക്കേണ്ടത്. ഹിന്ദുക്കളുടെയിടയിൽ വൈഷ്ണവരും ശൈവരും തമ്മിൽ രാജതലത്തിലും ജനതലത്തിലും നടന്ന കൊടിയ കലഹങ്ങളും ഹിന്ദു-മുസ്ലിം കലഹങ്ങളും അക്കാലങ്ങളിലെ മതപ്രശ്ന പരിഹാരമാർഗങ്ങൾ മാത്രമായിരുന്നു. ആരാധനാലയങ്ങൾ പിടിച്ച് തങ്ങളുടേതാക്കുന്നത് അവരുടെ ഒരു വിനോദമായിരുന്നു. എല്ലാ മതക്കാരും ഇതിൽ ഒരേപോലെ കുറ്റക്കാരാണ്. എത്രയോ ജൈന-ബൗദ്ധക്ഷേത്രങ്ങൾ ഹിന്ദുക്കൾ തങ്ങളുടേതാക്കാൻ മടിക്കുകയുണ്ടായില്ല--ഏകംസത്' എന്നൊന്നും അവർ അപ്പോൾ ആലോചിച്ചില്ല. പഴയ ഒരു ജൈനക്ഷേത്രമാണല്ലോ ഇന്ന് ഹിന്ദുക്ഷേത്രമെന്ന് പേർപെറ്റ കൂടൽമാണിക്യക്ഷേത്രം.

ഇന്ത്യയിലെ ഈ അന്തർലീനമായ മതസ്പർദ്ധയുടെ മണ്ണിൽ ബ്രിട്ടീഷാധിപത്യം കൂടുതൽ സ്പർദ്ധകളുടെ വിത്ത് പാകി. പണ്ടുമുതൽ ഇന്നുവരെ ഇവിടത്തെ മതപരമായ സങ്കടങ്ങളെ വർദ്ധിപ്പിച്ചത്, ഭരണാധിപന്മാരുടെ രാജ്യലോഭമാണ്. അങ്ങോട്ടുമിങ്ങോട്ടും വിശ്വാസക്കുറവ് ഉളവാക്കാൻ ചെറിയ കൗശലംകൊണ്ട് സാധിക്കും. തനി ശുദ്ധഗതിക്കാരായ

നമ്പൂതിരിയും വാരിയരും പാതിരാവിൽ മൃഗങ്ങളെപ്പോലെ അന്യോന്യം മൂക്കുകടിച്ച് ചോരയൊലിപ്പിക്കാൻ നിസ്സാരമായൊരു പൊടിക്കൈകൊണ്ട് മൂട്ടസ്സിന് കഴിഞ്ഞു. നല്ലവനും തന്ത്രശാലിയും ഒന്നിച്ചുകൂടുമ്പോൾ നന്മ നശിക്കുകയും തന്ത്രം വിജയിക്കുകയും ചെയ്യുന്നു. പഞ്ചതന്ത്രത്തിലെ ഒന്നാമത്തെ തന്ത്രം മിത്രഭേദമാണ്-അതാണ് പ്രഥമവും പ്രധാനവുമായ രാജ്യതന്ത്രം. അതുവഴി കരടകൻ എന്ന കുറുക്കൻ സഞ്ജീവകൻ എന്ന കൂറ്റൻ കാളയെ നശിപ്പിച്ചു. ജനങ്ങൾ എന്നും എവിടെയും സാധുജനങ്ങളാണ്-ഹിന്ദുക്കളും മുസ്ലിങ്ങളും സാധുക്കൾതന്നെ. അവർക്കിടയിലുള്ള മത്സരമായ ശങ്കാഭീതികളെ മനഃശാസ്ത്രതന്ത്രങ്ങൾ ഉപയോഗിച്ച് വളർത്തിയെടുത്തു ആംഗലഭരണം. കോൺഗ്രസ് നേതൃത്വം ബ്രിട്ടീഷുകാരന്റെ തന്ത്രം കണ്ടു. മുഹമ്മദലി ജിന്ന ഹിന്ദു-മുസ്ലിം അവിശ്വാസം മാത്രം കണ്ടു. ഗാന്ധിജി രണ്ടും കണ്ടു. പക്ഷേ, സത്യത്തിന്റെ ഒരു വശം മാത്രം കണ്ടവർ കലഹിക്കുമ്പോൾ ഗാന്ധിജി വെളിയിലായി. ഇന്ത്യ വിഭജിക്കപ്പെട്ടു.

ഇപ്പോൾ ഇന്ത്യ വിഭജിക്കപ്പെട്ടുകൊണ്ടേയിരിക്കുന്നു. സ്വാതന്ത്ര്യസമരകാലത്ത് സ്വാതന്ത്ര്യം രാജ്യത്തിന് ഇല്ലായിരുന്നുവെങ്കിലും മനസ്സിനുണ്ടായിരുന്നു. അന്ന് അതിനാൽ ഭാരതം എന്ന സങ്കല്പത്തിന് വളരെ ശക്തിയുണ്ടായിരുന്നു. ആ ശക്തിയുടെ നടുവിൽ വെച്ചാണ് ഇന്ത്യ വിഭജിക്കപ്പെട്ടത്. ബ്രിട്ടീഷുകാരും അവർക്കുമുമ്പുള്ള പ്രഭുക്കളും രാജാക്കന്മാരും തുടർന്നുവന്ന രാജ്യാധികാരതന്ത്രത്തിന്റെ പാരമ്പര്യം വിഭജനത്തിൽ കലാശിച്ചു. അവിടെ അത് നിലച്ചില്ല. ഇന്നും ആ പാരമ്പര്യം ഇന്ത്യയുടെ മനസ്സിനെ ശിഥിലീകരിച്ച് നശിപ്പിച്ചുകൊണ്ടേയിരിക്കുന്നു. ഹിന്ദു-മുസ്ലിം തലത്തിൽ മുമ്പ് ഒതുങ്ങിനിന്നിരുന്ന അനൈക്യവും അവിശ്വാസവും ഇന്ന് എല്ലാ ജാതിമതവർഗ്ഗങ്ങളുടെയും ദേശഭാഷാ ദിക്കുകളുടെയും രന്ധ്രങ്ങൾ ഉപയോഗിച്ച് നമ്മുടെ മനസ്സിനെ നൂറുനൂറു കഷണങ്ങളാക്കി വലിച്ചെറിഞ്ഞുകൊണ്ടിരിക്കുന്നു. ഇന്ത്യൻ നാഷണൽ കോൺഗ്രസ് മുന്നണിയിൽ ഒന്നാമതായി നിന്നുകൊണ്ട് എല്ലാ രാഷ്ട്രീയകക്ഷികളും അറംഗസീബ്-ബ്രിട്ടീഷ് പാരമ്പര്യമനുസരിച്ച് തങ്ങൾക്ക് അധികാരം ഉറപ്പിക്കുന്നതിനായി വർഗ്ഗീയതയെ പ്രീണിപ്പിച്ചവരത്രെ.

രാഷ്ട്രീയവും മതവും ഇന്ത്യയിൽ ഇന്ന്, അവയുടെ ശ്രേഷ്ഠലക്ഷ്യങ്ങളിൽനിന്ന് ഭ്രഷ്ടമായി മറ്റെന്തോ ആയി മാറിക്കഴിഞ്ഞു. ഇവിടെ രാഷ്ട്രീയം മതവും മതം രാഷ്ട്രീയവുമായി മാറിപ്പോയി. ഹിന്ദുമതമോ ക്രിസ്തുമതമോ ഇസ്ലാംമതമോ, അല്ല ഇന്ത്യയിൽ ഇന്ന് സജീവമായിട്ടുള്ളത്, ഹിന്ദുരാഷ്ട്രീയവും മറ്റുമാണ്. മതം എന്നത് മാച്ച് രാഷ്ട്രീയം എന്ന് വർത്തമാനകാലത്തിന്റെ വിരലുകൾ സോദരരക്തത്തിൽ മുക്കി നാടുനിറയെ എഴുതിക്കൊണ്ടിരിക്കുന്നു. ഒരേ പായയിൽ രണ്ടു മതവിശ്വാസികൾക്ക് ഇന്ന് കിടന്നുറങ്ങാൻ വയ്യെങ്കിൽ, അവർ യഥാർത്ഥമതവിശ്വാസികളല്ല എന്നാണ് അതിനർത്ഥം. ഇന്ത്യയിൽ മതം സജീവമാകണമെങ്കിൽ സ്നേഹം സജീവമാകണം. കലഹം അരങ്ങ് തകർക്കരുത്.

മതകലഹങ്ങൾ അവസാനിപ്പിക്കാൻ മതനേതാക്കൾ യോജിച്ച് ഒരു നടപടിയും ഇന്നുവരെ എടുത്തിട്ടില്ല. ചീത്ത രാഷ്ട്രീയം ഇന്ത്യയുടെ ദേശീയമതവും ചീത്ത മതം ഇന്ത്യയുടെ ദേശീയ രാഷ്ട്രീയവുമായിരിക്കുന്നു. ചീത്ത മതത്തിനും ചീത്ത രാഷ്ട്രീയത്തിനും കൂടിച്ചേരാൻ ഒട്ടും പ്രയാസമില്ല. രണ്ടു ചീത്തകൾക്ക് യോജിക്കാൻ ബുദ്ധിമുട്ടില്ല. എന്നാൽ യോജിക്കാനായി ഇവിടെ മതത്തിന്റെയും രാഷ്ട്രീയത്തിന്റെയും നന്മകൾ ഇല്ലാതെ പോയി. മഹാത്മാവിനോടൊപ്പം അവ അസ്തമിച്ചുപോയി. മതത്തിന്റെ വാമൊഴി കലഹത്തിന്റെ ഭാഷയാണ്. ഐക്യത്തിന്റെ വരമൊഴി അത് മറന്നേ പോയിരിക്കുന്നു. പൊതു ആരാധനയിൽ മാത്രമേ ദൈവമുള്ളൂ. ആരുടെ ഉള്ളിലും ദൈവത്തിന്റെ ആരാധന നടക്കുന്നില്ല. രാഷ്ട്രീയനേതാക്കളെല്ലാം ഏറ്റവും വലിയ ഭക്തന്മാരാവാൻ കാറോടിച്ചും വിമാനം പറപ്പിച്ചും മത്സരിക്കുന്നു. യഥാർത്ഥ ഭക്തന്മാർ നിയമസമാധാനത്തിന്റെ പേരിൽ തള്ളിമാറ്റപ്പെടുന്നു. ഈ മതം ഇന്ത്യയിലെ മനുഷ്യരെ ചീത്തയാക്കിക്കൊണ്ടേയിരിക്കുന്നു.

ഈ കലഹാത്മകങ്ങളായ മതങ്ങളെ നശിപ്പിക്കുന്ന യഥാർത്ഥമതത്തെ ഓരോ മതവിശ്വാസിയും കണ്ടെത്തണം. ആ മതത്തിന്റെ നേതാക്കൾ അതിന്റെ സന്ദേശം തങ്ങളുടെ അനുയായികളോട് നിരന്തരം വിളംബരം ചെയ്യണം. അപ്പോൾ രാഷ്ട്രീയത്തിന് മതത്തെ ദുരുപയോഗപ്പെടുത്താനാവില്ല. ആളുന്ന ചെന്തീ അപ്പോൾ അണയും. ഇത് നടക്കാത്ത കാലത്തോളം ഇന്ത്യയിൽ വർഗീയത തെരുവുതോറും നഗ്നതാണ്ഡവം നടത്തിക്കൊണ്ട് നാട് മുടിക്കുന്ന കാഴ്ച നമുക്ക് കണ്ടുകൊണ്ടിരിക്കാം!

അർദ്ധരാത്രിയിൽനിന്നുള്ള സ്വാതന്ത്ര്യം

കിണറുകുഴിച്ച് വെള്ളം കിട്ടാതെയും വക്കിടിഞ്ഞ് മൺകട്ടയും ചരൽക്കല്ലും പിടലിക്ക് വീണും വലയുന്ന തൊഴിലാളിയെപ്പോലെയാണ് ഇന്ത്യാക്കാരായ നമ്മുടെ ഇന്നത്തെ നില. ഉദ്ദേശ്യം നിറവേറ്റേണ്ടതിനാവശ്യമായതിന്റെ ഇരട്ടി പ്രവർത്തിച്ചിട്ടും ഉദ്ദേശ്യം പകുതിപോലും നിറവേറാതെ കിടക്കുന്ന ഒരു അവസ്ഥയാണ് അത്. പലപ്പോഴും അതു മനുഷ്യനെ നിരാശയുടെ നടുക്കയത്തിൽ മുക്കിക്കൊന്നുകളയും. എന്നാൽ ചിലപ്പോൾ ആത്മപരിശോധനത്തിന്റെ ഒരു കൊച്ചുദ്വീപിൽ അവൻ എത്തിച്ചേർന്നുവെന്നുവരും. എങ്കിൽ അവൻ രക്ഷപ്പെട്ടു. അവിടെ ഇന്ന് ഇന്ത്യാക്കാരൻ എത്തിയിട്ടുണ്ടോ?

ഈ ചോദ്യത്തിന് മുമ്പേ ചോദിക്കേണ്ടത്, 'അവിടെ ഇന്ന് ഇന്ത്യാക്കാരനായ ബുദ്ധിജീവി എത്തിയിട്ടുണ്ടോ?' എന്നാണ്. ഇന്ത്യാക്കാർക്കിടയിൽ ബുദ്ധിജീവി എന്നൊരു വസ്തു തന്നെയില്ലെന്ന് ചിലർക്കഭിപ്രായമുണ്ട്.

ഒരു ബുദ്ധിജീവിക്കല്ലാതെ അങ്ങനെ ഒരഭിപ്രായം പറയാൻ കഴിയുകയില്ലെങ്കിൽ, ഇന്ത്യയിൽ ബുദ്ധിജീവികൾ ഉണ്ടെന്നുതന്നെ നമുക്കു സമ്മതിക്കാം. ഇന്ത്യയിലെ ബുദ്ധിജീവികൾ ഏറെക്കുറെ നിരാശാഭരിതരായിരിക്കുന്ന കാലഘട്ടമാണ് ഇത്. സാഹിത്യത്തിന്റെയും കലകളുടെയും വിദ്യാഭ്യാസത്തിന്റെയും മതത്തിന്റെയും മറ്റും രംഗങ്ങളിൽ പ്രവർത്തിക്കുന്നവർ ആശാപുരസ്സരമല്ല, ഭാവിയെ നോക്കുന്നത്. ബുദ്ധിജീവികൾ നിരാശരാവുന്നതും ബുദ്ധിജീവികൾ ഇല്ലാതിരിക്കുന്നതും സമമാണ്. സ്വന്തം അസ്തിത്വത്തെ ന്യായീകരിക്കത്തക്കവണ്ണം അവർക്ക് ചെയ്യാവുന്ന ഒരു കൃത്യം, നമ്മുടെ ഇതേവരെയുള്ള പരാജയങ്ങളെയും പരിഭവങ്ങളെയും സ്വയം പരിശോധിക്കുക എന്നതു മാത്രമാകുന്നു. എല്ലാ ജ്ഞാനത്തിന്റെയും തുടക്കം ആത്മജ്ഞാനമാണെന്നാണല്ലോ പറയപ്പെടുന്നത്.

നൂതനനിർമ്മാണം കലയാണെങ്കിൽ ഒരു പുത്തൻജീവിതം വാർത്തെടുക്കാനുള്ള ഭാരതത്തിന്റെ ലക്ഷ്യം കലാത്മകമായൊരു ലക്ഷ്യം ആണെന്നു വേണം പറയുവാൻ. അതു നേടിയെടുക്കുവാൻ നാം സോഷ്യലിസം, ഡമോക്രസി മുതലായ പല പദാർത്ഥങ്ങൾ ഉപയോഗപ്പെടുത്തുകയും ചെയ്തു. എന്നാൽ, സമത്വവാദത്തിന്റെയും ജനാധിപത്യത്തിന്റെയും ചൈതന്യം ഇന്ത്യാക്കാരുടെ ജീവിതത്തിൽ ഉള്ളോളം എത്തിച്ചേർന്നിട്ടുണ്ടെന്നു പറയാൻ പ്രയാസം രണ്ടിന്റെയും പുറംചടങ്ങുകൾക്ക് ഇവിടെ ക്ഷാമമില്ല. സോഷ്യലിസം നടപ്പിലാക്കാൻ പൊതു ഉടമയിൽ ഉത്പാദനം കൊണ്ടുവന്നതുകൊണ്ട് ഫലമുണ്ടായിട്ടില്ലെന്നും സാധാരണക്കാരന്റെ അടുക്കളയിൽ അതിന്റെ രശ്മികൾ കടന്നെത്തിയിട്ടില്ലെന്നും ജവാഹർലാൽ നെഹ്റു പാർലമെന്റിൽവെച്ചു പണ്ടേ സമ്മതിച്ചുകഴിഞ്ഞതാണ്. പ്രായപൂർത്തി വോട്ടവകാശത്തിന്റെ അടിസ്ഥാനത്തിൽ തെരഞ്ഞെടുപ്പുകൾ എത്രയോ നടന്നുകഴിഞ്ഞിട്ടും ജനാധിപത്യത്തിന്റെ സാരം ജനങ്ങൾക്ക് ഇന്നും മനസ്സിലായിട്ടില്ലതാനും. തലയൊമ്പതും എണ്ണിയെണ്ണി മുറിച്ചിട്ടും ശിവൻ പ്രത്യക്ഷപ്പെടാതിരുന്ന രാവണനെപ്പോലെയാണ് ഇന്ത്യ ഇന്നു ക്ലേശിക്കുന്നത്. പത്താമത്തെ തല മുറിച്ച് ഹോമിച്ചാൽ ശിവൻ പ്രത്യക്ഷപ്പെടുമെന്ന് ഉറപ്പുപറയാമോ?

ഇന്ത്യയുടെ സാമൂഹികരംഗത്തിലെ ഏറ്റവും വമ്പിച്ച പരാജയത്തെക്കുറിച്ചാണു ഞാനിവിടെ പറയുവാൻ തുനിയുന്നത്. പദ്ധതികളുടെ രചയിതാക്കൾ വിഭാവനം ചെയ്യുന്ന മട്ടിൽ ഇന്നാട്ടിൽ കാര്യങ്ങൾ നടന്നുപോകുന്നില്ലെന്ന് ഏതു കുരുടനും ഇവിടെ കാണുന്നുണ്ട്. എന്തുകൊണ്ടു നടക്കുന്നില്ല? അതിന്റെ ഉത്തരം, കാണേണ്ടവർ കാണുന്നുണ്ടോ എന്ന സംശയവുമാണ്. നാമജപംകൊണ്ടു മാത്രം ഈശ്വരസായുജ്യം ആവുകയില്ലെന്നു പറയാറുള്ളതുപോലെ വെറും നിയമനിർമ്മാണംകൊണ്ടു സമത്വവും ജനാധിപത്യവും നിലവിൽ വരികയില്ല. എന്തുകൊണ്ടെന്നാൽ, സോഷ്യലിസവും ഡമോക്രസിയും ഒടുക്കത്തെ അപഗ്രഥനത്തിൽ ഒരു സാമ്പത്തികസിദ്ധാന്തമോ രാഷ്ട്രീയവാദമോ അല്ല, അവ ജീവിതരീതികൾ

തന്നെയാണ്. അവ പരാജയപ്പെടുമ്പോൾ ആ പരാജയം സിദ്ധാന്തപരാജയമല്ല, ജീവിതപരാജയമാണ്. ജീവിതം പരാജയപ്പെടുന്നത് ജീവിതപരമായ മൂല്യബോധത്തിന്റെ പരാജയത്തെത്തുടർന്നാണ്. അതിനാൽ ഇന്ത്യയിൽ സോഷ്യലിസവും ഡമോക്രസിയും പരാജയപ്പെട്ടുവെന്നതിന് ഒരർത്ഥമേയുള്ളു–ആ സിദ്ധാന്തങ്ങളുടെ മൂല്യങ്ങൾ ജനതയിൽ വേണ്ടത്ര ഉറപ്പിച്ചു നിർത്തുവാൻ നേതാക്കൾക്ക് ആർക്കും സാധിച്ചില്ല എന്നതുതന്നെ.

ഈ മൂല്യപ്രതിഷ്ഠാപനം എന്ന കൃത്യത്തിൽ പരാജയമടഞ്ഞവരാണ് ഇന്ത്യയിലെ സാഹിത്യകാരന്മാരും ചിന്തകന്മാരും മറ്റു സംസ്കാരനായകന്മാരും. മൂല്യപ്രതിഷ്ഠാപനം അവരുടെയൊക്കെ കർത്തവ്യമാണ്; രാഷ്ട്രീയനേതാക്കളുടേതല്ല. രോഗിയുടെ പറമ്പിൽ ചിത ആളിക്കത്തുമ്പോൾ ചികിത്സിച്ച വൈദ്യനെ നാം ആക്ഷേപിക്കാറുള്ളതുപോലെ, ഒരു രാജ്യം തകർച്ചയിൽപ്പെട്ടുപോകുമ്പോൾ നാം അവിടത്തെ രാഷ്ട്രീയനേതാക്കളെയും ഭരണാധികാരികളെയും ഒത്തുചേർന്നു പഴിയും തെറിയും പറയാറുണ്ട്. ഒരളവുവരെ അതു ശരിയുമാവാം. എങ്കിലും അവരെ ആക്ഷേപിക്കുന്നത് നാം സ്വയം ആക്ഷേപിക്കുന്നതിന് തുല്യമാണ്. സോഷ്യലിസത്തിലും ഡമോക്രസിയിലും വിശ്വാസമില്ലാത്ത ഭരണാധികാരികൾ നമ്മുടെ ദൗർബല്യത്തിന്റെയും പോരായ്മയുടെയും സന്തതികളാണ്. പിതാവ് സന്തതിയെ പഴിപറയുമ്പോൾ അതിൽ പിതൃത്വനിഷേധത്തിന്റെ അശ്ലീലസൂചനയുണ്ട്. ബുദ്ധിജീവികൾ അത്രത്തോളം പോകുന്നത് ഉചിതമല്ലെന്നു തോന്നുന്നു.

സോഷ്യലിസവും ഡമോക്രസിയും സിദ്ധാന്തങ്ങളും ജീവിതരീതികളും ആണെന്നു പറഞ്ഞുവല്ലോ. വൈചാരികമായൊരു സിദ്ധാന്തം വൈകാരികം കൂടിയായ ഒരു ജീവിതമാർഗ്ഗമായിത്തീരുമ്പോഴാണ് നാം അതിനെ മതം എന്നു പറയുന്നത്. ആധുനിക ഭാരതീയന്റെ മതബോധത്തിന്റെ അംശങ്ങളായി സമതാവാദത്തെയും ജനാധിപത്യത്തെയും വളർത്തിയെടുക്കുവാനുള്ള ഒരു കർത്തവ്യം ഇവിടത്തെ ബുദ്ധിജീവികൾക്കുണ്ട്. ഈ കർത്തവ്യത്തെയാണ് മൂല്യപ്രതിഷ്ഠാപനം എന്നു സ്വല്പംമുമ്പു വിളിച്ചത്. അന്ധമായ വിശ്വാസമായിട്ട് അതിനെ കണ്ടുകളയരുത്. സാമ്യവാദത്തെയും ജനാധിപത്യത്തെയും വൈകാരികമൂല്യങ്ങളാക്കി രൂപംകൊള്ളിക്കാൻ നമുക്കു കഴിഞ്ഞിരുന്നെങ്കിൽ, ആദ്യത്തേതു വെറും ദേശസാത്കരണവും രണ്ടാമത്തേതു വെറും തെരഞ്ഞെടുപ്പും ആണെന്ന് ആളുകൾ തെറ്റിദ്ധരിച്ചുകിടക്കുകയില്ലായിരുന്നു. ഇന്നു ജനങ്ങൾ ഈ വിശ്വാസത്തിൽ കിടന്നുറങ്ങുകയാണ്. രാജഗോപാലാചാരിയെപ്പോലുള്ളവർ സോഷ്യലിസത്തെയും മറ്റും എതിർത്തിരുന്നത് ഈ വിശ്വാസം മുൻനിർത്തിക്കൊണ്ടാണ്. പ്രപഞ്ചസൃഷ്ടിയുടെ അടിയിൽ പ്രവർത്തിക്കുന്ന ആ മഹനീയമായ ഐക്യത്തെ രാജാജിപോലും നിഷേധിക്കുമെന്നു തോന്നുന്നില്ല. ഇതിനിടെ 'ഹിന്ദുമത'ത്തെപ്പറ്റി അദ്ദേഹം പ്രസിദ്ധീകരിച്ച ഭാരതീയ വിദ്യാഭവന്റെ വക ഒരു പുസ്തകത്തിലെ ആദ്യത്തെ ഖണ്ഡികയിൽ, അദ്ദേഹം ആ ഐക്യത്തെ

എടുത്തുവാഴ്ത്തിയതു വായിക്കുകയുണ്ടായി. മൗലികമായ ഈ വിശ്വാസം ഒരാൾക്കുണ്ടെങ്കിൽ അയാൾക്കു സോഷ്യലിസ്റ്റും ഡമോക്രാറ്റും ആകാതെ ഗത്യന്തരമില്ല. സോഷ്യലിസത്തിനും ഡമോക്രസിക്കും ആധുനിക രാഷ്ട്ര ങ്ങളിൽ വന്നു ചേർന്ന ഗതികേട് അവ വെറും രാഷ്ട്രീയോപകരണങ്ങ ളായി തരംതാണുവെന്നതു മാത്രമാണ്. മനുഷ്യജീവിതത്തിന്റെ അടിയിൽ, സൃഷ്ടിയുടെ ഉള്ളിൽ, അവയുടെ മൂല്യങ്ങൾ സ്പന്ദമാനങ്ങളായിരിക്കു ന്നുവെന്ന ബോധം സാർവത്രികമായി പ്രചരിച്ചാലല്ലാതെ ഈ ദുരവസ്ഥ അവസാനിക്കുകയില്ല.

ഇന്ത്യയിലെ സംഘടിതമതങ്ങളുടെ സ്ഥാപനങ്ങളും പ്രബോധകന്മാരും വക്താക്കളും ഈ മൂല്യബോധം പ്രചരിക്കുന്നതിനു പ്രതിബന്ധമായാണു നിലകൊണ്ടത്. വിവേകാനന്ദനെപ്പോലെ ചുരുക്കം മഹാപുരുഷന്മാരൊ ഴികെ മറ്റെല്ലാ ഹൈന്ദവനേതാക്കളും ആ ബോധത്തിൽനിന്ന് അകന്നകന്ന് അന്യമതസ്പർദ്ധയുടെയും ജാതികലഹത്തിന്റെയും മറ്റും നരകഗർത്ത ങ്ങളിൽ വീണു നാടുമുടിച്ചവരായിരുന്നു. ഇന്ന് മതങ്ങളുടെ അധികൃത പ്രതിനിധികൾ രാഷ്ട്രീയപ്പേക്കോലങ്ങളായി കലിതുള്ളുന്നതു കേരളം തൊട്ടു പഞ്ചാബുവരെ നമുക്കു കാണാം. ഈ പ്രവണത തളരുന്ന മട്ടില്ല. പോംവഴി ഒന്നേ കാണുന്നുള്ളൂ. രാധാകൃഷ്ണനും വിനോബായും മറ്റും സൂചിപ്പിച്ചതുമാണത്. സ്ഥാപനസ്വഭാവമുള്ള സംഘടിതമതങ്ങൾ എല്ലാം ഇല്ലാതായി അനുഭവപ്രധാനമായ ആത്മീയത പകരം വന്നാൽ മാത്രമേ ജീവിതപരമായ മൂല്യങ്ങൾക്കു മതത്തിൽ സ്ഥാനമുണ്ടാവുകയുള്ളൂ. അത്തരം മൗലികമായ ആത്മീയത മതത്തിനു സോഷ്യലിസം, ഡമോക്രസി മുതലായ വിശ്വാദർശങ്ങളെ ഉൾക്കൊള്ളുവാൻ സന്തോഷമേ ഉണ്ടാവുക യുള്ളൂ. പുതുതായി വേഷം കെട്ടിവരുന്ന മതഗുരുക്കന്മാർ ഈ വഴിക്കാണോ സഞ്ചരിക്കുന്നത് എന്നു സംശയമുള്ളവർ കുറച്ചല്ല. സ്വകർമ്മഫലത്തെയും ഭാവിയെയും ജന്മാന്തരത്തെയും കുറിച്ച് അജ്ഞേയതമൂലം ഭയചകിത രായി കഴിയുന്ന സാധാരണക്കാരായ ആളുകളുടെ വിശ്വാസചാപല്യത്തെ സ്വജീവസന്ധാരണത്തിനുള്ള ഉപാധിയായി ഉപയോഗപ്പെടുത്തുന്നവരാണ് അവരിൽ മിക്കവരും. പണ്ട് ഭഗവാൻ ബുദ്ധനും ഗീതാകാരനും, അടുത്ത കാലത്ത് സ്വാമി വിവേകാനന്ദനും ജീവിതത്തെ സമ്പന്നമാക്കുന്ന ആത്മീ യതയെ പുനരുദ്ധരിച്ചതിൻവണ്ണം ഇന്ന് ഇന്ത്യയിൽ ആർക്കും സാധിക്കു ന്നില്ല. സാംസ്കാരികരംഗത്തിലുള്ള ഭീമമായൊരു പരാജയമായി ഇതിനെ നാം കാണേണ്ടിയിരിക്കുന്നു.

മതരംഗത്തു കപടവേഷധാരികളുടെ ആക്രമണം എത്രയുണ്ടോ അതിലേറെയുണ്ട് സാഹിത്യരംഗത്തുള്ള കാപട്യവും അസത്യവും. അനിവാര്യതയിൽനിന്നുള്ള ഒരുതരം സാഹിത്യനിർമ്മാണമുണ്ട്. ആ സാഹിത്യനിർമ്മാണം ഇന്നു വളരെ കുറയും. ആ അനിവാര്യതയെ സൃഷ്ടിക്കുന്നതു സാഹിത്യകാരന്റെ പ്രതിഭായത്തമായ മനസ്സാണ്. അതിന്റെ നിഷേധമാണ് ആധുനികസാഹിത്യം ഫലത്തിൽ വരുത്തി

വെച്ചിരിക്കുന്നത്. സംഘടനാപരമായ പ്രവർത്തനംകൊണ്ടു സാഹിത്യ ജീവിതം രൂപപ്പെടുത്താമെന്ന് ആധുനികർ വിശ്വസിക്കുന്നതുപോലെ തോന്നുന്നു. വാക്യബോധവും വൃത്തബോധവും കഷ്ടിച്ചുള്ള കുറെപ്പേർ ഒരിടത്ത് ഒരുമിച്ചുകൂടി കുറെ ചെറുകഥകളോ കവിതകളോ രചിച്ചുകൂട്ടി മൂന്നുനാലു നാൾ കഴിഞ്ഞു പിരിഞ്ഞുപോയാൽ സാഹിത്യശിക്ഷ ആയെന്നു കരുതുന്നവരാണ് ഇന്നു പലരും. 'സാഹിത്യത്തിന്റെ തടങ്ങൽ കേമ്പുകൾ' എന്നു മാത്രമേ അത്തരം സംഘോദ്യമങ്ങളെ വിളിച്ചുകൂടൂ. അമേരിക്കയിൽ ഇത്തരം കേമ്പുകളുണ്ടത്രെ, ഉണ്ടാവാം. അമേരിക്കയിൽ മറ്റെന്തൊക്കെയുണ്ട്? കൂട്ടംചേർന്ന് അടിയും വെടിയും നടത്തുന്ന 'കൗബോയി'കളും 'കുപിതരായ യുവാക്ക'ളും ഇല്ലേ? പക്ഷേ, അമേരിക്ക നിന്ന് സാഹിത്യകാരന്മാരായി എണ്ണപ്പെടുന്ന ആരും - ഹെമിങ്ങ്‌വെയോ, ഫോക്നറോ, സ്റ്റീൻബെക്കോ, പേൾബെക്കോ-ഇത്തരം 'തടങ്ങൽത്താവള'ങ്ങളിൽനിന്നു സാഹിത്യശിക്ഷ അനുഭവിച്ചു സാഹിത്യനിർമ്മാണം ചെയ്തു വിശ്വാംഗീകാരം നേടിയവരല്ല, അന്തരാത്മാവിന്റെ നിർബന്ധം നിമിത്തം ക്ലേശസഹസ്രങ്ങൾ ലംഘിച്ച് എഴുത്തു ജീവിതവ്രതമായെടുത്ത് അതിൽ വിജയം നേടിയവരാണ്. ഈ നാട്ടിലും അങ്ങനെയുള്ളവരേ സാഹിത്യകാരന്മാരായിട്ടുള്ളൂ, മേലിൽ ആവുകയുള്ളൂ.

സാഹിത്യരചന വെറുമൊരു കരകൗശലവിദ്യയാണെന്ന ആപത്കരമായ ബോധം ഉളവാക്കുന്ന ഈ പ്രവർത്തനങ്ങൾ ഇങ്ങനെ സംഘടിതമായി പ്രതിഭാനിഷേധം വരുത്തുന്നതുമൂലം, ജനങ്ങളുടെ ഹൃദയമേഖലകൾ ഇന്നു വെറും തരിശുനിലങ്ങളായി വരണ്ടുകിടക്കുന്നു. കേമ്പിന്റെ അകക്കാമ്പിൽനിന്ന് ഒഴുകുന്ന കവിത ഒരു രാജ്യത്തിന്റെയും ഹൃദയതൃഷ്ണയെ ശമിപ്പിച്ചിട്ടില്ല. സാഹിത്യകാരനെ സാഹിത്യത്തിന്റെ 'സെയിൽസ്മാൻ' ആക്കുവാൻ കേമ്പുകൾക്കു കഴിഞ്ഞേക്കും. പക്ഷേ, അമേരിക്കയിൽപോലും 'സെയിൽസ്മാ'ന്റെ കാലം കഴിഞ്ഞിരിക്കുന്നുവെന്നാണ് പ്രൊഫ. സൊറൊക്കിൻ പറയുന്നത്. അവന്റെ പ്രേതത്തെ ഇന്നാട്ടിൽ ആവാഹിച്ചു വരുത്തേണ്ടതുണ്ടോ? മറിച്ച്, നാം ചെയ്യേണ്ടത് വ്യക്തിപ്രതിഭയെ സാഹിത്യപീഠത്തിൽ പുനർപ്രതിഷ്ഠിക്കുകയാണ്. ഇവിടെ നഷ്ടപ്പെട്ടുപോയ മൂല്യബോധം വീണ്ടും സ്ഥാപിക്കുവാൻ പ്രതിഭാശാലികളുടെ സാന്ദ്രവീക്ഷണമായ കൃതികൾക്കു മാത്രമേ സാധിക്കുകയുള്ളൂ. അത്തരം കൃതികൾ ഇന്ന് ഉണ്ടാവുന്നില്ലെന്നു മാത്രമല്ല, മറിച്ചുള്ള കൃതികൾ കൂടി വരികയുമാണ്. നാം ഇതിൽ എത്രത്തോളം കുറ്റക്കാരാണ്? നമുക്കില്ലാത്ത പ്രതിഭവെച്ച് എഴുതുവാൻ സാധ്യമല്ലാത്തതുകൊണ്ടു നാം കുറ്റക്കാരല്ലെന്നു വാദിച്ചുനില്ക്കാമെങ്കിലും നമ്മുടെ മനസ്സാക്ഷിയെ ഈ ഉത്തരം തൃപ്തിപ്പെടുത്തുന്നുണ്ടോ?

നമ്മുടെ വലിയ എഴുത്തുകാരുടെപോലും ലക്ഷ്യം വില്പനയാണ്, വീക്ഷണമല്ല. മൂല്യപ്രതിഷ്ഠാപനം എന്ന കർത്തവ്യത്തിൽ നാം പരാജയപ്പെടുവാൻ കാരണം ഇതാണ്. ആരാധകന്മാരെയും പ്രശംസകന്മാരെയും

സ്തുതിപാഠകന്മാരെയും കുടുംബബന്ധം, ജാതിബന്ധം, ധനബന്ധം മുതലായ മമതാബന്ധങ്ങൾ മുൻനിർത്തി തങ്ങൾക്ക് അനുകൂലരാക്കി നിർത്തുവാൻ കേരളത്തിലെ മഹാസാഹിത്യകാരന്മാർവരെ അഹമഹമികയാ ജാഗരൂകരായി പ്രവർത്തിക്കുന്നുണ്ട്. സാഹിത്യ അക്കാദമിയുടെ സമ്മാനമോ നാഷനൽ അവാർഡോ ജ്ഞാനപീഠപുരസ്കാരമോ ലഭിക്കുന്നതിന് അവർ പെടുന്ന പാട് കണ്ടാൽ കച്ചവടക്കാരുടെയും രാഷ്ട്രീയക്കാരുടെയും ഇടയിലുള്ള പണക്കൊതിയന്മാർവരെ നാണിച്ചുപോകും! എഴുത്തിന്റെ ഗുണത്തിലുള്ള വിശ്വാസത്തിനു പകരം അളവിലുള്ള വിശ്വാസം പരന്നിരിക്കുന്നു. എഴുതുക എന്നല്ല, എഴുതിക്കൂട്ടുക എന്നതാണ് ഇന്നു മിക്കവരുടെയും ലക്ഷ്യം. സാഹിത്യത്തിലെന്നല്ല ജീവിതത്തിൽത്തന്നെ അത്യന്താപേക്ഷിതമായ അഭിപ്രായസഹിഷ്ണുത അഥവാ വിമർശനപ്രതിപത്തി, വില്പനക്കാരായ നമ്മുടെ സാഹിത്യകാരന്മാർക്ക് ഒട്ടും പഥ്യമല്ല. പ്രതിഭാലംബിതമായ ധീരതയല്ലാതെ, മാർക്കറ്റിന്റെ നില ആശ്രയിച്ചു സ്വന്തം സാഹിത്യത്തിനു വിലയുണ്ടാക്കിക്കൊടുക്കാൻ നിർബന്ധിക്കപ്പെടുന്ന ഒരു കൂട്ടം എഴുത്തുകാരുടെ പിടിയിൽപെട്ടു മലയാളസാഹിത്യം ഇന്ന് അത്യന്തം വികലമായിത്തീർന്നിരിക്കുകയാണ്.

മൂല്യബോധമില്ലായ്മയാണ് നമ്മുടെ മൗലികമായ തകരാറ്. വിശ്വാസരാഹിത്യം ഇന്ന് ഇതിനെത്തന്നെ ഗൊയ്ഥെ വ്യപദേശിക്കുകയുണ്ടായി. തന്റെ കാലത്തെ യൂറോപ്പ് പിടിവള്ളിയൊന്നുപോലുമില്ലാത്ത ഉണക്കില പോലെ കാലനദിയിലൂടെ ഒഴുകിപ്പോകുന്നതു കണ്ട് ഗൊയ്ഥെ വിലപിക്കുകയും ആ വിലാപം ഒരു വെല്ലുവിളിയായിത്തീരുകയും ആ വെല്ലുവിളിയിൽനിന്ന് ഒരു മഹത്തായ സാഹിത്യകൃതി ഉളവാകുകയും ചെയ്ത കഥ ഞാൻ ഈയവസരത്തിൽ ഓർത്തുപോകുന്നു. നാമും ഇന്നു വിലാപസ്വരത്തിൽ സംസാരിക്കുകയാണ്. ഇതിൽനിന്ന് ഒരു വെല്ലുവിളി ഉൾക്കൊള്ളുവാനും അതിന്റെ അന്തിമഫലം മൂല്യപ്രതിഷ്ഠാപകമായ ഒരു മഹാകൃതി ഉദയംകൊള്ളുക എന്നതായിത്തീരുവാനും ഇടവരികയില്ലേ? ജലാലുദ്ദീൻ റൂമിയെപ്പോലെ നമുക്കും വിശ്വസിക്കുക, ഇവിടെ ഈ ഇരുട്ടിനുള്ളിൽ ഇപ്പോഴും വെളിച്ചമുണ്ടെന്ന്.

രാഷ്ട്രീയരംഗം നോക്കാം. നോക്കിയാൽ ഞെട്ടിപ്പോകും, ആരായാലും. 'ദൈവാനുഗ്രഹംകൊണ്ടൊരു കുഞ്ഞുണ്ടായി, ഈശ്വരാനുഗ്രഹംകൊണ്ട് അതിന്റെ കണ്ണുപോയി' എന്നു പറഞ്ഞതുപോലെ 1947-ൽ നമുക്കു സ്വാതന്ത്ര്യം കിട്ടുകയും അതിന്റെ പ്രഥമ വാർഷികം ആഘോഷിക്കുന്നതിനുമുമ്പ് ഗാന്ധിജി വധിക്കപ്പെടുകയും ചെയ്തല്ലോ. സ്വാതന്ത്ര്യസമ്പാദനവും ഗാന്ധിനിധനവും രണ്ടും ദൈവാനുഗ്രഹത്തിന്റെതന്നെ ഫലമായിരിക്കണം. ആ വധം തികച്ചും പ്രതിരൂപാത്മകമായ ഒരു വധമായിരുന്നു. ഗാന്ധിവിചാരം ഇവിടെ വധിക്കപ്പെട്ടു എന്ന് ആ വധം വിളിച്ചറിയിച്ചു. വരാനിരിക്കുന്ന ഭാരതീയ ചരിത്രസ്വഭാവത്തിന്റെ മുന്നോടിയുടെ കാല്പാടാണ് അതെന്ന് അന്ന് വ്യക്തമായിരുന്നില്ലെങ്കിലും ഇന്ന് അത് അനുനിമിഷം

വ്യക്തമാക്കപ്പെട്ടുകൊണ്ടേയിരിക്കുന്നു. ഈ പ്രവേശത്തിന്റെ നാൾ അരുണോദയം വന്നപ്പോൾ, വീട്ടിനകത്തു നിറഞ്ഞു കത്തിക്കൊണ്ടിരുന്ന വിളക്കു പൂച്ചചാടി കെട്ടുപോയതുപോലുള്ള ഏതോ അമംഗളശങ്ക ഇന്ത്യയുടെ സ്വാതന്ത്ര്യസമ്പാദനത്തിന്റെ അപദാനത്തിനു ചുറ്റും വല്ലാത്തൊരു ധൂമപരിവേഷം ഉയർത്തി. ഇനി ഇന്നാട്ടിൽ ധർമ്മത്തിന്റെ ദീപസ്തംഭം ഉയരുകയും കത്തിനില്ക്കുകയും ചെയ്യുകയില്ലെന്നു തോന്നിപ്പിച്ചുകൊണ്ട് ഗാന്ധിവധത്തിന്റെ മേഘച്ഛായ നമ്മുടെ വർത്തമാനചരിത്രത്തിൽ വിഷാദാത്മകതയുടെ മങ്ങൽ ഏല്പിച്ചുകൊണ്ടിരിക്കുന്നു. ഹിമാലയത്തെ പാഴ്നിഴലാക്കാൻ നമുക്കു കഴിഞ്ഞു. ഗാന്ധിജിയുടെ സാമ്പത്തികവും രാഷ്ട്രീയവും ധാർമ്മികവുമായ ഉപദേശങ്ങളിൽനിന്നു മാറിക്കളഞ്ഞതാണ് ഇന്ത്യയുടെ പരാജയത്തിന്റെ നിദാനം എന്ന് ഇന്ന് ഇന്ത്യാക്കാരെ ധരിപ്പിക്കാൻ ശ്രമിക്കുന്നത് ഇവിടത്തെ ഗാന്ധിശിഷ്യരല്ല, ഗുന്നാർ മിർദൽ, ഷൂമാച്ചർ തുടങ്ങിയ പ്രഗല്ഭരായ വൈദേശിക സാമ്പത്തികചിന്തകരാണ്. പറഞ്ഞുപറഞ്ഞ് അവരും ഇപ്പോൾ തോല്വി സമ്മതിച്ചെന്നു തോന്നുന്നു. ഉപ്പോളം വരില്ലല്ലോ ഉപ്പിലിട്ടത്! ഗാന്ധിജി പറഞ്ഞത് കേൾക്കാത്തവരുണ്ടോ ഗാന്ധിജി പറഞ്ഞതിനെപ്പറ്റി മറുനാട്ടുകാർ പറഞ്ഞതു വിലവയ്ക്കാൻ പോകുന്നു?

തന്റെ ചരമത്തിനു തൊട്ടുമുമ്പിൽ മഹാത്മാവിന്റെ ഹൃദയം, മുമ്പൊരിക്കലും ഉണ്ടായിട്ടില്ലാത്തവിധത്തിൽ കദന പരിപൂർണ്ണമായിരുന്നുവെന്ന് അദ്ദേഹത്തിന്റെ അന്ത്യദശയെക്കുറിച്ച് അതിസൂക്ഷ്മതയോടെ രേഖപ്പെടുത്തിയ പ്യാരെലാൽ സൂചിപ്പിച്ചിട്ടുണ്ട്. സ്വച്ഛന്ദമൃത്യുവായ ഗാന്ധിജി തന്റെ തിരോധാനത്തിനു തയ്യാറാവുകയായിരുന്നു അക്കാലത്ത് എന്നുവേണം കരുതാൻ. വരാനിരിക്കുന്ന ഇന്ത്യയുടെ നേതൃത്വം തനിക്കില്ലെന്നും തന്റെ ഉപദേശങ്ങൾക്ക് അപ്പോൾ ഔപചാരികമായ പ്രാധാന്യമേ ഉള്ളുവെന്നും ക്രാന്തദൃഷ്ടിയായ ആ പ്രതിഭാശാലി മനസ്സിലാക്കിയിരിക്കണം. കരിങ്കുരങ്ങു രസായനത്തിൽ കരിങ്കുരങ്ങിനുണ്ടെന്ന് ബ്രഹ്മാവ് നിശ്ചയിച്ചതായി നാടോടിക്കഥയിൽ പറയുന്ന സ്ഥാനമേ, അക്കാലത്തിനപ്പുറം ഗാന്ധിജിയുടെ ഇന്ത്യയിൽ ഗാന്ധിജിക്ക് ഉണ്ടായിരുന്നുള്ളൂ-അതായത് വെറും ലേബലിൽ! വെളിക്കും വെളിയിൽ. ഉള്ളിൽനിന്ന് ഗാന്ധിജി ഇന്ത്യയിൽ തീർത്തും നിഷ്കാസിതനായിത്തീർന്നു. ലിയർരാജാവിനെ വീട്ടിൽനിന്നു കൊടുംമഴയത്തു പുറത്തിറക്കിവിട്ട നാടകത്തിലെ പെൺമക്കളല്ലാതെ മറ്റൊരു സന്താനവും ചരിത്രത്തിൽ ഇതുപോലൊരു നന്ദികെട്ട നൃശംസത സ്വന്തം അച്ഛനുനേരെ കാണിച്ചതായി ചൂണ്ടിക്കാട്ടാൻ ആർക്കും പറ്റുകയില്ല.

കോൺഗ്രസ്സുകാർക്കിടയിൽ പെരുകിവരുന്ന അധർമ്മവും അഴിമതിയും കണ്ട് വീർപ്പുമുട്ടി ആന്ധ്രദേശത്തിലെ ജനസേവകരിൽ ഉത്തമനായ കൊണ്ട വെങ്കടപ്പയ്യ അയച്ച ഹൃദയഭേദകമായ എഴുത്ത് ഗാന്ധിജിയുടെ ശുഭപ്രതീക്ഷയെ ആ കാലത്ത് വല്ലാതെ തളർത്തിക്കളഞ്ഞിരുന്നു. 1938-ലെ

സംസ്ഥാന സ്വയംഭരണകാലംതൊട്ടേ ഈ ദുരന്തശങ്ക അദ്ദേഹത്തെ പിടികൂടിയിരുന്നതായി കാണുന്നു. അക്കാലത്ത് സാധാരണമായി ഗാന്ധി ജിയുടെ അടുത്ത് എത്തിയിരുന്ന പരാതികൾ, നാഷണൽ കോൺഗ്രസ്സിൽ അംഗങ്ങളെ ചേർക്കുന്നതിലും അതിന്റെ തെരഞ്ഞെടുപ്പുകളിലും നടക്കാ റുള്ള അഴിമതികളെക്കുറിച്ചുള്ളവയായിരുന്നു. അവയുടെ കാര്യത്തിൽ പോലും ഗാന്ധിജി എത്ര നിശിതമായ സന്മാർഗ്ഗബോധമാണ് പ്രദർശി പ്പിച്ചിരുന്നതെന്ന് അക്കാലത്തെ എഴുത്തുകളിൽനിന്ന് നമുക്കു മനസ്സി ലാക്കാം - ഗാന്ധിജിയുടെ സമ്പൂർണ്ണകൃതികളുടെ 67,68 ഭാഗങ്ങൾ കാണുക. പക്ഷേ, സംസ്ഥാനസ്വയംഭരണം വന്നുചേരുകയും നേതാക്ക ന്മാരിൽ മിക്കവരും മുഖ്യരും അഭിമുഖ്യരുമായ മന്ത്രിമാരും ദിവ്യരായ തന്ത്രി മാരും ഒക്കെ ആയിത്തീരുകയും ചെയ്തപ്പോൾ ധനത്തിന്റെയും അധി കാരത്തിന്റെയും മുമ്പിൽ കോൺഗ്രസ്സുകാരൻ ദുർബലനും നിസ്സാരനു മായിത്തീർന്നുവെന്ന് ഗാന്ധിജി മനസ്സിലാക്കി. നാട്ടിന്റെ നാനാഭാഗങ്ങ ളിൽനിന്നും ആക്ഷേപങ്ങൾ ഗാന്ധിജിയുടെ അടുത്തേക്ക് ഒഴുകിയെത്തി. (അന്ന് ആക്ഷേപം പറയുന്നത് കേൾക്കാനായിട്ട് അങ്ങനെ ഒരാളെങ്കിലും ഉണ്ടായിരുന്നല്ലോ!) 1938 നവംബർ 14-ാം തീയതി 'ഹരിജ'നിൽ ഈ വിഷയം ഗാന്ധിജി വിശദമായി പര്യാലോചിച്ച് എഴുതുകയുണ്ടായി. തങ്ങളുടെ രാഷ്ട്രീയാധികാരം ഉപയോഗിച്ച് കലക്ടർമാരെയും മറ്റും സ്വാധീനിക്കാൻ മുതിർന്ന കോൺഗ്രസ്സുകാരെ അദ്ദേഹം പതിവിൻപടി തുറന്ന്, ദാക്ഷിണ്യം ഒട്ടുമില്ലാതെ വിമർശിച്ചു. എന്നിട്ട് ഒരു പ്രവചനവും നടത്തി: "കോൺഗ്രസ് അനീതിയും അന്യായവും വിട്ടില്ലെങ്കിൽ, ഇന്നത്തെ അതിന്റെ ശക്തി നഷ്ടപ്പെടുകയും രാഷ്ട്രം യഥാർത്ഥമായ സമരം നേരി ടുമ്പോൾ, ജനങ്ങളുടെ പ്രതീക്ഷകൾ നിറവേറ്റാൻ അതിനു കഴിയാതാവു കയും ചെയ്യും." ഇത് പ്രവചനമല്ലെന്നും ശാപംതന്നെയാണെന്നും വേണ മെങ്കിൽ വ്യാഖ്യാനിച്ചുകൂടെ? ഇന്നത്തെ കോൺഗ്രസ് എവിടെ? ജനങ്ങ ളുടെ പ്രതീക്ഷകൾ എവിടെ? മഹാദേവദേശായിക്ക് ഗാന്ധിജി അക്കാല ത്തെഴുതിയ ഒരു കത്തിൽ (1938 നവംബർ 5) ഇങ്ങനെ കാണുന്നു: "കോൺഗ്രസ്സിലെ അഴിമതി അവസാനിപ്പിച്ചാൽ, ആരോടും ചർച്ചചെയ്യാതെ തന്നെ ഇന്നു നമുക്ക് സ്വരാജ് ലഭിക്കും. അതില്ലെങ്കിൽ സ്വരാജ് അസാധ്യം തന്നെയായിരിക്കും." റസ്കിന്റെ 'അൺ ടു ദിസ് ലാസ്റ്റ്' എന്ന കൃതിക്ക് ഗാന്ധിജി എഴുതിയ ചെറുവ്യാഖ്യാനത്തിൽ, കനകം വിളയുന്ന ഈ നാട് ഇന്ത്യാക്കാരുടെ അഴിമതിമൂലം മരുഭൂമിയായി മാറിയിരിക്കുന്നു എന്നു ഖേദിക്കുന്ന ഒരു വിഭാഗം കാണാം. വരാൻ പോകുന്ന ഭയങ്കരമായ ധർമ്മ ക്ഷയം അന്നേ കണ്ടിട്ടായിരിക്കുമോ ഇത് എഴുതിയത്?

അന്നത്തെ ഇന്ത്യയെക്കുറിച്ച് 'മരുഭൂമി' എന്ന് ആക്ഷേപിക്കാൻ ഗാന്ധി ജിക്ക് തോന്നിപ്പോയെങ്കിൽ, ഇന്നത്തെ ഇന്ത്യയെ വർണ്ണിക്കാൻ ആ മഹാൻ ഇല്ലാതായത്, ഒരു നിലയ്ക്ക് ഭാഗ്യമാണെന്നു വേണം പറയാൻ. ഇന്ന് ഇന്ത്യ യിൽ അഴിമതിയിൽനിന്നു സ്വതന്ത്രമായ ഏതെങ്കിലും ജീവിതരംഗം

ഉണ്ടെന്നു തോന്നുന്നില്ല. പൊതുപ്രവർത്തകൻ, രാഷ്ട്രീയപ്രവർത്തകൻ, വിദ്യാഭ്യാസപ്രവർത്തകൻ, സാംസ്കാരിക പ്രവർത്തകൻ എന്നിങ്ങനെയുള്ള വിവിധ പ്രവർത്തകരുടെ പ്രവർത്തനങ്ങളുടെ പ്രധാന ഭാഗം അഴിമതിയാണ്. അഴിമതിയില്ലെങ്കിൽ പ്രവർത്തനമില്ല എന്നു ചുരുക്കം. ജനങ്ങളാകട്ടെ തരംകിട്ടുമ്പോൾ അഴിമതിക്ക് കൂട്ടുകൂടുകയും അന്യരോട് അഴിമതി ചെയ്യേണ്ടിവരുമ്പോൾ മടിക്കാതെ ചെയ്യുകയും തന്നോട് മറ്റുള്ളവർ അഴിമതി കാട്ടുമ്പോൾ പരാതിപ്പെടുകയും ചെയ്യുന്ന നട്ടെല്ലില്ലാത്ത ഒരു ജനതയായി മാറിയിരിക്കുന്നു - നാമെല്ലാം ഉൾപ്പെടുന്ന ജനത. ഇതുകൊണ്ട് വന്നുചേർന്ന രാഷ്ട്രവിനാശം ആത്മാവിന്റെ അഗാധതകളോളം എത്തുന്നതും ഭാവിയുടെ രൂപവത്കരണത്തെ തടസ്സപ്പെടുത്തുന്നതും വളരെക്കാലം നിലനില്ക്കുന്നതുമായിരിക്കും. എത്ര സൂക്ഷ്മമായും വിശദമായും വിവരിച്ചാൽപ്പോലും, രാഷ്ട്രവും ജനതയും അനുഭവിക്കുന്ന ദുരിതത്തിന്റെ നേരിയ ഒരംശമെങ്കിലും ഉൾക്കൊള്ളാൻ കഴിയുകയില്ല. നമ്മുടെ വലിയൊരു കവി പാടിയതുപോലെ, പൂജാരി ക്ഷേത്രത്തിന്റെ അകത്തിരുന്നു രത്നവിഗ്രഹം മോഷ്ടിക്കുന്ന അഴിമതിയാണ് ഇന്ന് ഇന്ത്യയിൽ രഥോത്സവം നടത്തി വിജയിച്ചരുളുന്നത്. ഈ അധർമ്മവ്യവസ്ഥയുടെ അർദ്ധരാത്രിയിൽ അസ്തമിച്ചുപോയ ആ നക്ഷത്രത്തിന്റെ ഓർമ്മ നമ്മെ സ്വസ്ഥരാക്കുന്നു. കാരണം, നമ്മെ ഇന്നു വശീകരിച്ചിട്ടുള്ളത്, ആകാശത്തിലെ നക്ഷത്രമല്ല, പട്ടണത്തിലെ 'പഞ്ചനക്ഷത്ര'മാണല്ലോ. നമുക്ക് അർദ്ധരാത്രി സ്വാതന്ത്ര്യം കിട്ടി. പക്ഷേ, അർദ്ധരാത്രിയിൽനിന്ന് സ്വാതന്ത്ര്യം കിട്ടിയില്ല. അതിന്റെ തെളിവുകളാണ് ഗാന്ധിജി എന്ന നക്ഷത്രം കൈവിട്ടുപോയതും 'പഞ്ചനക്ഷത്രം' കൈവന്നതും. സാരമില്ല. ലാഭമാണ്! ഒരു നക്ഷത്രം നഷ്ടപ്പെട്ടെങ്കിലും അഞ്ചു നക്ഷത്രം നേടാനൊത്ത ഈ ലാഭസംസ്കാരം ഇന്ന് ഇന്ത്യയെ ഭരിക്കുന്നു.

ഗാന്ധിജി ഇതിനു പരിഹാരമാർഗ്ഗം നിർദ്ദേശിച്ചിട്ടുണ്ടായിരുന്നു. വിദ്യാർത്ഥികളിൽനിന്ന് ആരംഭിക്കുന്നു ആ നിർദ്ദേശങ്ങൾ. ഗാന്ധിജി വിദ്യാർത്ഥികളോടു ചെയ്ത പ്രഭാഷണങ്ങളും അവർക്കുവേണ്ടി പറഞ്ഞ സംഗതികളും ചേർത്തുകൊണ്ട് 'To the Students' എന്നൊരു വലിയ സമാഹാരംതന്നെ നവജീവൻ മുമ്പ് ഇറക്കിയിരുന്നു. ഞങ്ങളുടെ വിദ്യാർത്ഥിദശയിൽ അതു വിദ്യാർത്ഥികളുടെ അനുപേക്ഷണീയമായ ഒരു പാരായണഗ്രന്ഥമായിരുന്നു. ദീപസ്തംഭം തകർത്ത നാട്ടിൽ പാരായണീയഗ്രന്ഥങ്ങളെപ്പറ്റി ചിന്തിക്കുന്നതു ഭോഷത്തമല്ലേ? വിദ്യാർത്ഥി തന്റെ സമ്പൂർണ്ണമായ വളർച്ചയിൽ ശ്രദ്ധിക്കേണ്ട കാലമാണു പഠനകാലം. അധ്യാപകൻ അവനെ ആ ധർമ്മനിർവഹണത്തിൽ മാർഗ്ഗദർശനം ചെയ്തു സഹായിക്കുന്നു. ഇന്നാകട്ടെ ഇരുവിഭാഗവും ധർമ്മലംഘനത്തിനു പരസ്പരം പിന്തുണനല്കുന്നവരായി മാറിയിരിക്കുന്നു. ഈ മാറ്റം പ്രബലമായ രാഷ്ട്രീയാധികാരത്തിന്റെ അറിവും സമ്മതവും ഉണ്ടായിട്ടു നടക്കുന്നതാണ്. രാഷ്ട്രീയകക്ഷികളുടെ ദുഷ്ടതമമായ സ്വാർത്ഥമാണു വിദ്യാർത്ഥിയെയും

അധ്യാപകനെയും ദുരുപയോഗപ്പെടുത്തുക എന്നത്. അതു ചെയ്യരുതെന്നാണ് ഗാന്ധിജിയുടെ അനുശാസനം.

ഈ വ്യവസ്ഥ പാലിക്കുക എളുപ്പമാണ്, നമ്മുടെ ഗവണ്മെന്റുകൾ വിചാരിച്ചാൽ. ഇന്നോളം അവ ഇതു വേണമെന്നു വിചാരിച്ചില്ലല്ലോ. ഇനി ഒരിക്കലും വിചാരിക്കാൻ പോകുന്നുമില്ല. ഈ ചുറ്റുപാടിൽ, അഴിമതി അവസാനിപ്പിക്കുന്നതിന് ഉതകുന്ന ഗാന്ധിയൻ പരിഹാരമാർഗ്ഗങ്ങളെക്കുറിച്ചു കൂടുതൽ ചിന്തിച്ചിട്ടു ഫലമുണ്ടോ? ഈ ലേഖനം എഴുതുമ്പോൾ പദം പ്രതി ശങ്ക തോന്നുന്നു! എന്നാലും എഴുതുകയാണ്. ഇന്നത്തെ ഭരണം ആംഗല-മുകില സമ്പ്രദായത്തിൽ കേന്ദ്രനിഷ്ഠവും അതുകൊണ്ട് അല്പം വ്യക്തികളിൽ അനല്പമായ അധികാരം സ്വരൂപിച്ചുനിർത്തുന്നതുമാണ്. ഇതു സത്യത്തിൽ ജനാധിപത്യമേയല്ല. നാലഞ്ചു തെരഞ്ഞെടുപ്പുകളിലൂടെ ഈ ജനാധിപത്യശോഷണം നാം ക്രമേണ അനുഭവിച്ചുകൊണ്ടിരിക്കുന്നു. ഗാന്ധിജി ഇതു പണ്ടേ മനസ്സിലാക്കി- 'ഹിന്ദ് സ്വരാജി'ന്റെ കാലംമുതൽതന്നെ. പക്ഷേ, അദ്ദേഹത്തിന്റെ ഉത്തമരായ അന്തേവാസികൾതന്നെ ഈ ഉപദേശം വിലവെച്ചില്ല. ലോകത്തിലെ ഏറ്റവും അനിരോധ്യമായ വിളികളിലൊന്നാണ് അധികാരത്തിന്റെ വിളി. അത് ഉയരുമ്പോൾ ഗുരുവിന്റെ ശബ്ദം മങ്ങിയില്ലാതാവുന്നു. ഈ ആചാര്യനിഷേധം എന്ന ഇതിവൃത്തം ഇന്ത്യയിലും ഇടക്കാലത്ത് അഭിനയിക്കപ്പെട്ടു. ഗാന്ധിജി എന്ന ദുരന്തനാടകത്തിന്റെ ശോകാത്മകത അന്നു വർദ്ധിക്കുവാൻ കാരണം, ഗാന്ധിജിയെ നിഷേധിക്കുവാൻ പാടില്ലാത്തത്ര പ്രിയപ്പെട്ടവർ അദ്ദേഹത്തെ നിഷേധിച്ചതായിരുന്നു. ലിയർനാടകം നേരത്തേ അനുസ്മരിച്ചല്ലോ. ഇന്ന് ഭരിക്കുന്നവർ, ആ നിഷേധികളുടെ ശിഷ്യരും അനുയായികളുമാണ്. അവർ ഗാന്ധിജിയെ നിഷേധിക്കുക എന്ന കാര്യമില്ല. കാരണം, അവർക്ക് ഗാന്ധിജിയെ അറിയില്ല. അവർ ഗാന്ധിജിക്ക് അത്യന്തം അന്യരാണ്. അവർ ഗാന്ധിജിയെ നിഷേധിക്കുന്നുവെന്നു പറയുന്നതു യുക്തിപരമായ ഹാസ്യമല്ലാതെ മറ്റൊന്നുമല്ല. അവർ തങ്ങളെത്തന്നെയും നിഷേധിക്കുന്നു. ഇന്ത്യയെയും.

അതിനാൽ വികേന്ദ്രീകരണത്തിന്റെ ഭരണസാധ്യതകൾ ഇവരെ വീണ്ടും ബോധ്യപ്പെടുത്തുന്ന ഒരു രാഷ്ട്രീയമായ മാർഗ്ഗാന്തരത്തിന്റെ സന്ദേശം പ്രചരിപ്പിക്കുന്ന കർത്തവ്യം നമ്മുടെയിടയിലുള്ള ചിന്താശീലരും ധിഷണാശാലികളുമായ വ്യക്തികൾ നിറവേറ്റേണ്ടിയിരിക്കുന്നു. ഇത് എത്രത്തോളം സാധ്യമാണ് എന്നു ചിന്തിച്ചു നേരംകളയാതെ, അഴിമതി കുറച്ചെങ്കിലും നിയന്ത്രിക്കാൻ ഇതല്ലാതെ വേറെ സംവിധാനങ്ങളൊന്നും പര്യാപ്തമല്ല എന്നു വിവേകപൂർവ്വം ഗ്രഹിക്കുന്നതായിരിക്കും നല്ലത്. വിജിലൻസും ലോകായുക്ത്തും ഓംബുഡ്സ്മാനും എല്ലാം നമുക്കുണ്ട്. അഥവാ ഇല്ലാത്തവ നാമുണ്ടാക്കും. കാരണം, ഇവ അഴിമതി ഇല്ലെന്നതിന്റെ ലക്ഷണമായി ലോകം കണക്കാക്കുമെന്നും ഇവയുടെ മറവിൽ കൂടുതൽ സുരക്ഷിതമായി അഴിമതി നടത്താമെന്നും അഴിമതി രാജാക്കന്മാർക്ക് അറിയാം. വിജിലൻസും ഓംബുഡ്സ്മാനും അഴിമതിയെ

എവിടെയും നിയന്ത്രിച്ചിട്ടില്ല. അഴിമതി നെടുവഴിയാക്കിയ നാടിന്റെ രാജകിരീടത്തിലെ പൊൻപതക്കങ്ങളാണ് അവ. അതിനാൽ ഇത്തരം വ്യർത്ഥ കാപട്യങ്ങളിലേക്കു ശ്രദ്ധതിരിക്കാതെ, ഗാന്ധിജി നിർദേശിച്ച വികേന്ദ്രീകരണം എന്ന ആശയം സമ്പൂർണ്ണ ഭാവത്തിൽ നടപ്പിലാക്കാൻ ഇന്ത്യ മുൻകൈ പ്രയോഗിക്കുന്നത് അത്യാവശ്യമായി വന്നിരിക്കുന്നു. അതു വരുമ്പോൾ ഇന്നു നിലവിലുള്ളതരം ആസേതുഹിമാചലവ്യാപ്തിയുള്ള വൻകക്ഷികൾക്കും കറുത്ത സമ്പത്തിന്റെ ഗുഹകളിൽവെച്ചു നടത്തുന്ന തെരഞ്ഞെടുപ്പുകൾക്കും മന്ത്രിമാരെയും നിയമസഭാംഗങ്ങളെയും ഉപജീവിച്ചു നേടാവുന്ന കാര്യങ്ങൾക്കും സാരമായ ഇടിവു സംഭവിക്കും. ഭരണം വളരെ അകലെയെന്ന നിസ്സഹായമായ തോന്നൽ നാട്ടുകാർക്കും അകലെ നിന്ന് എന്തും കാട്ടാമെന്ന ധിക്കാരം ഭരണകർത്താക്കൾക്കും ഉണ്ടാവുകയില്ല. അതിനാൽ സ്വപ്രാമാണ്യം ഇല്ലാതാക്കുന്ന ഈ വിപ്ലവപരമായ നടപടി നമ്മുടെ രാജ്യത്ത് ഒരു കക്ഷിയും ഒരു നേതാവും സ്വീകരിക്കുവാൻ ഉപദേശിക്കുകയില്ല. അതുകൊണ്ടുതന്നെ, വികേന്ദ്രീകരണത്തിന്റെ പതുക്കെപ്പതുക്കെയുള്ള സ്ഫുടീകരണത്തെ സഹായിക്കുന്ന ചിന്തകൾ പ്രചരിപ്പിക്കേണ്ട കടമ ചിന്താനേതാക്കൾക്ക് അനിവാര്യമായിത്തീരുന്നു.

ഗവണ്മെന്റ് ഈ ചിന്ത അംഗീകരിക്കും. ഇതിലാണ് ദേശത്തിന്റെ മുക്തി എന്ന് ഉറച്ചു വിശ്വസിക്കുന്ന ഒരൊറ്റ വലിയ നേതാവുണ്ടായാൽ മതി. ഒരു ശരിയായ സത്യാഗ്രഹി മതി, സ്വാതന്ത്ര്യസമരം വിജയിക്കാൻ എന്ന് ഗാന്ധിജി പറയാറുണ്ടായിരുന്നില്ലേ? അതാണ് ഇന്നത്തെ സ്ഥിതി. ദേശപ്രേമിയായ ഒരു നേതാവു മതി! എന്നു വെച്ചാലോ? ഗാന്ധിജിതന്നെ വേണം എന്നു ചുരുക്കം. യുവാക്കളും വിദ്യാർത്ഥികളും അത്തരം ഒരു മഹാനേതാവിനെ ഇന്നു വിഭാവനം ചെയ്യുന്നുണ്ട്. ശ്രീമന്നാരായണന്റെ ഒരു പുസ്തകത്തിന്റെ പേര് 'ഇന്ത്യയ്ക്ക് ഗാന്ധിജിയെ വേണം' (India Needs Gandhiji) എന്നാണ്. വേണം, പക്ഷേ, ഇല്ല!

ആ നേതാവ് എങ്ങനെയുണ്ടാകും? ഇതിന്റെ ഉത്തരം ഗാന്ധിസത്തിലെ അവസാനവാക്കാണ്. വ്യക്തിയുടെ ധാർമ്മികശക്തിയിലും ധീരതയിലുമാണു നേതൃത്വത്തെ ഗാന്ധിജി കാണുന്നത് – 'ഹരിജൻ' (1938 ആഗസ്റ്റ് 13) കാണുക. ഇതുണ്ടാക്കാൻ കുറുക്കുവഴിയൊന്നുമില്ല. ധർമ്മാനുസൃതമായ ജീവിതവും അതിനാവശ്യമായ അന്തസ്സിദ്ധികളും ഇല്ലാത്ത ജനതയുടെ ചരിത്രം ഹീനവും ദയനീയവുമായിരിക്കും. അതുണ്ടാക്കാൻവേണ്ട ഏകാന്തമായ ഇച്ഛാശക്തി പ്രകടിപ്പിക്കുക എന്നതത്രെ ഗാന്ധിജിയുടെ പരമമായ സന്ദേശം. ഇതാണ് ഗാന്ധിജിയുടെ വാക്കിൽ, ധർമ്മയുദ്ധം അഥവാ സത്യാഗ്രഹം. സത്യാഗ്രഹി നിരാശപ്പെടുകയില്ല. ('യങ് ഇന്ത്യ' 1925 ഫെബ്രുവരി 19) നിരാശപ്പെടാത്തേടത്ത് ആശ സഫലമാകുന്നു.

ഭാഗം ഏഴ്

ഇന്ത്യൻ സമൂഹം

ഉറക്കത്തിൽ കൊല നടത്തിയ സമൂഹം

ഗാന്ധിജി നിർദ്ദയനായ, സ്വഭാവശുദ്ധി ചൂണ്ടിക്കാണിക്കുന്ന ഒരാളാണ്. വള്ളത്തോൾ അദ്ദേഹത്തെ 'എന്റെ ഗുരുനാഥൻ' എന്നു പറഞ്ഞു. രാഷ്ട്രത്തിന്റെ ഗുരുനാഥൻ. നമ്മൾ അദ്ദേഹത്തെ രാഷ്ട്രപിതാവ് എന്നാക്കി. പിതാവിനെ ഉപനിഷത്തിൽ ഗുരുവെന്നാണു പറയുന്നത്. നമ്മളുടെ ഭരണത്തിലുള്ളവരെ നമ്മൾ രാഷ്ട്രപതി എന്നാണു വിളിക്കുന്നത്. പതി എന്നാൽ ഭർത്താവ്. ഭരിക്കുന്നയാൾ-ആരുടെയെങ്കിലും തലയിൽ കാൽവയ്ക്കുന്നയാൾ. അങ്ങനെയാണ് നാം ഭരണത്തെ കാണുന്നത്. ഉയർന്ന പീഠത്തിൽ ഇരിക്കും. താഴെ കാൽവയ്ക്കാനായി ഒരാളെ ഇരുത്തും. ഗാന്ധിജി ഈ പാദപീഠം തട്ടിക്കളഞ്ഞയാളാണ്. അത് നാം പ്രത്യേകിച്ച് ഓർമ്മിക്കണം. കാൽ നിലത്തുവയ്ക്കണം. പാവങ്ങളുടെ തലയിൽ വയ്ക്കരുത്. അതാണ് ഗാന്ധിസത്തിന്റെ ചുരുക്കം.

ഗാന്ധിജിയുടെ ക്രൂരതയുള്ള മനുഷ്യരിന്നില്ല. എന്തു നടന്നാലും നാം സോഫ്റ്റ് (മൃദുലർ) ആണ്. ദുരാചാരം, അധർമ്മം, അനീതിയോടൊക്കെ മൃദുലത. അങ്ങനെ നാം മൃദുലത(Softness)യുടെ ഒരു രാഷ്ട്രമായിത്തീർന്നിരിക്കുന്നു. ഏഷ്യയെപ്പറ്റി ഏറ്റവും ഗംഭീരമായ പഠനമെഴുതിയ ഗുണാർ മിർദൽ തന്റെ 'ഏഷ്യൻ ഡ്രാമ' എന്ന പുസ്തകത്തിൽ ഇന്ത്യയെയും പാകിസ്ഥാനെയുംപറ്റി പറയുന്നുണ്ട്. അതിൽ മൃദുലതയെക്കുറിച്ചു പറയും. അത് നന്മയാണെന്നു തോന്നും. അത് ഗാന്ധിജി പ്രതിഷേധിക്കുന്ന സോഫ്റ്റ്നെസ്സ് ആണ്. ആ അർത്ഥത്തിൽ ഗാന്ധിജി പ്രതിഷേധിക്കുന്ന സോഫ്റ്റ്നെസ്സ് ആണ്. ആ അർത്ഥത്തിൽ ഗാന്ധിജി ഹാർഡ് ആണ്. അനീതിയുടെ ഒരു യുഗത്തിൽ നിങ്ങൾക്ക് ഒരിക്കലും മൃദുലനാകാനൊക്കില്ല. അതൊരു മൗലികസത്യമാണ്. ഈ രാജ്യത്ത് ഇന്നു നടക്കുന്നത് അനീതിയോടുള്ള മൃദുലതയാണ്. നാം മൃദുലത എന്നു പറയുന്നതിനെ ബന്ധിപ്പിക്കുന്നത് പാവങ്ങളോടുള്ള കാരുണ്യത്തോടാണ്.

അത്തരത്തിലുള്ള അലിവ് ഇന്നില്ല. ഇന്ന് അലിവുള്ളത് ക്രിമിനലുകളോടാണ്. അതാണ് ഗാന്ധിജിയുടെ ലോകവും ഇന്നത്തെ ലോകവും തമ്മിലുള്ള വ്യത്യാസം. നമ്മുടെ കണ്ണുനീർ കുറ്റവാളികളുടെ നേരെ ഒഴുകുന്നു. പാവങ്ങളുടെ നേരെ ഒഴുകുന്നില്ല. നമ്മൾ പാവത്തിന്റെ തലയിലാണ് കാൽവെച്ചത്. നാം കണ്ണുനീരിനോട് അലിവ് ഇല്ലാത്തവർ മാത്രമല്ല, കണ്ണുനീർ ഉണ്ടാക്കുന്നവരാണ്. നമ്മുടെ നിലനില്പിന്റെ മഹിമ ഈ കണ്ണുനീർ ഒഴുക്കുന്നതിലാണ്. അങ്ങനെ നാം ഈ രാജ്യത്ത് കണ്ണുനീരിന്റെ ഒരു പുതിയ പ്രവാഹം സൃഷ്ടിച്ചിരിക്കുന്നു. ഗാന്ധിജി ഇവിടെ സ്വാതന്ത്ര്യത്തിനായി അഭിലഷിച്ചത് ഈ കണ്ണുനീരിന്റെ മഹാനദികൾ വറ്റിക്കുവാനാണ്. ഇവിടെ നാം ഇന്ത്യയിലെ മഹാനദികളെ എല്ലാം വറ്റിച്ചുകൊണ്ട്, ഗാന്ധിജി വറ്റിക്കണമെന്നാഗ്രഹിച്ച കണ്ണുനീരിന്റെ നദിയെ വളർത്തിക്കൊണ്ടുവരുന്നു. അതാണ് ഈ രാഷ്ട്രത്തിന്റെ ഏറ്റവും വലിയ വിപര്യയം.

പാർലമെന്റിലും അസംബ്ലിയിലും ഒക്കെ ക്രിമിനലുകളോടാണ് അലിവ്. പുതിയൊരു നയം വരുമ്പോൾ അത് ഏതു ക്രിമിനലിനെ രക്ഷിക്കാനാണ് എന്നുള്ളത്, അതിനടിയിലുള്ളൊരു നാടകത്തിന്റെ സാരമാണ്. ഞാൻ ഇപ്പറഞ്ഞ മാനദണ്ഡംകൊണ്ട് നിങ്ങൾ ഏതൊരു പുതിയ നയത്തെയും പരിശോധിച്ചുനോക്കൂ. നിങ്ങൾക്ക് അതിന്റെ പിറകിലുള്ളൊരു പ്രതിയെ കാണാൻ കഴിയും. ഇത് ഗാന്ധിജിയുടെ ഉപദേശത്തിനെതിരാണ്. ഗാന്ധിജി പറഞ്ഞതെല്ലാം കീഴ്മേൽ മറിഞ്ഞുപോയിരിക്കുന്നു.

വിക്രമാദിത്യൻ കഥയിൽ ഒരു വേതാളത്തിന്റെ കഥയുണ്ട്. വേതാളം വിക്രമാദിത്യന്റെ തലയിൽ തൂങ്ങി ഒരു കഥ പറഞ്ഞ് ഒരു ചോദ്യം ചോദിക്കും. ചോദ്യത്തിന് ഉത്തരം കിട്ടാതെ വരുമ്പോൾ വേതാളം പോയി തലകുത്തനെ നിൽക്കും. ഇന്ത്യ ഏതോ ഒരു ഉപദേശത്തിന്റെ പാവനഭൂമിയിൽ നിന്നും തിരിച്ചുപോയി തലകുത്തായി നില്ക്കുന്നൊരു രാഷ്ട്രമായിത്തീർന്നിരിക്കുന്നു. ആദർശങ്ങൾ തലകുത്തായി നിൽക്കുന്നൊരു രാജ്യം. തലകുത്തായി നിൽക്കുന്നതിൽ വികസന പുരോഗതി കാണുന്ന ഭരണകർത്താക്കളാണ് നമുക്കുള്ളത്. ഇത് ഒന്ന് തിരിച്ചിടുക എന്നുള്ളതാണ് ഗാന്ധിജിയുടെ ഉപദേശം. അതുകൊണ്ടാണ് പാവങ്ങളുടെ തലയാകരുത് പാദപീഠങ്ങൾ എന്ന് ഗാന്ധിജി പറഞ്ഞത്. പുരാണത്തിൽ ദേവേന്ദ്രനാകാൻ ഒരുപാടു യാഗങ്ങൾ നടത്തിയ നഹുഷന്റെ കഥയുണ്ട്. ദേവേന്ദ്രനായ നഹുഷൻ തന്റെ പല്ലക്കു ചുമക്കുന്നത് വസിഷ്ഠനടക്കമുള്ള സപ്തർഷികളാകണമെന്നു പറഞ്ഞു. പല്ലക്കിലിരുന്നുകൊണ്ട് നഹുഷൻ പല്ലക്കു ചുമക്കുന്നവരുടെ തലയിൽ ചവിട്ടി. അവർ കുറെ സഹിച്ചു. വേഗത്തിൽ പോവുക എന്ന് പറഞ്ഞാണ് ചവിട്ടുന്നത്. അതിന് 'സർപ്പ' എന്ന് സംസ്കൃതത്തിൽ പറയും. ചവിട്ടു സഹിക്കവയ്യാതെ വന്നപ്പോൾ മഹർഷികൾ നഹുഷനെ ശപിച്ചു. "18 ലക്ഷം കൊല്ലം മാളം കാണാതെ മലയിടുക്കുകളിലൂടെ സർവജീവികളാലും ആക്രമിക്കപ്പെട്ട് ദുരന്തമനുഭവിക്കും." അത്തരത്തിലാണ് ഇവിടെ ഭരണം പോവുന്നത്. അവർ ഏതോ മലയിടുക്കുകളിലൂടെ

പോവുകയാണ്. അത് അവർ മനസ്സിലാക്കുന്നില്ലെങ്കിലും നാം മനസ്സിലാക്കേണ്ടതുണ്ട്. പാദപീഠങ്ങളായി ആരും ഇരിക്കാൻ പാടില്ല. പാദപീഠങ്ങളായി വീട്ടിലുള്ളവരെ കൊണ്ടുപോയി ഇരുത്തണം. പാദപീഠം വേണമെന്നുണ്ടെങ്കിൽ മകനെ ഇരുത്തണം താഴെ. ഞങ്ങളെ കിട്ടില്ല എന്നു പറയണം. പാദപീഠങ്ങളായി ഇരുന്നവർ രാഷ്ട്രപതികളും കേന്ദ്രമന്ത്രിമാരുമൊക്കെ ആയതിന് നൂറ് ഉദാഹരണങ്ങൾ ഉണ്ട്. നമ്മുടെ കുട്ടികൾ കാണുന്നത് അതാണ്. സ്വാതന്ത്ര്യാനന്തരം നമ്മുടെ കുട്ടികൾ കേട്ട കഥയുമതാണ്. ഒന്നിനും കൊള്ളാത്തവർ അധികാര സോപാനങ്ങൾ കയറിപ്പോകുന്ന, അറപ്പിക്കുന്ന കഥയല്ല അന്ന് കേട്ടിരുന്നത്. കൈയിലുള്ളതു മുഴുവൻ വലിച്ചെറിഞ്ഞുകൊണ്ട് ആകാശത്ത് പക്ഷിയെപ്പോലെ യാതൊന്നുമില്ലാതെ ചിറകടിച്ചു പറക്കുന്ന മഹാന്മാരെയാണ് അന്നു കണ്ടിരുന്നത്. ഡവലപ്മെന്റ് മൊബിലൈസേഷൻ എന്നിങ്ങനെ തനിക്കുതന്നെ മനസ്സിലാക്കുവാൻ കഴിയാത്ത എവിടെനിന്നോ വന്ന വാക്കുകൾ തെറ്റിപ്പറയുന്നവരല്ലായിരുന്നു പഴയകാല നേതാക്കൾ. അവനവന്റെ തൊഴിലിൽ ഒന്നാംകിടയായ ഒരാൾ ഇന്ന് രാഷ്ട്രീയത്തിലുണ്ടെങ്കിൽ നിങ്ങൾ അവനെ പിടിച്ചുകൊണ്ടുവരിക. അങ്ങനെ ഒരാൾ കാണുകയില്ല. തൊഴിലിൽ പരാജയപ്പെട്ടവൻ, എങ്കിൽ ജനതയെ തോല്പിച്ചുകളയാമെന്നു കരുതി രാഷ്ട്രീയരംഗത്ത് കടന്നുവരുന്നതിന്റെ ബീഭത്സതയാണ് ഉടനീളം കാണുന്നത്. ആന്ധ്രകേസരി ടി. പ്രകാശം, നെഹ്റുവിന്റെ പിതാവ് മോട്ടിലാൽ നെഹ്റു, ടി.എം. വർഗീസ് എന്നിവരൊക്കെ അതാതിടത്തെ അറിയപ്പെടുന്ന അഭിഭാഷകരായിരുന്നു. അതൊക്കെ ഉപേക്ഷിച്ചാണ് അവർ രാഷ്ട്രീയത്തിലെത്തിയത്. പൊതുജനങ്ങളിൽനിന്നും ഒരു പൈ വാങ്ങിയിട്ടുണ്ടെങ്കിൽ അതിന്റെ കണക്ക് പൊതുജനങ്ങൾക്ക് മുമ്പാകെ ബോധിപ്പിക്കണം- കംപ്ട്രോളർ ആന്റ് ആഡിറ്റർ ജനറലിനും അപ്പുറത്തുള്ള പൊതുജനങ്ങൾ മുമ്പാകെ. അതാണ് പാർലമെന്റ് സ്തംഭിപ്പിച്ചുകൊണ്ടുള്ള പ്രതിഷേധത്തിന്റെ ഒക്കെ അടിസ്ഥാനം. സ്തംഭനം തെറ്റോ ശരിയോ എന്നുള്ളതല്ല പ്രശ്നം. ബൊഫോഴ്സല്ല, ഓഹരി കുംഭകോണമല്ല, അതിനുമൊക്കെ അപ്പുറമാണ് ടെലികോം കുംഭകോണത്തിന്റെ സ്ഥാനമെന്ന് ഹിന്ദുപത്രത്തിന്റെ എഡിറ്റോറിയൽ പറയുന്നു. പതിനായിരം എന്നു പറഞ്ഞാൽ അതിനപ്പുറം എഴുതാൻ കഴിയാത്ത ഒരു പാവമാണ് ഞാൻ. പക്ഷേ, നമ്മെ ഭരിക്കുന്നവർക്കാകട്ടെ രണ്ടായിരം കോടി എന്നൊക്കെ പറയുന്നത് പൂട്ടിനും കടലയ്ക്കും കൊള്ളാത്ത സാധനമാണ്. ഈ കോടികൾ എവിടെനിന്നു വന്നു? സമ്പന്നതയുടെ അങ്ങേയറ്റത്തിരിക്കുന്ന അമേരിക്കയിലാണ് ഇതെങ്കിൽ ഈ ബഹുജന രോഷത്തെ നീതീകരിക്കുവാൻ സാധ്യമല്ലെങ്കിലും അതവിടെ അല്പമൊന്ന് മൂടാൻ പറ്റിയേക്കും. പക്ഷേ, കടം വാങ്ങി കടം ധനമായിക്കാണുന്ന ഒരു രാഷ്ട്രത്തിന്റെ 20,000 കോടി എന്നത് ഇരുപതിനായിരം രൂപ കടവും അതുവീട്ടേണ്ട പലിശയുമാണെന്ന് ബോധ്യമുള്ള ഒരു രാഷ്ട്രനേതൃത്വമിവിടെ ഉണ്ടെങ്കിൽ ഈ ഇരുപതിനായിരം കോടിയുമായി ബന്ധപ്പെട്ടിരിക്കുന്ന

ബഹുജനവഞ്ചനയെ ജനങ്ങളുടെ മുമ്പാകെ കാണിക്കുകയും അവരെ ശിക്ഷിക്കുകയും ചെയ്യേണ്ടത് 'സത്യമേവ ജയതേ' എന്നത് മുദ്രാവാക്യമായി സ്വീകരിച്ചിട്ടുള്ള ഒരു രാഷ്ട്രത്തിന്റെ പ്രഥമ കർത്തവ്യമാണെന്ന് ഞാൻ വിചാരിക്കുന്നു.

ആകാശം മുഴുവൻ ഇങ്ങനെ സ്തംഭിച്ചുനിൽക്കേ ജെ.പി.സി. വേണമെന്ന് ഒരുപക്ഷം. മറുപക്ഷത്തിന്റെ ചിന്ത 'എന്തു പ്രയോജനം?' എന്നാണ്. ബോഫോഴ്സ് അന്വേഷിച്ച് എന്തുണ്ടായി? ബോഫോഴ്സ് ബോഫോഴ്സ് തന്നെ. പൈസ കിട്ടിയവർ ഭാഗ്യവാന്മാർ. അല്ലാത്തവർ വിഡ്ഢികൾ. ജെ.പി.സി.യിൽ അംഗങ്ങളായവർ ആത്മഹത്യചെയ്യാത്തത് അവരുടെ ആത്മാവ് മറ്റേതോ ആത്മാവ് ആയതുകൊണ്ടാണ്. പിന്നീട് ഓഹരി കുംഭകോണമെന്ന അതിലും വലിയ സംഗതി വന്നു. നഷ്ടമായിപ്പോയ പണം എങ്ങനെ പോയെന്നറിയില്ല എന്നാണ് മിർധയുടെ ചെയർമാൻഷിപ്പിലുള്ള ജെ.പി.സി. എഴുതിവച്ചത്. പഞ്ചതന്ത്രത്തിലല്ലാതെ ഇത്തരമൊരു കഥ ഞാൻ പറഞ്ഞുകേട്ടിട്ടില്ല. ബി.സി.യിൽ ഉണ്ടായ ഒരു കഥാപുസ്തകമാണത്. ഒരു മനുഷ്യൻ തീർത്ഥയാത്ര പോയ സമയം (ബാങ്കുകളൊന്നും ഇല്ലാത്ത കാലം) വീട്ടിലുള്ള ചെമ്പുപാത്രങ്ങളും സ്വർണ്ണാഭരണങ്ങളും ഒക്കെ അദ്ദേഹം അയൽപക്കക്കാരനെ ഏല്പിച്ചു. അക്കാലത്ത് തീർത്ഥയാത്ര പോയാൽ നാലഞ്ചുവർഷം കഴിയും തിരികെ എത്താൻ. ഇതിനിടയിൽ അയൽക്കാരൻ ഇതൊക്കെ വിറ്റു കാശാക്കി. ഒരു ദിവസം ഗോസായി തിരികെ വന്ന് സാധനങ്ങൾ ചോദിച്ചു. ഒരു ദിവസം നട്ടുച്ചയ്ക്കു മുറ്റത്തൊരു പരുന്തിറങ്ങുന്നതു കണ്ടെന്നും അതിനുശേഷം സാധനങ്ങളൊക്കെ കാണാതായി എന്നും അയൽക്കാരൻ പറഞ്ഞു. അതാണ് ആദ്യത്തെ കുംഭകോണം. ജെ.പി.സി. ഇല്ലാതെതന്നെ ഇത്തരത്തിലുള്ളൊരു റിപ്പോർട്ട് നല്കാൻ ഞാൻ തയ്യാറാണ്. എനിക്ക് ഒരു കാശും വേണ്ട. ഇത്തരത്തിലാണ് ഇവിടത്തെ റിപ്പോർട്ടുകൾ. പക്ഷികളിൽവെച്ച് ഏറ്റവും കുള്ളനാണ് പരുന്ത്. അതു കൊണ്ടുപോയെന്നാണ് ഇതിനർത്ഥം. അങ്ങനെയാണ് ഈ രാജ്യത്തിന്റെ പോക്ക്.

ഗാന്ധിജി ജീവിച്ചിരുന്നതുകൊണ്ടാണ് 'സത്യമേവ ജയതേ' എന്നു വന്നത്. ഇപ്പോൾ പഞ്ചായത്ത് രാജിന്റെ അവസാനഭേദഗതി വന്നു. 73-ാമതു ഭേദഗതി. നഗരപാലികാ ഭേദഗതിയാണ് 74-ാമത്തേത്. 75-ാം ഭേദഗതി ഞാൻ ശിവരാജ് പാട്ടീലിന് നിർദ്ദേശിക്കുന്നു. ഈ 'സത്യമേവ ജയതേ' എന്നുള്ളതിന് ഒരു ഭേദഗതി-അതിനു മുന്നിൽ ഒരു 'അ' കൂടി ചേർക്കണം. ഒരു പൊരുത്തത്തിനു വേണ്ടിയാണിത്. അങ്ങനെയായാൽപിന്നെ കുംഭകോണം അന്വേഷിക്കണമെന്നാരും പറയില്ലല്ലോ. അപ്പോൾ ജയിച്ചുകൊണ്ടിരിക്കുന്നത് അസത്യമാണ്. അത് അന്വേഷിക്കേണ്ട കാര്യമില്ല. ഒരു സ്തംഭനവുമില്ലാതെ ഭരണം സുഗമമായി പോകുവാൻ 'സത്യമേവ ജയതേ' മാറ്റുകയല്ലാതെ മറ്റൊരു പോംവഴിയുമില്ലെന്ന് ഞാൻ കരുതുന്നു. അല്ലെങ്കിൽ ഈ സത്യമേവ ജയതേ എന്നുള്ളതിന് അനുരൂപമായി രാഷ്ട്രജീവിതത്തെ മാറ്റി

തീർക്കാത്ത ഒരു ഭരണകൂടത്തിന്, രാഷ്ട്രജീവിതത്തിന് അനുരൂപമായി സത്യമേവ ജയതേ എന്നുള്ളത് മാറ്റേണ്ടിയിരിക്കുന്നു. രണ്ടുംകൂടെ ഒന്നായി നില്ക്കില്ല. അതാണ് ഗാന്ധിജിയുടെ ഉപദേശം.

വോറ കമ്മിറ്റിയുടെ റിപ്പോർട്ട് വരുന്നതിനുമുമ്പ് ഞാൻ കോഴിക്കോട്ട് ഒരു പ്രഭാഷണം നടത്തുകയുണ്ടായി -ക്രിമിനലൈസേഷൻ ഇൻ ഇന്ത്യൻ പൊളിറ്റിക്സ് എന്ന വിഷയത്തെക്കുറിച്ച്. ഇന്ത്യൻ രാഷ്ട്രീയം - ക്രിമിനലുകളുമായി അഭേദ്യമായി ബന്ധപ്പെട്ടിരിക്കുന്നു. ക്രിമിനൽ എന്നു പറയുന്നത് സത്യത്തിന് എതിരാണ്. അവിടെയാണ് ഗാന്ധിജി കിടക്കുന്നത്. സത്യത്തിന് ഇവിടെ സംഭവിച്ചതിനെക്കുറിച്ച് പറയുകയാണ്. ഈ സത്യത്തിനുവേണ്ടി പ്രവർത്തിച്ച പ്രകാശം (ആന്ധ്ര കേസരി) രാഷ്ട്രത്തിന് അപമാനമാകും എന്നു പറഞ്ഞ ഒരു മനുഷ്യന്റെ (ഗാന്ധിജിയുടെ) കാല്പാടുകൾ നോക്കിപ്പോകുന്ന ഒരു രാഷ്ട്രം അറിയാതെ കണ്ട് ഈ കള്ളന്മാരുടെ കാല്പാടുകളിൽ ഒഴുകിപ്പോകും. അത്രമാത്രം അവിശ്വസനീയമായ ഒരർദ്ധരാത്രിയിലെ ആൾമാറാട്ടം ഇവിടെ നടന്നുകഴിഞ്ഞിരിക്കുന്നു. പതിനഞ്ചു കൊല്ലം മുമ്പ് പ്രസിദ്ധീകരിച്ച എസ്.കെ. ഘോഷിന്റെ 'ഇന്ത്യൻ മാഫിയ' എന്ന പുസ്തകത്തിൽ ഈ ബന്ധങ്ങൾ സവിസ്തരം പ്രതിപാദിക്കുന്നുണ്ട്. മാഫിയ ഇറ്റലിയിലെ ഏറ്റവും വലിയ ക്രിമിനൽ സംഘമാണ്. ആ സംഘം ഇന്ന് ലോകം മുഴുവൻ ഭരിക്കുന്നു. പാവനമായ ഇന്ത്യയിലും അത് സംഭവിച്ചിരിക്കുന്നു. ഓരോ സംസ്ഥാനത്തെയും രാഷ്ട്രീയ പ്രവർത്തകർ ക്രിമിനലുകളായി മാറിയതിന്റെ പേരുസഹിതം അവർ പ്രതികൾ ആയ കേസുകൾ ഏതൊക്കെ കോടതികളിൽ നിലവിലുണ്ട് എന്ന സംഗതി മുഴുവൻ വിശദമായി നല്കുന്ന പുസ്തകം. ബീഹാർ, ഉത്തർപ്രദേശം അസംബ്ലികളിലൊക്കെ പതിനഞ്ചും പതിനെട്ടും മുപ്പത്തെട്ടും ക്രിമിനൽ കേസുകളിൽ (വിശ്വാസവഞ്ചന, ബലാത്സംഗം, കൊലപാതകം) പ്രതികളായവർ മത്സരിച്ചു വിജയിച്ചതിന്റെ കഥ, അവർക്കുവേണ്ടി ഇവിടെ ഭരണാധികാരികൾ കീഴടങ്ങുന്ന കഥ. അതിൽ ഏറ്റവും ദയനീയമായ ഒരു കഥയുണ്ട്. പോലീസും ഭീകരഗ്രൂപ്പും തമ്മിലുള്ള ഏറ്റുമുട്ടലിൽ ഒരു പോലീസ് കോൺസ്റ്റബിളും ഒരു ഭീകരനും കൊല്ലപ്പെടുന്നു. രാഷ്ട്രത്തിന്റെ സാമ്പത്തിക വ്യവസ്ഥയെപ്പോലും തകർക്കുന്നവിധത്തിലുള്ള കള്ളക്കടത്തിനെതിരായി രാഷ്ട്രത്തിനായി ആത്മാഹുതി ചെയ്ത ഒരു പാവപ്പെട്ട കോൺസ്റ്റബിൾ മരിച്ചപ്പോൾ ത്രിവർണ്ണപതാക താഴ്ത്തിക്കെട്ടേണ്ട മഹാദുഃഖത്തിന്റെ ദിവസമായിരുന്നു. പക്ഷേ, നടന്നതെന്താണ്? പോലീസുകാരന് ആദരാഞ്ജലികൾ അർപ്പിക്കുവാൻ ചേർന്ന യോഗത്തിൽ ബന്ധുക്കളും ഡിപ്പാർട്ടുമെന്റ് തലവന്മാരും അല്ലാതെ ഒറ്റയാളും ഉണ്ടായിരുന്നില്ല. മറിച്ച് കള്ളക്കടത്തുകാരന്റെ അനുശോചന യോഗത്തിലാകട്ടെ ഐ.എ.എസ്. പ്രമാണിമാരുടെയും മന്ത്രിമാരുടെയും എം.എൽ.എ.മാരുടെയും തള്ളിക്കയറ്റമായിരുന്നു. ആ പുസ്തകത്തിൽ പേരെടുത്തു പറഞ്ഞ ഒരൊറ്റ നേതാക്കളും ആ പുസ്തകത്തിന്റെ കർത്താവിനെതിരായി കോടതിയിൽ പരാതി

ബോധിപ്പിച്ചില്ലെങ്കിൽ ഈ രാജ്യത്ത് സത്യമേവ ജയതേ എന്നുള്ളത്, കുറ്റവാളികൾക്ക് എതിരേയുള്ള ഒരെഴുത്തുകാരന്റെ കൃതിയുടെ മുഖമുദ്രയായി നിങ്ങൾ അനുഷ്ഠിക്കണം.

ബോംബെ കള്ളക്കടത്തിന്റെ വിശ്വതലസ്ഥാനമാണ്. അത് കേന്ദ്രഗവണ്മെന്റിന്റെ കീഴിലാണെന്നത് ഒരു മിഥ്യയാണ്. നാം അനേകം മിഥ്യകളുടെ ഒരു ശ്യാമാകാശത്തിനു ചുവട്ടിൽ ജീവിക്കുന്നു. നാം മേലോട്ടു നോക്കിയാൽ ആകാശത്തിൽ പ്രഭാഗോളങ്ങളെക്കൊണ്ട് മനോഹരമായ ഒരു പ്രകൃതി തരുമ്പോൾ രാഷ്ട്രജീവിതത്തിന്റെ ഈ ആകാശത്തിൽ അന്തമില്ലാത്ത ഏതോ ഒരു മേഘജ ഭീകരത പടർന്നുനില്ക്കുന്നു. അതു നാം മനസ്സിലാക്കേണ്ടതുണ്ട്. അതാണ് ബോംബെ. അവിടെ തീയില്ലാതെ പുകയുണ്ടാകുകയും കത്താൻ ഇന്ധനമില്ലാതെ തീയുണ്ടാകുകയും ചെയ്യുന്ന അവിശ്വസനീയ ഭൂമി. അവിടെ നമ്മുടെ ഭരണമുണ്ടെന്നു പറയുന്നതു തെറ്റാണ്. അവിടെ വേറെ ഏതോ ഭരണമാണു നടക്കുന്നത്. അതറിയാൻ മറ്റാരോടും ചോദിക്കേണ്ടതില്ല. അവിടെയുള്ള മലയാളികളോടു ചോദിച്ചാൽ മതി.

1947 ആഗസ്റ്റ് 15 അർദ്ധരാത്രി അധികാരക്കൈമാറ്റം എന്നിവിടെ ചരിത്രപുസ്തകങ്ങളിൽ വിശേഷിപ്പിക്കപ്പെടുന്ന അത്ഭുത സംഭവം നടക്കുമ്പോൾ ഗാന്ധിജി അവിടെ പ്ളാറ്റ്ഫോമിൽ ഇല്ലാത്തവനാണ്. ഇന്ത്യയുടെയും ഏഷ്യയുടെയും ലോകത്തിന്റെയും ദൃഷ്ടികൾ അർദ്ധരാത്രിയെ പ്രഭാതമാക്കി മാറ്റിയ വൈദ്യുത ദീപപ്രകാശത്തിൽ അന്നത്തെ മഹാരോമാഞ്ചദായകമായ അനുഷ്ഠാനകർമ്മം നടക്കുന്ന സമയത്ത് അവിടുത്തെ കസേരകൾ മുഴുവൻ പരിശോധിക്കുകയായിരുന്നു ഗാന്ധിജി ഇരിക്കുന്ന കസേര ഏതെന്നറിയാൻ. ഗാന്ധിജി ഇരിക്കുന്ന കസേര കാണാതെ അവർ ചുറ്റിത്തിരിഞ്ഞു നടക്കുമ്പോൾ, ചരിത്രത്തിന്റെ ദൃഷ്ടികൾ പിന്നെ എത്രയോ കൊല്ലം കഴിഞ്ഞു മനസ്സിലാക്കിയ തരത്തിൽ ഗാന്ധിജി തിരിച്ചുപോവുകയായിരുന്നു. ലോകത്തിലെ ഏതു പോക്കിനേക്കാളും മനോഹരവും അർത്ഥഗർഭവും ആയ പോക്കായിരുന്നു ആ തിരിച്ചുപോക്ക്. ഇവിടെ കൂടിയ കുട്ടികളേ, നിങ്ങൾക്ക് ധൈര്യമുണ്ടോ ഒരു തിരിച്ചുപോക്കിന്?

അധികാരക്കൈമാറ്റം നടക്കുമ്പോൾ ഈ മനുഷ്യൻ വടികുത്തി നടക്കുകയായിരുന്നു - അതാണ് ദണ്ഡി എന്നു പറയുന്നത്. ഗാന്ധിജിയുടെ ഏറ്റവും വലിയ സംരംഭം ദണ്ഡിയാത്രയായിരുന്നു. കൂട്ടുകാരില്ലാത്തതിനാൽ അദ്ദേഹം വടികുത്തി നടക്കുന്നു. കൂട്ടുകാരില്ലാത്ത നേതാവിന്റെ ഏകാകിത്വത്തിന്റെ മഹാ പ്രഖ്യാപനമാണ് ഈ വടി. ഈ വടി എന്നെ ഇവിടെ താങ്ങിനിർത്തുന്നു. അത് ആദർശത്തിന്റെ ഉറപ്പുള്ള വടിയാണ്. മറ്റൊന്നിന്റെയും പിന്തുണയും പിൻബലവുമില്ലാതെ ആദർശത്തിന്റെ ഊന്നുവടിയുമായി നടക്കുവാൻ വൃദ്ധനല്ലാത്ത ഈ നിത്യതരുണൻ നമ്മോടാഹ്വാനം ചെയ്യുന്നു. ഇത് ഏറ്റവും വലിയ യുവത്വത്തിന്റെ വിളിയാണ്.

നെഹ്റു, ആസാദ്, പട്ടേൽ - ഇവരെല്ലാം ആരുടെ സാന്നിധ്യത്താലാണോ പ്രകാശമുള്ള ഗോളങ്ങളായി ചരിത്രാന്തരീക്ഷത്തിൽ ചുറ്റി

ത്തിരിഞ്ഞത് ആ മധ്യകേന്ദ്രസ്ഥിതനായ ഗാന്ധിജിയെന്ന സൂര്യൻ അവിടെയില്ലാതിരിക്കെ, ഇവരെല്ലാം മങ്ങിപ്പോയ സന്ദർഭത്തിൽ അദ്ദേഹം മറ്റൊരിന്ത്യയെ സൃഷ്ടിക്കാൻ പോവുകയായിരുന്നു. സ്വാതന്ത്ര്യത്തിന്റെ ഒരു യുഗം ഇവിടെ ഒരിന്ത്യയെ കൊണ്ടുവരുമ്പോൾ ഇവിടെ മറ്റൊരിന്ത്യ കൂടെ വന്നില്ലെങ്കിൽ സ്വതന്ത്ര രാഷ്ട്രീയ ഭാരതം അപൂർണ്ണമാകുമെന്നുവെച്ച് ഈ രാഷ്ട്രീയ ഭാരതത്തിന്റെ പൂർണ്ണത തേടി ആ മനുഷ്യൻ, അന്നുവരെ തന്റെ അനുയായികൾക്കിടയിൽ ഏറ്റവും വലിയ നേതാവായി സഞ്ചരിച്ച മനുഷ്യൻ, ഏകാകിയായി ഇരുളടഞ്ഞ വഴികളിൽക്കൂടി പോവുകയായിരുന്നു.

നമ്മുടെ ഹൃദയസ്പന്ദനത്തിന് ഒരു വലിയ തകരാർ സംഭവിച്ചിരിക്കുന്നു. അതുകൊണ്ടാണ് കുറ്റവാളിയോട് നാം മൃദുലമായി പെരുമാറുന്നത്. പ്രിയപ്പെട്ട കുറ്റവാളി, പ്രണയഭാജനമേ എന്ന് നാം ക്രിമിനലിനെ വിളിക്കുന്നു. ലോകത്തിലെ എല്ലാ ആചാര്യന്മാരുടെയും കാരുണ്യ സംബന്ധമായ ഉപദേശത്തിനെതിരാണ്, ഗാന്ധിജിയുടെ ഉപദേശത്തിന് എതിരാണ് ഇത്.

നക്ഷത്രങ്ങളുള്ള ആകാശം ഏതോ അർദ്ധരാത്രിയിൽ നമ്മളറിയാതെ ഇവിടെനിന്നും നീക്കം ചെയ്യപ്പെടുകയും ക്രൈം എന്ന കുറ്റംകൊണ്ടും രാജ്യദ്രോഹംകൊണ്ടും കറുപ്പ് ചായംപൂശിയ ഒരു കമ്പിളി ഈ ആകാശത്തിന്റെ സ്ഥാനത്ത് വിരിക്കപ്പെടുകയും ചെയ്തു. ഇതിൽക്കവിഞ്ഞൊരു ദുഃഖമുണ്ടോ രണ്ടായിരം കോടി മോഷ്ടിച്ചതിൽ. മനുഷ്യർ മരിക്കുന്നതിനു മുമ്പിവിടെ നമ്മൾ പാവനമെന്നു കരുതിയ ആദർശങ്ങൾ മരിച്ചുകിടക്കുന്നു.

ഇവിടത്തെ കൊള്ളക്കാരുടെ മുന്നിൽ മൃദുലസ്പർശവുമായി അനുശോചനയോഗത്തിനുപോയ രാഷ്ട്രീയ നേതൃത്വം എന്ന കാളകൂടവിഷം ആത്മാവിനെ ജഡമാക്കുന്ന വിഷം ഇവിടെ അവസാനിപ്പിക്കേണ്ടിയിരിക്കുന്നു. 18 വയസ്സ് ഇന്നുള്ള ചെറുപ്പക്കാരൻ ഇരുപതാം നൂറ്റാണ്ട് അവസാനിക്കുമ്പോൾ രാജ്യഭരണത്തിന്റെ മഹാഭാരം അവന്റെ തലയിൽ വീഴുന്നു. ഞാൻ ഇത് ഇവിടെ പറയുമ്പോൾ ഇരുപതാം നൂറ്റാണ്ടിന്റെ തലയ്ക്കുമുകളിലൂടെ ഇത് ഇരുപത്തൊന്നാം നൂറ്റാണ്ടിന്റെ ചെവിയിലെത്തും എന്ന വിശ്വാസത്തിൽ പറയുകയാണ്.

കൃത്രിമ ദൈവങ്ങളോടുള്ള ഭയംകൊണ്ടു പറയേണ്ടത് പറയാൻ മടിക്കയും ചെയ്യേണ്ടതു ചെയ്യാൻ മടിക്കയും ചെയ്യുന്ന ഒരു യുവ ലോകം ഇവിടെയുണ്ട്. അവരോട് എന്റെ ഭക്തി ഇതാ എന്ന് ഞാൻ കാണിച്ചുകൊടുക്കുകയാണ്. നമ്മുടെ രാജ്യത്ത് സത്യത്തിന്റെ വചനം കേൾക്കാൻ ചെവികൾ ആകാശത്തേക്ക് വികസിപ്പിച്ചു നിൽക്കുന്ന അനേകം ആളുകളുണ്ട്. അവരോടു സംസാരിക്കുവാൻ തിരഞ്ഞെടുപ്പുകാലത്ത് ഭീകര മാഫിയ സംഘങ്ങളല്ലാതെ മറ്റാരും പോകുന്നില്ല. സ്വാതന്ത്ര്യപ്പെരുന്നാൾ ആഘോഷിക്കുമ്പോൾ വെള്ളത്തിനായി പാത്രവുമായി കാത്തുനിൽക്കുന്നവർ ലക്ഷക്കണക്കിന് ഈ രാജ്യത്തുണ്ട്.

"സ്വാതന്ത്ര്യത്തിൻ വിരുന്നുണ്ണാൻ
പ്രമാണികൾ ഇരിക്കയായ്
വെള്ളമില്ലാത്ത പൈപ്പിന്റെ ചോട്ടിൽ
ഗ്രാമങ്ങൾ നിൽക്കയായി"

15 കൊല്ലം മുമ്പ് മരിച്ച ഒരു രാഷ്ട്രീയമില്ലാത്ത കവി ഇങ്ങനെ എഴുതിയെങ്കിൽ ഇന്നത്തെ കഥയെന്താണ്? പ്രവാചകനായ യോഹന്നാനെപ്പോലെ ഗാന്ധിജി ഇത്തരം കാര്യങ്ങൾ പറഞ്ഞുനടന്നു. ഇതുപറഞ്ഞ് കിടന്നുറങ്ങുന്നതിൽ-നിങ്ങൾ ഏതു ലഹരി കഴിച്ച് കിടന്നുറങ്ങുന്നതിലും, ഏതു ഡോക്ടറുടെ ഉറക്കഗുളിക കഴിച്ച് കിടന്നുറങ്ങുന്നതിലും - മനോഹരമായ ആത്മസംതൃപ്തിയുടെ ഒരു കിടന്നുറക്കം, ജനങ്ങൾക്കുവേണ്ടി പറഞ്ഞും പ്രവർത്തിച്ചും ജീവിക്കുന്നവരിൽ അടങ്ങിയിരിക്കുന്ന ചെറിയ സംതൃപ്തി ഞാൻ നിങ്ങൾക്ക് വാഗ്ദാനം ചെയ്യുന്നു. ഷെയ്ക്സ്പിയറുടെ 'മാക്ബത്തി'ലെപ്പോലെ പാപം ചെയ്ത് ഉറക്കത്തിന്റെ കൊല നടത്തിയ ഒരു സമൂഹം ഇവിടെ ജീവിക്കുന്നു. അവർക്കുവേണ്ടി മദ്യവും ഉറക്കഗുളികയും രാജ്യത്ത് ചെലവാക്കുന്നു. അപരാധം ചെയ്ത സമൂഹത്തിൽപ്പെടാതെ കണ്ട് മാനസിക സുഖങ്ങൾ അനുഭവിക്കാൻ നമുക്കു വേറെയും മാർഗ്ഗങ്ങൾ ഉണ്ടെന്ന് ഇവിടത്തെ ചെറുപ്പക്കാർ മനസ്സിലാക്കുമെന്ന് ഞാൻ കരുതുന്നു.

ഗാന്ധിജി രാജ്ഘട്ടിൽ-അന്ത്യവിശ്രമം കൊള്ളുന്ന സ്ഥലം - ഇല്ല. കാരണം ഗാന്ധിജിക്ക് വിശ്രമം ഇല്ല. ഗാന്ധിജി പുറത്തു വന്നേക്കാം എന്നൊരു സംശയം ഗാന്ധിശിഷ്യന്മാർ എന്നു പറയുന്നവർക്കുണ്ട്. ക്രിസ്തു, ബുദ്ധൻ തുടങ്ങിയവരൊക്കെ ഉയർത്തെഴുന്നേല്പ് നടത്തിയവരാണ്. ക്രിസ്തുവിന് കുരിശും അതിൽ തറച്ച ആണിയും മാത്രമാണ് ഉണ്ടായിരുന്നത്. ഗാന്ധിജിയെ സിമന്റും കോൺക്രീറ്റും അതിന്മേൽ മാർബിളും പതിപ്പിച്ച് ഇട്ടിരിക്കുകയാണ്. തലേന്നു ചെയ്ത പാപത്തിന്റെ ഭയങ്കരത കൊണ്ട് ഗാന്ധിജി കല്ലിളക്കുമോ എന്നു സംശയമുള്ളവർ ഓരോ ദിവസവും രാവിലെ അവിടെ പോയിനോക്കും കല്ലിളകിയിട്ടുണ്ടോ എന്ന്. ദിവസേന ഓരോ വിദേശ ടൂറിസ്റ്റുകൾ വരും. അവരോടൊപ്പം പോയി പുഷ്പചക്രം വയ്ക്കുമ്പോൾ നോക്കും കല്ലിളകിയിട്ടുണ്ടോ എന്ന്. മൂഢന്മാരേ, ഇളകുകയില്ല. കാരണം, ഗാന്ധിജി അവിടെ ഇല്ല. ഗാന്ധിജി എവിടെയാണോ ദൈവമുണ്ടെന്നു പറഞ്ഞത് ആ പാവങ്ങളുടെ അടുത്താണ്.

പ്രണയഭാജനമെന്നുള്ളത് ഞാൻ എം.എയ്ക്കു പഠിക്കുമ്പോൾ ഒരു കുട്ടി പ്രണയഭോജനമേ എന്നു പറഞ്ഞു. അതിന് മലയാളം എം.എയ്ക്ക് ഒന്നാം റാങ്ക് കിട്ടിയതറിഞ്ഞിട്ടാണ് ഞാൻ അവിടെനിന്നും ഓടിയത്. എഴുതിയവർ പറയുന്നത് ഭോജനം എന്നുള്ളത് നല്ലൊരു പാഠഭേദമാണെന്നാണ്. ഭാജനം എന്നുപറഞ്ഞാൽ കോപം വരുമെന്നും ഭോജനം എന്നാകുമ്പോഴാണ് അവർക്ക് സന്തോഷം വരികയെന്നും പ്രാമാണികന്മാർ പറഞ്ഞതോടുകൂടി ഞാൻ കോഴിക്കോട് സർവ്വകലാശാല വിട്ടു.

ഇന്ന് നാം ആന്ധ്രയെന്നു പറയുമ്പോൾ രാമറാവുവിനെ ഒക്കെയാണ് ഓർമ്മിക്കുന്നത്. റാവുവിനെ ആന്ധ്രയിലെ കേസരി എന്നു പറയുന്നു. പഴയ കേസരിയെക്കുറിച്ച് നിങ്ങൾക്കറിവുണ്ടെങ്കിൽ ഇതിനെ കുറുക്കൻ എന്നു മാത്രമേ പറയൂ. 'ആന്ധ്രക്കുറുക്കൻ'. കുറുക്കനെപ്പോലും അപമാനിക്കുന്നതാകും ഈ വിവരണം. കുറുക്കൻ ഇവിടെ എവിടെയെങ്കിലും ഉണ്ടെങ്കിൽ പ്രതിഷേധിക്കട്ടെ എന്നുള്ള പ്രാർത്ഥനയോടെയാണ് ഞാനിതു പറയുന്നത്. പഴയ ആന്ധ്ര കേസരി ടി. പ്രകാശമാണ് ഇന്ത്യയിലെ ഏറ്റവും വലിയ മഹാത്യാഗികളിൽ ഒരാൾ. ആ ത്യാഗി ഗാന്ധിജിയുടെ മുന്നിൽ കുറ്റവാളിയായി. ഗാന്ധിജി മഹാനായ ആ ശിഷ്യന്റെ മുമ്പിൽ സോഫ്റ്റ് ആയിരുന്നില്ല. കുറ്റവാളികളെ കുറ്റത്തിൽനിന്നും ഒഴിവാക്കാൻവേണ്ടി നീതിന്യായ സമാധാനശക്തികൾ ഇവിടെ പ്രവർത്തിക്കുന്നത്, വ്യൂഹം ചമയ്ക്കുന്നത് നാം കണ്ടുകൊണ്ടിരിക്കുന്നു. ഇന്ന് പ്രകാശമെന്നൊരു പേരു സ്വീകരിക്കാൻ പറ്റാത്തവിധം ഇരുട്ടിന്റെ ഭീകര ഗോളങ്ങൾ രാഷ്ട്രത്തിനു ചുറ്റും ഭ്രമണം ചെയ്യുന്നു. ത്യാഗത്തിന്റെ, ദാഹത്തിന്റെ, ആത്മാഭിമാനത്തിന്റെ, സ്വാതന്ത്ര്യത്തിന്റെ മഹാപ്രകാശമായിരുന്നു അദ്ദേഹം. അക്കാലത്ത് ഒരു കോൺഫറൻസിന്റെ കണക്ക് ബോധിപ്പിച്ചില്ലെന്നു പറഞ്ഞ് ഒരാൾ പ്രകാശത്തിനെതിരെ ഗാന്ധിജിക്ക് പരാതി അയച്ചു. പ്രകാശത്തിനെ ആക്ഷേപിച്ച് ഗാന്ധിജി പറഞ്ഞ വാക്കുകൾ ചരിത്രത്തിലെ ഏറ്റവും വലിയ ശകാരത്തിൽപ്പെടുന്നു. ഗാന്ധിജി പറഞ്ഞു: "Mr. Prakasham, if you go like this, you will be the disguise of Andhra Pradesh." സ്വാതന്ത്ര്യസമരകാലത്ത് ഒരു പൊതുയോഗത്തിന്റെ കണക്കിന്റെ പേരിലാണ് പ്രകാശം ചോദ്യം ചെയ്യപ്പെട്ടതെങ്കിൽ ഇന്നത്തെ സ്ഥിതിയെന്താണ്?

നമ്മുടെ രാജ്യത്ത് ഇന്ന് അനുമോദനങ്ങൾ നടക്കുന്നു. നടക്കുന്ന അനുമോദനങ്ങൾ ഇല്ല. നടത്തിക്കുന്ന അനുമോദനങ്ങളേ ഉള്ളൂ. മേലെയുള്ളവൻ കീഴെയുള്ളവനെക്കൊണ്ട് നടത്തിക്കുകയാണ്. ആളുകൾക്കറിയാം അവാർഡ് കിട്ടിയതെങ്ങനെയെന്ന്. ആ കഥ അനുമോദന സമ്മേളനങ്ങളിൽ പറയാൻ പറ്റില്ല. "സാർ, ഞങ്ങൾക്കറിയാം നിങ്ങൾക്ക് അവാർഡ് കിട്ടിയതെങ്ങനെയെന്ന്. സാറിന്റെ ശമ്പളക്കാരനായിരുന്നല്ലോ അതിന്റെ വിധികർത്താവ്." അനുമോദനങ്ങൾക്കൊക്കെ ഇന്നൊരു കാപട്യത്തിന്റെ സ്വഭാവമുണ്ട്.

ഈ നാടിന്റെ മനസ്സ്

ജവഹർലാൽ നെഹ്റുവിന്റെ പ്രഭാഷണങ്ങളെല്ലാം ഇന്ത്യക്കാരുടെ രാഷ്ട്രീയ വിദ്യാഭ്യാസം ഉദ്ദേശിച്ച് ചെയ്തവയാണ്. ഭാരതം മാതാവാണെന്നും ഭാരതമാതാവ് ജയിക്കട്ടെ എന്നും ആളുകൾ വിളിച്ചു പറഞ്ഞിരുന്ന കാലത്ത് അദ്ദേഹം ഭാരതമെന്നാൽ എന്താണെന്നും അവരെ

പഠിപ്പിക്കാൻ ശ്രമിച്ചു. ഭാരതമാതാവ് ആരാണെന്ന് പ്രസംഗങ്ങളിലൂടെയും പ്രബന്ധങ്ങളിലൂടെയും ജനങ്ങളെ മനസ്സിലാക്കിക്കാൻ നെഹ്റു എപ്പോഴും ശ്രമിച്ചു പോന്നു. മറ്റൊരവസരത്തിൽ അദ്ദേഹം 'ഇൻക്വിലാബ് സിന്ദാബാദ്' എന്ന മുദ്രാവാക്യത്തിന്റെ അർത്ഥം വിവരിച്ചു.

ഇന്ന് വിളിച്ചുകൂവാൻ വേറെ വാക്ക് കിട്ടിയിട്ടുണ്ട്. ജനത, ജനത എന്നാണ് പുതിയ ഘോഷം. 'എന്താണ് ജനത' എന്ന് ഈ പറയുന്നവരോട് ആരും ചോദിക്കുന്നില്ല. ഇക്കാലത്ത് രാഷ്ട്രീയക്കാരൻ നിത്യം ഉരുവിടുന്ന മന്ത്രങ്ങളിൽ ഒന്നാണിത്. വിഡ്ഢികൾ ഉച്ചരിക്കുന്ന ഏതു മന്ത്രവും പോലെ ഇതിന്റെയും പൊരുൾ എന്തെന്ന് അവർക്കറിഞ്ഞുകൂടാ. ഒരു കൂട്ടം ജനങ്ങൾ ഒരേ സ്ഥലത്ത് പാർക്കുന്നുവെന്നതുകൊണ്ടതുമാത്രം ഒരു ജനത ഉണ്ടാകുന്നില്ല. ഒരേ സ്ഥലത്ത് പാർക്കുകയല്ല, ഒരേ മനസ്സായിരിക്കുക എന്നതാണ് പ്രധാനം. ഒരിടത്തു കഴിഞ്ഞുകൂടുന്നതുകൊണ്ട, അന്യോന്യം അടിപിടികൂടാൻ ആളുകൾക്ക് സൗകര്യം വർദ്ധിക്കുകയേ ഉള്ളൂ! ഇന്ത്യയിൽ സമുദ്രഗുപ്തൻ, അശോകൻ, ഹർഷവർദ്ധനൻ മുതലായ ചുരുക്കം ചില സാമ്രാട്ടുകളുടെ ഭരണകാലം ഒഴിച്ചുനിർത്തിയാൽ, ബാക്കി അവസരങ്ങളിലെല്ലാം ഇവിടുത്തെ നിസ്സാരന്മാരും സ്വാർത്ഥമൂർത്തികളുമായ രാജനാമധാരികൾ പരസ്പരം നിതാന്തശത്രുതയിൽ നിരന്തരം യുദ്ധം ചെയ്ത് രസിച്ചുകഴിയുകയായിരുന്നു. കേരളം എന്ന വെറും കൊച്ചുനാട്ടിൽ, ചക്കരവട്ടത്തിലുള്ള ദേശങ്ങളും നാടുകളും ഭരിച്ചിരുന്ന 'വാഴികൾ' എല്ലാം ഇടതടവില്ലാതെ ചെയ്തുകൂട്ടിയ ഏക മഹാകൃത്യം അയൽവാഴികളോട് അടരാടുക എന്നതുമാത്രമായിരുന്നല്ലോ. കേരള ചരിത്രം എന്നുവെച്ചാൽ ഇതാണെന്ന് തോന്നിപ്പോകും നമ്മുടെ ചരിത്രഗ്രന്ഥങ്ങൾ വായിച്ചാൽ, ഇന്ത്യയുടെ കഥയും മറ്റൊന്നല്ല.

ഈ കലഹപാരമ്പര്യത്തിനിടയിലും ഇന്ത്യയിലും അതിന്റെ രാഷ്ട്രീയ ഘടകങ്ങളായ കേരളം മുതലായ നാടുകളിലും ഒരു മനസ്സിനെയും ഒരു ജനതയെയും ഉണ്ടാക്കാൻ ഇവിടത്തെ തത്ത്വചിന്തകന്മാർക്കും സാഹിത്യകാരന്മാർക്കും കലാകാരന്മാർക്കും കുറെയെല്ലാം കഴിഞ്ഞിരുന്നു. മനസ്സിന്റെ സൃഷ്ടിയുടെ കർത്താക്കൾ അവരാണല്ലോ. എന്നും എങ്ങും വേദങ്ങളും ഉപനിഷത്തുക്കളും തുടർന്നുവന്ന ശങ്കരാചാര്യാദികളായ ഭാഷ്യകാരന്മാരായ മഹാമനീഷികളും രാജകലഹങ്ങളാൽ ഇന്ത്യയുടെ ശരീരം ഛിന്നഭിന്നമാക്കപ്പെട്ടപ്പോൾ ഇവിടെ അവിഭക്തമായ ഒരു ഏകമനസ്സ് സൃഷ്ടിക്കാൻ മുതിർന്നവരായിരുന്നു. വേദത്തിൽ ഏകമനസ്കരാകുവാൻ വേണ്ടി സമൂഹം നടത്തുന്ന എത്രയോ പ്രാർത്ഥനകളുണ്ട്. കുറച്ചുകൊല്ലം മുമ്പ് ഡൽഹിയിൽ നടന്ന നിഷ്പക്ഷ രാഷ്ട്രസമ്മേളനത്തിൽവെച്ച് വേദങ്ങളിലെ ഏറ്റവും പ്രശസ്തമായ ഐക്യമന്ത്രം ഒരു വിദേശരാഷ്ട്രത്തലവൻ ചൊല്ലുകയുണ്ടായി. വടക്കേയമേരിക്കൻ രാജ്യങ്ങളുടെയിടയിൽ ഏറ്റവും തെക്കുകിടക്കുന്ന ആ വളരെ ചെറിയ നാടായ പനാമയുടെ വൈസ് പ്രസിഡണ്ട് - പ്രസിഡണ്ടുപോലുമല്ല! ഋഗ്വേദം പത്താം മണ്ഡലത്തിൽനിന്നുള്ള ആ

സൂക്തം (നമ്മുടെ പത്രങ്ങൾ 'ശ്ലോക'മെന്നാണ് ഇത് റിപ്പോർട്ട് ചെയ്തത്!) ഉദ്ധരിച്ച്, ഇന്ത്യൻ പ്രസിഡണ്ടിനെയും ഇന്ത്യൻ പ്രധാനമന്ത്രിയേയുംകൂടി ഔചിത്യത്തിലും പാണ്ഡിത്യത്തിലും പിന്നിലാക്കിക്കളഞ്ഞു! ആ മന്ത്രത്തിലെ ചില വരികൾ ഇതാ:

"സംഗച്ഛധ്വം സംവദധ്വം
സംവോ മഹാംസിജാനതാം
സമാനോ മന്ത്രഃ സമിതിഃ സമാനീ
സമാനോ മന്ത്രഃ സഹചിത്തം ഏഷാം.
സമാനമസ്തുവോ മനോ
യഥാവസ്സുസഹാ സതി."

ഒരു ജനതയ്ക്ക് ഒരു ശബ്ദവും ഒരു മനസ്സും ഒരു ലക്ഷ്യവും വേണമെന്നാണ് ഈ വൈദികസന്ദേശത്തിന്റെ സാരാംശം. അഭിപ്രായവ്യത്യാസങ്ങൾ പാടില്ലെന്നല്ല, അവയ്ക്കപ്പുറത്തുള്ള കാര്യമാണ് പറയുന്നത്. നമ്മുടെ എല്ലാ ചിന്തകരും എഴുത്തുകാരും ഇതിന്റെ കാഹളം എന്നും വാദനം ചെയ്തു. ശങ്കരാചാര്യർ തന്റെ സന്ദേശം പ്രചരിപ്പിച്ചത് ജന്മസ്ഥലമായ കാലടിയിൽ ശാന്തിക്കാരനായി ചടഞ്ഞുകഴിഞ്ഞുകൊണ്ടായിരുന്നില്ല. നാടിനു വെളിയിൽ തന്റെ കാലടികൾ പതിച്ചപ്പോഴാണ് യഥാർത്ഥ ശങ്കരൻ പിറന്നത്. ആധുനികദശയിലായാലും ഏത് ഭാരതീയനും ഈ പൂർവ്വ ജ്യോതിസ്സുകൾ ആദരിക്കത്തക്കവയാണ്. ഒരു മതവിശ്വാസക്കാരൻ എന്ന് പറയാൻ വയ്യാത്ത ജവാഹർലാൽ നെഹ്റുവിന്റെ മനസ്സിൽപ്പോലും ശങ്കരവേദാന്തം എത്ര വലിയ സ്വാധീനത ചെലുത്തിയിട്ടുണ്ടെന്ന് അദ്ദേഹത്തിന്റെ ഗ്രന്ഥങ്ങൾ വായിച്ചാൽ മനസ്സിലാകും. നിരക്ഷരകുക്ഷിയായ കർഷകനിലും അതിന്റെ പ്രഭാവം, മറ്റൊരു വിധത്തിലായാലും തെളിഞ്ഞു കാണാം. ഭാരതീയ ജനതയുടെ ഏക മനസ്കതയെന്ന് പറയുന്നത് ഇന്നും പല സൂക്ഷ്മഘടകങ്ങൾ ചേർന്നതാണ്. സൂക്ഷ്മമായ ഈ മാനസിക സ്വഭാവവിശേഷത്തിലാണ് ഭാരതീയത്വം മറ്റു ജനതകളിൽനിന്ന് വ്യത്യാസപ്പെട്ടിരിക്കുന്നത്.

ഇസ്ലാം, ക്രൈസ്തവമതം തുടങ്ങിയ അന്യദേശാഗതങ്ങളായ വിശ്വാസസംഹിതകൾ ഇന്ത്യയിൽ വന്നതോടെ, നേരത്തെയുണ്ടായിരുന്ന ഭാരതീയതയിൽ ചില വ്യത്യാസങ്ങൾ സംഭവിക്കാതെ നിവൃത്തിയില്ലെന്ന സ്ഥിതിയുണ്ടായി. ഹിന്ദുമതവും അതിന്റെ ശൈലി ഏറെക്കുറെ ഉപയോഗിച്ചുപോന്ന ബുദ്ധമതവും ഉണ്ടായിരുന്നപ്പോഴത്തെ ജീവിതൈക്യം, വ്യത്യസ്തശൈലികളോടുകൂടിയ മറ്റു മതങ്ങൾ ഇറങ്ങിവന്നതോടെ സമ്മർദ്ദവിധേയമാവുകയും പലേടത്തും പൊട്ടലുകളും വിള്ളലുകളും സംഭവിക്കുകയും ചെയ്തു. എങ്കിലും ഒരു വലിയ ജനതയുടെ ജീവിതയാത്ര ചരിത്രവീഥിയിലൂടെ മുന്നോട്ടുനീങ്ങുമ്പോൾ ഐക്യം വീണ്ടും പ്രത്യക്ഷപ്പെടാതെ ഗതിയില്ല. അങ്ങനെ ഈ രാജ്യത്തിൽ ഹിന്ദുവും ബൗദ്ധനും മുസ്ലിമും ക്രൈസ്തവനും ഒന്നിച്ചു ജീവിച്ചുകഴിയുന്ന ഒരു വ്യവസ്ഥ ഇവിടുത്തെ

ഗ്രാമങ്ങളിലും പട്ടണങ്ങളിലും ക്രമേണ രൂപപ്പെട്ടുവരികയുണ്ടായി. ആദ്യകാലത്ത് ഇവിടെ വന്നുചേർന്ന ക്രൈസ്തവർക്കും മുസ്ലിങ്ങൾക്കും ഇവിടുത്തെ ഹിന്ദുക്കളും ഹിന്ദുരാജാക്കന്മാർക്കും പല സഹായങ്ങളും ആനുകൂല്യങ്ങളും ചെയ്തുകൊടുക്കുകയുണ്ടായി. അവയുടെ ഫലമായിട്ടാണ് അവർ ഇവിടെ സ്ഥിരമായി കുടിപാർക്കാൻ ഇടവന്നത്.

ഈ സ്ഥിതി ഇവിടെ നഷ്ടപ്പെട്ടു, പിൽക്കാലത്ത്. ചിന്തകളുടെയും വിശ്വാസങ്ങളുടെയും ഭാവനകളുടെയും ഉയർന്ന ലോകത്തിൽ ഏകമനസ്സുണ്ടാക്കുക എളുപ്പമാണ്. പക്ഷേ അധികാരം ലക്ഷ്യമായിക്കഴിയുന്ന രാഷ്ട്രീയപ്രവർത്തനത്തിൽ അത് നടപ്പിലാക്കുക പ്രയാസമത്രെ. ചിന്താലോകത്തിൽ അഭിപ്രായവ്യത്യാസങ്ങൾപോലും കൂടുതൽ ചിന്തനത്തിനും അന്വേഷണത്തിനും പ്രേരകമായിത്തീരുന്നു. രാഷ്ട്രീയലോകത്തിൽ ഇവയെപ്പോലും മത്സരഹേതുക്കളായിത്തീർക്കാവുന്നതാണ്. ഇന്ത്യയിലും യൂറോപ്പിലും മതകലഹങ്ങൾ രക്തച്ചൊരിച്ചിലിന് കാരണമായത് രാജാക്കന്മാരും പ്രഭുക്കളും മതഭേദത്തിൽ കക്ഷിചേർന്നപ്പോൾ മാത്രമാണ്. ഇന്ത്യയിലെ ശൈവവൈഷ്ണവ സംഘട്ടനങ്ങളുടെയും യൂറോപ്പിലെ 'ഇൻക്വിസിഷ'ന്റെയും കുരിശുയുദ്ധത്തിന്റെയും ചരിത്രം പരിശോധിച്ചാൽ ഇത് തെളിയും.

ഇതിൽ ഏറ്റവും പുതിയ തെളിവ് വേണമോ? എങ്കിൽ, ഇന്ത്യയിൽ പരസ്പരവിശ്വാസത്തോടെ കഴിഞ്ഞുപോന്ന ഹൈന്ദവ-മുസ്ലിം ജനങ്ങൾ എങ്ങനെ പരസ്പര സംശയത്തിന്റെയും കലഹത്തിന്റെയും മാർഗ്ഗത്തിൽ എത്തിച്ചേർന്നുവെന്ന് പരിശോധിക്കുകയേ വേണ്ടൂ. ഇവിടുത്തെ മതവ്യത്യാസങ്ങളെ ആദ്യം തങ്ങൾക്ക് അനുകൂലമായി പ്രയോജനപ്പെടുത്താമെന്ന് തെളിയിച്ചത് ബ്രിട്ടീഷുകാരായിരുന്നു. അവർക്കുശേഷം, സ്വതന്ത്രഭാരതത്തിൽ പൊളിഞ്ഞുതകർന്ന രാഷ്ട്രീയകക്ഷികൾ തങ്ങളുടെ ഏറ്റവും പ്രബലമായ ഊന്നുവടിയായി കൊണ്ടുനടക്കുന്നത് ജാതിമതവ്യത്യാസങ്ങളെ ആശ്രയിച്ചുകൊണ്ടുള്ള സാമുദായികത്വത്തെയാണ്. ബ്രിട്ടീഷുകാരന്റെ പാരമ്പര്യം തുടരുന്നത് ഇവിടുത്തെ രാഷ്ട്രീയകക്ഷികൾ ആണെന്നത് എന്തു വൈരുദ്ധ്യമല്ല! രാഷ്ട്രീയകക്ഷി വെളിയിൽ മതനിരപേക്ഷത പ്രസംഗിക്കുകയും മറ്റെല്ലായ്പോഴും സങ്കുചിതതാൽപര്യങ്ങൾക്കുവേണ്ടി നോമ്പുനോറ്റിരിക്കുകയും ചെയ്യുന്നു. ഇവിടെയിന്ന് അന്ധവിശ്വാസങ്ങളെ മുഴുവൻ നിലനിർത്തിക്കൊണ്ടിരിക്കുന്നത് രാഷ്ട്രീയകക്ഷികളും അവയുടെ നേതാക്കളുമാണ്. അനന്തനെക്കാൾ നാക്കുള്ള അവർക്ക് ഒരു ശ്വാസത്തിൽ ദേശീയോദ്ഗ്രഥനത്തെക്കുറിച്ച് ഘോഷം കൂട്ടാനും അടുത്ത ശ്വാസത്തിൽ സാമുദായിക വാദത്തെ വാഴ്ത്തിപ്പാടാനും ഒരു പ്രയാസവുമില്ല.

നമ്മുടെ രാഷ്ട്രീയ കക്ഷികളുടെ നേതൃത്വത്തിൽ കളിയാടുന്ന മാന്യന്മാർ രാഷ്ട്രീയം മാത്രം കൊണ്ടുനടക്കുകയും ജനങ്ങളെ സാധാരണ ജീവിതയാപനത്തിൽ വെറുതെ വിടുകയും ചെയ്താൽ മാത്രം മതി.

ഇവിടെ ദേശീയോദ്ഗ്രഥനം നടക്കും. അങ്ങനെയായാൽ, ഭൂരിപക്ഷം ന്യൂന പക്ഷത്തെ മർദ്ദിക്കുകയോ മറിച്ചോ ഉള്ള സ്ഥിതിവിശേഷങ്ങൾ ഉണ്ടാവു കയില്ല. രാഷ്ട്രീയകക്ഷികൾ ഇവിടെ സാമുദായികതയുടെ കൊള്ളരുതാ യ്മകളെല്ലാം ഇറക്കുമതി ചെയ്തപ്പോൾ, ഒരു അവശസമുദായത്തിന്റെ അഭ്യുദയത്തിനുവേണ്ടി ഒരു യോഗി കുറെ കാര്യങ്ങൾ കേരളത്തിൽ നിർവ ഹിക്കുകയുണ്ടായി. സമുദായങ്ങളെ പരസ്പരം അടിപ്പിച്ചുകൊണ്ടായിരു ന്നില്ല, ഒരു ജാതിക്കും ഒരു മതത്തിനും ഒരു ദൈവത്തിനും വേണ്ടി-പല തിനും വേണ്ടിയല്ല-പ്രാർത്ഥിച്ചുകൊണ്ടായിരുന്നു ആ പ്രവർത്തനം നട ന്നത് എന്ന് നാം മറക്കരുത്. ശ്രീനാരായണന്റെ മാർഗ്ഗമാണ് ശരിയായ സംയോജനമാർഗ്ഗം. അതുകൊണ്ട് ആ മഹാത്മാവിന്റെ ശിഷ്യോത്തമനായ ഒരു മഹാകവി പാടിയത്, “ഒരു രാജ്യം നമ്മൾക്ക്, ഒരു ഭാഷ നമ്മൾക്ക്, ഒരു ദേശം നമ്മൾക്ക്, ഒരു സമുദായം, ഒരുമ തേടുവിൻ” എന്ന്. ഇന്ന് രാഷ്ട്രീയകക്ഷികൾ ഈ സന്ദേശത്തെ നശിപ്പിച്ചുകൊണ്ടേയിരിക്കുന്നു. പഴയ കാപാലികന്മാരെപ്പോലെ അവർ ദുർമൂർത്തിസേവയും രക്തക്കുരു തിയുംകൊണ്ട് നാൾ കഴിച്ചുകൂട്ടുന്നു. നാം ഈ ഭീകരന്മാരുടെ കൂടെയോ ആ ആചാര്യന്മാരുടെ കൂടെയോ? ഇന്നല്ലെങ്കിൽ നാളെ, ഈ ചോദ്യത്തിന് നാം ഉത്തരം പറയേണ്ടിവരും.

ചോദ്യങ്ങൾക്ക് നാമിന്ന് സമാധാനം നല്കുന്നത് സെമിനാറുകളിൽവെ ച്ചാണ്. ഇന്ത്യയുടെ ഭേദബുദ്ധി അഥവാ വർഗീയത ഇന്ന് മഹത്തായ ഒരു സെമിനാർവിഷയമാണ്. ഇന്ത്യയെ നേരിടുന്ന എല്ലാ ഭയങ്കരപ്രശ്നങ്ങളും ഇടക്കാലത്ത് ഇങ്ങനെ വളരെ അന്തസ്സ് നേടിയിട്ടുണ്ട്. അവയെല്ലാം ദേശീയ സെമിനാറുകളിൽവെച്ച് എപ്പോഴും ചർച്ച ചെയ്യപ്പെട്ടുവരുന്നവയായി ത്തീർന്നിരിക്കുന്നു. പഞ്ചാബ് പ്രശ്നം ഇപ്പോഴും ചർച്ചചെയ്യപ്പെട്ടുകൊണ്ടി രിക്കുകയാണല്ലോ. ഏറ്റവും ചർച്ച ചെയ്യപ്പെടുന്നു എന്ന ദേശീയ ബഹു മതി നേടിയിട്ടുള്ള വിഷയം വർഗ്ഗീയത ആയിരിക്കുന്നു! ‘വിഷയം’ എന്ന് പണ്ഡിതന്മാരും ‘വിഷം’ എന്ന് പാമരന്മാരും വർഗ്ഗീയതയെപ്പറ്റി പറഞ്ഞു വരുന്നു. വിഷം എന്ന നിലയ്ക്കാണ് ഈ ലേഖകൻ ചിന്തിക്കുന്നത്. വർഗ്ഗീ യത വിഷമല്ല വിഷവൃക്ഷം തന്നെയാണ്. അതിന്റെ വേരുകൾ നാടാകെ പടർന്നുപിടിച്ച് മറ്റൊന്നിനെയും വളരാൻ അനുവദിക്കാതാക്കിയിരിക്കുന്നു. നാമിപ്പോൾ ഫലവൃക്ഷങ്ങളെപ്പോലും വെട്ടിനശിപ്പിച്ചുവരുമ്പോൾ, വെട്ടി ക്കളയേണ്ട ഈ വിനാശവൃക്ഷത്തെ എല്ലാവരും വളവും വെള്ളവും കൊടുത്ത് വളർത്തിവലുതാക്കിക്കൊണ്ടിരിക്കുന്നു.

ചർച്ച ചെയ്യപ്പെടുന്ന ഈ വിഷയത്തിന്റെ വിഷബീജങ്ങൾ, ചർച്ച ചെയ്യു ന്നവരും അല്ലാത്തവരുമായ എല്ലാവരുടെയും ഉള്ളിൽത്തന്നെ കിടപ്പുണ്ട്. അതിനാൽ ചർച്ച ഒരിക്കലും തീരില്ല. ഈ രഹസ്യം മനസ്സിലായിട്ടില്ല ഇന്ത്യ ക്കാരിൽ മിക്കവർക്കും. അതിനാൽ അന്യന്റെ വർഗ്ഗീയതയെപ്പറ്റി ഘോര ഘോരം ചർച്ച ചെയ്യുമ്പോൾ സ്വന്തം വർഗ്ഗീയത വിസ്മരിക്കപ്പെട്ടു പോകുന്നു. ഇത് മനസ്സിലാക്കാതെ ചർച്ച തുടരുന്നതുകൊണ്ടാണ് ചർച്ച

അനന്തമായി നീണ്ടുപോകുന്നത്. ഈ പ്രശ്നത്തിന്റെ പരിഹാരം വെളിയിൽ തേടുന്നവർ ഇതിന്റെ വേരുകൾ തങ്ങളുടെ ഉള്ളിലും ഉണ്ടെന്ന് കണ്ടുപിടിക്കാൻ തുനിഞ്ഞാൽ നാട് എളുപ്പം രക്ഷപ്പെട്ടുകൂടായ്കയില്ല.

വേര് നമ്മുടെ ഉള്ളിലുണ്ടെന്ന് പറഞ്ഞാൽ, അതിനർത്ഥം അത് നമ്മുടെ സംസ്കാരത്തിന്റെ ഉള്ളിൽ ഉണ്ടെന്നാണ്. സ്വതന്ത്ര ഇന്ത്യ ഏതിൽനിന്നെല്ലാം സ്വാതന്ത്ര്യം നേടിയാലും പൂർവ്വസംസ്കാരത്തിന്റെ ജീർണ്ണഭാവങ്ങളിൽനിന്ന് തികഞ്ഞ സ്വാതന്ത്ര്യം നേടുക എളുതല്ല. പെണ്ണിനെ വിവാഹം കഴിക്കുമ്പോൾ അവളുടെ കുടുംബത്തെ നാം വിവാഹം കഴിക്കുന്നു എന്ന് പറയാറുള്ളതുപോലെ, രാഷ്ട്രം സ്വാതന്ത്ര്യദേവതയെ പരിണയിക്കുന്ന മുഹൂർത്തത്തിൽത്തന്നെ ഈ സംസ്കാരജീർണ്ണതകളോടുള്ള ബന്ധങ്ങളും തുടർന്നുവരുന്നു. വർഗ്ഗീയതയുടെ വേരുകൾക്ക് അത്രയും ആഴത്തിൽ വ്യാപ്തിയുണ്ട്.

പക്ഷേ, നേരത്തെ പറഞ്ഞതുപോലെ ഇന്ത്യയുടെ സംസ്കാരത്തിന്റെ യഥാർത്ഥ ചൈതന്യം 'ഭേദങ്ങളറ്റ പൊരുളിനെ' വാഴ്ത്തുന്നു. അതിന്റെ വ്യാജമുഖം 'ഭേദത്തിൽ ഭേദം' ഘോഷിക്കുന്നു. നമ്മെ യുഗങ്ങളിലൂടെ പിന്തുടരുന്ന വൈപരീത്യം ഇതാണ് എന്നു നാം കണ്ടു. പരിശുദ്ധി നിറഞ്ഞ ഗംഗ ഇന്ന് മാലിന്യത്തിൽ മഹാപ്രവാഹമാണല്ലോ. ഇത് എങ്ങനെ സംഭവിച്ചു? ആർഷചിന്തയ്ക്ക് പറ്റിയത് ഇതുതന്നെ. ആർഷസന്ദേശം എന്തെന്നറിയാത്തവർ, ധനത്തിനും അധികാരത്തിനും വേണ്ടി, ആർഷസംസ്കാരത്തിന്റെ മറവിൽ ജനതയെ ചൂഷണം ചെയ്തു. തുഞ്ചത്തെഴുത്തച്ഛൻ പാടിയതുപോലെ, ഈ കലിയുഗത്തിൽ ഋഷിജനങ്ങൾ മറഞ്ഞുപോയിരിക്കുന്നു.

ഈ തത്ത്വപരിവർത്തനത്തിന്റെ ഫലമായി, ഐക്യദർശനത്തിന് വേരില്ലാതെയും അനൈക്യദർശനത്തിന് ആയിരം വേരും വേരിന്മേൽ വേരും ഉള്ളതായി വന്നുകൂടി. 'സഫലമീ യാത്ര'യിൽ കക്കാട് ചിത്രീകരിച്ച ധർമ്മവൃക്ഷവും അധർമ്മവൃക്ഷവും തന്നെ ഇവ. അവ അടുത്തടുത്ത് വളരുന്നു. ജനാധിപത്യത്തിലും ഇതുതന്നെ നില. ജനാധിപത്യത്തിന്റെ ആണിക്കല്ല് വോട്ട് ചെയ്ത് സ്വാഭിപ്രായം രേഖപ്പെടുത്തിവെക്കാനുള്ള അവകാശമാണല്ലോ. Casting the Vote എന്ന് പറയാം ഇംഗ്ലീഷിൽ. അത് ഇന്ന് Voting for Caste ആയ മാറിപ്പോയി! നമ്മുടെ പഴയ വൈദികസംസ്കാരത്തിന് പറ്റിയ കെടുതി നമ്മുടെ ജനാധിപത്യത്തിനും പിണഞ്ഞു. സ്വയംസമർപ്പിതമായ നമ്മുടെ ഭരണഘടന ജാതിമതവർഗ്ഗവ്യത്യാസമില്ലാത്ത ഒരു സുന്ദരസമൂഹത്തെ സ്വപ്നം കാണുന്നു. നാം തിരഞ്ഞെടുപ്പു നടത്തുന്നത് ആ സ്വപ്നം തകർക്കാൻ മാത്രം. തിരഞ്ഞെടുപ്പു വരുമ്പോൾ, രാഷ്ട്രസങ്കല്പത്തിന്റെ ശിൽപസുന്ദരമായ പരവതാനി നാം എല്ലാവരുംകൂടി മറിച്ചിടുന്നു. എന്നിട്ട്, പരവതാനി വികൃതമായതിനെച്ചൊല്ലി അടുത്ത തെരഞ്ഞെടുപ്പുവരെ നാം വിലപിക്കുന്നു. വീണ്ടും നാം പഴയ കള്ളപ്പണി തുടരുന്നു. ഇപ്രകാരം തങ്ങളെത്തന്നെ നിരന്തരമായി ചതിക്കുന്ന ജനത നാം മാത്രമാണെന്ന് തോന്നുന്നു. എല്ലാ രാഷ്ട്രീയകക്ഷികളും മറ്റേ കക്ഷിയുടെ

വർഗ്ഗീയതയെ കഠിനമായി പഴിക്കുന്നു. ആ തിരക്കിൽ സ്വന്തം വർഗ്ഗീയത ആരും അറിയുകയില്ലെന്ന് അവർ, അതിസമർത്ഥരായതുകൊണ്ടാകാം, കരുതുന്നു. കുട്ടികൾവരെ ഈ വഞ്ചന ഇന്ന് മനസ്സിലാക്കിയിട്ടുണ്ട് എന്നും ആ സമർത്ഥർ അറിയുന്നില്ല.

നമ്മുടെ മനസ്സ് ഇന്ന് ഭേദമനസ്സാണ്, വേദമനസ്സല്ല. ഈ കെടുമനസ്സിന് വ്യാജങ്ങളെ മാത്രമേ ഉൾക്കൊള്ളാൻ പറ്റുകയുള്ളൂ. 'സത്യം ഏകമാണ്' എന്ന് നമ്മുടെ ചുണ്ടിനും പേനയ്ക്കും അറിയാമായിരിക്കാം. പക്ഷേ, മനസ്സിനും ആത്മാവിനും അറിഞ്ഞുകൂടാ. മനസ്സാണ് നാട് ഭരിക്കുന്നത്. മനസ്സിലുള്ളത് നാട്ടിൽ നടപ്പാക്കുന്നു. അതിനാൽ ഇവിടെ വർഗ്ഗീയത അനശ്വരമായി വർത്തിക്കുന്നു. ജാതി നരകത്തിൽനിന്നാണ് വരുന്നതെന്ന് വള്ളത്തോൾ മഹാകവി പാടിയത് സത്യമാണെങ്കിൽ, ആ നരകം ഈ നാടാണ്. ഈ നാട് സൃഷ്ടിച്ച നമ്മുടെ മനസ്സാണ്.

സ്വാതന്ത്ര്യം നേടിയതിനുശേഷം അധികാരത്തിൽ വന്ന രാഷ്ട്രീയ കക്ഷിയും പ്രതിപക്ഷത്തിരിക്കുന്ന കക്ഷികളും വർഗ്ഗീയതയെ ലാഭോപായമായിട്ടല്ലാതെ, നശിപ്പിക്കപ്പെടേണ്ട ഒരു രോഗമായിട്ട് ഇന്നുവരെ കണ്ടതിന് ലക്ഷണമില്ല. എല്ലാ കക്ഷികളും വർഗ്ഗീയതയെ ശപിക്കുന്നു. ഇതൊരു ചടങ്ങുശാപം മാത്രം. ആ കക്ഷികളെല്ലാംതന്നെ അപ്പപ്പോൾ വർഗ്ഗീയകക്ഷികളുടെ 'ശയനീയ ശായി'കൾ ആയിരുന്നു. വല്ലവരും പരിശോധിക്കാൻ വരുമ്പോൾ, തങ്ങളോട് ബന്ധപ്പെട്ട വർഗ്ഗീയകക്ഷികളെ കട്ടിലിന് ചോടെ തള്ളിവിടുകയോ വേഷംമാറ്റി പ്രദർശിപ്പിക്കുകയോ ചെയ്യാൻ വ്യഭിചാരവിദഗ്ധരായ ഈ കക്ഷികൾക്ക് ഒരു മടിയുമില്ല. ഇതാണ് ഇവരുടെ സദാചാരരേഖ തിരഞ്ഞെടുപ്പിൽ ഇവർ, പരസ്പരം രഹസ്യം അറിയുന്നതുകൊണ്ട്, അങ്ങോട്ടുമിങ്ങോട്ടും നാണമില്ലാതെ പുലയാട്ട് വിളിച്ചുപറഞ്ഞ് നാട്ടുകാരെ പറ്റിച്ചതിൽ സംതൃപ്തരായിക്കഴിയുന്നു. ദേശീയോദ്ഗ്രഥനത്തിന് ഇവർ ചെയ്യുന്ന ഏറ്റവും വലിയ സേവനം ഈ തെരഞ്ഞെടുപ്പു പ്രസംഗങ്ങളിലൂടെ നടന്നുകൊണ്ടിരിക്കുന്നു!

തങ്ങൾ സഹശയനം നടത്തുന്ന വർഗ്ഗീയത എന്ന പുംശ്ചലിയെ കൈവിടാൻ വയ്യാത്ത ഇവർ, ഈ ബന്ധത്തിൽ നിന്നുണ്ടാകുന്ന ഹീനസന്തതികളെ ഒരിക്കലും തങ്ങളുടേതായി അംഗീകരിക്കുകയില്ല. പഞ്ചാബിലായാലും ബോംബെയിലായാലും ഗുജറാത്തിലായാലും കലാപങ്ങളും മനുഷ്യവധവും തീവെപ്പും എല്ലാം നടക്കുമ്പോൾ, അവയുടെ ഉത്തരവാദിത്വം തങ്ങളുടേതാണെന്ന് പറയാനുള്ള ആർജ്ജവം ഒരു കക്ഷിക്കുമില്ല. കലാപമുണ്ടെങ്കിൽ അതിനുത്തരവാദികൾ അക്രമികളാണ് - സാമൂഹ്യദ്രോഹികൾ പൗരന്മാരെ വെറുതെ വെടിവെച്ചുകൊല്ലുന്നത് ഭീകരന്മാരാണ്. വർഗ്ഗീയനേതാക്കളും വർഗ്ഗീയകക്ഷികളും ഒരിക്കലും പ്രതിക്കൂട്ടിൽ പ്രത്യക്ഷപ്പെടുന്നില്ല. ഇന്ത്യയെ വിഭജിച്ച കക്ഷിയുടെ നേതാവായ വർഗ്ഗീയവാദി, മുന്നണി എന്ന പടയണിയിൽ ചേർന്നതുകൊണ്ട്, മരണാനന്തരം ദേശീയവാദിയും രാഷ്ട്രനേതാവും ആയി വാഴ്ത്തപ്പെടുന്നു. കൂടെയുള്ളവൻ

വർഗ്ഗീയവാദിയല്ല; കാരണം അവൻ നമ്മുടെ കൂടെയുള്ളവനാണ്-ഈ യുക്തിശൂന്യതയിൽ കവിഞ്ഞ യുക്തി നമ്മുടെ രാഷ്ട്രീയകക്ഷികൾക്ക് ഇന്നില്ല.

നമുക്ക് സ്വാതന്ത്ര്യം കിട്ടിയതുതന്നെ മതത്തിന്റെ പേരിൽ നാടിനെ വെട്ടിമുറിച്ചിട്ടാണല്ലോ. നാലായിരം കൊല്ലക്കാലത്തെ സമൂഹപുരോഗതി യില്ലായ്മയുടെ സംസ്കാരസ്തംഭനവും വർത്തമാനകാലത്തിന്റെ രാഷ്ട്രീയ മായ അവസരവാദവും ഒത്തുചേർന്നപ്പോൾ ഉണ്ടായതാണ് ഈ വർഗ്ഗീയത എന്ന പ്രശ്നം. നമ്മൾ ഈ പ്രശ്നത്തിന്റെ കൂടെ നിൽക്കണോ പരിഹാര ത്തിന്റെ കൂടെ നിൽക്കണോ എന്നതാണ് യഥാർത്ഥമായ പ്രശ്നം. ഭരിക്കു ന്നവർ കക്ഷിവ്യത്യാസമെന്യെ പ്രശ്നത്തിന്റെ കൂടെയാണ്. പരിഹാര ത്തിന്റെ കൂടെയല്ല എന്ന് നാം കണ്ടല്ലോ.

സ്വാതന്ത്ര്യം നേടി നാല്പതു വർഷത്തിലേറെക്കാലം കഴിഞ്ഞിട്ടും വർഗ്ഗീയതയിൽനിന്ന് സ്വാതന്ത്ര്യം നാം നേടിയില്ല. ആ പിശാചിക ഭാവി യുടെ ശ്മശാനത്തിലെ ഏറ്റവും ഭയങ്കരമായ അർധരാത്രിയിലെ കബന്ധ നൃത്തം തുടർന്നു വരുന്നതിൽ, സിംഹാസനാരൂഢരായവർക്കാർക്കും ഒരു വേവലാതിയും കാണുന്നില്ല. കചദേവയാനിക്കഥയിൽ, അസുരന്മാർ ബൃഹ സ്തപതിയുടെ പുത്രനായ കചനെ കൊന്ന് വെണ്ണീറാക്കി വെള്ളത്തിൽ കലർത്തി പശുക്കൾക്ക് കൊടുക്കും. പ്രേമാർത്തയായ ദേവയാനി മന്ത്രം ചൊല്ലി 'കചാ' എന്നു വിളിച്ചപ്പോൾ അനേകം പശുക്കളുടെ വയറ്റിൽനിന്ന് 'ദേവയാനി' എന്ന വിളി ഉയർന്നു. അതുപോലെ ഇന്ത്യയിൽ വർഗ്ഗീയതയും ജാതിയും നമ്മുടെ സംസ്കാരഭക്ഷണത്തിൽ കലർന്ന് ഉള്ളിലെത്തി ആത്മാവിനെ അഭേദ്യമായി ബാധിച്ചിരിക്കുന്നു. വർഗ്ഗീയതയുടെ മന്ത്രം ചൊല്ലി വിളിച്ചാൽ ഇവിടെ ആരുടെ ഉള്ളിൽനിന്നും വിളികേൾക്കും!

ഈ 'ഉൾവിളി' എത്രയോ തവണ നാം കേട്ടു മനസ്സിലാക്കിക്കഴിഞ്ഞ താണ്. നമ്മുടെ വിശുദ്ധമായ ജനാധിപത്യത്തിൻകീഴിൽ നാഷണൽ കോൺഗ്രസ്സിനോ, കമ്മ്യൂണിസ്റ്റ് പാർട്ടികൾക്കോ മറ്റ് രാഷ്ട്രീയകക്ഷി കൾക്കോ ഇവിടെ ഭരണം ഉറപ്പിക്കണമെന്നുണ്ടെങ്കിൽ, വോട്ടുബാങ്കിന് ആശ്രയമായ ജാതിയും മതവും നോക്കി സ്ഥാനാർത്ഥികളെ നിശ്ചയി ക്കാതെ ഗത്യന്തരമില്ല. ബൈബിളിൽ പറയുന്നതുപോലെ "പാപം ചെയ്യു ന്നതിന്റെ കൂലി മരണമാണ്." ഈ മരണം അനുഭവിക്കുകയാണ് ഇന്ത്യ യിൽ ഇന്ന് ജനാധിപത്യവും. ഇവിടെ ഇന്ന് ഏറ്റവും മലിനപ്പെട്ടിരിക്കുന്ന വസ്തു ജനാധിപത്യമായിരിക്കുന്നു. പുഴകളോ പട്ടണങ്ങളോ മലിനീഭവി ച്ചാൽ ജനത നശിക്കില്ല. എന്നാൽ ജനാധിപത്യത്തിന്റെ മലിനീകരണം ജനതയെ നശിപ്പിക്കുന്നു. ഭാരതപ്പുഴ വറ്റിപ്പോയാലും ഭാരതം നിലനിൽക്കേ ണ്ടത് നമ്മുടെ ആവശ്യമാണ്. ഇന്ത്യയില്ലാതെ ഇന്ത്യയിലെ പുഴകൾ മാത്രം ബാക്കി നിൽക്കുമോ?

നമ്മുടെ സെമിനാറുകളിൽ ദേശത്തിന്റെ മാനസികൈക്യത്തെക്കുറിച്ച് ഉപയോഗിക്കപ്പെടുന്ന വാക്ക് ഉദ്ഗ്രഥനം (Integration) എന്നാണ്. അതിനെ

തകർക്കുന്നതിനുള്ള പേർ അപഗ്രഥനം എന്നല്ല, അപ്രതിഷ്ഠാപനം (Disestablishment) എന്നാണ്. കളിയെല്ലാം പദങ്ങളെക്കൊണ്ടാണ്. മനസ്സിൽ ഒരു കളിയും എത്തുന്നില്ല, പണ്ടേയുള്ള കള്ളക്കളിയല്ലാതെ!

ഉദ്ഗ്രഥനമെങ്കിൽ ഉദ്ഗ്രഥനം-അതെവിടെയുണ്ട് ഇന്ത്യയിൽ? ദേശീയോദ്ഗ്രഥന സമിതി ഏതാനും മാസം മുമ്പ് ദൽഹിയിൽവെച്ച് യോഗം ചേർന്ന്, പതിവുപോലെ തീരുമാനങ്ങൾ കൈക്കൊണ്ടത്രെ. ഒരു രസികൻ പറഞ്ഞതുപോലെ, തീരുമാനമില്ലായ്മയുടെ തീരുമാനം (Resolution of Irresolution). നാട്ടിൽ ഉദ്ഗ്രഥനം ഇല്ലെന്നതുകൊണ്ട് നമുക്കു കിട്ടിയ നേട്ടം എന്താണെന്ന് വിദ്യാർത്ഥികളോട് ചോദിച്ചാൽ അവർക്ക് സുഖമായെഴുതാവുന്ന ഉത്തരം ദേശീയോദ്ഗ്രഥനസമിതിയെ ലഭിച്ചു എന്നതായിരിക്കും! ഉദ്ഗ്രഥനം ഇനിയും കിട്ടാതിരിക്കുന്നതേയുള്ളൂ.

കമ്മിറ്റി സംസ്കാരമാണ് ഇന്ന് ഇന്ത്യയിലെ സർവവ്യാപിയായ സംസ്കാരം. കമ്മിറ്റികൊണ്ട് എന്തുനേടാമെന്ന് അവർ-അവർമാത്രം-കരുതുന്നു. കമ്മിറ്റിയിൽനിന്ന് പ്രമേയങ്ങളേ ഉണ്ടാവുകയുള്ളൂ. ഉദ്ഗ്രഥനം ജീവിക്കലിൽനിന്ന് ഉണ്ടാകേണ്ടതാണ്. ഇത് പണ്ടേ ഇന്ത്യയുടെ സമൂഹജീവിതത്തിൽ ധാരാളമുണ്ടായിരുന്നു. ജീവിതത്തിന്റെ ദ്വൈതങ്ങളിലൂടെ അദ്വൈതം സാക്ഷാൽക്കരിക്കാമെന്ന് കണ്ടുപിടിച്ച ഈ രാജ്യത്തിന്റെ മൗലികദർശനം ഉദ്ഗ്രഥനത്തിന്റേതാണ്. ഇന്നത്തേതുപോലെ 65 കോടി മനുഷ്യരെക്കൊണ്ട് ഭാരവതിയായി ഭാരതമേദിനി തീർന്നിട്ടില്ലാത്ത സഹസ്രാബ്ദങ്ങൾക്കപ്പുറത്ത്, സ്വല്പം ആയിരങ്ങൾ മാത്രം ഇന്ത്യയിലെ ജനസംഖ്യയുണ്ടായിരുന്ന വിദൂരതയിൽ ഇന്ത്യയുടെ വിശ്വപ്രാർത്ഥനാഞ്ജലിയായ ഋഗ്വേദം അവസാനിക്കുന്ന സൂക്തത്തിന്റെ സാരം ഇവിടത്തെ ജനങ്ങൾ പലതാണെങ്കിലും അവർക്ക് ഒരു വഴിയും ഒരു ചിന്തയും ഒരുത്തരവും ഉണ്ടാകേണമേ എന്നായിരുന്നുവെന്ന് ചൂണ്ടിക്കാട്ടിയല്ലോ. അത് ഒരാഗ്രഹവും ഒരു പ്രാർത്ഥനയും ഒരു തപസ്സും ആയിരുന്നു. വെറും പ്രമേയമായിരുന്നില്ല! അതിനാൽ അത് ജീവിതമായി മാറി.

അതുകൊണ്ട് ഇവിടെ ഭഗവാൻ ബുദ്ധൻ വിഷ്ണുവിന്റെ അവതാരമായി. മതസംഘട്ടനം അതിന്റെ പേരിൽ ഉണ്ടായില്ല. ആശാൻ പാടിയതുപോലെ, 'എത്തിനിന്നു ഭാരതത്തിലൊരു പത്തുശതാബ്ദമശ്ശാന്തി.' ഹർഷവർധനന്റെ രാജകുടുംബത്തിൽ സഹോദരനും പിതാവും എല്ലാം ഭിന്നമതക്കാരായിരുന്നു, കുടുംബച്ഛിദ്രമൊന്നും സംഭവിച്ചില്ല. 'ഒരു ചരടിലിണക്കിക്കോർത്ത പുഷ്പങ്ങളെപ്പോൽ' എന്ന് സ്വാതന്ത്ര്യസമരകാലത്തിൽ നാം പാടിയത് ആ പഴയ ജീവിതത്തിന്റെ മധുരസ്മൃതികൂടിയായിരുന്നു. ശങ്കരൻ കായികമായും മാനസികമായും ഇന്ത്യയെ ഉദ്ഗ്രഥിച്ചു. ആ അദ്വൈതത്തിന്റെ കൺമിഴിക്കലാണ് മഹാത്മാഗാന്ധിയും ശ്രീനാരായണനും. അവർ സാധിച്ച ഭാരതോദ്ഗ്രഥനത്തിന്റെ നിത്യസ്മാരകങ്ങളായി ഇവിടത്തെ സപ്തസിന്ധുക്കളും സപ്തകുലഗിരികളും സപ്തനഗരങ്ങളും

സ്ഥിതിചെയ്യുന്നു. അതുപോലെ വാല്മീകിയും വ്യാസനും ഇന്ത്യയും ഐക്യത്തിന്റെ നീളവും വീതിയുമായി നിലകൊള്ളുന്നു.

ഇന്ന് ഉദ്ഗ്രഥനം എവിടെ? പഴയ ചമ്പുക്കളിലെ ശൈലി അനുകരിച്ചു പറയുകയാണെങ്കിൽ ഉദ്ഗ്രഥനം ഉദ്ഗ്രഥനസമിതിയിലല്ലാതെ മറ്റൊരിടത്തും കാണാനില്ല. അതായത്, ഉള്ളത് 'ഉദ്ഗ്രഥനം' എന്ന വെറും പദം! ആ മഹത്തായ ആശയമല്ല. പരിസംഖ്യ എന്ന അലങ്കാരമാണ് ഇതെന്ന് പഴയ പണ്ഡിതന്മാർ പറയും. ഉദ്ഗ്രഥനം ആ അലങ്കാരത്തിന്റെ പിടിയിൽ കിടക്കുന്നു. ഒരിടത്തുണ്ടായിരിക്കേണ്ടത് അവിടെയില്ല, മറ്റൊരിടത്താണ്-ഇതാണ് അലങ്കാരം. നമ്മുടെ ദുരവസ്ഥയും ഇതാണ്. ഇന്ത്യ പൊതുവിൽ പരിസംഖ്യയുടെ പിടിയിലാണ്. ഇന്ത്യയിൽ പിറന്ന് മഹാത്മാവായി ത്തീർന്ന ഗാന്ധിജി ഇന്ന് ഇന്ത്യയിലുണ്ടോ? ഇല്ല-മറ്റെങ്ങോ ആണ്. ഭാരതീയ സംസ്കാരം എന്താണെന്ന് ഭാരതീയർക്കുമറിയുമോ? അതുമില്ല. ഇവിടെ പരിസംഖ്യ എങ്ങും നടനം ചെയ്യുന്നു.

ഉണ്ടാവേണ്ടിടത്തുതന്നെ വസ്തു ഉണ്ടായിരിക്കുക-അത് പ്രാവർത്തികമാക്കാൻ ഇന്ത്യക്കാർ ശ്രമിക്കേണ്ടിയിരിക്കുന്നു. ഭരണാധിപൻ ഭരണാധിപനായിരിക്കണം-അയാൾ മുഖംമൂടി ധരിച്ച കള്ളനോ ജനദ്രോഹിയോ ആകരുത്. അതൊക്കെ നേരെയാകുമ്പോഴെ ദേശീയോദ്ഗ്രഥനം ശക്തിപ്പെടുകയുള്ളൂ. ശൂന്യതയിൽ ഉദ്ഗ്രഥനം ഉണ്ടാക്കാൻ നമ്മുടെ കമ്മിറ്റിക്കാർ മുതിരുന്നു. അങ്ങനെയാണ് കമ്മിറ്റികൾ വാഴുന്നതും ഉദ്ഗ്രഥനം വീഴുന്നതും!

പരാജയപ്പെട്ടുകൊണ്ടിരിക്കുന്ന വിദ്യാഭ്യാസം

ലോകത്തിലെ എല്ലാ രാജ്യങ്ങളിലും പൊതുവിൽ വിദ്യാഭ്യാസം പരാജയപ്പെട്ടിരിക്കയാണെന്നോ പരാജയപ്പെട്ടുകൊണ്ടിരിക്കയാണെന്നോ ഉള്ള ഒരു വാദഗതി നിലവിലുണ്ട്. അതിന് പ്രബലമായ സ്ഥാനം ചിന്തകന്മാർക്കിടയിലുമുണ്ട്. ആൾഡസ് ഹക്സ്ലി, സൊറോക്കിൻ മുതലായ വ്യത്യസ്തരീതിക്കാരായ ചിന്തകന്മാർപോലും വിദ്യാഭ്യാസപരാജയവാദത്തിൽ ഏകാഭിപ്രായക്കാരായി കാണപ്പെടുന്നു.* നവലോകസൃഷ്ടിക്കുള്ള ഏറ്റവും ശക്തമായ ആയുധം എന്ന നിലയ്ക്കാണ് കഴിഞ്ഞ നൂറ്റാണ്ടിൽ റോബർട്ട് ഓവനും ജെയിംസ് മില്ലും മറ്റും വിദ്യാഭ്യാസത്തെപ്പറ്റി വാഴ്ത്തിപ്പറഞ്ഞിരുന്നത്. ശുഭപ്രതീക്ഷയുടെ ആ കാലമെല്ലാം അസ്തമിച്ചുപോയി. ലോകം സൃഷ്ടിച്ചിരുന്ന ദൈവങ്ങൾ ഓരോന്നായി

* ഹക്സ്ലിയുടെ 'Tomorrow and Tomorrow and Tomorrow and Other Essays' എന്ന കൃതിയും സോറോക്കിന്റെ 'Reconstruction of Humanity' ഗ്രന്ഥവും കാണുക.

തോറ്റൊടുങ്ങുന്ന ഒരു കാലഭീകരമായ കാലഘട്ടത്തിൽ നാം നിർഭാഗ്യവശാൽ ജീവിക്കുന്നു. ലോകദൈവങ്ങൾക്കിടയിൽ ഏറ്റവുമൊടുവിൽ തോൽവി നേരിട്ട ദൈവം വിദ്യാഭ്യാസമാണെന്നാണ് പല വിചാരശീലന്മാരും പറയുന്നത്. അല്ലെന്ന് എങ്ങനെ പറയും? മനുഷ്യന്റെ സ്വാർത്ഥതയോ ക്രൂരതയോ ദുരാഗ്രഹമോ, ഇക്കാലമൊക്കെ സംസ്കരണമാർഗ്ഗത്തിലൂടെ കടന്നുപോയിട്ടും, ഇത്തിരിയെങ്കിലും കുറഞ്ഞുവെന്ന് പറയാൻ നമ്മെ മനുഷ്യസ്വഭാവ നിരീക്ഷണങ്ങൾ അനുവദിക്കുന്നുണ്ടോ? വിദ്യാഭ്യാസം ജയിച്ചുകൊണ്ടിരിക്കുകയാണെങ്കിൽ, ഈ സ്ഥിതിവിശേഷം സംജാതമാകാൻ പാടില്ലല്ലോ. അറിവും കണ്ടുപിടുത്തവും കൂടുന്നതുകൊണ്ടോ കൂടുന്നതിനനുസരിച്ചോ മനുഷ്യന്റെ നന്മ കൂടിവരുന്നതായി കാണുന്നില്ല. മനുഷ്യന്റെ ഉള്ളിൽത്തന്നെ ഉണ്ടെന്ന് ഹക്സ്ലി ചൂണ്ടിക്കാട്ടിയ ഭിന്നമനുഷ്യർ തമ്മിൽ നടന്നുകൊണ്ടിരിക്കുന്ന യുദ്ധത്തിൽ, നല്ല മനുഷ്യനോടൊപ്പം അവനുവേണ്ടി യുദ്ധം നടത്തിയ വിദ്യാഭ്യാസം മറുപക്ഷത്ത് ചാഞ്ഞുകൊണ്ടിരിക്കുകയാണ്. വിദ്യാഭ്യാസത്തിനു മാത്രമല്ല, മനുഷ്യന്റെ എല്ലാ സാംസ്കാരിക പ്രവർത്തനങ്ങൾക്കും ഇത്തരമൊരു പതനം സംഭവിച്ചുകൊണ്ടിരിക്കുന്നുണ്ട്. "വിപരീതനായ സാക്ഷരൻ രാക്ഷസനാണ്" എന്ന് പഴയൊരു സംസ്കൃതപദ്യപാദത്തിൽ സംക്ഷേപമധുരമായി പറഞ്ഞ സത്യത്തെ പുതിയ കാലത്തെ ചിന്തകന്മാർ ഉറക്കെ വിളംബരം ചെയ്യുകയാണോ എന്നു തോന്നും ഇന്നത്തെ കുഴപ്പങ്ങളെപ്പറ്റി ആലോചിച്ചാൽ.

വിദ്യാഭ്യാസമല്ല പരാജയപ്പെട്ടതെന്നും വിദ്യാലയമാണെന്നും മറ്റൊരു വാദഗതിയുണ്ട്. ഐവൻ ഇല്ലിച്ചിനെപ്പോലുള്ള ചിന്താവ്യതിയാനശീലരായ എഴുത്തുകാർ ഈ വാദത്തെ ലോകശ്രദ്ധയ്ക്ക് വിഷയീഭവിപ്പിച്ചിരിക്കുന്നു. വിദ്യാഭ്യാസത്തെ വിദ്യാലയങ്ങൾക്കു വിട്ടുകൊടുക്കരുതെന്നാണ് ഇവർ വാദിക്കുന്നത്. പണ്ടേയുള്ളൊരു വിചാരഗതിയാണ്, വിദ്യാഭ്യാസമെന്നത് വിദ്യാലയത്തോട് സമാനപരിമാണമല്ലെന്ന്. പഴയൊരു സംസ്കൃതശ്ലോകമുണ്ടല്ലോ. ആചാര്യനിൽനിന്ന് (എന്നുവെച്ചാൽ, വിദ്യാലയത്തിൽനിന്ന്) കുട്ടി കാൽഭാഗം മാത്രമേ പഠിക്കുന്നുള്ളൂവെന്ന്- "ആചാര്യാൽപാദമാദത്തേ" മറ്റു മൂന്നു കാലാംശങ്ങൾ വിദ്യാർത്ഥി സ്വയമായും സതീർത്ഥ്യരിൽനിന്നും ജീവിതശേഷത്തിൽനിന്നും ഉൾക്കൊള്ളേണ്ടതാണെന്ന് ആ പദ്യം തുടർന്നനുശാസിക്കുന്നു. ഇത്തരം പ്രാചീനചിന്തകളിൽനിന്നും ഉരുത്തിരിഞ്ഞ് വന്നതാണ് ഇല്ലിച്ചിന്റെയും മറ്റും ഈ പുതിയ വിപ്ലവാത്മകമായ വിചാരം. വിദ്യാഭ്യാസം വിദ്യാലയത്തിന്റെ പിടിയിൽനിന്ന് വിടുവിക്കപ്പെട്ടാലേ ഇനി എന്തെങ്കിലും ഗുണം പിടിക്കാനിടയുള്ളൂ എന്നാണ് ഇല്ലിച്ചിന്റെ വിദ്യാഭ്യാസ നിവർത്തനപാദത്തിന്റെ (De schooling) ചുരുക്കം.

വിദ്യാഭ്യാസത്തിലടങ്ങിയ ഉദ്ദേശ്യം, ഉള്ളടക്കം എന്നിവയുടെയും വിദ്യാലയത്തിന്റെ ആസൂത്രണം, വീക്ഷണം എന്നിവയുടെയും കൂടിച്ചേർന്നുള്ള പൊളിച്ചലിനെപ്പറ്റിയാണ് ലോകചിന്തകന്മാർ പൊതുവിൽ ദുഃഖിതരായിത്തീർന്നിരിക്കുന്നത്. പുതിയ വിജ്ഞാനം കൂടുന്നതോടൊപ്പം

പുതിയ മനോഭാവം ഉണ്ടാകാത്ത മനുഷ്യൻ സൃഷ്ടിക്കുന്ന ദുരന്തത്തിന്റെ മുമ്പിൽ ലോകം ഇതികർത്തവ്യതാമൂഢതയോടെ സ്തബ്ധമായി നിൽക്കുന്ന കാഴ്ച കാണുന്നവരുടെ എണ്ണം ചെറുതാണ്. അവരുടെ ദുഃഖം കാണുന്നവരും അധികമില്ല. വിജ്ഞാനങ്ങൾ, ജ്ഞാനത്തിൽ പര്യവസാനിക്കണം എന്ന് പഴയ ഭാരതീയചിന്തകർ പ്രഖ്യാപിച്ചത് മറ്റൊന്നുകൊണ്ടുമല്ല. 'അറിവ് കൂടുന്നു, ധാരണ കൂടുന്നില്ല' എന്ന് ഇതേ ആശയം ഹക്സ്‌ലിയിൽ മാറ്റൊലികൊള്ളുന്നു. മനുഷ്യന്റെ കഴിവുകൾ ബുദ്ധിമാന് യോജിച്ചതാണെങ്കിലും അവൻ സ്വീകരിച്ച ലക്ഷ്യങ്ങൾ വങ്കന് ചേർന്നതാണെന്ന് റസ്സലും പരിദേവനം ചെയ്യുന്നു. നാം കൊട്ടിഘോഷിക്കുന്ന വിദ്യാഭ്യാസവും സംസ്കാരവും നമ്മെ എവിടെ എത്തിച്ചിരിക്കുന്നുവെന്ന് പരിശോധിക്കാൻ പല മാർഗ്ഗങ്ങളുമുണ്ട്. ഒരു മാർഗ്ഗം യുദ്ധത്തെ മാനദണ്ഡമാക്കി പരിശോധിക്കുകയാണ്. ഏറ്റവും വിജ്ഞാനഭാസുരവും ജനാധിപത്യപരവുമെന്ന് സുവിദിതമായ ഈ നൂറ്റാണ്ടിലാണത്രെ ഏറ്റവും കൂടുതൽ യുദ്ധങ്ങൾ നടന്നിട്ടുള്ളത്. റൈറ്റ എന്ന ഒരു ഗവേഷകൻ എഴുതിയ 'A Study of War' എന്ന പഠനത്തിലെ ഒരു നിഗമനമാണ് ഇത്. വിദ്യാഭ്യാസത്തിന്റെ വികാസത്തിനും ലോകജനതയുടെയും ലോകനേതൃത്വത്തിന്റെയും സ്വഭാവസംസ്കാരത്തിനും തമ്മിൽ വല്ല പൊരുത്തവുമുണ്ടായിരുന്നെങ്കിൽ ഇങ്ങനെ സംഭവിക്കാനിടയില്ലല്ലോ. മനുഷ്യന് നന്മ വളർത്തുക എന്ന ലക്ഷ്യത്തിൽ പര്യവസാനിക്കുന്ന സ്വഭാവശുദ്ധിക്കും പുതിയ അറിവുണ്ടാക്കുക എന്ന ലക്ഷ്യത്തെ സഫലമാക്കുന്ന ബുദ്ധിശക്തിക്കും തമ്മിൽ വലിയ ബന്ധമുണ്ടെന്ന് തെളിയിക്കാൻ മനശ്ശാസ്ത്രഗവേഷണങ്ങൾക്ക് ഇനിയും സാധിച്ചിട്ടില്ല. കുറ്റവാളികൾ ബുദ്ധിമാന്മാരും സമർത്ഥരും പലപ്പോഴും പ്രതിഭാശാലികളുമാണെന്ന് പാസലിനെപ്പോലുള്ള കുറ്റഗവേഷകർ തെളിയിച്ചിരിക്കുന്നു.

സാർവ്വലൗകികമായ ഈ തകർച്ച ലോകത്തിന്റെ ഒരു ഭാഗമെന്ന നിലയിൽ ഇന്ത്യയ്ക്കും ബാധകംതന്നെ. മനുഷ്യസ്വഭാവത്തിന്റെ ആന്തര ദൗർബല്യത്തോട് ഏറ്റുമുട്ടി വിദ്യാഭ്യാസം തോൽക്കുന്ന ചിത്രമാണ് ലോകം നമുക്ക് കാഴ്ചവയ്ക്കുന്നതെങ്കിൽ, ഇന്ത്യയിൽ പ്രത്യേകമായി നാം കാണുന്നത്, വിദ്യാഭ്യാസനേതൃത്വം കൈയേന്തിയവരുടെ അറിവുകേടും കഴിവുകേടും നെറിവുകേടും കാരണം വിദ്യാഭ്യാസം തോൽപ്പിക്കപ്പെടുന്ന കാഴ്ചയാണ്. മനസ്സുവെച്ചാൽ നമുക്ക് മാറ്റാവുന്ന ഒരു സ്ഥിതി മാത്രമാണ് ഇത്. ഇവിടെ നാം നിസ്സഹായരായി നിൽക്കേണ്ട കാര്യമുണ്ടെന്ന് തോന്നുന്നില്ല. അറിവും കഴിവും നെറിവും ഉള്ളവരിലേക്ക് അധികാരം സംക്രമിപ്പിക്കാൻ ഈ ജനതയ്ക്ക് കഴിഞ്ഞാൽ, വിദ്യാഭ്യാസത്തെ ഫലപ്രദമായ ഒരു ജനസൃഷ്ട്യുപകരണമാക്കാൻ പ്രയാസമില്ല. ഇന്ന് ഇന്ത്യയുടെ ജീവിതത്തെ മൂടിപ്പുതഞ്ഞുനിൽക്കുന്ന വാണിജ്യരാഷ്ട്രീയാധീശത്വത്തെ ലഘൂകരിക്കാൻ കഴിയുന്ന ഒരു പുതിയ നേതൃത്വമാണ് നമ്മുടെ ആവശ്യം.

ഭരണകർത്താക്കളും രാഷ്ട്രീയപ്രഭാഷകരും പത്രാധിപന്മാരും മറ്റും സാധാരണമായി എടുത്തുപറയാറുള്ള പ്രശ്നങ്ങളൊന്നുമല്ല ഇന്ത്യൻ

വിദ്യാഭ്യാസത്തിന്റെ കാതലായ തകരാറ്. വിദ്യാർത്ഥിപ്രക്ഷോഭം, ബിരുദ ധാരികളുടെ തൊഴിലില്ലായ്മ, വിഭവങ്ങളുടെ കുറവ് - ഇങ്ങനെ പലതാണല്ലോ നമ്മുടെ മുമ്പിൽ പെരുപ്പിച്ചു കാണിക്കാറുള്ള പ്രശ്നങ്ങൾ. ഇവയൊക്കെ യഥാർത്ഥമായ പ്രശ്നത്തിന്റെ ചില പാർശ്വങ്ങൾ മാത്രമാണ്. യഥാർത്ഥ പ്രശ്നം മറ്റൊന്നാണ് - ഇവിടെ വിദ്യാഭ്യാസത്തിന്റെ ചെലവ് കൂടിവരുന്നതോടൊപ്പം ഗുണം കുറഞ്ഞുവരുന്നു. ഇതിൽ ഒന്നുതന്നെ വലിയൊരു വിപത്താണ്. രണ്ടും ചേർന്നാൽ (അതും പോഷ്യ പോഷകരീതിയിൽക്കൂടിയായാലോ?) ഇതിൽപരം ഒരാപത്ത് ഉണ്ടാകാനില്ല. എല്ലാ പ്രശ്നങ്ങളുടെയും സന്നിപാതമാണ് ഈ സ്ഥിതി. വിദ്യാഭ്യാസവും വിദ്യാലയവും ഒരുപോലെ പരാജയപ്പെടുമ്പോഴല്ലാതെ, ഇത്തരമൊരു ദുരവസ്ഥ ഉടലെടുക്കുകയില്ല. വിദ്യാർത്ഥി ബഹളം തുടങ്ങിയ സുവിദിതങ്ങളായ പ്രശ്നങ്ങളൊക്കെ ഈ മൗലികപ്രശ്നത്തിന്റെ സന്തതികൾ മാത്രമാണ്.

സ്വാതന്ത്ര്യം നേടിയിട്ട് ഒരു തലമുറക്കാലം ഏകദേശം നാം പിന്നിട്ടു. എന്നിട്ടും രാഷ്ട്രരഥത്തിന്റെ മുഖ്യചക്രമായ വിദ്യാഭ്യാസം, വേണ്ടവഴിയിലോ, വേണ്ട വേഗത്തിലോ ഉരുളാൻ തുടങ്ങിയെന്ന് പറയാറായോ? എന്തിന്, വിദ്യാഭ്യാസത്തിലെ കുഴപ്പം എന്താണെന്നുതന്നെ നാം വേണ്ട വിധത്തിൽ മനസ്സിലാക്കിയിട്ടില്ല. പാണ്ഡവരുടെ പിറകെ പട്ടിയെന്നപോലെ, ഏതു മല കയറുമ്പോഴും വിദ്യാഭ്യാസപ്രശ്നം നമ്മുടെ പിന്നിൽനിന്ന് വിട്ടുപോകുന്നില്ല. ഒരു സായ്പ് ഒരവസരത്തിൽ പറഞ്ഞത്, ഇത്രകാലം കഴിഞ്ഞിട്ടും വിദ്യാഭ്യാസം ശരിപ്പെടുത്താൻ കഴിഞ്ഞിട്ടില്ലെങ്കിൽ ഇനി നമുക്ക് അത് ഒരിക്കലും കഴിയുകയില്ലെന്നാണ്. സായ്പിന്റെ നേരെ ദ്വേഷപ്പെട്ടു ചാടരുത്; ദ്വേഷപ്പെടേണ്ടത് നമ്മോടുതന്നെയാണ്! വിദ്യാഭ്യാസപ്രശ്നങ്ങൾ പരിഹരിക്കണമെന്ന നല്ല ലക്ഷ്യത്തോടെ നാം പലതും ഇക്കാലത്തിനിടയ്ക്ക് ചെയ്തിട്ടില്ലെന്നില്ല. പക്ഷേ, ചെയ്തതൊക്കെ അജ്ഞന്റെ അഗ്രജപ്പണിപോലെ അസംബന്ധമായേ കലാശിച്ചിട്ടുള്ളൂ. ഇന്ത്യയിലെ വിദ്യാഭ്യാസചിന്തകരിൽ മുമ്പനായ ഡോ. സക്കീർ ഹുസൈൻ പറഞ്ഞു, ഇന്ത്യയിൽ വിദ്യാഭ്യാസത്തിന്റെ പേരിൽ നടന്നതെല്ലാം വെറും കാട്ടിക്കൂട്ടലായിരുന്നുവെന്ന്-ഇന്ത്യയിലെ വിദ്യാഭ്യാസ പുനസ്സംവിധാനം (Educational Reconstruction in India) എന്ന ഗ്രന്ഥം കാണുക. ഇന്ത്യയിലെ വിദ്യാഭ്യാസ പരിഷ്കാരങ്ങളും വിദ്യാഭ്യാസചിന്തകളും സ്ഥിതിവിവരക്കണക്കുകളുടെ കളിയായിത്തീർന്നിട്ടുണ്ടെന്ന് പ്രൊഫസർ വി.വി. ജോൺ 'ഊരുചുറ്റുന്ന പ്രൊഫസർ' (The Orbiting Professor) എന്ന പുസ്തകത്തിൽ സരസമായി വിവരിച്ചിട്ടുണ്ട്. തളരാതെ നടക്കുന്ന ഈ തട്ടിക്കൂട്ടൽ എന്ന കാട്ടിക്കൂട്ടൽ കഴിഞ്ഞാൽ പിന്നെ നാം മുറതെറ്റാതെ ചെയ്തുവരുന്നത് വിദ്യാഭ്യാസത്തെപ്പറ്റി ചർച്ചചെയ്യുകയും പ്രസംഗിക്കുകയുമാണ്. ഈ ചർച്ചകളും ചിന്തകളും പരിഹാസ്യമായിത്തീരുന്നത് അവ കർമ്മമായി രൂപാന്തരപ്പെടാതെ ശബ്ദം മാത്രമായിത്തീരുന്നതുകൊണ്ടാണ്. നമ്മുടെ വിദ്യാഭ്യാസ ചിന്തകർ പ്രശ്നപരിഹാരമാർഗ്ഗങ്ങൾ നിർദ്ദേശിക്കാഞ്ഞിട്ടല്ല, നമ്മുടെ

ഭരണാധികാരികൾ അവയോട് ബധിരനയം കൈക്കൊള്ളുന്നതുകൊണ്ടാണ് വിദ്യാഭ്യാസരംഗം എന്നും പ്രശ്നസങ്കുലമായിത്തന്നെയിരിക്കുന്നത്. കർമ്മത്തിന് ശ്വാസരോധവും വാക്കിന് അതിസാരവും പിടിപെട്ട ഒരു നേതൃത്വം നിലനിൽക്കുമ്പോൾ വിദ്യാഭ്യാസം രോഗശയ്യയിലെത്തിച്ചേരുന്നത് സ്വാഭാവികം മാത്രം.

ഇന്ത്യയിലെ വിദ്യാഭ്യാസം ഇന്നൊരു സ്തംഭനത്തിലാണെന്ന് വെറുതെ ആക്ഷേപമായി പറയുന്നതല്ല. വിദ്യാഭ്യാസത്തിന് എന്തെന്ത് ലക്ഷ്യങ്ങളുണ്ടെന്ന് പറയപ്പെടുന്നുണ്ടോ, അവയൊന്നുപോലും നമ്മുടെ വിദ്യാഭ്യാസം വഴി വിദ്യാർത്ഥികളിൽ സാക്ഷാത്കരിക്കപ്പെടുന്നില്ല. ഏറ്റവും താണ ലക്ഷ്യമെന്ന് പറയപ്പെടുന്ന ഉപജീവനലക്ഷ്യം വച്ചു നോക്കുക. ഈ വിദ്യാഭ്യാസംകൊണ്ട് ഉപജീവനം നേടാൻ പറ്റിയ ഒരു തൊഴിൽ കണ്ടെത്താൻ കുട്ടികൾക്ക് സാധ്യമല്ലാതായി. വിജ്ഞാനലക്ഷ്യമെടുത്താലോ? ഇപ്പോഴത്തെ പാഠ്യപദ്ധതികൾ വച്ചുകൊണ്ട് വിജ്ഞാനത്തിന്റെ സമഗ്രത കുട്ടികൾക്ക് അനുഭവപ്പെടുന്നില്ലെന്നു മാത്രമല്ല, വികലമായ പാഠ്യപദ്ധതി തന്നെ പൂർണ്ണമായി വിദ്യാലയങ്ങളിൽ അനുവർത്തിക്കപ്പെടുന്നുമില്ല. സാംസ്കാരിക ലക്ഷ്യമായാലോ? അതിനെപ്പറ്റി മിണ്ടാതിരുന്നാൽ അത്രയും നന്ന്.

ആരാണ് ഇതിനുത്തരവാദി? അധ്യാപകരാണോ വിദ്യാർത്ഥികളാണോ രക്ഷിതാക്കളാണോ? ഈയൊരു അസൂയാവഹമല്ലാത്ത സ്ഥിതിയിൽ ഇന്ത്യൻ വിദ്യാഭ്യാസത്തെ എത്തിച്ചതിന്റെ വലിയ പങ്കും ഇവിടത്തെ ഗവണ്മെന്റുകളുടേതാണെന്ന് ഞാൻ കരുതുന്നു-കേന്ദ്രത്തിലെയും സംസ്ഥാനത്തിലെയും മാറിമാറിക്കൊണ്ടിരിക്കുന്നെങ്കിലും, സ്വഭാവത്തിലും പ്രകൃതിയിലും ഒരു വ്യത്യാസവുമില്ലാത്ത ഗവണ്മെന്റുകൾ. അവിടെയാവട്ടെ ഇവിടെയാവട്ടെ, വിദ്യാഭ്യാസം രണ്ടാംതരം വിഷയമാണ്. അത് പരമ്പരയാ രണ്ടാംതരക്കാർ കൈകാര്യം ചെയ്തുവരുന്നു. മറ്റു മന്ത്രിവകുപ്പുകളെപ്പോലെ വിദ്യാഭ്യാസമന്ത്രിവകുപ്പുകളും ചെയ്തുവരുന്നത് ഉദ്യോഗസൃഷ്ടിയും സ്വാധികാര വിപുലീകരണവുമാണ്. ഇന്ത്യയിൽ ഏതു സംസ്ഥാനത്തിലും വിദ്യാഭ്യാസവകുപ്പിന്റെ പ്രവർത്തനശൈലി ഇതായിത്തീർന്നിരിക്കയാണ്. മനുഷ്യന്റെ സംസ്കാരത്തിനുവേണ്ടി ചെലവഴിക്കുന്ന പണമാണ് ഏറ്റവും മഹത്തായ ധനനിക്ഷേപമെന്ന് ആൽഫ്രഡ് മാർഷൽ പറയുകയുണ്ടായി. ഈ വിശ്വാസമുള്ള ഒരൊറ്റ മന്ത്രി ഇന്ത്യയിൽ എവിടെയെങ്കിലും വിദ്യാഭ്യാസം ഏറ്റെടുത്തിട്ടുണ്ടെന്നു പറയാമോ? വിദ്യാഭ്യാസചിന്തകന്മാരുടെ സുചിന്തിതങ്ങളായ നിർദ്ദേശങ്ങളെ വെട്ടിക്കുറച്ചും തട്ടിച്ചുരുക്കിയും അലങ്കോലമാക്കുകയാണ് അവർ ചെയ്ത പ്രധാന സേവനം. ശമ്പളപരിഷ്കാരവും മറ്റും ചിലർ നടപ്പിലാക്കിയിരിക്കാം. നാം ചർച്ചചെയ്യുന്നത് അതിനെപ്പറ്റിയല്ലെന്ന് ഓർക്കണം. വിദ്യാലയങ്ങളിൽ എന്തുനടന്നാലും നടന്നില്ലെങ്കിലും അവർക്ക് ഒന്നുമില്ലെന്ന് തോന്നുന്നു. ഒരു ചെറിയ ഉദാഹരണമായി ഇവിടെ പ്രൊഫഷണൽ കോളേജുകളിൽ നടന്നുവരുന്ന 'റാഗിങ്ങി'നെപ്പറ്റി

ചിന്തിച്ചാൽ മതി. ആ ബീഭത്സപരിപാടി എന്തേ ഇപ്പോഴും നിർബാധം തുടർന്നുവരുന്നത്? അത് അവസാനിപ്പിക്കാനുള്ള ശേഷിയും ശേമുഷിയും നമ്മുടെ ഗവണ്മെന്റിനില്ലെന്നതാണ് വാസ്തവം. 'കോളേജുകളിൽ എന്തു നടന്നാലും ഒന്നും നമ്മെ ബാധിക്കുകയില്ല' എന്നു കരുതുന്നവർ നമ്മെ ഭരിക്കുന്ന ഗതികേടിൽനിന്ന് നാം മുക്തി കണ്ടെത്തേണ്ടിയിരിക്കുന്നു. 'റാഗ്' ചെയ്യേണ്ടവരെയല്ല 'റാഗ്' ചെയ്യുന്നത് എന്നു സാരം!

ജനാധിപത്യത്തിന്റെ മറവിൽ ഇന്ത്യയിൽ നടന്നുകൊണ്ടിരിക്കുന്ന രാഷ്ട്രീയാഭിനയത്തിന്റെ സ്വഭാവമായ കാപട്യത്തിന്റെയും ആത്മാർത്ഥതയില്ലായ്മയുടെയും ഫലമായിട്ടാണ് നമ്മുടെ വിദ്യാഭ്യാസരംഗം ഇത്രയും കെട്ടുപോയത്. ജോർജ് ഓർവെൽ നിർദ്ദേശിച്ച 1984 എന്ന കാലാവധിക്ക് എത്രയോ മുമ്പുതന്നെ ഇന്ത്യയിലെ രാഷ്ട്രീയജീവികൾ 'ഇരട്ടവിചാരം' (Double-think) നടത്തുന്നതിൽ മിടുമിടുക്കരായിത്തീർന്നിട്ടുണ്ട്. സത്യത്തിന്റെ മന്ത്രി കളവും ഭക്ഷ്യമന്ത്രി പട്ടിണിയും വളരുന്നതിന് പ്രവർത്തിക്കുന്നവരായിത്തീരുമെന്നാണല്ലോ ഓർവൽ പ്രവചിച്ചത്. വിദ്യാഭ്യാസം നശിപ്പിക്കുന്ന പരിപാടികൾ നടപ്പിലാക്കുന്ന വിദ്യാഭ്യാസമന്ത്രിയും പ്രത്യക്ഷപ്പെടുമെന്നത് ഓർവൽ പ്രവചനത്തിന്റെ സ്വാഭാവികമായ തുടർച്ച മാത്രമാണ്. നമ്മുടെ ഭരണാധിപന്മാരുടെ വിചാരപരമായ കപടതയുടെ ഊറ്റത്തിന് ഏറ്റവും കടുത്ത ഉദാഹരണമായി നമ്മുടെ വിദ്യാഭ്യാസം നിലനിൽക്കുന്നു. അവരുടെ ഉള്ളിൽ കുടിയിരിക്കുന്ന അനേകം വൈരുദ്ധ്യങ്ങൾക്കിടയിൽ മരിച്ചുവീണ വിദ്യാഭ്യാസത്തിന്റെ ജഡമാണ് വിദ്യാഭ്യാസമെന്ന പേരിൽ നാം ഇന്ന് എഴുന്നള്ളിച്ചു കൊണ്ടുനടക്കുന്നത്. വിദ്യാഭ്യാസത്തെ ഭരണതലത്തിൽ നിയന്ത്രിക്കുന്ന മന്ത്രിമാരുടെ ബുദ്ധിപരമായ അവസ്ഥതന്നെ ആദ്യത്തെ വൈരുദ്ധ്യമായി കണക്കാക്കണം. വിദ്യാഭ്യാസത്തിന്റെ മഹനീയ ലക്ഷ്യങ്ങളും പരിമിതികളും ഒക്കെ എന്തെന്ന് ഒരു നിശ്ചയവുമില്ലാത്ത രാഷ്ട്രീയാധികാരതല്പരർ മാത്രമായ സാധാരണ വ്യക്തികൾ മാത്രമാണ് മിക്ക സംസ്ഥാനങ്ങളിലെയും വിദ്യാഭ്യാസമന്ത്രിമാർ. വിദ്യാഭ്യാസസംബന്ധമായ എന്തെങ്കിലും ഒരു സവിശേഷയോഗ്യത, മറ്റു മന്ത്രിമാരിൽനിന്ന് വ്യത്യസ്തമായി, വിദ്യാഭ്യാസമന്ത്രിക്കു വേണമെന്ന് ഒരു രാഷ്ട്രീയകക്ഷിയും മുഖ്യമന്ത്രിയും ഇന്നുവരെ ഇന്ത്യയിൽ ശഠിച്ചിട്ടുള്ള കഥയില്ല. മറ്റൊരു ചതുരംഗക്കളിയിൽ ഇതേ വിദ്യാഭ്യാസമന്ത്രിതന്നെ പോലീസുവകുപ്പോ വനംവകുപ്പോ നോക്കിയെന്നും വരും. ആർക്കും ഒരെതിരുമില്ല; സത്യപ്രതിജ്ഞയും മറ്റും മുറപോലെ നടക്കുന്നു. നമ്മുടെ പൊതുജീവിതത്തിലെ ചില നഗ്നസത്യങ്ങളാണ് ഇവ. എത്രകാലമായി നാം ഇവ മൂടിവച്ചുകഴിയുന്നു? ഭീതിദമായ ആ ഓർവൽ ഭാവനാലോകം യാഥാർത്ഥ്യമാക്കാൻ കഴിവുള്ള ചില ദുഷ്ടവസ്തുതകളാണ് ഇവ. സാക്ഷരനായ ഒരു വ്യക്തിക്ക് ഇക്കാലത്ത് അറിയാതിരിക്കാൻ നിവൃത്തിയില്ലാത്ത ചർവ്വിതചർവ്വിതങ്ങളായ ആശയങ്ങളാണ് സർവ്വജ്ഞമ്മന്യരായ ഈ മന്ത്രിമാരുടെ വിജ്ഞാനസർവ്വസ്വം. പത്രങ്ങളിൽനിന്നും തങ്ങളെ

പ്പോലുള്ളവരുടെ പ്രഭാഷണങ്ങളിൽനിന്നും പെറുക്കിയെടുത്ത അമൂല്യ വിചാരങ്ങളായിരിക്കും അതിന്റെ ഉള്ളടക്കം. ഇത്തരക്കാർ നിയന്ത്രിച്ചുപോന്നാൽ വിദ്യാഭ്യാസം എവിടെയെത്തുമോ അതിന്റെ അങ്ങേയറ്റത്ത് നാം ഇന്ന് എത്തിയിരിക്കുകയാണ്.

വിചാരപരങ്ങളായ ഈ ആന്തരവൈരുദ്ധ്യങ്ങൾ ഭരണസോപാനങ്ങളിൽനിന്ന് ഒഴുകി നാടാകെ വ്യാപിച്ചുകിടക്കുന്നു. ചിന്തിക്കുന്നതും പറയുന്നതും നടപ്പിലാക്കണമെന്ന ശാഠ്യമില്ലാത്തവർക്ക് എന്തും ചിന്തിക്കാം, പറയാം. ഒടുവിൽ എല്ലാം പരിഹാസ്യവും മൂല്യരഹിതവും ആയേക്കും എന്നു മാത്രം. അങ്ങനെ പ്രൈമറി വിദ്യാലയത്തിന്റെ വാർഷികം തുടങ്ങി സർവകലാശാല ബിരുദദാനച്ചടങ്ങുവരെ നമ്മുടെ മന്ത്രിമാരും മറ്റ് അതിപ്രമുഖവ്യക്തികളും വിദ്യാഭ്യാസത്തിന്റെ മഹിമയെക്കുറിച്ചു പ്രസംഗിച്ചു നടക്കുന്നുണ്ടല്ലോ. ഇത്ര കൊല്ലമായി ഇത്രയധികം വമ്പന്മാർ ഇത്രയേറെ അവസരങ്ങളിൽ ഇത്രമാത്രം വിദ്യാഭ്യാസത്തെ വാഴ്ത്തിക്കഴിഞ്ഞ നാട്ടിൽ വിദ്യാഭ്യാസം ഏതു വാതരോഗിയെക്കാളും നിശ്ചലാവസ്ഥയിൽ കഴിയുന്നു! വാക്കിനും കർമ്മത്തിനും ഇടയിലുള്ള വൈരുദ്ധ്യം ഉള്ളിടത്തോളം ഈ ദുരവസ്ഥ തുടരും. ഇവർ പ്രഘോഷിക്കുന്ന പ്രാധാന്യം വിദ്യാഭ്യാസത്തിനുണ്ടെങ്കിൽ ഈ പ്രാധാന്യം മന്ത്രിസഭാചർച്ചകളിൽ, പ്രായോഗികരീതിയിൽ അംഗീകരിക്കപ്പെട്ടുകാണാത്തതെന്തുകൊണ്ട്?

ഓരോ ദശാബ്ദത്തിലും ഓരോ കമ്മീഷൻ എന്ന കണക്കിന് ഏകദേശം ഒരു നൂറ്റാണ്ടായി ഇന്ത്യയിൽ മഹാന്മാരായ വിദ്യാഭ്യാസചിന്തകരുടെ പ്രായോഗികനിർദ്ദേശങ്ങൾ നമുക്കു ലഭിച്ചു തുടങ്ങിയിട്ട്. സ്വാതന്ത്ര്യദശയിൽത്തന്നെ അതിവിഖ്യാതങ്ങളും ഏറെക്കുറെ അന്യൂനങ്ങളുമായ മൂന്ന് കമ്മീഷൻ റിപ്പോർട്ടുകൾ നമുക്കു കിട്ടിയിരിക്കുന്നു. 1948-ലെ മുതലിയാർ കമ്മിഷൻ റിപ്പോർട്ടും 1953-ലെ രാധാകൃഷ്ണൻ കമ്മിഷൻ റിപ്പോർട്ടും 1966-ലെ കോത്താരി കമ്മിഷൻ റിപ്പോർട്ടും. വിദ്യാഭ്യാസ നവീകരണത്തിന് ആ പ്രഗല്ഭർ നിർദ്ദേശിച്ച ആത്യന്തികനയപരങ്ങളായ വല്ല കാര്യങ്ങളും ഇവിടെ നടപ്പിലാക്കപ്പെട്ടോ? അവസാനത്തെ വിദ്യാഭ്യാസറിപ്പോർട്ട് എന്ന പ്രഖ്യാപനത്തോടെ ഘോഷമായി അവതരിപ്പിച്ച കോത്താരി റിപ്പോർട്ട് വന്നപ്പോൾ പല ശുദ്ധാത്മാക്കളും വിചാരിച്ചുകളഞ്ഞു അതപ്പടി നടപ്പിലാക്കിയതുതന്നെ എന്ന്. പക്ഷേ, സത്യത്തിൽ എന്തു നടന്നുവെന്ന് നമുക്കെല്ലാമറിയാം-മറക്കാറായില്ലല്ലോ. ഓരോ സംസ്ഥാനത്തിലും അത് നടപ്പിലാക്കാൻ പ്രത്യേകം 'കോശങ്ങൾ' തന്നെ പ്രവർത്തിച്ചിരുന്നു. സെമിനാറുകളും സിംപോസിയങ്ങളും നടന്നു. കോത്താരിയുടെ റിപ്പോർട്ടിനെപ്പറ്റി അനന്തര റിപ്പോർട്ടുകൾപോലും ഉണ്ടായി. ഒടുവിൽ ആരുമറിയാതെ ആ റിപ്പോർട്ടിന്റെ ശവദാഹവും നടന്നു. സർവ്വപ്രധാനമായ ഈ സംഭവം മാത്രം പത്രങ്ങളിൽ വാർത്തയായി വന്നില്ല. മറ്റൊക്കെ സചിത്രവാർത്തകളായിരുന്നു. പൂന്താനത്തിന്റെ ഉണ്ണിയെപ്പോലെ വിഴുപ്പിനടിയിൽപെട്ട് ആ റിപ്പോർട്ടിലെ ആശയസന്താനം ശ്വാസംമുട്ടി മരണമടഞ്ഞത് ആരും

അറിഞ്ഞില്ല. മരണവാർത്ത അറിയാത്തതുകൊണ്ട്, പലരും ധരിച്ചിരിക്കുന്നത് കോത്താരി റിപ്പോർട്ട് ഇപ്പോഴും ജീവിക്കുകയും രാജ്യം ഭരിക്കുകയും ചെയ്യുന്നുണ്ടെന്നാണ്!

കാലവിളംബം വന്നേക്കുമോ എന്നു ഭയന്ന് റിപ്പോർട്ട് ഒന്നു ചുരുക്കാൻപോലും ഡോ. കോത്താരിക്ക് സാധിച്ചില്ലെന്ന് റിപ്പോർട്ടിന്റെ മുഖവുരയിൽ കാണുന്നു. കാലവിളംബമോ? ഒരായുഷ്കാലം മുഴുവൻ താമസം വന്നാലും കൂസാത്ത കാലജേതാക്കളായ നമ്മുടെ ഭരണസാരഥികൾ കോത്താരിയുടെ ഈ നിഷ്കളങ്കപ്രയോഗംകൊണ്ട് - കണ്ടെങ്കിൽ, തീർച്ചയായും! ചിരിച്ചു വലഞ്ഞിരിക്കണം. പ്രൊഫസർ വി.വി. ജോണിന്റെ പുസ്തകത്തിൽ, കോത്താരി കമ്മിഷൻ നിർദ്ദേശങ്ങളോട് ഗവണ്മെന്റ് കാണിച്ച ക്രൂരമായ അനാസ്ഥയെ നിശിതമായ വിമർശിക്കുന്ന ഒന്നിലേറെ ലേഖനങ്ങൾ കാണാം. അവയിൽ വച്ച് ആദ്യത്തെ ലേഖനം (Time to Act) ശ്രദ്ധിച്ച് വായിക്കേണ്ട ഒരു പ്രബന്ധമാണ്. വളരെയേറെ കഷ്ടപ്പെട്ടും ആലോചിച്ചും ഗവേഷണം ചെയ്തും ഒരു സംഘം വിദ്യാഭ്യാസ വിചക്ഷണന്മാർ ഒരു റിപ്പോർട്ട് ഉണ്ടാക്കിയതിനുശേഷം ഇവിടത്തെ ഗവണ്മെന്റുകൾ കൂട്ടിത്തരക്കാരോടും ഐ.എ.എസ്. ഉദ്യോഗസ്ഥന്മാരോടും ഒക്കെ കൂടിയാലോചിച്ച് ആ റിപ്പോർട്ടിനെ എങ്ങനെ കുഴിച്ചുമൂടി എന്ന് അതിൽ വിവരിച്ചിട്ടുണ്ട്. കുട്ടിയെ ഉണ്ടാക്കിയവർതന്നെ അതിന്റെ കഴുത്തു ഞെരിച്ച് കൊന്നു!

നമ്മുടെ ഭരണസ്ഥാപനങ്ങളെ വിദ്യാഭ്യാസം കൈകാര്യം ചെയ്യാൻ അനർഹങ്ങളാക്കുന്നത് അവരുടെ ഉള്ളിലുള്ള ഈ കൊടിയ വൈരുദ്ധ്യമാണ്. വിദ്യാഭ്യാസമന്ത്രി കാര്യാലയത്തിന് വിദ്യാഭ്യാസത്തോട് താൽപര്യമോ കടപ്പാടോ ഒന്നുമില്ല. വിദ്യാഭ്യാസം എന്തായാലും ഒന്നുമില്ല എന്ന സംസ്കാരവിരുദ്ധമായ ഒരു താമസവീക്ഷണവും ശങ്കാലുത്വവും അകർമ്മണ്യതയും ചേർന്നപ്പോൾ വിദ്യാഭ്യാസത്തിന്റെ കഷ്ടകാലം ഉച്ചത്തിലായി. ഏതെങ്കിലും ഒരു വിഷയത്തെപ്പറ്റി ഗവണ്മെന്റ് സിംപോസിയങ്ങൾ നടത്തുകയാണെങ്കിൽ, ആ പദ്ധതിയെ അവർ ഉപേക്ഷിച്ചിരിക്കുന്നു എന്ന് ഇക്കാലത്ത് ആരെങ്കിലും കരുതിയാൽ തെറ്റില്ല. ഒരു കാര്യം ചെയ്യണമോ വേണ്ടയോ എന്ന് തീരുമാനിക്കാനാവാതെ കുടുംബത്തിലെ എല്ലാ അംഗങ്ങളോടും വിശദമായ ചർച്ച നടത്തിയതിനുശേഷം, തനിക്ക് വയസ്സ് അറുപതായതുകൊണ്ട് തൽക്കാലം ഒന്നും ചെയ്യാതിരുന്ന ഒരു ചർച്ചാപ്രേമിയായ കാരണവരുടെ കഥ കേട്ടിട്ടുണ്ട്. ഈ വൃദ്ധൻ സാരമില്ല, നമ്മുടെ ഗവണ്മെന്റുകളെ താരതമ്യപ്പെടുത്തിയാൽ!

അധ്യാപകനോടുള്ള മനോഭാവത്തിലും ഇത്രതന്നെ കടുത്ത ആന്തരവൈരുദ്ധ്യമാണ് രാജ്യം ഭരിച്ചുകൊണ്ടിരിക്കുന്നത്. അധ്യാപകൻ രാഷ്ട്രശിൽപിയാണ് എന്നൊക്കെ, സെപ്തംബർ 5 അധ്യാപകദിനമാകുന്നതിനു മുമ്പും, അതിനുശേഷം കൂടുതൽ തീവ്രമായും നാട്ടിൽ സമസ്തജനങ്ങളും വാഴ്ത്തിവരുന്നുണ്ടല്ലോ. പക്ഷേ, ഇതല്ല അധ്യാപകന്റെ മഹത്ത്വത്തെ

അംഗീകരിക്കേണ്ട രീതി, അധ്യാപകന്റെ ആവശ്യങ്ങൾ സാധിച്ചുകൊടുക്കുകയും വേദനകൾ പരിഹരിക്കുകയും ചെയ്യുന്നതിൽ ഗവണ്മെന്റ് ഉടനീളം പ്രതിഫലിപ്പിക്കുന്ന ശ്രദ്ധയും താല്പര്യവുമാണ് ആ അംഗീകരണത്തിന്റെ അളവുകോൽ. രണ്ടാമതു പറഞ്ഞ അംഗീകരണം ഇല്ലാത്ത കാലത്തോളം ആദ്യത്തെ ജിഹ്വാമാത്രനിഷ്ഠമായ അംഗീകരണം വെറും പരിഹാസമായേ തീരുകയുള്ളൂ. ഇന്ന് ക്രമമായി നടക്കുന്നത് ഈ പരിഹാസമാണ്-പ്രശംസാഭാസം സൃഷ്ടിക്കുന്ന ചിരി! ഡോ. രാധാകൃഷ്ണൻ രാഷ്ട്രപതിയായിരുന്നു എന്നതുകൊണ്ടുമാത്രം അദ്ദേഹത്തെ ബഹുമാനിക്കുന്ന ആളുകൾ നാട്ടിലുണ്ടല്ലോ. അവർക്ക് അദ്ദേഹത്തിന്റെ ചിന്തകളും ഗ്രന്ഥങ്ങളും അപരിചിതങ്ങളും അതിനാൽ അവഗണനീയങ്ങളുമായിരിക്കും. അതൊക്കെ അങ്ങനെയേ ഇരിക്കൂ. പക്ഷേ, വിദ്യാഭ്യാസത്തിന്റെ പരമമായ ചുമതല വഹിക്കുന്നവർ ഈ മനോഭാവത്തിന്റെ താഴ്ചയിൽ കഴിഞ്ഞുകൂടുന്നവരായാൽ സംഗതി അത്ര നിസ്സാരമാവില്ല. അക്ഷരം പഠിപ്പിക്കുന്ന ഗുരുനാഥനെ ഒരു കീഴ്ജീവനക്കാരനായിക്കാണുന്ന മനഃസ്ഥിതിയാണ് ഇന്നിവിടെ വാണുകൊണ്ടിരിക്കുന്നത്. പൊതുപ്രഖ്യാപനമോ, മറിച്ചും! വാക്കും പ്രയോഗവും തമ്മിലുള്ള അന്തരം ഉള്ളേടത്തോളം, അധ്യാപകന്റെ മഹിമ ഇവിടെ അംഗീകരിക്കപ്പെടാൻ പോകുന്നില്ലെന്ന് വ്യക്തം.

വിദ്യാഭ്യാസത്തിന് അനേകം മഹനീയ ലക്ഷ്യങ്ങളുണ്ടെന്ന് പറയപ്പെടുന്നുണ്ടല്ലോ-വൈജ്ഞാനികം, സാംസ്കാരികം, സന്മാർഗ്ഗപരം, വ്യക്തിവികാസാത്മകം ഇങ്ങനെ പലതും. ഈ ആശയങ്ങൾ നമുക്കു ചുറ്റും ആകാശം നിറഞ്ഞുനിൽക്കുന്നു. പക്ഷേ, കർമ്മത്തിൽ ഒരെണ്ണവും പ്രതിഫലിക്കുന്നില്ല. നമ്മുടെ പാഠ്യപദ്ധതികളെ താരതമ്യപരമായി പഠിച്ചാൽ അവ വളരെ കനംകുറഞ്ഞതാണെന്ന് കാണാം. ബിരുദങ്ങൾക്കുപോലും ഇന്ന് മൂല്യശോഷം സംഭവിച്ചുപോയിരിക്കുന്നു. പക്ഷേ, പാഠ്യപദ്ധതിക്ക് കനംകൂട്ടാൻ ഗവണ്മെന്റിന് വലിയ താൽപര്യം ഉണ്ടെന്ന് പറഞ്ഞുകൂടാ. ഇതു സംബന്ധിച്ച് വിദ്യാർത്ഥികളുടെയും മറ്റും പ്രക്ഷോഭണങ്ങൾക്കു മുമ്പിൽ എത്ര എളുപ്പമാണ് അവർ കീഴടങ്ങുവാൻ ആഗ്രഹം പ്രകടിപ്പിക്കുന്നത്? ഗവണ്മെന്റിന് വിദ്യാഭ്യാസ വിഷയത്തിൽ ബദ്ധപ്രതിജ്ഞത ഉണ്ടെങ്കിൽ ഇങ്ങനെ സംഭവിക്കുകയില്ല. 'നടക്കുന്ന പാട്ടിനു പോകട്ടെ' എന്ന അത്യുദാസീനമായ ഈ മനോഭാവമാണ് നമ്മുടെ വിദ്യാഭ്യാസത്തെ ഇത്രത്തോളം പരിതാപകരമായ അവസ്ഥയിൽ എത്തിച്ചിരിക്കുന്നത്. വിദ്യാഭ്യാസം വെളിച്ചമാണെന്നും അതില്ലെങ്കിൽ രാജ്യം കൊടുംകൂരിരുട്ടിൽ ആണ്ടുപോകുമെന്നും പ്രസംഗിച്ചു നടക്കുന്നവർ എത്ര നിസ്സാരസംഗതിയുടെ പേരിലും വിദ്യാലയങ്ങൾ അടച്ചിടുന്നതിനു കല്പന കൊടുക്കുവാൻ മടിയില്ലാത്തവരാണ്, എപ്പോൾ എത്രകാലം വിദ്യാലയം അടച്ചിട്ടാലും ആർക്കും ഒന്നും വരാനില്ലാത്ത ഒരു വ്യാപാരമാണ് വിദ്യാഭ്യാസം എന്നാണ് ഗവണ്മെന്റ് കരുതുന്നതെന്ന് ഇതുമൂലം കുട്ടികളും നാട്ടുകാരും ധരിച്ചു

വയ്ക്കുന്നു. മറിച്ച് പ്രസംഗം കേൾക്കുമ്പോൾ അവർ ചിരിക്കുന്നു. വിദ്യാഭ്യാസത്തെ എന്തിനുവേണ്ടിയും ബലികൊടുക്കുന്നു, അധ്യാപകനെ എന്തു ജോലിയും ഏല്പിക്കുന്നു-വിദ്യാഭ്യാസം മഹനീയമാണു താനും!

വിദ്യാലയങ്ങളിൽനിന്ന് രാഷ്ട്രീയകക്ഷികളുടെ സജീവരാഷ്ട്രീയത്തെ നിഷ്കാസനം ചെയ്യണമെന്ന കാര്യത്തിൽ ആർക്കാണ് അഭിപ്രായ വ്യത്യാസം? അതിരുകടന്ന രാഷ്ട്രീയക്കളിമൂലം നമ്മുടെ വിദ്യാലയങ്ങൾ രണഭൂമികളും കലാശാലകൾ കലാപശാലകളും കശാപ്പുശാലകളും ആയി ത്തീർന്നിട്ടുണ്ട്. എത്രയോ കുട്ടികൾ ഈ പ്രവർത്തനം മൂലം തെരുവിലോ ആശുപത്രിയിലോ ജയിലിലോ ശ്മശാനത്തിലോ എത്തിയിട്ടുമുണ്ട്. പഠിപ്പു മാത്രമല്ല, കുട്ടികളുടെ സ്വഭാവംപോലും ഇതുമൂലം നഷ്ടപ്പെട്ടുപോയിരിക്കുന്നു. എല്ലാവരും ഏകാഭിപ്രായക്കാർ! ഗവണ്മെന്റും അവരുടെ രാഷ്ട്രീയ കക്ഷികളും ഇത് ഉറക്കെ വിളിച്ചുപറയുന്നുമുണ്ട്. പക്ഷേ, രാഷ്ട്രീയം പഴയ പടി വിദ്യാലയങ്ങളിൽ വ്യാഘ്രനൃത്തം തുടരുന്നു. കാരണം, പ്രസംഗ മൊന്നും പ്രവൃത്തി മറ്റൊന്നുമാണ് ഇവർക്കെല്ലാം. ഗവണ്മെന്റിനോ രാഷ്ട്രീയകക്ഷികൾക്കോ ഇക്കാര്യത്തിൽ ഒട്ടും ആത്മാർത്ഥതയില്ലെന്ന് കുട്ടികൾക്ക് നന്നായറിയാം. എന്തിനധികം പറയുന്നു, വറ്റുള്ള കൈകൊണ്ട് ആട്ടിയാൽ കാക്ക മാറുമോ?

വിശ്വാസപരമായ സത്യസന്ധതയില്ലായ്മയുടെ കഥ ഇനിയും എത്രയോ സർഗ്ഗങ്ങളിൽ പറഞ്ഞുതീർക്കാനുണ്ട്. വിദ്യാഭ്യാസം തൊഴിലിനോടു ബന്ധപ്പെട്ടിരിക്കണം എന്ന സർവ്വാദൃതമായ തത്ത്വത്തിന് ഇവിടെ പിണത്തെ ജീവാപായത്തിന്റെ കഥതന്നെ നോക്കുക. ഗാന്ധിജി ആദ്യം അത് പറഞ്ഞു. അടിസ്ഥാനവിദ്യാലയങ്ങൾ തുറന്നു. ഇപ്പോൾ അവ എവിടെ? അവ 'ബേസിക്' എന്ന പൂർവ്വവിശേഷണം വച്ചുകൊണ്ടുതന്നെ വളരെക്കാലം 'സിക്' ആയി വലഞ്ഞു. ഇപ്പോൾ പേരെന്തായാലും ഫല ത്തിൽ സാധാരണ സ്കൂളുകളായി അവ മോക്ഷം പ്രാപിച്ചുകഴിയുന്നു. ഈ കെട്ടുകഥ കണ്ട് മനംമടുത്ത് സക്കീർ ഹുസൈൻ തുറന്നു പറഞ്ഞു, അടിസ്ഥാനവിദ്യാഭ്യാസം ഒരു 'മഹാവഞ്ചന' ആയിത്തീർന്നിരിക്കുന്നു എന്ന്. അടിസ്ഥാനവിദ്യാഭ്യാസത്തെ ആര് വഞ്ചനയാക്കി മാറ്റിയോ അവർതന്നെ വിദ്യാഭ്യാസത്തെയും വഞ്ചിച്ചുകൊണ്ടു കഴിയുന്നു. ആർക്കെങ്കിലും പരാതിയുണ്ടോ, പരാതിക്കു ഫലമുണ്ടോ?

കോത്താരി കമ്മിഷൻ ഉപയോഗിച്ച 'വർക്ക് എക്സ്പീരിയൻസ്' എന്ന വാക്കു മാത്രമാണ് ഇതു സംബന്ധിച്ച് ഇപ്പോൾ ആകെ ശ്വാസം കഴിക്കുന്നത്. ആ ശ്വാസമാകട്ടെ, അന്ത്യശ്വാസമാണെന്നേ തോന്നുകയുള്ളൂ.

ഇങ്ങനെ പറഞ്ഞാൽ അവസാനമില്ല. പറയുന്നവനും കേൾക്കുന്നവനും ഭൂഷണവുമല്ല. ഇവിടെ നമുക്ക് എന്തു ചെയ്യാൻ കഴിയും? ഇന്ത്യയുടെ ഇന്നത്തെ സ്ഥിതിയിൽ, രാഷ്ട്രീയജീവിതത്തിന്റെ മൂല്യങ്ങളും ലക്ഷ്യങ്ങളും അമ്പേ മാറാതെ വിദ്യാഭ്യാസത്തിനും സംസ്കാരത്തിനും നീതിയുക്തമായ ഒരു ഭാവി ലഭിക്കുകയില്ല എന്ന് ഉറപ്പിച്ചു പറയാം.

ജനങ്ങളെ ഇക്കാര്യത്തിൽ ബോധവാന്മാരാക്കുകയാണ് അതിപ്രധാനമായി ചെയ്യേണ്ടത്. അധ്യാപകരുടെ ശക്തി ഇതിനുവേണ്ടിയാണ് പ്രയോഗിക്കേണ്ടത്. ഇന്നാകട്ടെ അധ്യാപകർക്കിടയിലും, നാം ഇത്രയും അപവദിച്ച രാഷ്ട്രീയത്തിന്റെ സ്വാധീനശക്തി പ്രവേശിച്ച് അവരുടെ സംഘടിത ബലത്തെ ക്ഷയിപ്പിച്ചുകൊണ്ടിരിക്കുന്നുണ്ട്. ഉപ്പിനുതന്നെ ഉപ്പ് പൊയ്പ്പോയാൽ പിന്നെ ഉപ്പിനുവേണ്ടി എന്തു ചെയ്യും എന്ന ആ പഴയ ചോദ്യം ഇവിടെയും ഉയർന്നുവരുന്നു. വിദ്യാഭ്യാസമേഖലയിൽ കഠിനമായ ഒരു പ്രതിസന്ധി വന്നുകൂടിയിരിക്കയാണെന്ന് ഡോ.കെ.എൻ. രാജ് 1970-ൽ ചെയ്ത പട്ടേൽ സ്മാരകപ്രഭാഷണത്തിൽ ശക്തിപൂർവ്വം പ്രസ്താവിച്ചിരുന്നു.* ഇത്തരത്തിൽ ഒരു ദേശീയാത്യാഹിതബോധം, വിദ്യാഭ്യാസത്തിന്റെ ഇന്നത്തെ നിലയെക്കുറിച്ച്, അധ്യാപകർക്കും ഭരണകർത്താക്കൾക്കും വിദ്യാഭ്യാസനേതാക്കൾക്കും ഉണ്ടാകേണ്ടിയിരിക്കുന്നു. വിദ്യാഭ്യാസത്തെ ഉദാസീനമായി, ശ്രദ്ധാശൂന്യമായി ആരും കണക്കാക്കരുത്. ഈ അശ്രദ്ധാനയമാണ് വിദ്യാഭ്യാസത്തിന്റെ സമസ്തദുരന്തങ്ങൾക്കും നിദാനം. ഏറ്റവും കൂടുതൽ ജാഗരൂകത പ്രദർശിപ്പിക്കേണ്ടത് ഗവണ്മെന്റാണ്. ഗവണ്മെന്റിന്റെ അപനയങ്ങളുടെ ഫലമായി ഇവിടെ ജോലിയും ലക്ഷ്യവുമില്ലാത്ത ഒരു ഭ്രഷ്ട സമൂഹം ഉണ്ടായിക്കൊണ്ടിരിക്കുകയാണ്. അവർ വളർന്നുവരുന്നത് ആർക്കും നല്ലതിനല്ല-ഭരണകൂടങ്ങൾക്ക് വിശേഷിച്ചും. അവിടത്തോളം നാട്ടിനേയും നാട്ടാരെയും എത്തിക്കരുതെന്നേ ഈ പ്രബന്ധത്തിന് ആകെക്കൂടി അർത്ഥമുള്ളൂ.

■

* Dr. K.N. Raj: 'Crisis f ligher Education in India.'

അനുബന്ധം

ആ നില്പും എതിർപ്പും

പരിശുദ്ധമായ ഒരേകാന്തതയിൽ നിന്നാരംഭിച്ച് പതുക്കെ പതുക്കെ കല ഹിച്ചു കയറുന്ന സുകുമാർ അഴീക്കോടിന്റെ പ്രഭാഷണ കലയെപ്പറ്റിയാണ് ഞാനാദ്യം കേട്ടറിഞ്ഞത്. ആ പ്രഭാഷണത്തിന്റെ ഔന്നത്യത്തെപ്പറ്റി ഒരു വലിയ സങ്കല്പം എന്റെ മനസ്സിൽ രൂപപ്പെട്ട് വന്നിരുന്നു. പിന്നീട് ആ മനു ഷ്യന്റെ രൂപവും പ്രസംഗപീഠത്തിനു പിന്നിലെ ആ വലിയ നില്പും ഒരാ വേശമായി മാറുകയായിരുന്നു.

പ്രസംഗിക്കാനുള്ള എന്റെ താത്പര്യത്തിനു മുൻപിൽ അധ്യാപകനായ എന്റെ അച്ഛൻ ആദ്യമായി ഉയർത്തി നിർത്തിയ ഒരു ഗോപുരമായിരുന്നു അഴീക്കോട് മാഷ്. നേരിൽ കാണാതിരുന്നിട്ടും അഴീക്കോടുമായി എനി ക്കൊരടുപ്പം അതുണ്ടാക്കിയിരുന്നു.

അതിനു പ്രത്യേകമായ ഒരു കാരണമുണ്ടായിരുന്നു. ആ അടുപ്പം ആരം ഭിക്കുന്നത് എനിക്കു നാലോ അഞ്ചോ വയസ്സുള്ള കാലത്തായിരിക്കണം. എന്നുവെച്ചാൽ അഴീക്കോടിന്റെ എന്നിലെ സാന്നിധ്യത്തിന് ഏതാണ്ട് അര നൂറ്റാണ്ടു കാലത്തെ ചരിത്രമെങ്കിലും കാണും. കോൺഗ്രസ്സുമായി ആ ചരിത്രം ബന്ധപ്പെട്ടു കിടക്കുന്നു. എന്റെ അച്ഛന് പ്രിയപ്പെട്ട എഴുത്തുകാ രനും സുഹൃത്തുമായിരുന്നു അഴീക്കോട്. നാട്ടിക പ്രദേശങ്ങളിൽ അൻപ തുകളിൽ കോൺഗ്രസ് സമ്മേളനങ്ങൾക്ക് അഴീക്കോട് വരാറുണ്ടായിരുന്നു. അക്കാലത്ത് സമ്മേളനത്തിനുശേഷം എന്റെ വീട്ടിൽ വന്നു താമസിച്ചിട്ടു ണ്ടത്രെ. അതൊക്കെ ഇടയ്ക്കിടെ അച്ഛൻ ഓർമ്മപ്പെടുത്തുമായിരുന്നു.

വർഷങ്ങൾക്കുശേഷം എന്റെ സഹോദരിയുടെ വിവാഹത്തിനു വീട്ടിൽ വന്നപ്പോൾ, ആ പഴയ കാലത്തെക്കുറിച്ചും അന്നുകണ്ട കശുമാവിൻ തോപ്പു കളെക്കുറിച്ചും അദ്ദേഹം ഓർമ്മിച്ചത് ഇന്നും എന്റെ മനസ്സിലുണ്ട്.

അച്ഛനിൽനിന്നു കിട്ടിയ ആ ഓർമ്മയും അനുഭവവുമാണ് പില്ക്കാ ലത്ത് അഴീക്കോടുമായി പരിചയപ്പെടാനും അദ്ദേഹത്തെ ഗുരുവായി കാണാനും ഇടയാക്കിയത്.

പ്രഭാഷണം ചെയ്തുകൊണ്ടിരിക്കുമ്പോൾ അഴീക്കോടിന്റെ കണ്ണു കൾ കത്തുന്നത് ഞാൻ ശ്രദ്ധിച്ചിരുന്നു. ആ കണ്ണുകൾ എന്നെ വല്ലാതെ വശീകരിക്കുകയും ചെയ്തിരുന്നു. തന്റെ ചുറ്റും നടമാടുന്ന അനീതികളും

ജീർണ്ണതകളും അഴീക്കോടിനെ വല്ലാതെ പ്രചോദിപ്പിച്ചിരുന്നതായി ഞാൻ മനസ്സിലാക്കി. പ്രഭാഷണത്തെ ഒരു കലാരൂപമായി മാറ്റിയത് അദ്ദേഹത്തിന്റെ ആ അറിവുകളായിരുന്നിരിക്കണം. ജ്വലിക്കുന്ന ആശയങ്ങളാണ് അഴീക്കോടിന് പ്രഭാഷണങ്ങൾ.

തുറന്ന് സമ്മതിക്കുകയാണ്, എഴുത്തുകാരന് വേണ്ടത് ആശയപരമായ ധീരതയും വളയാത്ത നട്ടെല്ലുമാണ് എന്ന് എന്നെ ബോധ്യപ്പെടുത്തിയത് അഴീക്കോടാണ്. അത് അകന്നിരുന്നാണ് ഞാൻ പഠിച്ചറിഞ്ഞത്. അദ്ദേഹത്തിന്റെ ക്ലാസ്സിൽ ചടഞ്ഞുകൂടിയിരുന്ന് അഭ്യസിച്ചുറപ്പിച്ച കാര്യമായിരുന്നില്ല അത്. ആ അർത്ഥത്തിൽ അഴീക്കോട് എന്നെ പഠിപ്പിച്ചിട്ടില്ല. ക്ലാസ് മുറികളിൽ അഴീക്കോടിന് ഞാൻ ശിഷ്യപ്പെട്ടിട്ടുമില്ല. പക്ഷേ, ചെറുപ്പത്തിലെ എന്റെ വായനയുടെ ലോകത്തിലേക്ക് ഒരു മിത്തായി കടന്നുവരികയും അദ്ദേഹം പോലുമറിയാതെ എനിക്ക് അദ്ദേഹം ഗുരുവാകുകയും ചെയ്യുകയായിരുന്നു.

അഴീക്കോടിനെ നേരിൽ കണ്ടതെന്നാണ്? പ്രഭാഷണത്തെ ഗുരുമുഖത്തുനിന്നെന്ന പോലെ കേൾക്കാൻ ഇടവന്നതും എന്നാണ്?

ഞാൻ കേട്ട ആദ്യത്തെ ശ്രദ്ധേയമായ പ്രസംഗം, കൊടുങ്ങല്ലൂർ സാഹിത്യ പരിഷത്ത് സമ്മേളനത്തിലേതായിരുന്നു. വർഷം 1975. ഞാൻ തൃശൂർ സെന്റ് തോമസ് കോളേജിൽ പഠിക്കുന്നു. പരിഷത്തിന്റെ മുപ്പത്തിയഞ്ചാം വാർഷിക സമ്മേളനമാണ്. അന്ന് സാഹിത്യ പരിഷത്തിന്റെ പ്രസിഡന്റാണ് അഴീക്കോട്. ഹിന്ദി സാഹിത്യകാരനായ യശ്പാൽ ഉദ്ഘാടനം ചെയ്ത ആ വാർഷിക സമ്മേളനത്തിൽ ഏതാണ്ട് മുഴുവൻ സമയ കേൾവിക്കാരനായി ഞാനുമെത്തി. പ്രശസ്തരായ എഴുത്തുകാരെ നേരിൽ കാണുകയായിരുന്നു പ്രധാന ലക്ഷ്യങ്ങളിലൊന്ന്. മാത്രവുമല്ല, പരിഷത്ത് ആ സമ്മേളനത്തിനോടനുബന്ധിച്ച് നടത്തിയ ഉപന്യാസമത്സരത്തിൽ എനിക്ക് ഒന്നാം സമ്മാനവുമുണ്ടായിരുന്നു.

സമ്മേളനത്തിനുവേണ്ടി പണിത വലിയ പന്തൽ ആരോ കത്തിച്ചുകളഞ്ഞതും ഇരുപത്തിനാല് മണിക്കൂറിനുള്ളിൽ മറ്റൊരു പന്തൽ ഉയർത്തിയെടുത്തതും ഓർമ്മയായി നിലനിൽക്കുന്നു.

ആദ്യസമ്മേളനംതന്നെ എനിക്കാകർഷകമായി തോന്നി. യശ്പാലിന്റെ പ്രസംഗവും ഹൃദ്യമായിരുന്നു. പരമ്പരാഗതമായ സാമൂഹ്യമൂല്യങ്ങളിൽ ദൃശ്യമാകുന്ന ആന്തര വൈരുദ്ധ്യങ്ങൾ ചികഞ്ഞ്, നവീനമായ നിരീക്ഷണങ്ങൾ നടത്തണമെന്നോ മറ്റോ ആയിരുന്നു ആ പ്രഭാഷണത്തിന്റെ കാതൽ എന്ന് ഞാൻ ഓർക്കുന്നു. അന്നാണ് അഴീക്കോടിനെ പരിചയപ്പെട്ടത്. ഹോട്ടൽ മുറിയിൽ താമസിക്കാൻ താത്പര്യമില്ലാത്തതിനാൽ, ഉചിതമായ വീട് അന്വേഷിക്കുന്ന തിരക്കിലായിരുന്നു അദ്ദേഹം. അദ്ദേഹവുമായി കുശലം പറഞ്ഞു. സമ്മാനാർഹനായതിൽ വളരെ സന്തോഷത്തോടെ എന്നെ അഭിനന്ദിക്കുകയും ചെയ്തു.

വലിയ ഭയത്തോടെയാണ് അഴീക്കോടിന്റെ മുന്നിൽ ഞാൻ നിന്നത് എന്നാണോർമ്മ. പിന്നീടുള്ള ദിവസങ്ങളിലെല്ലാം അഴീക്കോടിനെ അകലെയിരുന്ന് ഞാൻ ശ്രദ്ധിക്കുമായിരുന്നു. സി.പി. ശ്രീധരൻ, കാക്കനാടൻ, രാമു കാര്യാട്ട്, എം. ലീലാവതി, വി. കരുണാകരൻ നമ്പ്യാർ, വൈലോപ്പിള്ളി, പോഞ്ഞിക്കര റാഫി, ജി. ശങ്കരക്കുറുപ്പ് തുടങ്ങി ഒട്ടേറെ പ്രതിഭാധനന്മാരെ നേരിൽ കാണാനും അവരുടെ സംഭാഷണങ്ങൾ കേൾക്കാനുമുള്ള അപൂർവ സന്ദർഭമായിരുന്നു പരിഷത്ത് സമ്മേളനം.

സമാപന സമ്മേളനത്തിലെ അഴീക്കോടിന്റെ അദ്ധ്യക്ഷപ്രസംഗം. ജ്വലിക്കുന്ന ആ പ്രഭാഷണത്തേക്കാൾ വലിയ ഒരു പ്രഭാഷണം അദ്ദേഹം പിന്നീടെപ്പോഴെങ്കിലും നടത്തിയിരുന്നോ എന്നെനിക്കറിയില്ല. അപൂർവമായ ശക്തിയും ആവേശവും നിറഞ്ഞ ആ പ്രഭാഷണം ഇന്നും എന്റെ മനസ്സിൽ അലയടിച്ചു നിൽക്കുന്നു.

അന്തരീക്ഷത്തെ സംഘർഷപൂരിതമാക്കി ഒരു പ്രഭാഷണം സ്വതസിദ്ധമായ താളാരവങ്ങളോടെ കത്തിക്കയറുന്നത് അന്നാണ് അനുഭവിച്ചത്. വേദിയിൽ മഹാകവി ശങ്കരക്കുറുപ്പുണ്ടായിരുന്നു. അഴീക്കോട് പ്രസംഗം ആരംഭിച്ചതു തന്നെ ജിയെ സ്പർശിച്ചുകൊണ്ടായിരുന്നു. ശങ്കരക്കുറുപ്പിനെ നഖശിഖാന്തം വിമർശിച്ച താനും മഹാകവിയും ഒരുമിച്ചിരിക്കുന്നു. ഇങ്ങനെ ഒരുമിച്ചിരിക്കാൻ കഴിയുന്നതാണ് പരിഷത്തിന്റെ മഹത്ത്വമെന്ന് അഴീക്കോട് പ്രഖ്യാപിക്കുന്നു. ആ പ്രസംഗം ഭാഷയ്ക്ക് അഭിമാനിക്കാവുന്ന ഒന്നുതന്നെയാണ്. പരിഷത്തിൽനിന്ന് സാഹിത്യത്തിലേക്കും കാവ്യതത്ത്വശാസ്ത്രത്തിലേക്കുമൊക്കെ അതു നീണ്ടുപോയി. ആ പ്രസംഗം കേൾക്കാൻ കഴിഞ്ഞു എന്നത് ഇന്നും ധന്യതയോടെ ഞാൻ ഓർമ്മിക്കുന്നു. പ്രഭാഷണം ഒരു കലയായി രൂപപ്പെടുന്നത് എങ്ങനെയാണെന്ന് ഞാനന്നറിഞ്ഞു.

അത് വിശുദ്ധമായ ഒരു കാലഘട്ടത്തിന്റെ സ്മൃതി കൂടിയാണ്. ആശയസമരത്തെപ്പോലും വ്യക്തി വിദ്വേഷമായി കാണുന്ന ഒരു കാലഘട്ടത്തിൽ നിന്നുകൊണ്ട് നാം പിന്തിരിഞ്ഞു നോക്കുക. അതിലെ പ്രത്യേകതയും ഞാൻ അനുഭവിക്കുന്നു. അഭിപ്രായ പ്രകടനങ്ങളിലെ ക്ഷോഭവും വൈകാരികതയുമൊക്കെ മനുഷ്യബന്ധങ്ങളുമായി കൂട്ടിക്കുഴക്കേണ്ടതില്ല എന്ന് ആ പഴയ കാലത്തെ അഴീക്കോട് സദാ ഓർമ്മപ്പെടുത്തുമായിരുന്നു. ആ അഴീക്കോടിനെയാണ് എനിക്കിഷ്ടം. ഞാൻ സ്നേഹിച്ചതും ആ അഴീക്കോടിനെയാണ്.

പ്രസംഗപീഠത്തിന് പിറകിലെ അഴീക്കോട് മറ്റൊരു അഴീക്കോടാണ്. അവിടെനിന്ന് അദ്ദേഹം ക്ഷോഭിക്കുന്നതും എതിർക്കുന്നതും കാണാം. കൊച്ചുകൊച്ചു യുക്തികൾ കൊണ്ട് എതിരാളികളെ നേരിടുന്നതും കാണാം. അവിടെനിന്ന് ഇറങ്ങി വന്നാൽ ക്ഷോഭപൂർണ്ണനായ അഴീക്കോടിനെയാവില്ല നാം അഭിമുഖീകരിക്കുക. സൗമ്യമായി ശ്രദ്ധയോടെ വാക്കുകൾ

പുറത്തുവിടുന്ന സ്നേഹിതനായി അഴീക്കോട് മാറുന്നത് നമ്മെ അദ്ഭുത പ്പെടുത്തിയേക്കും.

വാക്കുകളിൽ ഹിംസ ഒളിപ്പിച്ചുവച്ച് ഒരു ഗാന്ധിയനാവാൻ അഴിക്കോടിന് എങ്ങനെ കഴിയുന്നു? എന്നെ അലട്ടുകയും അമ്പരപ്പിക്കുകയും ചെയ്തിട്ടുള്ള ഒരു പ്രശ്നമതാണ്. ഗാന്ധിയുമായി ബന്ധപ്പെട്ട നിരീക്ഷണങ്ങളെപ്പോലും സ്വാധീനിക്കുന്ന ഒരു നിലപാടായി എനിക്കത് അനുഭവപ്പെട്ടിരുന്നു. പ്രഭാഷണം ചെയ്യുന്നതിന് മുൻപുള്ള അഴീക്കോടും പ്രഭാഷണം ചെയ്തുകൊണ്ടിരിക്കുന്ന അഴീക്കോടും രണ്ടാണ്. ആ ഉഭയസ്വരത്തെക്കുറിച്ചും ആലോചിക്കേണ്ടതാണ്. ഈ രണ്ട് വ്യക്തിത്വങ്ങളെ തമാശക്കാണെങ്കിലും താരതമ്യം ചെയ്തു നോക്കുക. നിരൂപണത്തിലും പ്രഭാഷണത്തിലും അദ്ദേഹത്തിന് ആരേയും കൂസാത്ത രൂപമാണ്. സാധാരണ ജീവിതത്തിൽ കാരുണ്യം നിറഞ്ഞു പ്രവർത്തിക്കുകയും ചെയ്യുന്നു. ഇതെങ്ങനെ സാധിക്കുന്നു? യഥാർത്ഥ ഗുരുവിന്റെ ഇടം ഇതാണോ എന്നു സംശയിക്കുകയും ചെയ്തിരുന്നു. സാക്ഷാൽ ഇരുട്ടിനെ വെല്ലുവിളിക്കുമ്പോഴും മനുഷ്യരെ സ്നേഹിക്കാൻ കഴിയുന്നവനാണ് ഗുരു എന്ന അഴീക്കോടിലെ ഗുരുസങ്കല്പത്തെ നമുക്കു നിർവചിക്കാം. ധർമ്മവും ക്ഷോഭവും ഒരുമിച്ച് പ്രവൃത്തിയിൽ സൂക്ഷിക്കുന്ന പ്രതിഭയാണ് അഴീക്കോട്. നന്മയ്ക്കും പ്രകാശത്തിനും വേണ്ടിയുള്ള സമരമാണ് അദ്ദേഹം നിർവഹിച്ചുകൊണ്ടിരുന്നത്. അതിനുള്ള ബലമാണ് നാം ആർജ്ജിക്കേണ്ടതെന്ന് തന്റെ സാഹിത്യ-സാംസ്കാരിക ജീവിതത്തിലൂടെ വിളിച്ചുപറയുകയാണ്.

ഒഴിവുസമയങ്ങളിൽ ചെയ്യേണ്ട ജോലിയല്ല സാഹിത്യവിമർശനം. സാമൂഹ്യവും സൗന്ദര്യശാസ്ത്രപരവുമായ ചിലത് അതിനു നിർവഹിക്കാനുണ്ട്. രചനയിൽ സൂക്ഷ്മമായ സന്നദ്ധത വേണം. നിരൂപണം ചെയ്ത് തുടങ്ങിയപ്പോൾ അത് അഴീക്കോട് എന്നെ ഓർമ്മിപ്പിച്ച വസ്തുതയാണ്. 'മാതൃഭൂമി' ആഴ്ചപ്പതിപ്പിൽ ഒരു ലേഖനം അച്ചടിച്ചുവന്നപ്പോൾ, എനിക്കദ്ദേഹമെഴുതി: "പോരായ്മകൾ ചിലതുണ്ടെങ്കിലും വിമർശനത്തിന് വേണ്ട സന്നദ്ധത ലേഖനത്തിലുണ്ട്." അത് നിരൂപണത്തിലെ ഒരു തുടക്കക്കാരന് ലഭിക്കുന്ന വലിയ അംഗീകാരമായിരുന്നു. വിമർശനകലയിൽ ഉറച്ചു നിൽക്കാനും ആ മാദ്ധ്യമത്തിൽ ചിലതൊക്കെ ചെയ്യാനും എനിക്കു പ്രചോദനമായത് അഴീക്കോടിന്റെ ആ നിരീക്ഷണമായിരുന്നു. വിമർശനത്തിൽ ഒരു സന്നദ്ധത ഉറപ്പിച്ചെടുക്കുക എന്നത് അത്ര ലളിതമായ കാര്യമല്ലെന്നും പിന്നീട് എനിക്കു മനസ്സിലായി. അതിലൂടെ ഒരു വിമർശന സംസ്കാരവും വികസിച്ചുവരേണ്ടതാണ്.

അഴീക്കോട് എത്രമാത്രം സൂക്ഷ്മതയോടെയാണ് നിരൂപകനെ നോക്കിക്കാണുന്നതെന്ന് ആ വാക്കുകൾ എനിക്കു ബോദ്ധ്യപ്പെടുത്തിത്തന്നു. ക്ലാസ്സിൽ ഒരു അദ്ധ്യാപകന് സാഹിത്യം പഠിപ്പിക്കാം. എന്നാൽ അതിനേക്കാൾ ഔചിത്യം വേണം നിരൂപകന്. ഒരു പശ്ചാത്തല സംസ്കാരവും വേണം. നിരൂപകന് ആശയസൂക്ഷ്മതയാണ് പ്രധാനം.

എഴുപതുകളുടെ ഒടുവിൽ സാഹിത്യ അക്കാദമി നടത്തിയ ഒരു സാഹിത്യ വിമർശന ക്യാമ്പ് എന്റെ ഓർമ്മയിലേക്ക് വരുന്നു. അഴീക്കോടും വി. കരുണാകരൻ നമ്പ്യാരുമായിരുന്നു ക്യാമ്പ് ഡയറക്ടർമാർ.

പ്രസന്നരാജൻ, ഗീതാലയം ഗീതാകൃഷ്ണൻ, അപ്പുക്കുട്ടൻ വള്ളിക്കുന്ന് തുടങ്ങി മുപ്പതോളം പേർ ആ ക്യാമ്പിലുണ്ടായിരുന്നു. രചനകളുടെ വിലയിരുത്തലായിരുന്നു സന്ദർഭം. രാത്രി ഒൻപതുമണി കഴിഞ്ഞു കാണും. പ്രസന്നരാജൻ അഗ്നിസാക്ഷിയെക്കുറിച്ചെഴുതിയ ഒരു ലേഖനം ചർച്ചയ്ക്കു വന്നു. നഗരത്തിലെ ഒരു കോളേജിലെ മലയാളം പ്രൊഫസറായിരുന്നു പരിശോധകൻ. അഗ്നിസാക്ഷിയിലെ 'മോതിര'വുമായി ബന്ധപ്പെട്ട് പ്രസന്നരാജൻ പറഞ്ഞ കാര്യങ്ങൾ, അങ്ങനെയല്ല എഴുതേണ്ടതെന്ന് പരിശോധകൻ ശഠിച്ചപ്പോൾ, ഞാൻ കയർത്തു. എങ്ങനെ എഴുതണമെന്ന് പരിശോധകൻ നിശ്ചയിക്കേണ്ടതില്ലെന്നും എഴുതിയത് നിരൂപണമായിട്ടുണ്ടോ എന്നു നോക്കിയാൽ മതിയെന്നും പ്രതികരിച്ചത് അല്പം ഉച്ചത്തിലായിപ്പോയി. ശബ്ദം കേട്ട് അപ്പുറത്തെ മുറിയിലുണ്ടായിരുന്ന അഴീക്കോട് ക്ലാസ്സിലേക്കു കടന്നുവരികയും കാര്യം തിരക്കി ഒന്നും പറയാതെ തിരിച്ചുപോവുകയും ചെയ്തു. പിറ്റേന്ന് ക്യാമ്പംഗങ്ങൾ പറഞ്ഞതാണ് ശരിയെന്ന് അഴീക്കോട് സമ്മതിച്ചതും ഞാനോർമ്മിക്കുന്നു.

വിമർശകരുടെ കൈവശമുള്ള കത്തി കണ്ടെത്തിയതിലെ സന്തോഷമായിരിക്കാം അഴീക്കോടിന്റെ പ്രതികരണത്തിലുണ്ടായിരുന്നത് എന്നാണ് എന്റെ വിശ്വാസം. യുവ വിമർശകരോടു പകയില്ലാതെ പെരുമാറിയ ഒരു നിരൂപകനെ അന്ന് ഞങ്ങൾ അഴീക്കോടിൽ കണ്ടിരുന്നു.

അഴീക്കോടിന് എന്നോടു വലിയ വാത്സല്യമായിരുന്നു. അതേപോലെ വഴക്ക് പറയുകയും ചെയ്യുമായിരുന്നു. ആ ശകാരത്തിന്റെ ശീലുകൾ മറിച്ചു നോക്കാൻ ഞാൻ പലപ്പോഴും പരിശ്രമിച്ചിരുന്നു. അപ്പോഴൊക്കെ ചില തെളിഞ്ഞ സത്യങ്ങളും പരുഷമായ യാഥാർത്ഥ്യങ്ങളും കണ്ടെത്തി. 'നിഷേധത്തിന്റെ കല' എന്ന എന്റെ പുസ്തകം പ്രകാശനം ചെയ്തപ്പോൾ അഴീക്കോട് ചൂണ്ടിക്കാണിച്ച കാര്യങ്ങൾ എന്റെ ഓർമ്മയിലുണ്ട്. ഒരു ഇംഗ്ലീഷ് നിരൂപകനെ ഉദ്ധരിച്ചതിലായിരുന്നു രോഷം. മൗലികതയില്ലാത്ത എഴുത്തുകാരെയും വിമർശകരെയും ഉദ്ധരിക്കരുതെന്ന് വിമർശിച്ച അഴീക്കോട് നിരൂപണമെന്താണെന്ന് എനിക്കറിയാമെന്നു വെളിപ്പെടുത്തുകയും ചെയ്തു. വിശകലന രീതികൾ ഭാരതീയമാവേണ്ടതിന്റെ അനിവാര്യതയാണ് ആ വിശകലനത്തിലൂടെ അഴീക്കോട് ഉദ്ദേശിച്ചതെന്നു തോന്നുന്നു.

അഴീക്കോട് സംസാരിക്കുന്നതും എഴുതുന്നതും മൂല്യങ്ങൾക്കു വേണ്ടിയാണ്. അപ്രിയമാണ് പറയുന്നതെന്നറിയാമായിരുന്നിട്ടും അദ്ദേഹം വാശിപിടിച്ചത് മൂല്യത്തിൽ ഉറച്ചുനിൽക്കാനാണ്. അഴീക്കോടിന്റെ പല തീരുമാനങ്ങളും അദ്ദേഹത്തിന്റെ അടുത്ത സുഹൃത്തുക്കളെപ്പോലും ഞെട്ടിപ്പിക്കുന്നതായിരുന്നു. കെ. കരുണാകരനും അഴീക്കോടും തമ്മിലുള്ള തർക്കം

വളരെ പ്രശസ്തമാണല്ലോ. അത് ഒരു ശത്രുതയായിരുന്നു എന്നെനിക്കു തോന്നിയിട്ടില്ല. കോൺഗ്രസ്സിന്റെ നിലപാടുകളോടുള്ള വിയോജിപ്പുകളും ചില വ്യക്തിപരമായ കാര്യങ്ങളും ആ വിരുദ്ധതയിൽ പ്രവർത്തിച്ചിരിക്കാം. അതിരിക്കട്ടെ, 1991-ലെ നിയമസഭാ തെരഞ്ഞെടുപ്പുകാലം ഞാൻ ഓർത്തു പോവുന്നു. കെ. കരുണാകരൻ മാളയിൽനിന്നു മത്സരിക്കാൻ തീരുമാനിച്ചു. നേരിയ തോതിൽ ഇടതുപക്ഷവുമായി അടുത്തു തുടങ്ങിയിരുന്ന അഴീക്കോടിനെ കരുണാകരനെതിരെ പ്രസംഗിപ്പിക്കാൻ അവർ തീരുമാനിക്കുകയും 'അഴീക്കോട് സംസാരിക്കുന്നു' എന്ന പരസ്യബോർഡുകൾ മാളയിൽ ഉയർത്തുകയും ചെയ്തു. അത് അഴീക്കോട് അറിഞ്ഞുകൊണ്ടായിരുന്നില്ല. അദ്ദേഹത്തെ അവിടെ എത്തിക്കാനുള്ള ശ്രമത്തിന്റെ ഭാഗമായി എം.ആർ. മനക്കലാത്തും കൂട്ടരും അഴീക്കോടുമായി സംവദിക്കാൻ വീട്ടിലെത്തി. ആ നേരത്താണ് വിയ്യൂരിലുള്ള വസതിയിൽ മാഷെ കാണാനായി ഞാനുമെത്തുന്നത്. കെ. കരുണാകരനെതിരെ തെരഞ്ഞെടുപ്പ് പ്രചാരണത്തിനു പോകേണ്ട അനിവാര്യതയെക്കുറിച്ച് അവർ അഴീക്കോടിനെ ബോദ്ധ്യപ്പെടുത്തുകയായിരുന്നു. അവർ പോയപ്പോൾ അഴീക്കോട് മാഷ് അവിടെ നടന്ന കാര്യങ്ങൾ എന്നോടു സൂചിപ്പിക്കുകയായിരുന്നു. "നിങ്ങൾ പറയുന്നതൊക്കെ ശരിയാകാം. പക്ഷേ, കള്ളു കുടിക്കാത്ത ഒരു കോൺഗ്രസ്സുകാരനല്ലേ കരുണാകരൻ." മനക്കലാത്തിനോട് അദ്ദേഹം ചോദിച്ചത് അങ്ങനെയാണ്. മലയാളികളുള്ളിടത്തെല്ലാം സഞ്ചരിച്ച് കെ. കരുണാകരനെതിരെ പ്രസംഗിച്ചുകൊണ്ടിരുന്ന അഴീക്കോട് ഇങ്ങനെ പ്രതികരിക്കുമെന്ന് ആരെങ്കിലും വിശ്വസിക്കുമോ? എന്നാൽ, കെ. കരുണാകരനുമായി മറ്റുള്ളവർക്കുള്ള എതിർപ്പിനെ തന്റെ വിയോജിപ്പുമായി കൂട്ടിക്കുഴയ്ക്കാൻ അഴീക്കോട് തയ്യാറായില്ല. ആ തെരഞ്ഞെടുപ്പിൽ അഴീക്കോട് കരുണാകരനെതിരെ പ്രസംഗിച്ചതുമില്ല. ഇത് പലരും മനസ്സിലാക്കാത്ത ഒരു അഴീക്കോടാണ്.

സാഹിത്യരംഗത്തായാലും സാംസ്കാരിക രംഗത്തായാലും അഴീക്കോട് സഞ്ചരിക്കുക സ്വയം തെരഞ്ഞെടുത്ത പന്ഥാവിലൂടെയായിരിക്കും. അത് ചിലർക്കു സ്വീകാര്യമാവാം; മറ്റു ചിലർക്ക് അസ്വീകാര്യവുമാകാം. ആഹ്ലാദകരവും മാർഗദർശിയുമാകാം. എന്നാൽ, അതൊന്നും ആലോചിച്ചുകൊണ്ടായിരിക്കില്ല അദ്ദേഹത്തിന്റെ തീരുമാനങ്ങൾ. അഴീക്കോടിന് അതൊരു പരീക്ഷണശാലയാണ്. അവിടെവെച്ച് അദ്ദേഹം ചില ലിറ്റ്മെസ് ടെസ്റ്റുകൾ നടത്തുക പതിവാണ്. കുറെയൊക്കെ പ്രകോപനപരമായ ഫലങ്ങളാവും അതുണ്ടാക്കുക. എനിക്കും അത്തരം ചില പ്രകോപനപരമായ അനുഭവങ്ങളെ നേരിടേണ്ടി വന്നിട്ടുണ്ട്. എന്നാൽ, അഴീക്കോടുമായുള്ള എന്റെ ബന്ധത്തെ അതു വഷളാക്കുകയല്ല; കൂടുതൽ ദൃഢമാക്കുകയാണുണ്ടായത്.

അഴീക്കോടിന്റെ സാന്നിദ്ധ്യങ്ങൾ ചരിത്രമാവുക പതിവാണ്. ചിലപ്പോൾ അദ്ദേഹത്തിന്റെ അസാന്നിദ്ധ്യങ്ങളാവും കൂടുതൽ ശ്രദ്ധനേടുക.

കോൺഗ്രസ്സിനെ പ്രതിക്കൂട്ടിൽ നിർത്തിക്കൊണ്ട് അഴീക്കോട് നടത്തിയിട്ടുള്ള പ്രഭാഷണങ്ങൾ സൃഷ്ടിച്ച സങ്കീർണ്ണതകൾ നമുക്കറിയാം. ആയൊരു സമരസന്ദർഭത്തിൽ വ്യക്തിപരമായ പ്രതിസന്ധികൾ എനിക്കു നേരിടേണ്ടിവന്നിരുന്നു. അദ്ദേഹത്തിന്റെ ആദർശവാഞ്ഛയും ധാർമ്മികരോഷവും പുഷ്പിച്ചത് ആ ആത്മാർത്ഥതകളുടെ മേലുമാണ്. ഒന്നുരണ്ട് സന്ദർഭങ്ങൾ ഉദാഹരിക്കുകയാണ്. എന്റെ ആദ്യത്തെ പുസ്തകം 'വാക്കിന്റെ സൗന്ദര്യശാസ്ത്രം' പ്രകാശനം ചെയ്യാമെന്നേറ്റത് അഴീക്കോടായിരുന്നു. തൃശ്ശൂർ പ്രസ് ക്ലബ്ബിൽവച്ചായിരുന്നു പ്രകാശനച്ചടങ്ങുകൾ. സി. അച്യുതമേനോനായിരുന്നു അദ്ധ്യക്ഷൻ. വിലാസിനിയും സി.പി. ശ്രീധരനും ആ ചടങ്ങിൽ സംബന്ധിച്ചിരുന്നു. പ്രകാശനത്തിനാവശ്യമായ എല്ലാ ഒരുക്കങ്ങളും ചെയ്തുകഴിഞ്ഞപ്പോഴാണ് ചടങ്ങ് മാറ്റിവെക്കണമെന്നാവശ്യപ്പെട്ടുകൊണ്ടുള്ള അഴീക്കോട് മാഷിന്റെ കാർഡ് എനിക്കു ലഭിക്കുന്നത്. എന്നെ പ്രതിസന്ധിയിൽ അകപ്പെടുത്തിയ ഒരു സാഹചര്യമായിരുന്നു അത്. നോവലിസ്റ്റായ വിലാസിനി (എം.കെ. മേനോൻ) യാണ് മാറ്റിവെയ്ക്കേണ്ടില്ല എന്ന് ആദ്യം നിർദ്ദേശിച്ചത്. സി. അച്യുതമേനോൻ 'വാക്കിന്റെ സൗന്ദര്യശാസ്ത്രം' പ്രകാശിപ്പിക്കുകയും ചെയ്തു.

എന്തുകൊണ്ടാണ് അഴീക്കോട് ആ പ്രകാശനച്ചടങ്ങിനെത്താതിരുന്നത്? അതായിരുന്നു തുടർന്നുള്ള എന്റെ അന്വേഷണം. എന്നോടുള്ള എതിർപ്പായിരുന്നില്ല അതിനു കാരണമെന്ന് ഞാൻ മനസ്സിലാക്കി. 1984ലെ സാഹിത്യ അക്കാദമി അവാർഡ് സമ്മേളനവും എന്റെ പുസ്തകപ്രകാശനവും പിറ്റേന്നും തലേന്നുമായിപ്പോയത് യാദൃച്ഛികമാണ്. അഴീക്കോടിന്റെ 'മലയാള സാഹിത്യ വിമർശനം' എന്ന കൃതിക്ക് ആ വർഷം അക്കാദമി അവാർഡുണ്ടായിരുന്നു. അവാർഡ് വിതരണം ചെയ്യുന്നത് താൻ വിമർശിച്ചുകൊണ്ടിരിക്കുന്ന അന്നത്തെ മുഖ്യമന്ത്രി കെ. കരുണാകരനായിപ്പോയതാണ് അഴീക്കോടിനെ ക്ഷുഭിതനാക്കിയത്. രാഷ്ട്രീയക്കാരിൽ നിന്ന് പുരസ്ക്കാരം വാങ്ങില്ല എന്ന് അദ്ദേഹം പ്രഖ്യാപിച്ചിരുന്നു. അതാണ് അവാർഡ് ചടങ്ങിൽ നിന്ന് വിട്ടുനിൽക്കാൻ അഴീക്കോടിനെ പ്രേരിപ്പിച്ച സംഗതി. അതിന്റെ നഷ്ടം എനിക്കായിരുന്നു. എന്റെ ആദ്യത്തെ പുസ്തകം അഴീക്കോട് തന്നെ പ്രകാശനം ചെയ്യണമെന്ന എന്റെ ആഗ്രഹത്തിനാണ് ഇവിടെ ക്ഷതമേറ്റത് എന്ന് ഞാൻ ഓർമ്മിക്കുന്നു. എന്നിട്ടും അഴീക്കോടിന്റെ ആ നിലപാടിനോടു വല്ലാത്ത സ്നേഹം എനിക്കു തോന്നി.

ധീരമായ തീരുമാനങ്ങൾ എടുക്കാനും അതിൽ വിട്ടുവീഴ്ചയില്ലാതെ ഉറച്ചുനിൽക്കാനും എത്രപേർക്കു കഴിയും? അഴീക്കോടിന് അതു സാദ്ധ്യമാണ്. മാത്രവുമല്ല, മുഖ്യമന്ത്രിയോടൊപ്പം വേദി പങ്കിടില്ലെന്ന തീരുമാനം പ്രസ്തരിക്കുന്ന ഒരു സന്ദേശവുമുണ്ട്. എഴുത്തുകാർ രാഷ്ട്രീയക്കാർക്ക് കീഴെയല്ല എന്ന ആശയം അഴീക്കോട് മുറുകെപ്പിടിച്ച ഒന്നാണ്. രാഷ്ട്രീയവും എഴുത്തും തമ്മിൽ ഒരു തർക്കം നിലനിൽക്കുന്നുണ്ട് എങ്കിൽ, ആ

തർക്കത്തെ അഴീക്കോട് കൂടുതൽ കർക്കശമാക്കുകയുമാവാം. മറ്റൊരവസരത്തിൽ, കൊടുങ്ങല്ലൂരിൽ നടന്ന ഗുരുദർശന അവാർഡ് വിതരണ സമ്മേളനത്തിൽ നിന്ന് അഴീക്കോട് വിട്ടുനിന്നതും ഞാൻ ഓർമ്മിക്കുന്നു. മുൻ പാർലമെന്റ് മെമ്പറായിരുന്ന സാവിത്രി ലക്ഷ്മണനെ ക്ഷണിച്ചതിൽ ക്ഷുഭിതനായിട്ടാണ് അദ്ദേഹം യോഗത്തിൽനിന്നും മാറിപ്പോയത്. അദ്ദേഹം കണ്ടെത്തിയ കാരണം ചിലർക്ക് അത്ര രുചികരമായിരുന്നില്ല. അവിടെയും രക്തസാക്ഷിത്വം വരിക്കേണ്ടി വന്നത് ഈ ലേഖകനുതന്നെയാണ്. ഒരു രാഷ്ട്രീയ നേതാവിനെ ക്ഷണിച്ച്, വിശുദ്ധമാവേണ്ട ഒരു സാഹിത്യ സമ്മേളനം അപകീർത്തികരമാക്കിയെന്നായിരുന്നു അഴീക്കോടിന്റെ പ്രതികരണം. ഒരു സമ്മേളനം സംഘടിപ്പിക്കേണ്ടി വരുന്നതിലെ ബുദ്ധിമുട്ടോ മറ്റു പ്രയാസങ്ങളോ അറിയാതെയല്ല അഴീക്കോടിന്റെ ഇത്തരം പ്രതികരണങ്ങൾ എന്നും നമുക്കറിയാം. ചില അടിസ്ഥാന പ്രശ്നങ്ങൾ തുറന്നുപറയാൻ സാഹചര്യം സൃഷ്ടിക്കുകയാണ്. അങ്ങനെ ജീർണ്ണമായ സാംസ്കാരിക രംഗത്തിനു മീതെ ഒരു പ്രഹരം ഏല്പിക്കുക എന്ന ലക്ഷ്യവും കാണും. അതായത് ലക്ഷ്യം സുഖകരമാക്കാൻ ആദർശത്തെ പണയം വയ്ക്കാൻ അദ്ദേഹം ഒരുക്കമല്ലായിരുന്നു.

ഇത്തരം സാഹചര്യങ്ങളിൽ തീർച്ചയായും ഈ എഴുത്തുകാരനോട് ആർക്കും അമർഷം തോന്നാം. ജനാധിപത്യ സംവിധാനത്തിലെ ഒരു അനീതിയായി വേണമെങ്കിൽ അതു വ്യാഖ്യാനിക്കാം. എന്നാൽ 'പ്രയാസമായല്ലേ' എന്ന് പിന്നീടു സ്നേഹത്തോടെ കുശലാന്വേഷണം നടത്തുമ്പോൾ, നാം വായിക്കുക അഴീക്കോടിന്റെ മനസ്സാണ്.

വളരെ ചെറുപ്പത്തിലേ എന്റെ മനസ്സിലേക്ക് കടന്നുവരികയും വായനാലോകത്തെ സാന്ദ്രമാക്കുകയും ചെയ്ത അഴീക്കോട് എനിക്കു ഗുരുതുല്യനാണ്. ചിലപ്പോൾ ഗുരുവായി, മറ്റു ചിലപ്പോൾ മിത്രമായി, വേറെ ചില അവസരങ്ങളിൽ സ്നേഹസമ്പന്നനായ മനുഷ്യനായി. ഒരു പക്ഷേ, എന്റേത് മാത്രമായി മാറുന്നത് ഞാനറിഞ്ഞു. അഴീക്കോടിന്റെ വീട്ടിൽ ഏതു സമയത്തും കയറിച്ചെല്ലാനുള്ള സ്വാതന്ത്ര്യം എനിക്കുണ്ടായിരുന്നു. എന്നാൽ, പിന്നീട് എപ്പോഴോ ഈ ബന്ധത്തെ മുറിക്കാൻ അഴീക്കോടിന് ഇടയായത് ഏതു രാഷ്ട്രീയമാണ് എന്ന് എനിക്കറിയില്ല. ആ രാഷ്ട്രീയത്തിൽ അദ്ദേഹം പെട്ടുപോയി എന്നതു വാസ്തവം. ആ രാഷ്ട്രീയം ചീത്തയാണ് എന്ന് വിളിച്ചു പറയാൻ എനിക്ക് ഏതെങ്കിലും വിധത്തിലുള്ള ധൈര്യം ലഭിച്ചിട്ടുണ്ടെങ്കിൽ, ആ ധൈര്യം എനിക്കു പകർന്നു തന്നതും അഴീക്കോടാണ്. ആ ധീരത ഞാൻ പ്രകടിപ്പിച്ചപ്പോൾ അഴീക്കോടും എന്നോട് ഒന്നു പിണങ്ങി.

അഴീക്കോട് മാഷിൽ കണ്ട ചില വൈരുദ്ധ്യങ്ങൾ എടുത്തു പറയാതെ ഇത് അവസാനിപ്പിക്കുക പ്രയാസകരമാണ്. അഴീക്കോട് ഏറ്റവും കൂടുതലായി വായിക്കുക ഡിറ്റക്ടീവ് നോവലുകളാണ്. അദ്ദേഹം പുസ്തകങ്ങൾ

അടുക്കി വയ്ക്കുന്ന രീതി ശ്രദ്ധിച്ചുനോക്കിയാൽ ഇത്തരം നോവലുകൾ മറച്ചുവെക്കാൻ അദ്ദേഹം കാണിക്കുന്ന സൂത്രം പിടികിട്ടും. കുറെ ഡിറ്റക്ടീവ് നോവലുകൾക്ക് മീതെ ഒരു സാഹിത്യ പുസ്തകം കയറ്റിവയ്ക്കുകയാണ് അഴീക്കോട് ചെയ്യാറുള്ളത്. സാഹിത്യകൃതികളെന്നേ നമുക്കു തോന്നൂ. ഡിറ്റക്ടീവ് നോവലുകളോടുള്ള പ്രിയത്തെക്കുറിച്ച് ഒരു ഘട്ടത്തിൽ ഞാൻ ആരായുകയുണ്ടായി. അതിന്റെ വായന സുഖകരമായ അനുഭവമാണ് എന്നായിരുന്നു ആദ്യപ്രതികരണം. സൂക്ഷ്മചിന്തയുടെ ചില നൂലിഴകൾ ഡിറ്റക്ടീവ് നോവലുകളുടെ വായനയിൽനിന്ന് ലഭിക്കാറുണ്ടെന്ന് അഴീക്കോട് തുറന്നു സമ്മതിച്ചതും ഞാനോർമ്മിക്കുന്നു. ഒരു പക്ഷേ, അഴീക്കോടിന്റെ ചിന്തയുടെ നൂലിഴകളിൽ ഭാരതീയ ദർശനത്തോടൊപ്പം ഗാന്ധിയൻ മനസ്സിനോടൊപ്പം കുറ്റാന്വേഷണ നോവൽ പാരായണത്തിന്റെ കൗതുകവും ചേർന്നിരിപ്പുണ്ടോ എന്ന് അന്വേഷിക്കാവുന്ന വിഷയവുമാണ്. അഴീക്കോടിന്റെ ഓരോ സാന്നിദ്ധ്യവും ഓരോ ചരിത്രമാണ്. സാന്നിദ്ധ്യമില്ലായ്മയും ചരിത്രമാവുന്നു.

ബാലചന്ദ്രൻ വടക്കേടത്ത്

■

പ്രതിവിമർശനം

സാഹിത്യവിമർശനം ഉന്നയിക്കാനിടയുള്ള ഒരു ചോദ്യമുണ്ട്. വിമർശകൻ നില്ക്കുന്നത് സാഹിത്യകൃതിക്ക് അകത്തോ പുറത്തോ? വിമർശനകലയുടെ പൊതുവായ നിലപാടിനെയും അതിന്റെ അർത്ഥധാരണകളെയും വിവൃതമാക്കാൻ സഹായകമാവുന്ന ഒരു ചോദ്യവുമാണത്. വ്യത്യസ്തമായ ഒരു വിചാരലോകത്തെ അത് തെളിച്ച് വിളിച്ചുപറയുകയും ചെയ്യും. വിമർശനകലയുടെ സ്വതന്ത്രമായ നിലപാടുകൾ വിശദീകരിക്കേണ്ടിവരുന്ന സന്ദർഭങ്ങളിലാണ് കൃതിയുമായി വിമർശകനുള്ള ബന്ധം സയുക്തികം ആരാഞ്ഞറിയണമെന്ന നിലപാടിലെത്തുന്നത്. സാഹിത്യകൃതിയുടെ പുറത്തുനിന്നുകൊണ്ട് ഒരാൾക്ക് കൃതിയെ നോക്കിക്കാണാനും ബഹുദൂരം മുന്നോട്ടുപോകാനും പ്രയാസമായിരിക്കും. അതാകട്ടെ ശരിയായ വിമർശനകലയുടെ രീതിയുമല്ല. അതിനാൽ കൃതിക്കുള്ളിൽ കടന്നുചെന്ന് അവിടെ എഴുത്തുകാരൻ ഒരുക്കിവെച്ചിട്ടുള്ള ഇരിപ്പിടത്തിലിരുന്ന്, ദൃശ്യാനുഭവത്തിൽപെട്ടതെല്ലാം വിളിച്ചുപറയുക എന്ന ദൗത്യമാണ് വിമർശകൻ ചെയ്തുപോരുന്നത്. അതായത് ഉള്ളടക്കത്തെ അതിജീവിച്ച് മറ്റൊരു കൃതി നിർമ്മിച്ചെടുക്കാനാണ് അയാൾ പരിശ്രമിക്കുന്നത്. അതുകൊണ്ട് വിമർശനം, വിലയിരുത്തപ്പെടുന്ന കൃതിയുടെ പുനഃസൃഷ്ടിയുടെ വിശദീകരണമായിട്ടാണ് അനുഭവപ്പെടുക.

വിമർശകൻ അന്വേഷിക്കുന്നത് കൃതിയുടെ അർത്ഥമാണ്. കൃതിക്കകത്ത് കടന്നിരുന്ന് ഉള്ളിൽ മാത്രമല്ലാതെ പുറത്തേക്കും ദൃഷ്ടികൊടുക്കുന്ന എഴുത്തുകാരുണ്ട്. നിരൂപണത്തിന്റെ പുതിയ സാധ്യതകളും സൗന്ദര്യശാസ്ത്രപരമായ തീർച്ചപ്പെടുത്തലുകളും ഉരുവംകൊള്ളുന്ന വഴിയുമിതാണ്. വിമർശനത്തെ ഒരു വ്യവഹാരരീതിയായി പ്രത്യക്ഷപ്പെടുത്താൻ താത്പര്യം കാണിക്കുന്നവരാണ് അത് ചെയ്യുന്നത്. തന്റെ വ്യവഹാരമണ്ഡലത്തിൽവെച്ച് തന്റേതായ ഒരു കൃതിക്കു രൂപംകൊടുക്കുന്ന നിരൂപകൻ, സാഹിത്യത്തിന്റെ പാരമ്പര്യവുമായി സംവദിച്ചു എന്നും വരാം. വിമർശനമെഴുതുക എന്നാൽ, നിലനില്ക്കുന്ന സാഹിത്യപാരമ്പര്യവുമായി പുതിയ ബന്ധം സ്ഥാപിക്കലാണ് എന്ന് പറഞ്ഞ ജെനറ്റിനെ ഞാനിവിടെ ഓർമ്മിക്കുന്നു.

ഡോക്ടർ സുകുമാർ അഴീക്കോടിന്റെ വിമർശനസരണിയിലെത്താൻ പ്രേരകമാവുന്ന ഒരാശയമാണിത്. കൃതിക്കുള്ളിൽ ചെല്ലുകയും അകം പൂർണമായും ഉൾക്കൊണ്ടതിനുശേഷം അത് രൂപപ്പെട്ട പശ്ചാത്തലത്തെ നോക്കി വിദഗ്ദ്ധമായി സംസാരിക്കുകയും ചെയ്തതാണ്, സാഹിത്യ വിമർശനരംഗത്ത് അഴീക്കോടിനെ ശ്രദ്ധേയനാക്കിയ ഘടകം. അതായത് പാഠത്തെയും സാഹിത്യ പാരമ്പര്യത്തെയും അദ്ദേഹം സമന്വയിച്ചു. 'ആശാന്റെ സീതാകാവ്യം', 'രമണനും മലയാളകവിതയും', 'ശങ്കരക്കുറുപ്പ് വിമർശിക്കപ്പെടുന്നു' എന്നീ കൃതികളുടെ രചനാപരമായ പ്രത്യേകതകൾ അത് ഭംഗിയായി വെളിപ്പെടുത്തുകയും ചെയ്യുന്നു. അവ ആ നിലപാടിന്റെ വിശദീകരണങ്ങളുമാണ്. ഇത്തരം വിശദീകരണ സമ്പ്രദായങ്ങൾ വിമർശനത്തിൽ സൃഷ്ടിക്കാറുള്ള ഒരു തിരസ്കാരമൂല്യമുണ്ട്. അഴീക്കോടിന്റെ വിമർശനത്തിൽ സജീവമാകുന്ന വിരുദ്ധലോകത്തെ ഒരുക്കിയെടുക്കുന്നതും ആ തിരസ്കാരമൂല്യമാണെന്ന് ഞാൻ വിചാരിക്കുന്നു.

ദർശനരംഗത്ത് നവീനമായ ഉൾക്കാഴ്ചകൾ ആവശ്യപ്പെട്ട ഒരു സാഹിത്യകാലഘട്ടത്തെയാണ്, അഴീക്കോട് വിമർശനം ഓർമ്മപ്പെടുത്തുന്നത്. അതുവരെ വിമർശനം സഞ്ചരിച്ചിരുന്നത് കവികളുടെ പിറകെയായിരുന്നു. കവികളുടെ പിറകെ പോയിരുന്ന സാഹിത്യവിമർശനത്തെ കൃതിയിലേക്ക് നോക്കാൻ പ്രേരിപ്പിച്ചത് അഴീക്കോടിന്റെ സുശക്തമായ നിലപാടുകളാണ്. വിരുദ്ധ പ്രതീതി സംജനിപ്പിക്കുന്ന ഒന്നാണ് ആ വിമർശനരീതിതന്നെ. ഭാരതീയ സാഹിത്യസിദ്ധാന്തങ്ങളേക്കാളേറെ പാശ്ചാത്യനിരൂപണത്തോടും അതിന്റെ ലാവണ്യനിയമങ്ങളോടുമാണ് അദ്ദേഹം അടുപ്പം പുലർത്തിയിരുന്നത്. ആശാന്റെ സീതാകാവ്യത്തിൽ മനഃശാസ്ത്രപരമായ ചില സമീപനങ്ങളുണ്ടെങ്കിലും, ന്യൂ ക്രിട്ടിസിസത്തിന്റെ നിയമങ്ങളാണ് അദ്ദേഹം ഉൾക്കൊണ്ടത്. അങ്ങനെ ആന്തരികതലത്തിൽ ഒരു സമന്വയത്തിന്റേയും സൗന്ദര്യതലത്തിൽ ഒരു വിരുദ്ധഭാവത്തിന്റെയും പൊരുളുകൾ സ്വാംശീകരിച്ച അഴീക്കോടിന്റെ വിമർശനകലയെ വിശേഷിപ്പിക്കാൻ പാകത്തിലൊരു സംജ്ഞ ആർക്കും കണ്ടെടുക്കാനായില്ല. അതിനാലാകണം, പലരും അഴീക്കോടിനെ, മാരാർ, മുണ്ടശ്ശേരി എന്നിവരോട് ചേർത്തുവച്ച് വിലയിരുത്തിപ്പോന്നത്.

മലയാളത്തിന്റെ വിമർശനചരിത്രത്തിൽ അവഗണിക്കപ്പെടേണ്ട ഒരു വിമർശകനല്ല അദ്ദേഹം. മാരാർ കാലഘട്ടവുമായി ചേർന്നുനിന്ന്, ആ കാലഘട്ടത്തിലെ വിമർശനബോധത്തെ നവീകരിക്കാൻ ശ്രമിച്ച ഡോക്ടർ സുകുമാർ അഴീക്കോടിന്റെ കണ്ണ് ചെന്നുപതിച്ചത്, പാരമ്പര്യത്തിന്റെ ഊറ്റങ്ങളിലായിരുന്നില്ല എന്നു കാണാം. ആ നിരൂപണകലയെ സാധർമ്മ്യം ചെയ്തുനോക്കാവുന്ന ഒരു വിമർശനപ്രസ്ഥാനം മലയാളത്തിലോ പുറത്തോ കണ്ടെത്തുക പ്രയാസമായിരിക്കും. രസധ്വനിയുടെ അടിസ്ഥാന മൂല്യങ്ങൾ അദ്ദേഹത്തിന് പരിചിതമാണ്. ചില പാശ്ചാത്യ നിരൂപണ സമീപനങ്ങൾ ഉൾക്കൊള്ളുന്ന കൃതികളുടെ സ്വീകാരമാണ് അദ്ദേഹം

അവലംബിച്ചിട്ടുള്ളത്. എന്നാൽ കലയുമായും സമൂഹവുമായും അഴീക്കോടിനെ അടുപ്പിച്ച പ്രധാനപ്പെട്ട ഘടകം സമൂഹത്തിന്റെ അധഃപതനത്തിലൂന്നി മനുഷ്യനെ ലക്ഷ്യമാക്കി നീങ്ങിയ ഗാന്ധിയൻ ചിന്താഗതിയോടുള്ള അതിരുകടന്ന താത്പര്യമായിരുന്നു. ഇതെല്ലാം കൂട്ടിച്ചേർത്ത് രൂപപ്പെട്ട ദർശനകേന്ദ്രമാണ് അഴീക്കോടിന്റെ വിമർശനമനസ്സിനെ നിയന്ത്രിച്ചത്. പൊതുവെ അതുവരെയുള്ള നമ്മുടെ വിമർശനത്തിലുളവാകാത്ത, ഒരു വ്യത്യസ്തത അഴീക്കോടിന്റെ വിമർശനം അനുഭവപ്പെടുത്തിത്തന്നു. അതുകൊണ്ടുതന്നെ, ആ വിമർശനകല, പലപ്പോഴും നിശ്ചലമായിരുന്ന നമ്മുടെ വിമർശന സമൂഹത്തിൽ ഇടംതടിച്ചു നില്ക്കുന്ന പ്രതീതി ഉണർത്തുകയും ചെയ്തു.

ഒന്ന്

പാശ്ചാത്യനിരൂപണത്തിലെ സമകാലീനാവസ്ഥയെ അതോർമ്മപ്പെടുത്തുന്നു. ഐ.എ. റിച്ചാർഡ്സിന്റെ കാലഘട്ടത്തിൽ കൃതിക്കും എഴുത്തുകാരനുമാണ് നിരൂപണത്തിൽ പ്രാമുഖ്യമുണ്ടായിരുന്നത് എന്ന് നമുക്കറിയാം. വായനക്കാരന് മൂന്നാമത് മാത്രമേ സ്ഥാനമുണ്ടായിരുന്നുള്ളൂ. ഭാഷയിലും വാക്കുകൾക്കുമിടയിൽ എഴുത്തുകാരൻ സൂക്ഷിച്ചുവയ്ക്കുന്ന അർത്ഥത്തെ കടഞ്ഞെടുക്കാനുള്ള വായനക്കാരന്റെ പ്രയാസത്തെപ്പറ്റിയും വ്യവസ്ഥാപിത പ്രതികരണത്തിന്റെ ഉയർച്ചയെപ്പറ്റിയും ഉള്ള ചില പരാമർശങ്ങൾ നവവിമർശനത്തെ വേറൊരു വഴിക്ക് തിരിച്ചുവിടാൻ ഹേതുവായിത്തീർന്നു. റിച്ചാർഡ്സിന്റെ വ്യാഖ്യാതാക്കളും പിൽക്കാല നിരൂപകരും വായനയുടെ ആ താത്ത്വികതലത്തിലൂന്നിയാണ്, പ്രതികരണ വിമർശനത്തിന് തുടക്കമിട്ടത്. എന്നാൽ ഇത്തരമൊരു വിവേചനാധികാരം നമ്മുടെ വിമർശനത്തിൽ സംഭവിച്ചുകാണുന്നില്ല.

അഴീക്കോടിന്റെ നിരൂപണത്തിൽനിന്നാണ്, നവീനവും സർഗ്ഗാത്മകവുമായ ഒരു പരിശോധനയുടെ തുടക്കം എനിക്കനുഭവിക്കാനായത് 'ഖണ്ഡനവിമർശനമാണ് വിമർശം' എന്ന ചടുലമായ പ്രസ്താവനയെ അതിന് തെളിവായി എടുക്കാനാവും. നിലവിലുള്ള വിമർശനത്തിന്റെ പൊതുധാരയോടും എഴുത്തുകാരുടെ പുറകെ പോകാൻ അക്കാലത്തെ വിമർശനം പ്രകടിപ്പിച്ചിരുന്ന ദുസ്സാമർത്ഥ്യത്തോടും അഴീക്കോട് തെറ്റിപ്പിരിഞ്ഞു. കൃതി രൂപപ്പെടാനുണ്ടായ സാഹചര്യത്തോടൊപ്പം, അതെഴുതപ്പെട്ട കാലഘട്ടത്തെ അവഗണിക്കാതെയുമാണ്, ആ വിമർശകൻ വായനയുടെ ചരിത്രപരമായ അനിവാര്യത വിമർശനത്തിൽ വേണമെന്ന് ശഠിച്ചത്.

കൃതികളെ മാത്രമായിരുന്നില്ല, സുകുമാർ അഴീക്കോട് വായിച്ചത്. അവയുടെ രചനാകാലത്തിന്റെ പൊതു പശ്ചാത്തലമെടുത്തുവെച്ച്, സാഹിത്യപ്രസ്ഥാനങ്ങളുടെ പ്രാതിനിധ്യത്തിന്റെ അടിസ്ഥാനത്തിലാണ്, ആ വായന വികസിച്ചുവന്നത്. തൻമൂലം അഴീക്കോടിന്റെ ആദ്യകാല

കൃതികൾ വ്യത്യസ്തതയുൾക്കൊള്ളുന്ന കാവ്യവിമർശനങ്ങളായിരുന്നെങ്കിലും, ആന്തരികമായും അവയെ കോർത്തിടുന്ന ഒരു ഘടന ഉൾക്കൊണ്ടു. റൊമാന്റിക് കവിതയുടെ പതനോല്പതനങ്ങളാണ് ആ നിരൂപണത്തിലെ അനുഭവഘടനയെ നിയന്ത്രിച്ചുനിർത്തുന്നത്.

ഈ വിമർശകൻ നേരിടുന്ന എല്ലാവിധ എതിർപ്പുകൾക്കും കാരണം, ആ അനുഭവസാകല്യവുമായി സമരസപ്പെടാൻ നമ്മുടെ സഹൃദയത്വത്തിന് കഴിയാതെ പോയതല്ലേ? മാത്രവുമല്ല, ചിന്താരംഗത്ത് അഴീക്കോട് ഒരുക്കിയെടുത്ത അപകടകരമായ നിലപാട് വിമർശനത്തിന്റെ പൊതുഗതിയിൽ ഒരു വിഘാതംതന്നെയാണ് ഉളവാക്കിയതും. മലയാളത്തിലെ റൊമാന്റിക് കവിതയുടെ സമീപനത്തിൽപോലും ആ മനോഭാവം പ്രകടമായിരുന്നു. ദർശനതലത്തിലും രൂപതലത്തിലും അഴീക്കോടിന്റെ വിമർശനം നീങ്ങിയത് ഒരു വിരുദ്ധതയിലേക്കാണെന്ന് അത് ബോധ്യപ്പെടുത്തി. അനുമാനത്തിന്റെ വടി ഉപയോഗിച്ചുകൊണ്ട് കാവ്യശാസ്ത്രാദികളെ അഭിമുഖീകരിച്ച കുട്ടിക്കൃഷ്ണമാരാരും കാലത്തിന്റെ മുഴക്കോൽകൊണ്ട് മലയാള ഭാവനയെ അളന്നു തിട്ടപ്പെടുത്താമെന്ന് തീരുമാനിച്ച മുണ്ടശ്ശേരിയും ചെയ്തതല്ല, വാസ്തവത്തിൽ മലയാളവിമർശനത്തിൽ അഴീക്കോട് ചെയ്തത്. കാവ്യാവസ്ഥകളിലെ ദുഷിപ്പുകൾ അറിയാനുള്ള രാസവിദ്യയായി അദ്ദേഹം നിരൂപണത്തെ മാറ്റിയെടുക്കുകയാണുണ്ടായത്.

ഇഷ്ടാനിഷ്ടങ്ങളിലെ യുക്തിശൂന്യതയെയാണ് അഴീക്കോട് ആദ്യമായി വെല്ലുവിളിച്ചത്. സാഹിത്യത്തിലുണ്ടാവുന്ന ഉണർച്ചകളെയും പുതിയ പ്രവണതകളെയും മാത്രമാണോ വിമർശനം നോക്കിക്കാണേണ്ടത്? അതുപോലെ നല്ല കൃതികളും പൊട്ട കൃതികളും കവികൾ എഴുതാറുണ്ട്. അവരുടെ മികച്ച കൃതികൾ മാത്രമെടുത്ത് ആ കവികൾക്ക് സാഹിത്യത്തിലുള്ള സ്ഥാനം നിർണയിച്ചുപോവുക മാത്രമാണോ നിരൂപകന്റെ ജോലി? ഈ അർത്ഥത്തിലുള്ള ഒരു വിരുദ്ധനിഗമനമാണ് അഴീക്കോടിന്റെ നിരൂപണസമ്പ്രദായത്തെ രൂപപ്പെടുത്തിയത് എന്നുവേണം അനുമാനിക്കേണ്ടത്. മികച്ച കൃതികൾ മാത്രം ശ്രദ്ധിച്ചുപോന്നിരുന്ന വിമർശനപാരമ്പര്യത്തെയാണ് അദ്ദേഹം അഭിമുഖീകരിക്കുന്നത്. ആ പാരമ്പര്യത്തിൽ നേരിയ തോതിൽ പരുക്കേല്പിക്കാതെ മലയാള നിരൂപണത്തിൽ ഒരു പുതിയ നീക്കം നടത്താനാവില്ലെന്ന് അദ്ദേഹം കരുതിയിരിക്കണം. അങ്ങനെ ഒരു ധ്രുവീകരണം സംഭവിക്കണമെങ്കിൽ സാഹിത്യത്തിലെ പതനങ്ങളിലൂന്നാതെവയ്യെന്നും അദ്ദേഹം തിരിച്ചറിഞ്ഞു. അത് നമ്മുടെ കാല്പനിക കവിതയ്ക്കുണ്ടായിക്കൊണ്ടിരിക്കുന്ന പതനങ്ങളിലേക്ക് അഴീക്കോടിന്റെ ശ്രദ്ധയെ തിരിച്ചുവിടുകയും ചെയ്തു. 'ശങ്കരക്കുറുപ്പ് വിമർശിക്കപ്പെടുന്നു' എന്ന കൃതിയെഴുതുമ്പോൾ റൊമാന്റിക് കവിതയുടെ അപചയമാണ് ലക്ഷ്യമെന്ന് ഉപദർശിക്കുന്നുമുണ്ട്. അല്ലാതെ ശങ്കരക്കുറുപ്പിന്റെ കവിതയെയല്ല, ആ വിമർശനകൃതിയിൽ വിശദീകരിക്കുന്നതെന്ന് വിവേകിതയും സമചിത്തതയുമുള്ള വായനക്കാരന് മനസ്സിലാക്കാൻ പ്രയാസമുണ്ടാവില്ല.

പ്രതിവിമർശനത്തിന്റെ മുഖ്യമായ പ്രവണതകളിലൊന്നിനെയാണ് നാമിവിടെ സ്പർശിക്കുന്നത്. സാഹിത്യവിമർശനത്തിലെ, സമകാലികമെന്ന് വിശേഷിപ്പിക്കാവുന്ന പൊതുധാരയായി ചേർന്നുപോവാൻ മടിക്കുന്ന മനസ്സാണ് പ്രതിവിമർശനത്തിന്റേത്. ധിക്കാരത്തിന്റെയും നിഷേധത്തിന്റെയും കലഹത്തിന്റെയും സ്വരങ്ങൾ അത് പ്രകടിപ്പിക്കുന്നു. സാഹിത്യത്തിലെ അനാസ്ഥകളെ ചോദ്യംചെയ്യുക എന്നത് പ്രതിവിമർശന സ്വഭാവമാണ്. കാവ്യശരീരത്തിൽ മാരകമായ മുറിവേല്പിക്കാതെ ഈ വിമർശന രീതിക്ക് ദീർഘകാലം നിലനിൽക്കാനാവില്ലെന്ന് സുകുമാർ അഴീക്കോടിന്റെ വിമർശനം തെളിയിച്ചുകഴിഞ്ഞ കാര്യമാണ്. എഴുത്തുകാരൻ അറിഞ്ഞു സൃഷ്ടിക്കുന്ന ചില അനാസ്ഥകളുണ്ട്. അതേസമയം കാലത്തിന്റെ സങ്കീർണതകളിൽപെട്ട് കാവ്യം ചില പരാജയങ്ങളെ സ്വയം ഉണർത്താറുമുണ്ട്. കാവ്യപരമായ ഇത്തരം അസ്വാസ്ഥ്യങ്ങൾ സാഹിത്യത്തെ അധഃപതനത്തിലെത്തിക്കുന്നു. വ്യവസ്ഥാപിത വിമർശനം അത് കാണാറില്ല. സാഹിത്യത്തിലും കലയിലുമുളവാകുന്ന പതനങ്ങളിലാണ് അതുകൊണ്ട് പ്രതിവിമർശകൻ തന്റെ ദർശനകേന്ദ്രങ്ങളെ കൊണ്ടുനിർത്തുന്നത്.

കവിതയെപ്പറ്റി, അത് എഴുതുന്ന ആളുകൾക്കായുള്ള ധാരണകളെ പിഴുതെറിഞ്ഞുകൊണ്ടാണ് സുകുമാർ അഴീക്കോട് തന്റെ പ്രതിവിമർശന നിലപാടുകൾ വെളിപ്പെടുത്താനായുന്നത്. നിരൂപണത്തിലെ യാന്ത്രിക സമീപനത്തോടുള്ള ഉപേക്ഷയിലായിരുന്നു അദ്ദേഹത്തിന് ശ്രദ്ധ. ഇവിടെ മൂല്യവാദത്തിനേ അർത്ഥമുള്ളൂ. സാഹിത്യത്തിൽ സംഖ്യാവാദനത്തിന് അർത്ഥമില്ലെന്നും മൂല്യവാദം ആർ ഉന്നയിക്കുന്നുവോ അയാളാണ് വിമർശകനെന്നും 'ശങ്കരക്കുറുപ്പ് വിമർശിക്കപ്പെടുന്നു' എന്ന കൃതിയിൽ അദ്ദേഹം പ്രസ്താവിക്കുന്നു. ആനുകാലികങ്ങളിലൂടെ വെളിച്ചം കാണുന്ന കൃതികളോ, അച്ചടിക്കപ്പെടുന്ന കൃതികളോ പ്രധാനമായെടുക്കാതെ അവയുടെ മൂല്യനിർദ്ധാരണത്തിന് സാക്ഷ്യംവഹിക്കാൻ വിമർശനത്തിന് സാധ്യമാവണം. മൂല്യനിർദ്ധാരണത്തിന്റെ അഭാവംകൊണ്ട് മാത്രം മഹാകവിയായിപ്പോയ കവിയാണ് ജി. ശങ്കരക്കുറുപ്പ് എന്ന് അഴീക്കോട് കളിയാക്കുന്നു. പ്രവണതകളോടും പ്രസ്ഥാനങ്ങളോടും ജി. പുലർത്തിയ ആവേശത്തേയും ആഭിമുഖ്യത്തേയും വിമർശിക്കുകയും ചെയ്യുന്നുണ്ട്. റൊമാന്റിക്കായി കവിതാരചന ആരംഭിച്ച കുറുപ്പ് സിംബോളിസത്തിലും മിസ്റ്റിസിസത്തിലും എത്തിച്ചേരുകയുണ്ടായി. വേണ്ടവിധത്തിൽ രോഗനിർണയം നടത്താതെയാണ് കുറുപ്പ് ഈ വക പ്രസ്ഥാനങ്ങളെ നെഞ്ചേറ്റി ലാളിച്ചത്. ആദർശപരമായ ഒരു പരാജയമായി ആ സാഹചര്യത്തെ വിലയിരുത്തിയ അഴീക്കോട് കവിത പ്രതിനിധാനം ചെയ്യുന്ന പ്രസ്ഥാനത്തിന്റെ വിശുദ്ധിയും നിലപാടും പതനോന്മുഖമാവാതെ പരിരക്ഷിക്കേണ്ട ചുമതല കവിക്കില്ലേയെന്ന പുതിയ ഒരു ചോദ്യം ഉന്നയിക്കുകയും ചെയ്യുന്നു. അതിന്മേലാണ് അഴീക്കോട് തന്റെ വിമർശനഗോപുരം നിർമ്മിച്ചെടുത്തിരിക്കുന്നത്.

രണ്ട്

കാവിതയെയും കാവ്യസദാചാരത്തെയും മുൻനിർത്തിയുള്ള അഴീക്കോടിന്റെ തെരഞ്ഞെടുപ്പുകൾ എത്തിച്ചേർന്നത് റൊമാന്റിസിസത്തിന്റെ പതനത്തിലാണ്. അമ്പതുകളുടെ ഒടുവിൽ മലയാള കാല്പനിക കവിതയിലുണ്ടായ അപചയമാണ് ഈ വിമർശകനെ 'ശങ്കരക്കുറുപ്പ് വിമർശിക്കപ്പെടുന്നു', 'രമണനും മലയാള കവിതയും' എന്നീ ഗ്രന്ഥങ്ങൾ എഴുതാൻ പ്രാപ്തമാക്കിയത്. കവിതയുടെ ആത്മധർമ്മം കാല്പനികതയാണെന്ന് അഴീക്കോട് വിശ്വസിക്കുന്നു. എന്നാൽ വളരെ വേഗത്തിൽ ചീത്തയാക്കപ്പെടാവുന്നതും ആഴം കുറഞ്ഞുപോകാവുന്നതുമായ ഒന്നാണ് കാല്പനികത എന്നതിനാൽ, ഇത്തരം കാവ്യപതനങ്ങളെ ഈ വസ്തുതകളുടെ അടിസ്ഥാനത്തിലല്ലാതെ നോക്കിക്കാണുക പ്രയാസമാണ്. അതിനെതിരായ നീക്കമേതും നിരൂപണത്തെ അസത്യമാക്കിത്തീർക്കുകയും ചെയ്യും. കവിപക്ഷപാതത്തെ തിരസ്കരിച്ച് കവിതാപക്ഷപാതത്തെ സ്വീകരിക്കാൻ വിമർശകൻ തുനിയേണ്ടതിന്റെ അനിവാര്യതയിലേക്കാണ് പിന്നീട് അഴീക്കോട് നമ്മെ ക്ഷണിക്കുന്നത്. അതോടൊപ്പം കലയുടെ സാഹചര്യങ്ങളെ പ്രസ്ഥാന വിഭ്രമങ്ങളിൽനിന്ന് സ്വതന്ത്രമാക്കി ശുദ്ധീകരിക്കാനും അതിപ്രശംസകളിൽനിന്ന് മോചിപ്പിക്കാനും കഴിയണം. കവി കവിതയെ പിഴപ്പിച്ചാലും വിമർശകൻ ഒരിക്കലും കവിതയെ പിഴപ്പിച്ചുകൂടാ എന്ന ധർമ്മനീതിയാണ് സുകുമാർ അഴീക്കോടിന്റേത്. ആ നിലപാടിലാണ് അദ്ദേഹം കാവ്യനിരൂപണത്തിൽ ഉറച്ചുനിന്നതും.

മലയാള കവിതയുടെ നവീനകാലഘട്ടത്തിലുണ്ടായ പുനരുത്ഥാനത്തിന്റെ സൃഷ്ടികളാണ്, 'വീണപൂവും' സാഹിത്യമഞ്ജരി'യുമെന്ന് ഈ വിമർശകൻ ഒരിടത്ത് പ്രസ്താവിക്കുന്നു. എന്നാൽ, 'രമണ'നാകട്ടെ അത്രത്തോളം പുനരുത്ഥാനത്തിന്റെ സൃഷ്ടിയല്ല. ഒരു അപചയകാലത്തിന്റെ സൃഷ്ടിയായിട്ടാണ് രമണനെ അഴീക്കോട് വീക്ഷിക്കുന്നത്. കാല്പനിക ദർശനം ആഴം കുറഞ്ഞുപോയതിന്റെ മികച്ച ഉദാഹരണമാണ്, രമണനെന്ന് അദ്ദേഹം അടിവരയിട്ടു പറയുന്നു. എന്നിട്ടും എന്തുകൊണ്ട് അഴീക്കോട് വീണപൂവിനെപ്പറ്റി എഴുതിയില്ല? വീണപൂവിനെപ്പറ്റി പുസ്തകമെഴുതാതെ രമണനെക്കുറിച്ചുമാത്രം പുസ്തകമെഴുതി? ആ വിമർശനകലയുടെ പ്രത്യേകതകളിലെത്താൻ സഹായകമാവുന്ന ഘട്ടമാണിത്. സാഹിത്യത്തിലുണ്ടാവുന്ന വികാസത്തെയും മികച്ച കൃതികളെയും മാത്രം കണക്കിലെടുത്തുകൊണ്ടുള്ള നിരീക്ഷണങ്ങൾക്കൊന്നിനും സാഹിത്യത്തിന്റെ നേരായ അവസ്ഥയെ തൊട്ടറിയാനാവില്ല എന്നാണ് അഴീക്കോട് കരുതുന്നത്. കാല്പനികതയുടെ ദർശനപതനമുള്ള 'രമണ'നെ വിലയിരുത്തിയാൽ, ഒരു കാലഘട്ടത്തിന്റെ കവിതാസാഫല്യത്തെ വിമർശിച്ച ഫലമായി. മാത്രവുമല്ല സാഹിത്യത്തിലെ "ധർമ്മഭ്രംശങ്ങളും പ്രാണനാശങ്ങളും കണ്ടെടുക്കലായിരിക്കണം വിമർശനകലയുടെ ധാർമ്മികത" എന്നും അദ്ദേഹം നമ്മെ പഠിപ്പിക്കുന്നു.

"ജനകീയപക്ഷപാതങ്ങൾ വിമർശകരെ വെറും ചന്തക്കണക്കെഴുത്തുകാരും ന്യായാധിപന്മാരുമാക്കുമെന്ന്" വാദം തൊടുത്തിടുന്നത് 'രമണനും മലയാള കവിതയും' എന്ന കൃതിയിലാണല്ലോ. വിറ്റഴിഞ്ഞ കോപ്പികളുടെ എണ്ണം തിട്ടപ്പെടുത്തി കാവ്യത്തെ പുകഴ്ത്തിപ്പറഞ്ഞ നിരൂപകനെ പ്രതിക്കൂട്ടിലാണ് കയറ്റിനിർത്തുന്നത്. ജനകീയപക്ഷപാതങ്ങൾ പ്രതിവിമർശനത്തിന്റെ ശത്രുവാണ് എന്നാണ് അഴീക്കോട് ഇവിടെ വെളിപ്പെടുത്തുന്നത്. അയുക്തിമത്തായ ജനാഭിലാഷത്തിന് സാഹിത്യവിമർശനം കീഴടങ്ങുന്നത്, അതിന്റെ ഉൽക്കർഷത്തിന് ഹാനികരമായിരിക്കുമെന്നും അഴീക്കോട് നിദർശിക്കുന്നു. ഒരാംഗലേയ കാവ്യപ്രസ്ഥാനത്തിന്റെ പ്രോൽഘാടനം നിർവ്വഹിക്കപ്പെട്ട കൃതിയാണ് ചങ്ങമ്പുഴയുടെ 'രമണൻ'. എന്നാൽ ആ പ്രസ്ഥാനത്തിന്റെ പതനവും അതിലുണ്ടെന്നാണ് വരുന്നത്. ആരണ്യകാവ്യം എന്ന അഭിനവരൂപത്തെ അവതരിപ്പിക്കാൻ ശ്രമിച്ച ചങ്ങമ്പുഴ കാല്പനികതയെ, അതിന്റെ ആത്മധർമ്മത്തെ അവഗണിക്കുകയും ചെയ്തു. ആ കാവ്യരൂപത്തിന്റെ അവതരണത്തിലും ആശയങ്ങളിലും അലങ്കാരങ്ങളിലും പ്രകടമാവുന്ന ആംഗലാധർമ്മണ്യം കവിതയുടെ താഴ്ചയുടെ രൂപമാക്കി മാറ്റി.

"ദേവന്റെയും പിശാചിന്റെയും അതിസൂക്ഷ്മാംശങ്ങൾ ആത്മാവിൽ ഒളിപ്പിച്ച ഈ കവി മനുഷ്യന്റെ കവിയായി മലയാളത്തിൽ മാറാതെ പുലരുമോ?"

ഈയൊരു സന്ദേഹത്തോടെയാണ് 'രമണനും മലയാളകവിതയും' എന്ന കൃതി അവസാനിപ്പിക്കുന്നത്. മനുഷ്യനിൽനിന്ന് കവിത അകന്നുപോവുകയാണോ? രമണൻ, അജപാലൻ എന്നീ പേരുകളുള്ള അജപാലന്മാർ നമുക്ക് അപരിചിതരും ഇടയന്മാരുടെ ജീവിതം വെറും അകലെക്കാഴ്ചകളുമായിരിക്കെ, നമുക്കതത്ര പ്രധാനവുമല്ല എന്നതാണ് വാദം. നമ്മുടെ സാഹചര്യവുമായി ബന്ധപ്പെട്ടുകിടക്കുന്ന പ്രസ്ഥാനങ്ങൾക്ക് മാത്രമേ, നിലനിൽക്കാനാവൂ എന്നാണ് അഴീക്കോട് എടുത്തുപറയുന്ന വസ്തുത. അല്ലാത്തതേതും ആരംഭിച്ചിടത്തുതന്നെ അവസാനിക്കുകയും ചെയ്യും. അങ്ങനെ ഈ കവിത ഒരു സാഹിത്യപ്രസ്ഥാനത്തിന്റെ തുടക്കവും പതനവുമാവുക എന്ന അപൂർവ്വ ബഹുമതി ചങ്ങമ്പുഴയുടെ 'രമണനു'ള്ളതാണ്.

മൂന്ന്

അപചയകാലത്തിന്റെ കവിതയായിട്ടാണ് 'ജീ'കവിതകളെയും സുകുമാർ അഴീക്കോട് വിലയിരുത്തുന്നത്. വികാരാത്മകതയുടെ കുറവ് റൊമാന്റിസിസത്തെ പൊടുന്നനെ നശിപ്പിക്കുകയും അനുകരണപരതയേയും വാഗ്മിത്വത്തെയും ഓമനിക്കുകയും ചെയ്യുമെന്ന് ജീയുടെ കവിത മുൻനിർത്തി അദ്ദേഹം സമർത്ഥിക്കുന്നു. ആശാൻ, വള്ളത്തോൾ, നാലപ്പാടൻ എന്നിവരുടെ കവിതകളിൽ കാല്പനികതയുടെ ശരിയായ

തലയെടുപ്പ് കാണാനാവും. എന്നാൽ കുറുപ്പിന്റെ കവിത വിവിധ പ്രസ്ഥാനങ്ങളുടെ പ്രദർശനശാലയായി മാറിയിരിക്കുന്നു. അങ്ങനെ ആ കവിത കാല്പനികതയുടെ ശരിയായ പതനത്തിലെത്തുകയും ചെയ്തു. റൊമാന്റിസിസം ഒരു രോഗമാണെന്നൊന്നും അദ്ദേഹം കരുതുന്നില്ല. എന്നാൽ റൊമാന്റിസിസത്തിന്റെ ഘടകങ്ങൾ എങ്ങനെ അതിന്റെ സമസ്ഥിതിവിട്ട് നാശമടയുന്നു? ആ അന്വേഷണത്തിനുള്ള ഉപാധിയായിട്ടു മാത്രമാണ് ശങ്കരക്കുറുപ്പിന്റെ കവിത വിമർശനത്തിൽ കടന്നുവരുന്നത്.

അഴീക്കോട് വിമർശനത്തിന്റെ ഒരു സുപ്രധാന തലംകൂടി വിവൃതമാവുന്നുണ്ട് 'ശങ്കരക്കുറുപ്പ് വിമർശിക്കപ്പെടുന്നു' എന്ന കൃതിയിൽ.· കുറുപ്പിന്റെ കവിതയിലെ പരകീയാധിപത്യത്തെ തെരഞ്ഞു കണ്ടുപിടിക്കുകയാണ് അഴീക്കോട് ചെയ്യുന്നത്. പ്രതിവിമർശനം രൂപപ്പെടാൻ ഇടവരുത്തുന്ന ഒരു പശ്ചാത്തലം ഇതിലുണ്ട്. വള്ളത്തോൾ കവിതയുടെ പ്രവേശം കുറുപ്പിന്റെ കവിതയിൽ ആദ്യകാലം മുതലേ സ്വാധീനം ചെലുത്തിയിരുന്നുവെന്ന് കാണാം. 'പരകീയപ്രവേശം' എന്നുവച്ചാൽ 'പകർപ്പുകൾ' ആണെന്നല്ല അർത്ഥമാക്കുന്നത്. രചനാന്തരീക്ഷത്തിന്റെ സംഗതിയിൽ ഒന്ന് മറ്റൊന്നിന് കീഴ്പ്പെട്ടിരിക്കുന്നു എന്നാണ് വിവക്ഷ. ഇതേ ആഭിമുഖ്യമാണ് കുറുപ്പിനെ പിൽക്കാലത്ത് മിസ്റ്റിസിസത്തിലും സിംബോളിസത്തിലും എത്തിച്ചത്. എന്നാൽ ഈ പ്രസ്ഥാനങ്ങളൊന്നുംതന്നെ അവയുടെ ആന്തര സത്യത്തിൽ കുറുപ്പിന്റെ കവിതയെ സ്വാധീനിക്കുകയുണ്ടായില്ല എന്ന വൈചിത്ര്യമാണ് വിമർശനത്തിന്റെ അടിസ്ഥാനാശയങ്ങളിൽ ഒന്നായി ഉന്നയിക്കുന്നത്.

അർത്ഥശൂന്യമായ പ്രശംസ നിർമ്മാണാത്മകമല്ലെന്ന് അഴീക്കോട് സിദ്ധാന്തിച്ചു. അതുപോലെ പാണ്ഡിത്യ നിരീക്ഷണ സമൃദ്ധമായ ഖണ്ഡനം സംഹാരപരമാവുകയില്ല എന്നും പറഞ്ഞുവച്ചു. സാഹിത്യനിർവ്വഹണം അറിയാൻ ശബ്ദപാണ്ഡിത്യം പോരാ, ഹൃദയാലുത്വം വേണമെന്നാണ് കുറുപ്പിന്റെ കവിതയിലേക്ക് വിരൽചൂണ്ടി അഴീക്കോട് ഓർമ്മിപ്പിക്കുന്നത്. ആ ഹൃദയാലുത്വമാണ് റൊമാന്റിസിസം. ഹൃദയാലുത്വം കുറയുമ്പോൾ കവിത കുറയുന്നു. ഭാവന മരിക്കുന്നു. കാല്പനികതയുടെ അപചയത്തിൽ കുറുപ്പിന്റെ കവിത ഉപകരണമായത്, ഈ ഭാവശൂന്യതയുടെ ഫലമായിട്ടാണ്. അവിടെ പ്രസംഗകന്റെ കുനുഷ്ഠുകൾ വർദ്ധിക്കുകയും ചെയ്തു.

നാല്

സാഹിത്യത്തിലെ ചെറുതും വലുതുമായ പതനങ്ങളിലാണ് സുകുമാർ അഴീക്കോടിന്റെ കണ്ണ് പതിഞ്ഞിരുന്നത് എന്ന് വ്യക്തമായല്ലോ. ഒരു പ്രതിസംസ്കാരത്തിന്റെ ഭാഗമായിട്ടാണ് വിമർശക ഭാവന എഴുന്നുവന്നതെന്നാണ് ഇതെല്ലാം അർത്ഥമാക്കുന്നത്. കാല്പനികതയുടെ ഉന്നതിയിൽ നില്ക്കുന്ന കവിതയാണ് ആശാന്റേത്. എന്നിട്ടും എന്തുകൊണ്ടാണ്

അഴീക്കോട് കാല്പനികതയുടെ പതനത്തെ ആവാഹിച്ചെടുത്തിട്ടില്ലാത്ത ഈ കവിത വിമർശനത്തിന് വിധേയമാക്കിയത് എന്ന ഒരു ചോദ്യത്തിന് ഇവിടെ പ്രസക്തിയുണ്ട്. സമഗ്രതയിലും ആഴത്തിലും അഴീക്കോടിന്റെ രചനയുമായി ബന്ധപ്പെടുന്ന ഒരു വായനക്കാരനിലുണ്ടാകാവുന്ന സ്വാഭാവിക സംശയവുമാവാം ഇത്. കാല്പനികതയുടെ അപചയത്തെ തിരിച്ചറിയാൻ ചങ്ങമ്പുഴക്കവിതയെയും ജീയുടെ കവിതയെയും പ്രയോജനപ്പെടുത്തിയ വിമർശനപ്രതിഭയുടെ സവിശേഷമായ പാരായണത്തിന്റെ ആദ്യാങ്കുരം കണ്ടെത്താനാവുമോ? വാസ്തവത്തിൽ അഴീക്കോടിന്റെ വിമർശനകലയെ നിയന്ത്രിച്ചുപോരുന്ന പതനചുംബനം ആദ്യകൃതിയായ 'ആശാന്റെ സീതാകാവ്യ'വും പ്രത്യക്ഷപ്പെടുത്തുന്നുണ്ട്. പ്രസ്ഥാനപതനത്തിലല്ല, കഥാപാത്രപരാജയത്തിലാണ് ഇവിടെ അഴീക്കോട് ഊന്നിയത് എന്നെയുള്ളൂ.

ശ്രീരാമന്റെ വിജയത്തിന്റെയും ശീലശക്തികൊണ്ട് സീതയാൽ തോല്പിക്കപ്പെട്ട നായകന്റെ പരാജയത്തിന്റെയും ശബളാഭമായ ദർശനമാണ് 'ചിന്താവിഷ്ടയായ സീത' ഉന്മീലനം ചെയ്യുന്നതെന്ന് സുകുമാർ അഴീക്കോട് സ്പഷ്ടമാക്കുന്നു. സീതായനവും രാവണായനവും ശ്രീരാമനിൽ കൂടിച്ചേരുന്നിടത്താണ് രാമായണത്തിന്റെ വിജയം കുടികൊള്ളുന്നത്. ഈ തിരിച്ചറിവിലൂടെ നടന്നടുക്കുന്ന നിരൂപകൻ, സീതയുടെ അന്തഃസംഘർഷങ്ങളിലൂടെയാണ് ശ്രീരാമന്റെ പതനത്തിലെത്തുന്നത്. സീതയുടെ ഔന്നത്യമോ ശ്രീരാമന്റെ മേൽ സീത നേടുന്ന വിജയമോ അല്ല, അതിനപ്പുറം ചെന്ന് രാമന്റെ താഴ്ചയിലും പതനത്തിലുമാണ് സീതാവിമർശനം വിശ്രമിക്കുന്നത്. പ്രതിവിമർശനം പലപ്പോഴും ഖണ്ഡനസ്വഭാവമുൾക്കൊള്ളുന്നത്, സാഹിത്യത്തിന്റെയും ജീവിതത്തിന്റെയും പതനങ്ങളെ നേരിടുന്ന അവസരത്തിലാണ്. പതനനിരീക്ഷണത്തിന് സ്വീകാര്യമായ രീതിയല്ല മണ്ഡന വിമർശനത്തിന്റേത്. ആശയതലത്തിലും ദർശനതലത്തിലും പ്രതിവിമർശനം മണ്ഡനസ്വഭാവമാണ് പ്രകടിപ്പിക്കുന്നത്. ഖണ്ഡനമാണ് ഉദാത്ത നിരൂപണമെന്ന് അഴീക്കോട് ഒരിടത്ത് ഉപദർശിക്കുന്നുമുണ്ട്.

പിഴച്ച കാലത്തിന്റെ കവിതയല്ല, കാലത്തിന്റെ പിഴച്ച കവിതയാണ് ആധുനിക കവിത എന്നെഴുതുമ്പോഴും 'ആധുനികം' എന്ന സംജ്ഞ അസംബന്ധമാണ് എന്ന് തെളിയിക്കാനായി 'ആധുനികോത്തരം' എന്ന വാക്ക് ഉണ്ടാക്കേണ്ടിവന്നു എന്നെഴുതുമ്പോഴും പ്രത്യക്ഷത്തിലല്ലെങ്കിലും നാമനുഭവിക്കുന്നത് കവിതയിലും സാഹിത്യത്തിലുമുണ്ടാവുന്ന ചില നിശ്ചലതകളെയാണ്. യാത്രാനുകർത്താവായി അധഃപതിക്കുന്ന എഴുത്തുകാരനെ 'ആധുനികതയുടെ ഭ്രമങ്ങൾ' എന്ന ലേഖനത്തിൽ അഴീക്കോട് കണക്കിന് കളിയാക്കുന്നുമുണ്ട്. പ്രതിവിമർശനത്തിന്റെ ആന്തരികധർമ്മം സംഹാരാത്മകമായിരിക്കുമെന്നാണല്ലോ ഇതെല്ലാം ധ്വനിപ്പിക്കുന്നത്. നിർമ്മാണം നടക്കണമെങ്കിൽ സംഹാരാത്മകമായ നിരൂപണം വേണം.

കവിയുടെ അരികിൽ ചെന്നിരുന്ന് അയാൾക്ക് പറയാനുള്ളതെല്ലാം ശേഖരിച്ച് അത് നിരൂപണമാക്കി ചെയ്യുന്ന വിമർശനത്തിലെ ഏർപ്പാട് അനുകൂല വിമർശനത്തിന്റെ ശൈലിയാണ്. അഴീക്കോടിന് അനുകൂലവിമർശനം പുറംതൊലിമാത്രമേ ആകുന്നുള്ളൂ. കവിത ഭാവനയിലൂടെയാണ് ചിന്തിക്കുന്നത് എന്നു പറയാറുണ്ട്. അങ്ങനെയാണെങ്കിൽ വിമർശനം ആ ഭാവനയുടെ വിഘാതങ്ങളിലൂടെയാണ് ചിന്തിക്കുകയും ആലോചിക്കുകയും ചെയ്യുന്നത്. കൃതിയുടെ അന്തസ്സത്തയിലെത്താനുള്ള പാരായണരീതിയാണ് വിമർശനത്തിലെ ഹിംസാത്മകമായ ഭാവവിഘടനരീതി. അഴീക്കോടിന്റെ വിമർശനം പൊതുവെ പ്രകടിപ്പിക്കുന്നതും ആ രീതിയാണ്. വിചിന്തനം, വിമർശനം, വിനിന്ദനം, വിഭാവനം എന്നിങ്ങനെ സീതയുടെ വിചാരങ്ങളെ വിഘടീകരിച്ചുകൊണ്ട് ഈ വിമർശകൻ നടത്തുന്ന പരിശോധന പ്രതീതമാക്കുന്നത് അനുകൂല വിമർശനത്തെയല്ല. അഭൗമലാവണ്യം വഴിഞ്ഞൊഴുകുന്ന തന്റെ കാവ്യകലയെ അനൗചിത്യരക്ഷസ്സിന് അടിയറവെയ്ക്കാതെ, രക്ഷപ്പെടുത്താനാണ് ഈ മാർഗ്ഗം കവി ഉപയോഗിക്കുന്നതെന്നുകൂടി അഴീക്കോട് എഴുതുമ്പോൾ വിമർശനലക്ഷ്യം നിർണീതമാവുകയാണ്. കാല്പനിക കവിതയെ ആശാൻ പതനത്തിലെത്തിച്ചോ എന്നറിയാൻ തിരഞ്ഞെടുക്കുന്ന വിമർശന മാർഗ്ഗവും പ്രതികൂലവിമർശനത്തിന്റേതാണ്.

പ്രതിവിമർശനത്തിലൂടെയാണ് കൃതിയുടെ അന്തഃസത്ത വ്യത്യസ്തമായിരിക്കുക എന്ന തോന്നലാണ് ഈ വിമർശകനെ നയിച്ചത്.

ബാലചന്ദ്രൻ വടക്കേടത്ത്

■

സുകുമാർ അഴീക്കോട് ട്രസ്റ്റ്

സുകുമാർ അഴീക്കോടിന്റെ കൃതികൾ

1. ആശാന്റെ സീതാകാവ്യം 1954
2. രമണനും മലയാളകവിതയും 1956
3. പുരോഗമനസാഹിത്യവും മറ്റും 1957
4. മഹാത്മാവിന്റെ മാർഗ്ഗം 1959
5. ശങ്കരക്കുറുപ്പ് വിമർശിക്കപ്പെടുന്നു 1963
6. ഒരു കൂട്ടം പഴയ കത്തുകൾ (വിവർത്തനം) 1963
7. ഹക്കിൾബറി ഫിന്നിന്റെ വിക്രമങ്ങൾ (വിവർത്തനം) 1967
8. മഹാകവി ഉള്ളൂർ (ഇംഗ്ലീഷ്) 1979
9. വായനയുടെ സ്വർഗത്തിൽ 1980
10. ജയദേവൻ (വിവർത്തനം) 1980
11. മഹാകവി ഉള്ളൂർ (ഹിന്ദി) 1980
    (വിവർത്തകൻ - ഹേമചന്ദ്ര പഹാരെ)
12. മഹാകവി ഉള്ളൂർ (തമിഴ്) 1980
    (വിവർത്തകൻ - എം. രാമലിംഗം)
13. മലയാള സാഹിത്യ വിമർശനം 1981
14. മഹാകവി ഉള്ളൂർ (തെലുങ്ക്) 1983
    (വിവർത്തകൻ - ബി.വി. ശ്രീനിവാസാചാര്യലു)
15. ചരിത്രം സമന്വയമോ സംഘട്ടനമോ 1983
16. തത്ത്വമസി 1984
17. മഹാകവി ഉള്ളൂർ (കന്നഡ) 1986
18. മലയാള സാഹിത്യ പഠനങ്ങൾ 1986
19. വിശ്വസാഹിത്യപഠനങ്ങൾ 1986
20. ഖണ്ഡനവും മണ്ഡനവും 1986
21. തത്ത്വവും മനുഷ്യനും 1986
22. എന്തിന് ഭാരതധരേ 1990
23. തത്ത്വമസി (ഹിന്ദി) 1991
    (വിവർത്തകൻ - സുധാംശു ചാറ്റർജി)
24. ഗുരുവിന്റെ ദുഃഖം 1993
25. സുകുമാർ അഴീക്കോടിന്റെ സംഭാഷണങ്ങൾ 1994
    (എഡിറ്റർ പി.വി. മുരുകൻ)
26. അഴീക്കോടിന്റെ പ്രഭാഷണങ്ങൾ 1995

27. അഴീക്കോടിന്റെ ഫലിതങ്ങൾ 1995
(സമ്പാദകൻ: കെ. സുദർശൻ)
28. ആകാശം നഷ്ടപ്പെടുന്ന ഇന്ത്യ 1997
29. പാതകൾ, കാഴ്ചകൾ 1997
30. നവയാത്രകൾ 1998
(സമാഹരണം: വി. അനിലാൽ)
31. പുതുപുഷ്പങ്ങൾ 1999
32. തിരഞ്ഞെടുത്ത പ്രബന്ധങ്ങൾ 1999
(സമാഹരണം - ബാലചന്ദ്രൻ വടക്കേടത്ത്)
33. ഭാരതീയത 1999
34. ദർശനം സമൂഹം വ്യക്തി 1999
35. തത്ത്വമസി (തമിഴ്) 2000
(വിവർത്തകൻ - രുദ്ര തുളസീദാസ്)
36. ഭാവന എന്ന വിസ്മയം 2001
37. പ്രിയപ്പെട്ട അഴീക്കോടിന് (സമാഹരണം) 2001
38. ഇന്ത്യയുടെ വിപരീതമുഖങ്ങൾ 2003
39. വായിച്ചു വളർന്ന കഥ 2005
40. അഴീക്കോടിന്റെ ലേഖനങ്ങൾ 2006
41. നട്ടെല്ല് എന്ന ഗുണം 2006
42. അഴീക്കോട് മുതൽ അയോദ്ധ്യ വരെ 2007
43. മഹാകവി ഉള്ളൂർ (മലയാളം) 2008
(വിവർത്തകൻ - സി.പി. ശിവദാസൻ)
44. ജനാലക്കാഴ്ചകൾ 2009
45. നാടുനാറുന്നോ 2009
46. രാഷ്ട്രീയവും സാംസ്കാരികവും 2009
47. കളിക്കളങ്ങളിൽ നിന്ന് 2009
48. അഴീക്കോടിന്റെ ആത്മകഥ (ആദ്യഭാഗം) 2010
49. ഈ ദൈവവും തോൽക്കുമോ 2010
50. അഴീക്കോടിന്റെ അവതാരികകൾ 2010
(സമാഹരണം - പോൺ മണലിൽ)
51. ഭാരതീയവും സാഹിതീയവും 2010
52. അഴീക്കോടിന്റെ ആത്മകഥ (ഭാഗം 1) 2011
53. ഭാരതം ജനം 2011
54. തിരഞ്ഞെടുത്ത ലേഖനങ്ങൾ 2011
55. ഈശ്വരന്റെ കഷ്ടകാലം 2011

56. അഴീക്കോടിന്റെ കയ്യൊപ്പ് - എഡിറ്റർ എം. ഹരിദാസ് 2011
(66 അവതാരികകൾ)
57. ഇന്ത്യയും ചിന്തയും 2011
58. ടാഗോറിന്റെ ഇന്ത്യ 2011
59. അരങ്ങുകളിലൂടെ അഴീക്കോട് (പ്രസക്തക്കുറിപ്പുകൾ)
(സമാഹരണം - ജയപ്രകാശ് പെരിങ്ങോട്ടുകുറിശി) 2011
60. വീണ്ടുവിചാരങ്ങൾ 2011

അഴീക്കോടിനെപ്പറ്റിയുള്ള ഗ്രന്ഥങ്ങൾ

1. അഴീക്കോടിനെ അറിയുക 1986
(പഠനങ്ങൾ)
2. അഴീക്കോടിന്റെ കാലഘട്ടം 1986
(പഠനങ്ങൾ)
3. സാഗരഗർജനം 1986
(പഠനങ്ങൾ)
4. അഴീക്കോട് എന്ന വിചാരശില്പി - പോൾ മണലിൽ 1991
(ജീവചരിത്രം)
5. സുകുമാർ അഴീക്കോട് വ്യക്തിയും ദർശനവും - പി. ഗംഗാധരൻ 1997
(പഠനങ്ങൾ)
6. സുകുമാർ അഴീക്കോട് - ഇ.എം. അഷ്റഫ് 2001
(ജീവചരിത്രം)
7. അഴീക്കോടിന്റെ ലോകത്തിൽ - മണർകാട് മാത്യു 2009
(സംഭാഷണം)
8. സുകുമാർ അഴീക്കോട് ശതാഭിഷേക സ്മരണിക 2010
9. അഴീക്കോട് എന്ന അനുഭവം - ഇയ്യങ്കോട് ശ്രീധരൻ 2010
(സാംസ്കാരികപഠനം)
10. അഴീക്കോട് ജീവിതപ്രകാശം - എഡിറ്റർ പി. ഗംഗാധരൻനായർ 2011
(സമാഹാരം)

www.ingramcontent.com/pod-product-compliance
Lightning Source LLC
LaVergne TN
LVHW060616051026
849519LV00002B/624
* 9 7 8 9 3 8 0 8 8 4 7 5 2 *